மகாகவி பாரதியார் கவிதைகள்

D1680976

தொகுப்பு:
வை. கோவிந்தன்

நியூ செஞ்சுரி புக் ஹவுஸ் (பி) லிட்.,
41-B, சிட்கோ இண்டஸ்டிரியல் எஸ்டேட்,
அம்பத்தூர், சென்னை- 600 050.
☎: 044 - 26251968, 26258410, 48601884

Language : Tamil

Mahaakavi Bharathiyar Kavithaigal

Compiled by: **Vai. Govindan**

First Edition: July, 2003

Sixth Edition : April, 2012

Seventh Edition : November, 2022

Copyright: Publisher

No. of pages: xxii + 578 = 600

Publisher:

New Century Book House Pvt. Ltd.,

41-B, SIDCO Industrial Estate,

Ambattur, Chennai - 600 050.

Tamilnadu State, India.

Email : info@ncbh.in

Online : www.ncbhpublisher.in

ISBN: 978 - 81 - 234 0- 795 - 5

Code No. A 1208

₹ 300/-

Branches

Ambattur (H.O.) 044 - 26359906, **Spenzer Plaza (Chennai)** 044-28490027 **Trichy** 0431-2700885 **Pudukkottai** 04322- 227773 **Thanjavur** 04362-231371 **Tirunelveli** 0462-4210990, 2323990, **Madurai** 0452-2344106, 4374106 **Dindigul** 0451-2432172 **Coimbatore** 0422-2380554 **Erode** 0424-2256667 **Salem** 0427-2450817 **Hosur** 04344-245726 **Krishnagiri** 04343-234387 **Ooty** 0423-2441743 **Vellore** 0416-2234495 **Villupuram** 04146-227800 **Pondicherry** 0413-2280101 **Nagercoil** 04652-234990

மகாகவி பாரதியார் கவிதைகள்

தொகுப்பு: **வை. கோவிந்தன்**

முதல் பதிப்பு: ஜுலை, 2003

ஆறாம் பதிப்பு : ஏப்ரல், 2012

ஏழாம் பதிப்பு : நவம்பர், 2022

அச்சிட்டோர்: **பாவை பிரிண்டர்ஸ் (பி) லிட்.,**

16 (142), ஜானி ஜான் கான் சாலை, இராயப்பேட்டை, சென்னை - 14

☎: 044-28482441

All rights reserved. No part of this book may be reprinted or reproduced or utilised in any form or by any electronic, mechanical, or other means, now known or hereafter invented, including photocopying and recording, or in any information storage or retrieval system, without permission in writing from the publishers.

பதிப்புரை

நாட்டுடைமையாக்கப்பட்ட பல நல்ல நூல்கள் பல்வேறு பதிப்பகங்கள் வாயிலாகப் பதிக்கப்பெற்றுப் குறைந்த விலைகளில் பொதுமக்களைச் சென்றடைகின்றன. இதன் மூலம் பாரதியார் கவிதைகள், பாரதிதாசன் பாடல்கள் போன்ற அதிகப் பக்கங்களைக்கொண்ட நூல்களைச் சலுகை விலைகளில் பொதுமக்கள் வாங்கிப் பயனடைகின்றார்கள்.

பல நல்ல நூல்களைப் படைத்தும், குறைந்த விலைகளில் நல்ல நூல்களைப் பதிப்பித்தும் தமிழுலகுக்குத் தொண்டாற்றிய அறிஞர் பெருமகனார் **வை. கோவிந்தன்** அவர்களைப் பாரதியின் புதல்விகளான திருமதி **தங்கம்மாபாரதி**, திருமதி **சகுந்தலாபாரதி** இருவரும் சந்தித்து, பாரதியின் கவிதைகளை வெளியிடக் கேட்டுக்கொண்டதை ஏற்று **"மகாகவி பாரதியார் கவிதைகள்"** எனும் இந்நூல் சீரியமுறையில் வெளியிடப்பட்டது.

வை. கோவிந்தன் அவர்கள் தொகுத்துப் பதிப்பித்த "பாரதியார் கவிதைகள்" என்ற நூலை இப்போது எமது **நியூ செஞ்சுரி புத்தக நிறுவனம்** வெளியிட முன்வந்தது. பிழைகள் இல்லாவண்ணம் இந்நூல் அமைய வேண்டும் என்பதில் எமது ஆசிரியர் குழு முனைப்புடன் செயல்பட்டுப் புதிய பதிப்பாக இந்நூல் வெளிவருகிறது.

பாரதியின் கவிதைகள் புதிய சக்தியை ஊட்டும் தன்மை வாய்ந்தவை என்பதை உலகமே ஒப்புக்கொண்டுள்ளது. பாரதியின் கவிதையைப் படிக்கின்றவர்கள் சோர்விலிருந்தும் சோகத்திலிருந்தும் விடுபடுவார்கள். புத்துணர்ச்சி பெற்றுப் புதுவாழ்வு காண்பார்கள். சுதந்திரம் பெறுவதற்கு முன்னரே சுதந்திரம் பெற்றுவிட்டதாகப் பாடிய தீர்க்கதரிசி பாரதி கனவு கண்ட இந்தியாவை உருவாக்கப் பாடுபடுவோம். பாரதியின் பாடல்களை உள்ளங்களில் பதித்திடுவோம்.

— **பதிப்பகத்தார்**

முதல் – இரண்டாம் பதிப்புகளில்
தொகுப்பாசிரியர் வை. கோவிந்தன் அவர்கள் எழுதிய
முகவுரை

முதலாவதாகத் தமிழ் நாட்டில் ஸ்ரீ தெ. ச. சொக்கலிங்கம், அமரர் வ. ரா., மணிக்கொடி ஸ்ரீநிவாசன் இவர்களால் நடத்தப்பெற்ற நவயுகப் பிரசுராலயம், மலிவு விலையில் நல்ல புத்தகங்களை வெளியிட்டது.

அந்தக் காலத்தில், நான் புத்தகம் வெளியிடும் தொழிலில் இல்லை. புத்தகத்தைப் படிக்கும் தொழில் எனக்கு உண்டு. 1937 என்று நினைக்கிறேன். சுவாமி சுத்தானந்த பாரதியார், விக்டர் ஹ்யூகோவின் **ஏழை படும்பாடு** என்ற நாவலை ரங்கூனில் நடந்த 'தனவணிகன்' பத்திரிகையில் தொடராக எழுதி வந்தார்கள். அதைத் தொடர்ந்து படித்தேன். சுவாமிகளிடம் அவருக்காக நாங்கள் நடத்தி வந்த அன்பு நிலையத்தின் பெயரால் வெளியிட்டுத் தருவதாகக் கேட்டேன்; ஒப்புக்கொண்டார்கள். அந்தக் காலத்தில்தான் இங்கிலாந்தில் 'பெங்குவின்' புத்தகம் வெளிவந்தது. அந்தப் புத்தகங்களையும் பார்த்தேன். அவை போலவே 'ஏழைபடும்பாடு' அச்சிட வேண்டும், விலையும் மலிவாக இருக்கவேண்டும் என்று சொன்னேன். என் நண்பர் ஸ்ரீ அ. கிருஷ்ணமூர்த்தி சீமையிலே அச்சிட்டதுபோலவே அழகாக அச்சிட்டுக் கொடுத்தார். 600க்கு மேற்பட்ட பக்கங்கள் ஒரு ரூபாய் எட்டணாதான் விலை. பின்னர் நானே சொந்தமாக **சக்தி காரியாலயம்** என்ற பெயருடன் 1939-ஆம் வருடம் ஆரம்பித்து மலிவு விலையில் 'பெங்குவின்' புத்தகம் போலவே - அதாவது பன்னிரண்டு அணா விலையில் வெளியிட்டேன். தமிழ் மக்கள் பெரும் ஆதரவு அளித்தார்கள். பிறகு, யுத்தகாலம். காகிதம் விலை அச்சுக்கூலி எல்லாம் ஏறிக்கொண்டன. ஆதலால் தொடர்ந்து மலிவு விலையில் புத்தகம் வெளியிட முடியவில்லை.

சில மாதங்களுக்கு முன் என் நண்பர் ராமானுஜம் என் கடைக்கு வந்தார். அமெரிக்காவிலிருந்து வந்த ஒரு புத்தகத்தை எட்டணாவுக்கு வாங்கிக்கொண்டார். அந்தப் புத்தகம் சுமார் 350 பக்கங்கள். பிரபலமான எழுத்தாளர் பெர்ல்பக் அம்மையார் எழுதிய 'நல்ல பூமி'

(Good Earth). உடனே அவர் இதுபோல ராஜாஜி எழுதிய 'வியாசர் விருந்து' புத்தகத்தை மலிவாக வெளியிட முடியுமா என்று என்னிடம் கேட்டார். முடியும், இதோ கணக்கு என்று கணக்குப் போட்டுக் காண்பித்தேன். பிறகு அந்த யோசனை உருப்பெற்று இதுவரை எண்பதாயிரம் பிரதிகள்வரை வியாசர் விருந்து விற்றிருக்கிறது.

வியாசர் விருந்து வெளிவந்த சமயம் பாரதியாரின் புதல்விகள் ஸ்ரீமதி தங்கம்மா பாரதி, ஸ்ரீமதி சகுந்தலா பாரதி இருவரும் என்னைப் பார்க்க வந்திருந்தார்கள். 'நீங்கள் பாரதி கவிதையை வெளியிட்டால் நன்றாயிருக்கும்' என்றார்கள். அது முதல் பல நண்பர்களிடம் விஷயத்தைச் சொன்னேன். அவர்களும் என்னை உற்சாகப்படுத்தினார்கள்.

அரசாங்கப் பதிப்பில் வெளிவந்த கவிதைகளுடன் மேலும் அரிய கவிதையொன்றும் சேர்ந்து இன்று புத்தகமாக வெளி வந்திருக்கிறது.

தமிழ் மக்கள் பெருவாரியாக வாங்கி இன்னும் பல லட்சக்கணக்கான பிரதிகள் வெளிவர ஆதரவளிப்பார்கள் என்று நம்புகிறேன்.

தேசபக்தரும், பாரதியாரின் அன்புக்கு உரிய நண்பரும் என் மரியாதைக்கு உரிய பெரியவரும் ஆகிய உயர் திருவாளர் பரலி சு. நெல்லையப்பர் அவர்கள் முன்னுரை வழங்கி இருக்கிறார்கள். ஸ்ரீ ரா. அ. பத்மனாபன் கடந்த பல வருஷங்களாகப் பாரதி விஷயங்களைச் சேகரித்துப் பிரசாரம் செய்து வருகிறார்கள். அவர்கள் முகவுரை எழுதி இருக்கிறார்கள். இவர்கள் இருவருக்கும் என் அன்பு கலந்த நன்றி.

இந்தப் புத்தகத்தின் (முதற் பதிப்பு) முகப்பை ஓவியர் நடராஜன் வரைந்து கொடுத்தார். முன்னுக்கு வரும் ஓவியர். அவருக்கும் என் நன்றி.

மற்றும், இருபதே நாட்களில் அரிய (முதற் பதிப்பு) நூலை அழகாக அச்சிட்டுக் கொடுத்த என் நண்பர் ஸ்ரீ. ராம. அருணாசலத்தை நான் மறக்க முடியாது.

இரண்டாம் பதிப்புப்பற்றிச் சில வார்த்தைகள்

இந்நூலின் இரண்டாம் பதிப்பு முதற் பதிப்பு வெளிவந்த பதினைந்து நாட்களில் வெளிவந்திருக்கவேண்டும். 'திருக்குறள்', 'பிரதாப முதலியார்' சரித்திரம் இரண்டும் வெளிக்கொண்டுவர வேண்டிய காரணத்தால் இந்த இரண்டாம் பதிப்பை அப்போதே கொண்டுவர முடியவில்லை. இவ்வளவு நாட்கள் சுணக்கம் ஏற்பட்டதிலும் ஒரு லாபம். மகாகவியின் பாடல்கள் ஒரு சில அச்சேறாதன - சில நாட்களுக்கு முன் என் அன்புக்குரிய திரு. ரகுநாதன் அனுப்பி வைத்தார். அந்தப் பாடல்களையும் இந்தப் பதிப்பிலே சேர்த்து வெளியிட்டிருக்கிறோம். **இளசை ஒருபா ஒருபஃது** என்ற அந்தப் பாடல்களைக் கண்டெடுத்து ரகுநாதனிடம் கொடுத்தார்கள் திரு. சோ,. காந்திமதிநாதபிள்ளை அவர்களின் புதல்வர் "இசைமணி" திரு. கா, சங்கரனார் அவர்கள். ரகுநாதனுக்கும், சங்கரனார் அவர்களுக்கும் எங்கள் நன்றி.

இரண்டாம் பதிப்பு வெளிவருவதில் ஒவ்வொரு கட்டத்திலும் பெரிதும் உதவியாயிருந்த என் நண்பர் திரு. சு. வீர. வீரப்பன் அவர்களை நான் மறக்க முடியுமா?

கடைசியாக ஒன்று. இரண்டாம் பதிப்பு வெளிவருவதற்குக் காரணமான உங்களுக்கு என் நன்றி.

11 - 9 - 1957
ஆயிரம் விளக்கு
சென்னை - 6.

வை. கோ.

தமிழின் ஒளிபரவும்

பரலி சு. நெல்லையப்பர்

> 'யாம் அறிந்த மொழிகளிலே தமிழ் மொழிபோல்
> இனிதாவ தெங்கும் காணோம்'

என்றும்

> 'தேமதுரத் தமிழோசை உலகமெலாம் பரவும்வகை
> செய்தல் வேண்டும்'

என்றும் பாடிய பாரதியார் பாடல்களின் பெருமையை இன்று பாரெல்லாம் அறிந்து போற்றத் தொடங்கியிருக்கிறது.

அடிமைப்பட்டுக் கிடந்த நாட்டுக்கு விடுதலை ஊக்கம் அளித்த தமது பாடல்களை லட்சக் கணக்காக அச்சிட்டு வெளியிட்டு, வாயுள்ள மக்களெல்லாம் பாடவேண்டுமென்றும், காதுள்ள மக்களெல்லாம் கேட்கவெண்டுமென்றும், கருத்துள்ள மக்களெல்லாம் சிந்திக்க வேண்டுமென்றும், பாரதியார் அந்நாளில் விரும்பினார். ஆனால் அவர் கனவு நனவாக இத்தனை ஆண்டுகள் ஆயின. பழந்தமிழ் மக்களுக்கு மட்டுமின்றிப் பார் அனைத்துக்குமே பொதுவான பாரதியார் பாடல்கள் ஒரு சிலரின் தனியுடைமையாக இருந்த நிலை நீங்கி, சில ஆண்டுகளுக்குமுன் மக்களின் பொது உடைமையாக மாறியது. ஆனால் பெயரளவில் பொது உடைமையாக இருந்த பாரதியார் பாடல்கள் செயலளவில் அவ்வாறு மாறுவது எளிய வேலையல்ல. ருஷியாவிலும், அமெரிக்காவிலும் அரசாங்கத்தாரே தங்கள் நாட்டுச் சிறந்த இலக்கியங்களைக் கோடிக்கணக்காக அச்சிட்டு இலவசமாகவும், பரம ஏழைகளும் வாங்கக்கூடிய மிகக் குறைந்த விலைக்கும் கொடுத்து வருகிறார்கள். பழந்தமிழ் நாட்டிற்குப் புத்துயிரும் புது வாழ்வும் அளித்துவரும் பாரதியார் பாடல்களை நமது அரசாங்கத்தாரே அச்சிட்டு நாடெங்கும் பரப்பவேண்டும் என்பது என் போன்றவர்கள் கருத்து. ஆனால் அதிகாரிகள் செய்ய முன்வராத பெரிய வேலையைப் பாரதி பக்தரும், எனது நண்பருமான

வை. கோவிந்தன் செய்ய முன் வந்தமை பெரிதும் போற்றுதற்குரியது. என் போன்ற பாரதி நண்பர்களின் கனவு இன்று நிறைவேறிவிட்டதை நினைத்து நான் மட்டற்ற மகிழ்ச்சி அடைகின்றேன். தமிழ் நாட்டில் உள்ள படித்தவர்கள் - ஆண் பெண்கள் அனைவரும் இந்த நூலை வாங்கிப் படித்துத் தாங்கள் புதுவாழ்வு பெறுவதுடன், நாடெங்கும் மலர்ந்துவரும் புதுவாழ்வு பெருவாழ்வாகுமாறு அவர்கள் துணைபுரிதலும் வேண்டும் என்று வேண்டிக்கொள்கிறேன்.

*   *   *

பாரதியார் தேசபக்தர் மட்டுமல்லர். அவர் சிறந்த தெய்வபக்தரும் ஆவார். அது பற்றியே தேசபக்தி ஒன்று மட்டுமே உடைய சாதாரண மக்கள் காண முடியாத அரிய உண்மைகளையெல்லாம் கண்டு அவற்றைப் பாடியும் எழுதியும் சென்றார். அதனால் அவர் ஒரு தீர்க்கதரிசி ஆவார். பூலோகத்தில் புதியதோர் சத்திய யுகம் தோன்றிக் கொண்டிருக்கிறதென்பதை அவர் பல இடங்களில் பாடியும் எழுதியும் இருக்கிறார்.

'வீழ்க கலியின் வலி யெல்லாம், கிருத யுகந்தான்
மேவுகவே'

என்றும்

'பொய்க்கும் கலியை நான் கொன்று பூலோகத்தார்
கண்முன்னே
மெய்க்கும் கிருத யுகத்தினையே கொணர்வேன்
தெய்வவிதி யிஃதே!

என்றும்

'கிருத யுகத்தைக் கேடின்றி நிறுத்த
விரதம் நான் கொண்டனன்'

என்றும் அவர் பாடியிருக்கிறார்.

'இன்று தேவர்களை அழைக்கிறோம், இந்த மண்ணுலகத்திலே மீண்டும் கிருத யுகத்தை நாட்டும் பொருட்டாக, அறிவீனம், அசுத்தம், வறுமை, சிறுமை, நோய், கொடுமை, பிரிவு, அநீதி, பொய் என்ற

ராக்ஷஸக் கூட்டங்களை அழித்து மனித ஜாதிக்கு விடுதலை தரும் பொருட்டாக'

என்று அவர் எழுதியிருக்கிறார்.

அசத்தியமும் அதர்மமும் மிகுந்த கலியுகம் ஒழிந்து புதியதோர் சத்திய யுகம் - கிருத யுகம் தோன்றிக்கொண்டிருக்கிறதென்பதை நாட்டு நடப்பையும் உலகப்போக்கையும் ஆழ்ந்து நோக்குவோர் இன்று தெளிவாகக் காணலாம்.

தமிழ் ஜாதியைப்பற்றிப் பாரதியார் கூறும் ஓர் உறுதி மொழியை இறுதியாகக் கூறி இந்தச் சிறிய முன்னுரையை நான் முடிக்கின்றேன்;

'இந்த நிமிஷத்தில் தமிழ் ஜாதியின் அறிவு, கீர்த்தி வெளியுலகத்திலே பரவாமல் இருப்பதை நான் அறிவேன். போன நிமிஷம் தமிழ் அறிவொளி சற்றே மங்கியிருந்ததையும் நான் அறிவேன். ஆனால் போன நிமிஷம் போய்த் தொலைந்தது. இந்த நிமிஷம் சத்தியம் இல்லை. நாளை வரப்போவது சத்தியம். மிகவும் விரைவிலே தமிழின் ஒளி உலக முழுவதிலும் பரவாவிட்டால் என் பேரை மாற்றி அழையுங்கள்'

இந்த வாக்கியங்களைப் பாரதியார் சுமார் நாற்பது ஆண்டுகளுக்குமுன் - 1916-ஆம் ஆண்டு ஏப்ரல் மாதம் மூன்றாம் தேதி 'சுதேசமித்திரன்' பத்திரிகையில் வெளியிட்டார். தமிழ்மொழி ஆட்சி மொழியாய்விட்டது இன்று. தமிழ் ஓசை இன்று உலகமெங்கும் கேட்கிறது. பூமிதேவியின் தலைப்பிள்ளையான தமிழன் வையகத்தில் மீண்டும் தலைமைப் பதவிவகிக்கப்போகிறான் என்பது பாரதியார் கருத்து. பாரதியார் கனவை நாம் நனவாக்க வேண்டும். அதற்கு அவரது பாடல்கள் அருந்துணை, பெருந்துணையாக விளங்கும்.

வாழ்க பாரதியார் நாமம். வாழ்க தமிழ் மொழி.

வந்தே மாதரம்.

குரோம்பேட்டை
சென்னை. **பரலி. சு. நெல்லையப்பர்**
13 - 4 - 57.

வீடுதோறும் பாரதிநூல்

பாரதி நூல்கள் எத்தனை புதியதோர் பதிப்பு வந்தாலும் நாம் மனமகிழ்வோம். அதிலும் பாரதி கவிதைகளில் கிடைத்தவைகளை யெல்லாம் தொகுத்து ஒரே பெரு நூலாக்கி நம்பமுடியாத மலிவு விலையில் ஒரு பிரசுரகர்த்தர் தருகிறாரென்றால், இது சிறந்த பாரதி சேவை என்று உளம் பூரிக்காமல் வேறென்ன செய்வோம்?

பாரதி உயிரோடிருந்த காலத்தில், தமது நூல்களைத் தாமே ஒழுங்கு செய்து பதிப்பித்து வெளியிட விரும்பினார். தமது கவிதைகளையும் வசன நூல்களையும் நாற்பது பிரிவுகளாக்கி, ஒவ்வொரு பிரிவிலும் 10,000 பிரதி அச்சடித்து, கவிதைப் பிரிவுகளைப் பிரிவு நாலணா வீதமும் வசனப் பிரிவுகளைப் பிரிவு எட்டணா வீதமும் விற்கத் திட்டமிட்டார். "மண்ணெண்ணெய் தீப்பெட்டியிலும் சாதாரணமாக"த் தம் நூல்கள் எங்கும் பரவ வேண்டுமென்று துடித்தார் அவர்.

1920 - 21-ல் போடப்பெற்ற இத்திட்டம் நிறைவேறவில்லை.

முப்பத்தாறு ஆண்டுகளுக்குப் பின், இன்று பாரதி கூடக் கருதியிராத அளவு மலிவான விலையில், பாரதி நினைத்ததைவிட அதிகப் பக்கங்கள் கொண்ட பாரதி கவிதைத் தொகுதியின் பதிப்பொன்று வெளியாகிறது. புத்தக வெளியீட்டுத் துறையில் பல சாதனைகளை நிகழ்த்தியுள்ள சக்தி காரியாலய அதிபர் ஸ்ரீ வை. கோவிந்தனே இந்தச் சாதனையையும் நிகழ்த்தி வைக்க முன்வந்துள்ளார். இதில் வியப்பேதுமில்லை.

புதிய பாரதத்தை சிருஷ்டித்து, உலகில் கலி ஒழித்துக் கிருதயுகம் கொண்டு நிறுத்த விரும்பினான் யுகக் கவிஞன் பாரதி. கவிதையால் புதுயுகம் படைப்போமென்ற துணிவு அவனுக்கிருந்தது. அந்தத் துணிவு வெறியில் மூண்ட கவிதைகள் பன்றிப்போத்தையும் சிங்க ஏறாக்கி, விந்தை தோன்றிட, இந்நாட்டோர் கீர்த்தியெங்கும் ஓங்கச்

செய்யும் திறன்கொண்டு விளங்குகின்றன. இக்கவிதைகள் ஆயிரக்கணக்கில், பல்லாயிரக்கணக்கில் அச்சானால் கூடப் போதாது. பாரதி நூல் இல்லாத இல்லம் இல்லையென லட்சக்கணக்கில் அச்சாகவேண்டும். பாரதியின் கருத்துக்கள் வீடுதோறும் இவ்வாறு பரவுமேயானால் நம்மைப் பீடித்த பற்பல இன்னல்கள் ஒழிந்துபோம். நம் முன் கிருதயுகம் கண்டு, நந் தமிழ் நாட்டிலும் உலகிலும் கிருதயுகம் மேவச் செய்வோம்.

'பாரதி நிலையம்'
தி. நகர். சென்னை – 17 **ரா. அ. பத்மநாபன்**
2 – 4– 1957

உள்ளுறை
முதல் பாகம்
தேசீய கீதங்கள்

1. பாரதநாடு

பக்கம்

1.	வந்தே மாதரம்	....	1
2.	வந்தே மாதரம்	....	2
3.	வந்தே மாதரம்	....	3
4.	பாரத நாடு	....	4
5.	பாரத தேசம்	....	5
6.	எங்கள் நாடு	....	7
7.	ஜயபாரதம்!	....	8
8.	பாரத மாதா	....	10
9.	எங்கள் தாய்	....	12
10.	வெறி கொண்ட தாய்	....	13
11.	பாரத மாதா திருப்பள்ளியெழுச்சி	....	14
12.	பாரத மாதா நவரத்தின மாலை	....	16
13.	பாரத தேவியின் திருத்தசாங்கம்	....	19
14.	தாயின் மணிக்கொடி	....	22
15.	பாரத ஜனங்களின் தற்கால நிலைமை	....	23
16.	போகின்ற பாரதமும்-வருகின்ற பாரதமும்	....	26
17.	பாரத சமுதாயம்	....	28
18.	ஜாதீய கீதம் - 1 (மொழிபெயர்ப்பு)	....	30
19.	ஜாதீய கீதம் - 2 (புதிய மொழிபெயர்ப்பு)	....	31

2. தமிழ் நாடு

20.	செந்தமிழ் நாடு	....	33
21.	தமிழ்த் தாய்	....	34
22.	தமிழ்	....	36
23.	தமிழ்மொழி வாழ்த்து	....	37
24.	தமிழச் சாதி	....	38
25.	வாழிய செந்தமிழ்	....	43

3. சுதந்திரம்

26.	சுதந்திரப் பெருமை	.....	44
27.	சுதந்திரப் பயிர்	....	45
28.	சுதந்திர தாகம்	....	46
29.	சுதந்திர தேவியின் துதி	....	47
30.	விடுதலை	....	49
31 .	சுதந்திரப் பள்ளு	....	50

4. தேசீய இயக்கப் பாடல்கள்

32.	சத்ரபதி சிவாஜி	....	**52**
33.	கோக்கலே சாமியார் பாடல்	....	59
34.	தொண்டு செய்யும் அடிமை	....	59
35.	நம்ம ஜாதிக்கு அடுக்குமோ?	....	61
36.	நாம் என்ன செய்வோம்!	....	62
37.	பாரத தேவியின் அடிமை	....	63
38.	வெள்ளைக்கார விஞ்ச்துரை கூற்று	....	64
39.	தேச பக்தர் சிதம்பரம்பிள்ளை மறுமொழி	....	65
40.	நடிப்புச் சுதேசிகள்	....	66

5. தேசீயத் தலைவர்கள்

41.	மகாத்மா காந்தி பஞ்சகம்	....	69
42.	குரு கோவிந்தர்	....	70
43.	தாதாபாய் நவுரோஜி	....	77
44.	பூபேந்திரர் விஜயம்	....	78
45.	வாழ்க திலகன் நாமம்	....	80
46.	திலகர் முனிவர் கோன்	....	81
47.	லாஜபதி	....	82
48.	லாஜபதியின் பிரலாபம்	....	83
49.	வ. உ. சி.-க்கு வாழ்த்து	....	84

6. பிற நாடுகள்

50.	மாஜினியின் சபதம்	....	85
51.	பெல்ஜியத்திற்கு வாழ்த்து	....	89
52.	புதிய ருஷியா	....	91
53.	கரும்புத் தோட்டத்திலே	....	93

இரண்டாம் பாகம்
தெய்வப் பாடல்கள்

1. தோத்திரப் பாடல்கள்

1. விநாயகர் நான்மணி மாலை (95) 2. முருகா! முருகா! (110). 3. வேலன் பாட்டு (111). 4. கிளிவிடு தூது (113). 5. முருகன் பாட்டு (113). 6. வள்ளிப் பாட்டு-1 (115). 7. வள்ளிப் பாட்டு - 2 (116). 8. இறைவா! இறைவா! (116). 9. போற்றி அகவல் (117). 10. சிவ சக்தி (118). 11. காணி நிலம் வேண்டும் (120). 12. நல்லதோர் வீணை (121). 13. மஹாசக்திக்கு விண்ணப்பம் (122). 14. அன்னையை வேண்டுதல் (123). 15. பூலோக குமாரி (123). 16. மஹாசக்தி வெண்பா (123). 17. ஓம் சக்தி (124). 18. பராசக்தி (125). 19. சக்திக் கூத்து (127). 20. சக்தி (128). 21. வையம் முழுதும் (129). 22. சக்தி விளக்கம் (130). 23. சக்திக்கு ஆத்ம சமர்ப்பணம் (131). 24. சக்தி திருப்புகழ் (137). 25. சிவசக்தி புகழ் (138). 26. பேதை நெஞ்சே (140). 27. மஹாசக்தி (141). 28. நவராத்திரிப் பாட்டு (உஜ்ஜயினீ) (142). 29. காளிப்பாட்டு (142). 30. காளி ஸ்தோத்திரம் (142). 31. யோக சித்தி (144). 32. மகா சக்தி பஞ்சகம் (147). 33. மஹாசக்தி வாழ்த்து (148). 34. ஊழிக்கூத்து (150). 35. காளிக்குச் சமர்ப்பணம் (151). 36. காளி தருவாள் (151). 37. மஹா காளியின் புகழ் (152). 38. வெற்றி (153). 39. முத்துமாரி (154). 40. தேச முத்துமாரி (155). 41. கோமதி மஹிமை (155). 42. சாகா வரம் (158). 43. கோவிந்தன் பாட்டு (158). 44. கண்ணனை வேண்டுதல் (159). 45. வருவாய் கண்ணா! (161). 46. கண்ண பெருமானே! (161). 47. நந்த லாலா (162). 48. கண்ணன் பிறப்பு

(162). 49. கண்ணன் திருவடி (164). 50. வேய்ங்குழல் (165). 51. கண்ணம்மாவின் காதல் (166). 52. கண்ணம்மாவின் நினைப்பு (166). 53. மனப் பீடம் (167). 54. கண்ணம்மாவின் எழில் (168). 55. திருக்காதல் (169). 56. திருவேட்கை (169). 57. திருமகள் துதி (171). 58. திருமகளைச் சரண்புகுதல் (172). 59. ராதைப் பாட்டு (174). 60. கலைமகளை வேண்டுதல் (175). . 61. வெள்ளைத் தாமரை (176). 62.நவராத்திரிப் பாட்டு (மாதா பராசக்தி (179). 63. மூன்று காதல் (180). 64. ஆறு துணை (183). 65. விடுதலை வெண்பா (184). 66. ஜயம் உண்டு (185). 67. ஆரிய தரிசனம் (186). 68. சூரிய தரிசனம் (189). 69. ஞாயிறு வணக்கம் (190). 70. ஞானபாநு (191). 71. சோமதேவன் புகழ் (192). 72. வெண்ணிலாவே! (192). 73. தீ வளர்த்திடுவோம்! (195). 74. வேள்வித் தீ (197). 75. கிளிப் பாட்டு (200). 76. யேசு கிறிஸ்து (201). 77. அல்லா (202).

2. ஞானப் பாடல்கள்

78.	அச்சமில்லை	....	203
79.	ஜய பேரிகை	....	203
80.	சிட்டுக் குருவியைப் போலே	....	204
81.	விடுதலை வேண்டும்	....	205
82.	வேண்டும்	....	206
83.	ஆத்ம ஜயம்	....	206
84.	காலனுக்கு உரைத்தல்	....	207
85.	மாயையைப் பழித்தல்	....	208
86.	சங்கு	....	209
87.	அறிவே தெய்வம்	....	210
88.	பரசிவ வெள்ளம்	....	211
89.	பொய்யோ? மெய்யோ	....	213
90.	நான்	....	214
91.	சித்தாந்தச் சாமி கோயில்	....	215
92.	பக்தி	....	216
93.	அம்மாக்கண்ணு பாட்டு	....	218

94.	வண்டிக்காரன் பாட்டு	....	219
95.	கடமை அறிவோம்	....	219
96.	அன்பு செய்தல்	....	219
97.	சென்றது மீளாது	....	220
98.	மனத்திற்குக் கட்டளை	....	220
99.	மனப் பெண்	....	221
100.	பகைவனுக்கருள்வாய்	....	222
101.	தெளிவு	....	223
102.	கற்பனையூர்	....	224

மூன்றாம் பாகம்
பல்வகைப் பாடல்கள்

1. நீதி

1.	புதிய ஆத்திசூடி	....	226
2.	பாப்பாப் பாட்டு	....	229
3.	முரசு	....	231

2. சமூகம்

4.	புதுமைப் பெண்	....	236
5.	பெண்கள் வாழ்க!	....	238
6.	பெண்கள் விடுதலைக்கும்மி	....	240
7.	பெண் விடுதலை	....	241
8.	தொழில்	....	242
9.	மறவன் பாட்டு	....	243
10.	நாட்டுக் கல்வி	....	244
11.	புதிய கோணங்கி	....	246

3. தனிப் பாடல்கள்

12.	காலைப் பொழுது	....	247
13.	அந்திப் பொழுது	....	249
14.	நிலாவும் வான்மீனும் காற்றும்	....	251
15.	மழை	....	252
16.	புயற் காற்று	....	253

17.	பிழைத்த தென்னந்தோப்பு	....	254
18.	அக்கினிக் குஞ்சு	....	255
19.	சாதாரண வருஷத்துத் தூமகேது	....	255
20.	அழகுத் தெய்வம்	....	256
21.	ஒளியும் இருளும்	....	257
22.	சொல்	....	258
23.	கவிதைத் தலைவி	....	260
24.	கவிதைக் காதலி	....	261
25.	மது	....	264
26.	சந்திரமதி	....	268

4. சான்றோர்

27.	தாயுமானவர் வாழ்த்து	....	269
28.	நிவேதிதா	....	269
29.	அபேதாநந்தா	....	269
30.	ஓவியர்மணி இரவிவர்மா	....	271
31.	சுப்பராம தீட்சிதர்	....	272
32.	மகாமகோபாத்தியாயர்	....	274
33.	வெங்கடேசு ரெட்டப்ப பூபதி	....	275
34.	ஹிந்து மதாபிமான சங்கத்தார்	....	277
35.	வேல்ஸ் இளவரசருக்கு நல்வரவு	....	279

5. சுய சரிதை

| 36. | கனவு | .... | 282 |
| 37. | பாரதி அறுபத்தாறு | .... | 296 |

6. வசன கவிதை

38.	காட்சி	....	316
39.	சக்தி	....	326
40.	காற்று	....	333
41.	கடல்	....	347
42.	ஜகத் சித்திரம்	....	349
43.	விடுதலை	....	355

நான்காம் பாகம்

முப்பெரும் பாடல்கள்

1. கண்ணன் பாட்டு

1.	கண்ணன் – என் தோழன்	....	361
2.	,, – என் தாய்	....	364
3.	கண்ணன் – என் தந்தை	....	367
4.	,, – என் சேவகன்	....	370
5.	,, – என் அரசன்	....	373
6.	,, – என் சீடன்	....	375
7.	,, – எனது சற்குரு	....	380
8.	கண்ணம்மா – என் குழந்தை	....	384
9.	கண்ணன் – என் விளையாட்டுப் பிள்ளை	....	386
10.	,, – என் காதலன்	....	387
11.	,, – உறக்கமும் விழிப்பும்	....	390
12.	,, – காட்டிலே தேடுதல்	....	391
13.	,, – பாங்கியைத் தூது விடுத்தல்	....	393
14.	,, – பிரிவாற்றாமை	....	395
15.	கண்ணன் – என் காந்தன்	....	396
16.	கண்ணம்மா – என் காதலி – ,, காட்சி வியப்பு		397
17.	,, – ,, பின்னே வந்து நின்று கண் மறைத்தல்	....	398
18.	கண்ணம்மா – ,, முகத்திரை களைதல்	....	399
19.	,, – ,, நாணிக் கண் புதைத்தல்	....	400
20.	கண்ணம்மா – ,, குறிப்பிடம் தவறியது	....	402
21.	கண்ணம்மா – ,, யோகம்	....	403
22.	கண்ணன் – என் ஆண்டான்	....	404
23.	கண்ணம்மா – எனது குலதெய்வம்	....	406

2. பாஞ்சாலி சபதம் முதற் பாகம்

துரியோதனன் சூழ்ச்சிச் சருக்கம்

1.	பிரம்ம ஸ்துதி	....	408
2.	சரஸ்வதி வணக்கம்	....	408
3.	ஹஸ்தினாபுரம்	....	410
4.	துரியோதனன் சபை	....	412
5.	துரியோதனன் பொறாமை	....	413
6.	துரியோதனன் சகுனியிடம் சொல்வது	....	420
7.	சகுனியின் சதி	....	424
8.	சகுனி திரிதராட்டிரனிடம் சொல்லுதல்	....	425
9.	திரிதராட்டிரன் பதில் கூறுதல்	....	429
10.	துரியோதனன் சினங் கொள்ளுதல்	....	432
11.	துரியோதனன் தீமொழி	....	433
12.	திரிதராட்டிரன் பதில்	....	435
13.	துரியோதனன் பதில்	....	436
14.	திரிதராட்டிரன் சம்மதித்தல்	....	439
15.	சபா நிர்மாணம்	....	440
16.	விதுரனைத் தூது விடல்	....	440
17.	விதுரன் தூது செல்லுதல்	....	441
18.	விதுரனை வரவேற்றல்	....	443
19.	விதுரன் அழைத்தல்	....	444
20.	தருமபுத்திரன் பதில்	....	445
21.	விதுரன் பதில்	....	445
22.	தருமபுத்திரன் தீர்மானம்	....	446
23.	வீமனுடைய வீரப்பேச்சு	....	447
24.	தருமபுத்திரன் முடிவுரை	....	448
25.	நால்வரும் சம்மதித்தல்	....	450
26.	பாண்டவர் பயணமாதல்	....	450
27.	மாலை வருணனை	....	451

சூதாட்டச் சருக்கம்

28.	வாணியை வேண்டுதல்	....	454
29.	பாண்டவர் வரவேற்பு	....	454
30.	பாண்டவர் சபைக்கு வருதல்	....	456
31.	சூதுக்கு அழைத்தல்	....	457
32.	தருமன் மறுத்தல்	....	457
33.	சகுனியின் ஏச்சு	....	458
34.	தருமனின் பதில்	....	459
35.	சகுனி வல்லுக்கு அழைத்தல்	....	460
36.	தருமன் இணங்குதல்	....	461
37.	சூதாடல்	....	462
38.	நாட்டை வைத்தாடுதல்	....	464

இரண்டாம் பாகம்

அடிமைச் சருக்கம்

39.	பராசக்தி வணக்கம்	....	468
40.	சரஸ்வதி வணக்கம்	....	468
41.	விதுரன் சொல்லியதற்குத் துரியோதனன் மறுமொழி சொல்லுதல்	....	469
42.	விதுரன் சொல்வது	....	470
43.	சூது மீட்டும் தொடங்குதல்	....	472
44.	சகுனி சொல்வது	....	473
45.	சஹாதேவனைப் பந்தயம் கூறுதல்	....	475
46.	நகுலனை இழத்தல்	....	475
47.	பார்த்தனை இழத்தல்	....	476
48.	வீமனை இழத்தல்	....	477
49.	தருமன் தன்னைத்தானே பணயம் வைத்திழத்தல்	....	**478**
50.	துரியோதனன் சொல்வது	....	478
51.	சகுனி சொல்வது	....	478

திரௌபதியைச் சபைக்கு அழைத்த சருக்கம்

52.	திரௌபதியை இழத்தல்	....	480
53.	திரௌபதி சூதில் வசமானதுபற்றிக் கௌரவர் கொண்ட மகிழ்ச்சி	....	481
54.	துரியோதனன் சொல்வது	....	482
55.	திரௌபதியைத் துரியோதனன் மன்றுக்கு அழைத்து வரச் சொல்லியதுபற்றி ஜகத்தில் உண்டான அதர்மக் குழப்பம்	....	483
56.	துரியோதனன் விதுரனை நோக்கி உரைப்பது	....	484
57.	விதுரன் சொல்வது	....	484
58.	துரியோதனன் சொல்வது	....	487
59.	திரௌபதி சொல்லுதல்	....	488
60.	துரியோதனன் சொல்வது	....	490

சபதச் சருக்கம்

61.	துச்சாதனன் திரௌபதியைச் சபைக்குக் கொணர்தல்	....	491
62.	திரௌபதிக்கும் துச்சாதனனுக்கும் சம்வாதம்	....	492
63.	சபையில் திரௌபதி நீதி கேட்டழுதல்	....	494
64.	வீட்டுமாசார்யன் சொல்வது	....	495
65.	திரௌபதி சொல்வது	....	496
66.	வீமன் சொல்வது	....	497
67.	அர்ஜுனன் சொல்வது	....	498
68.	விகர்ணன் சொல்வது	....	499
69.	கர்ணன் பதில்	....	**500**
70.	திரௌபதி கண்ணனுக்குச் செய்யும் பிரார்த்தனை	....	501
71.	வீமன் செய்த சபதம்	....	504
72.	அர்ஜுனன் சபதம்	....	505
73.	பாஞ்சாலி சபதம்	....	506

3. குயில் பாட்டு

1.	குயில்	....	507
2.	குயிலின் பாட்டு	....	508
3.	குயிலின் காதற் கதை	....	509
4.	காதலோ காதல்	....	512
5.	குயிலும் குரங்கும்	....	513
6.	இருளும் ஒளியும்	....	516
7.	குயிலும் மாடும்	....	518
8.	நான்காம் நாள்	....	522
9.	குயில் தனது பூர்வ ஜன்மக் கதையுரைத்தல்	....	525

புதிதாகச் சேர்க்கப்பெற்ற பாடல்கள்

1.	உயிர் பெற்ற தமிழர் பாட்டு	....	535
2.	இளசை ஒருபா ஒருபஃது	....	539
	அநுபந்தங்கள்	....	541

தேசீய கீதங்கள்

1.பாரத நாடு

1. வந்தே மாதரம்

தாயுமானவர் ஆனந்தக் களிப்பு மெட்டு

ராகம் – நாதநாமக்கிரியை தாளம் – ஆதி

பல்லவி

வந்தே மாதரம் என்போம் – எங்கள்
மாநிலத் தாயை வணங்குதும் என்போம். (வந்தே)

சரணங்கள்

1. ஜாதி மதங்களைப் பாரோம் – உயர்
ஜன்மம்இத் தேசத்தில் எய்தின ராயின்
வேதிய ராயினும் ஒன்றே – அன்றி
வேறு குலத்தின ராயினும் ஒன்றே (வந்தே)

2. ஈனப் பறையர்க ளேனும் – அவர்
எம்முடன் வாழ்ந்திங் கிருப்பவர் அன்றோ?
சீனத்த ராய்விடு வாரோ? – பிற
தேசத்தர் போற்பல தீங்கிழைப் பாரோ? (வந்தே)

3. ஆயிரம் உண்டிங்கு ஜாதி – எனில்
அன்னியர் வந்து புகல்என்ன நீதி? –ஓர்
தாயின் வயிற்றில் பிறந்தோர் – தம்முள்
சண்டைசெய்தாலும் சகோதரர் அன்றோ? (வந்தே)

4. ஒன்றுபட்டால் உண்டு வாழ்வே — நம்மில்
   ஒற்றுமை நீங்கில் அனைவர்க்கும் தாழ்வே
   நன்றிது தேர்ந்திடல் வேண்டும் — இந்த
   ஞானம் வந்தாற்பின் நமக்கெது வேண்டும்? (வந்தே)

5. எப்பதம் வாய்த்திடு மேனும் — நம்மில்
   யாவர்க்கும் அந்த நிலைபொது வாகும்
   முப்பது கோடியும் வாழ்வோம் — வீழில்
   முப்பது கோடி முழுமையும் வீழ்வோம் (வந்தே)

6. புல்லடி மைத்தொழில் பேணிப் — பண்டு
   போயின நாட்களுக் கினிமனம் நாணித்
   தொல்லை இகழ்ச்சிகள் தீர — இந்தத்
   தொண்டு நிலைமையைத் தூவென்று தள்ளி (வந்தே)

2. வந்தே மாதரம்

ராகம்—ஹிந்துஸ்தானி பியாக் தாளம்—ஆதி

பல்லவி

வந்தே — மாதரம் — ஜய
வந்தே மாதரம்

சரணங்கள்

1. ஜயஜய பாரத ஜயஜய பாரத
   ஜயஜய பாரத ஜயஜய ஜயஜய (வந்தே)

2. ஆரிய பூமியில் நாரிய ரும் நர
   சூரிய ரும்சொலும் வீரிய வாசகம் (வந்தே)

3. நொந்தே போயினும் வெந்தே மாயினும்
   நந்தே சத்தர்உ வந்தே சொல்வது (வந்தே)

4. ஒன்றாய் நின்றினி வென்றா யினுமுயிர்
   சென்றா யினும்வலி குன்றா தோதுவம் (வந்தே)

3. வந்தே மாதரம்

நாட்டு வணக்கம்

ராகம்–காம்போதி   தாளம்–ஆதி

எந்தையும் தாயும் மகிழ்ந்து குலாவி
   இருந்ததும் இந்நாடே – அதன்
முந்தையர் ஆயிரம் ஆண்டுகள் வாழ்ந்து
   முடிந்ததும் இந்நாடே –அவர்
சிந்தையில் ஆயிரம் எண்ணம் வளர்ந்து
   சிறந்ததும் இந்நாடே –இதை
வந்தனை கூறி மனதில் இருத்தி, என்
   வாயுற வாழ்த்தேனோ –இதை
'வந்தே மாதரம்,வந்தே மாதரம்'
   என்று வணங்கேனோ?   1

இன்னுயிர் தந்தெமை ஈன்று வளர்த்து, அருள்
   ஈந்ததும் இந்நாடே –எங்கள்
அன்னையர் தோன்றி மழலைகள் கூறி
   அறிந்ததும் இந்நாடே –அவர்
கன்னிய ராகி நிலவினி லாடிக்
   களித்ததும் இந்நாடே –தங்கள்
பொன்னுடல் இன்புற நீர்விளை யாடி, இல்
   போந்ததும் இந்நாடே –இதை
'வந்தே மாதரம், வந்தே மாதரம்'
   என்று வணங்கேனோ?   2

மங்கைய ராயவர் இல்லறம் நன்கு
   வளர்த்ததும் இந்நாடே –அவர்
தங்க மதலைகள் ஈன்றமு தூட்டித்
   தழுவிய திந்நாடே –மக்கள்
துங்கம் உயர்ந்து வளர்கெனக் கோயில்கள்
   சூழ்ந்ததும் இந்நாடே– பின்னர்

அங்கவர் மாய அவருடற் பூந்துகள்
ஆர்ந்ததும் இந்நாடே — இதை
'வந்தே மாதரம், வந்தே மாதரம்'
என்று வணங்கேனோ?

4. பாரத நாடு

ராகம்—ஹிந்துஸ்தானி தோடி

பல்லவி

பாருக்குள்ளே நல்ல நாடு — எங்கள்
பாரத நாடு

சரணங்கள்

1. ஞானத்தி லேபர மோனத்திலே — உயர்
   மானத்தி லேஅன்ன தானத்திலே
   கானத்தி லேஅமு தாக நிறைந்த
   கவிதையி லேஉயர் நாடு — இந்தப்   (பாருக்குள்ளே)

2. தீரத்தி லேபடை வீரத்திலே — நெஞ்சில்
   ஈரத்தி லேஉப காரத்திலே
   சாரத்தி லேமிகு சாத்திரங் கண்டு
   தருவதி லேஉயர் நாடு — இந்தப்   (பாருக்குள்ளே)

3. நன்மையி லேஉடல் வன்மையிலே — செல்வப்
   பன்மை யிலேமறத் தன்மையிலே
   பொன்மயி லொத்திடு மாதர்தம் கற்பின்
   புகழினி லேஉயர் நாடு — இந்தப்   (பாருக்குள்ளே)

4. ஆக்கத்தி லேதொழில் ஊக்கத்திலே — புய
   வீக்கத்தி லேஉயர் நோக்கத்திலே
   காக்கத் திறல்கொண்ட மல்லர்தம் சேனைக்
   கடலினி லேஉயர் நாடு — இந்தப்   (பாருக்குள்ளே)

5. வண்மையி லேஉளத் திண்மையிலே — மனத்
தண்மையி லேமதி நுண்மையிலே
உண்மையி லேதவ றாத புலவர்
உணர்வினி லேஉயர் நாடு — இந்தப் (பாருக்குள்ளே)

6. யாகத்தி லேதவ வேகத்திலே — தனி
யோகத்தி லேபல போகத்திலே
ஆகத்தி லேதெய்வ பக்தி கொண்டார்தம்
அருளினி லேஉயர் நாடு — இந்தப் (பாருக்குள்ளே)

7. ஆற்றினி லேசுனை யூற்றினிலே — தென்றல்
காற்றினி லேமலைப் பேற்றினிலே
ஏற்றினி லேபயன் ஈந்திடும் காலி
இனத்தினி லேஉயர் நாடு — இந்தப் (பாருக்குள்ளே)

8. தோட்ட(த்)தி லேமரக் கூட்டத்திலே — கனி
ஈட்டத்தி லேபயிர் ஊட்டத்திலே
தேட்டத்தி லேஅடங் காத நிதியின்
சிறப்பினி லேஉயர் நாடு — இந்தப் (பாருக்குள்ளே)

5. பாரத தேசம்

ராகம்—புன்னாகவராளி

பல்லவி

பாரத தேசமென்று பெயர் சொல்லு வார் — மிடிப்
பயங்கொல்லு வார்துயர்ப் பகைவெல்லுவார்

சரணங்கள்

1. வெள்ளிப் பனிமலையின் மீதுலவு வோம்; அடி
மேலைக் கடல்முழுதும் கப்பல் விடுவோம்
பள்ளித் தலமனைத்தும் கோயில் செய்கு வோம்; எங்கள்
பாரத தேசமென்று தோள் கொட்டுவோம். (பாரத)

2. சிங்களத் தீவினுக்கோர் பாலம்அமைப் போம்;
       சேதுவை மேடுறுத்தி வீதிசமைப் போம்;
    வங்கத்தில் ஓடிவரும் நீரின்மிகை யால்
       மையத்து நாடுகளில் பயிர்செய்கு வோம்.   (பாரத)

3. வெட்டுக் கனிகள்செய்து தங்கம்முத லாம்
       வேறு பலபொருளும் குடைந்தெடுப் போம்;
    எட்டுத் திசைகளிலுஞ் சென்றிவைவிற் றே
       எண்ணும் பொருளனைத்தும் கொண்டுவரு வோம்.
                                               (பாரத)

4. முத்துக் குளிப்பதொரு தென்கடலி லே
       மொய்த்து வணிகர்பல நாட்டினர்வந் தே,
    நத்தி நமக்கினிய பொருள்கொணர்ந்து
       நம்மருள் வேண்டுவது மேற்கரையி லே   (பாரத)

5. சிந்து நதியின் மிசை நிலவினிலே
       சேரநன் னாட்டிளம் பெண்களுட னே
    சுந்தரத் தெலுங்கினில் பாட்டிசைத் துத்
       தோணிக ளோட்டிவிளை யாடிவரு வோம்   (பாரத)

6. கங்கை நதிப்புறத்துக் கோதுமைப்பண் டம்
       காவிரி வெற்றிலைக்கு மாறுகொள்ளு வோம்;
    சிங்க மராட்டியர்தம் கவிதைகொண் டு
       சேரத்துத் தந்தங்கள் பரிசளிப் போம்   (பாரத)

7. காசி நகர்ப்புலவர் பேசும்உரை தான்
       காஞ்சியில் கேட்பதற்கோர் கருவிசெய் வோம்;
    ராசபுத் தானத்து வீரர்தமக் கு
       நல்லியற் கன்னடத்துத் தங்கம் அளிப் போம்   (பாரத)

8. பட்டினில் ஆடையும் பஞ்சில் உடை யும்
       பண்ணி மலைகளென வீ திகுவிப் போம்;
    கட்டித் திரவியங்கள் கொண்டு வரு வார்
       காசினி வணிகருக்கு அவைகொடுப் போம்.   (பாரத)

9. ஆயுதம்செய் வோம்நல்ல காகிதம்செய் வோம்;
   ஆலைகள்வைப் போம் கல்விச் சாலைகள்வைப் போம்;
   ஓயுதல்செய் யோம்தலை சாயுதல்செய் யோம்;
   உண்மைகள் சொல் வோம்பல வண்மைகள்
   செய் வோம்.   (பாரத)

10. குடைகள் செய் வோம்உழு படைகள்செய் வோம்,
    கோணிகள் செய் வோம்இரும் பாணிகள் செய் வோம்;
    நடையும் பறப்புமுணர் வண்டிகள்செய் வோம்;
    ஞாலம் நடுங்கவரும் கப்பல்கள்செய் வோம். (பாரத)

11. மந்திரம்கற் போம்வினைத் தந்திரம்கற் போம்;
    வானையளப் போம் கடல் மீனையளப் போம்;
    சந்திரமண் டலத்தியல் கண்டு தெளி வோம்;
    சந்தி தெருப்பெருக்கும் சாத்திரம்கற் போம். (பாரத)

12. காவியம்செய் வோம், நல்ல காடுவளர்ப் போம்;
    கலைவளர்ப் போம் கொல்ல ருலைவளர்ப் போம்;
    ஓவியம்செய் வோம் நல்ல ஊசிகள்செய் வோம்;
    உலகத்தொழிலனைத்து முவந்துசெய் வோம்.

    (பாரத)

13. சாதி இரண்டொழிய வேறில்லை' யென் றே
    தமிழ்மகள் சொல்லியசொல் அமிழ்தமென் போம்;
    நீதிநெறி யினின்று பிறர்க்குத வும்
    நேர்மையர் மேலவர்; கீழவர்மற் றோர். (பாரத)

6. எங்கள் நாடு

ராகம்–பூபாளம்

மன்னும் இமய மலையெங்கள் மலையே
மாநில மீதது போற்பிறி திலையே!
இன்னறு நீர்க்கங்கை யாறெங்கள் யாறே
இங்கிதன் மாண்பிற் கெதிரெது வேறே?

பன்னரும் உபநிட நூலெங்கள் நூலே
பார்மிசை யேதொரு நூல்இது போலே?
பொன்னொளிர் பாரத நாடெங்கள் நாடே
போற்றுவம் இஃதை எமக்கிலை ஈடே 1

மாரத வீரர் மலிந்தநன் னாடு
மாமுனி வோர்பலர் வாழ்ந்தபொன் னாடு
நாரத கான நலந்திகழ் நாடு
நல்லன யாவையும் நாடுறு நாடு
பூரண ஞானம் பொலிந்தநன் னாடு
புத்தர் பிரானருள் பொங்கிய நாடு
பாரத நாடு பழம்பெரு நாடே
பாடுவம் இஃதை எமக்கிலை ஈடே 2

இன்னல்வந் துற்றிடும் போததற் கஞ்சோம்
ஏழைய ராகி இனிமண்ணில் துஞ்சோம்
தன்னலம் பேணி இழிதொழில் புரியோம்
தாய்த்திரு நாடெனில் இனிக்கையை விரியோம்
கன்னலும் தேனும் கனியும்இன் பாலும்
கதலியும் செந்நெலும் நல்கும்எக் காலும்
உன்னத ஆரிய நாடெங்கள் நாடே
ஓதுவம் இஃதை எமக்கிலை ஈடே 3

7. ஜய பாரத!

சிறந்து நின்ற சிந்தை யோடு
தேயம் நூறு வென் றிவள்
மறந்த விர்ந்தந் நாடர் வந்து
வாழி சொன்ன போழ்தினும்
இறந்து மாண்பு தீர மிக்க
ஏழ்மை கொண்ட போழ்தினும்
அறந்த விர்க்கி லாது நிற்கும்
அன்னை வெற்றி கொள்கவே! 1

நூறு கோடி நூல்கள் செய்து
 நூறு தேய வாணர்கள்
தேறும் உண்மை கொள்ள இங்கு
 தேடி வந்த நாளினும்
மாறு கொண்டு கல்வி தேய
 வண்மை தீர்ந்த நாளினும்
ஈறு நிற்கும் உண்மை யொன்று
 இறைஞ்சி நிற்பள் வாழ்கவே! 2

வில்லர் வாழ்வு குன்றி ஓய
 வீர வாளும் மாயவே
வெல்லு ஞானம் விஞ்சி யோர்செய்
 மெய்மை நூல்கள் தேயவும்
சொல்லும் இவ் வனைத்தும் வேறு
 சூழ நன்மை யுந்தர
வல்ல நூல்கெ டாது காப்பள்
 வாழி அன்னை வாழியே! 3

தேவ ருண்ணும் நன்ம ருந்து
 சேர்ந்த கும்பம் என்னவும்
மேவு வார்க டற்க ணுள்ள
 வெள்ள நீரை ஒப்பவும்
பாவ நெஞ்சி னோர் நிதம்
 பறித்தல் செய்வ ராயினும்
ஓவி லாத செல்வம் இன்னும்
 ஓங்கும் அன்னை வாழ்கவே! 4

இதந்த ரும்தொ ழில்கள் செய்து
 இரும்பு விக்கு நல்கினள்
பதந்த ரற் குரிய வாய
 பன்ம தங்கள் நாட்டினள்
விதம்பெ றும்பல் நாட்டி னர்க்கு
 வேறொ ருண்மை தோற் றவே
சுதந்தி ரத்தி லாசை இன்று
 தோற்றி னாள்மன் வாழ்கவே! 5

8. பாரத மாதா

தான தனந்தன தான தனந்தன
தானனத் தானா னே.

முன்னை இலங்கை அரக்கர் அழிய
முடித்தவில் யாருடை வில்? — எங்கள்
அன்னை பயங்கரி பாரத தேவிநல்
ஆரிய ராணியின் வில் 1

இந்திர சித்தன் இரண்டு துண்டாக
எடுத்தவில் யாருடை வில்? — எங்கள்
மந்திரத் தெய்வதம் பாரத ராணி
வயிரவி தன்னுடை வில். 2

'ஒன்று பரம்பொருள் நாம் அதன் மக்கள்
உலகின்பக் கேணி' என்றே — மிக
நன்று பல்வேதம் வரைந்தகை பாரத
நாயகி தன்திருக் கை. 3

சித்த மயமிவ் வுலகம் உறுதிநம்
சித்தத்தில் ஓங்கிவிட் டால் — துன்பம்
அத்தனை யும்வெல்ல லாமென்று சொன்னசொல்
ஆரிய ராணியின் சொல் 4

சகுந்தலை பெற்றதோர் பிள்ளைசிங் கத்தினைத்
தட்டி விளை யாடி— நன்று
உகந்ததோர் பிள்ளைமுன் பாரத ராணி
ஒளியுறப் பெற்ற பிள்ளை. 5

காண்டிவம் ஏந்தி உலகினை வென்றது
கல்லொத்த தோள்எவர் தோள்?— எம்மை
ஆண்டருள் செய்பவள் பெற்று வளர்ப்பவள்
ஆரிய தேவியின் தோள். 6

சாகும் பொழுதில் இருசெவிக் குண்டலம்
 தந்த தெவர்கொடைக் கை? – சுவைப்
பாகு மொழியிற் புலவர்கள் போற்றிடும்
 பாரத ராணியின் கை.   7

போர்க்களத் தேபர ஞானமெய்க் கீதை
 புகன்ற தெவருடை வாய்? – பகை
தீர்க்கத் திறந்தரு பேரினள் பாரத
 தேவி மலர்த்திரு வாய்.   8

தந்தை இனிதுறத் தான்அர சாட்சியும்
 தையலர் தம் முறவும் – இனி
இந்த உலகில் விரும்புகி லேன் என்றது
 எம்அனை செய்த உள்ளம்.   9

அன்பு சிவம்உல கத்துயர் யாவையும்
 அன்பினிற் போகும் என்றே – இங்கு
முன்பு மொழிந்துல காண்டதோர் புத்தன்
 மொழிஎங்கள் அன்னை மொழி   10

மிதிலை எரிந்திட வேதப் பொருளை
 வினவும் சனகன் மதி – தன்
மதியினிற் கொண்டதை நின்று முடிப்பது
 வல்லநம் அன்னை மதி.   11

தெய்விகச் சாகுந் தலமெனும் நாடகம்
 செய்த தெவர் கவிதை? – அயன்
செய்வ தனைத்தின் குறிப்புணர் பாரத
 தேவி அருட் கவிதை.   12

9. எங்கள் தாய்

காவடிச்சிந்தில் ‘ஆறுமுக வடிவேலனே’
என்ற மெட்டு

தொன்று நிகழ்ந்த தனைத்தும் உணர்ந்திடு
சூழ்கலை வாணர்களும் — இவள்
என்று பிறந்தவள் என்றுண ராத
இயல்பின ளாம்எங்கள் தாய். 1

யாரும் வகுத்தற் கரிய பிராயத்த
ளாயினு மேயெங்கள் தாய் — இந்தப்
பாருள்எந் நாளுமோர் கன்னிகை என்னப்
பயின்றிடு வாள் எங்கள் தாய். 2

முப்பது கோடி முகமுடை யாள்உயிர்
மொய்ம்புற வொன்றுடை யாள் — இவள்
செப்பு மொழிபதி னெட்டுடை யாள், எனிற்
சிந்தனை ஒன்றுடையாள். 3

நாவினில் வேத முடையவள் கையில்
நலந்திகழ் வாளுடை யாள் — தனை
மேவினர்க் கின்னருள் செய்பவள் தீயரை
வீட்டிடு தோளுடை யாள். 4

அறுபது கோடி தடக்கைக ளாலும்
அறங்கள் நடத்துவள் தாய் — தனைச்
செறுவது நாடி வருபவ ரைத்துகள்
செய்து கிடத்துவள் தாய். 5

பூமி யினும்பொறை மிக்குடை யாள்பெரும்
புண்ணிய நெஞ்சினள் தாய் — எனில்
தோமிழைப் பார்முன் நின்றிடுங் காற்கொடுந்
துர்க்கை யனையவள் தாய். 6

கற்றைச் சடைமதி வைத்த துறவியைக்
கைதொழு வாள்எங்கள் தாய் — கையில்
ஒற்றைத் திகிரிகொண் டேமுல காளும்
ஒருவனை யுந்தொழு வாள் 7

யோகத்தி லேநிக ரற்றவள் உண்மையும்
ஒன்றென நன்றறி வாள் — உயர்
போகத்தி லேயும் நிறைந்தவள் எண்ணரும்
பொற்குவை தானுடை யாள். 8

நல்லறம் நாடிய மன்னரை வாழ்த்தி
நயம்புரி வாள்எங்கள் தாய் — அவர்
அல்லவ ராயின் அவரைவி ழுங்கிப்பின்
ஆனந்தக் கூத்திடு வாள். 9

வெண்மை வளரிம யாசலன் தந்த
விறன்மக ளாம்எங்கள் தாய் — அவள்
திண்மை மறையினும் தான்மறை யாள்நித்தஞ்
சீருறு வாள் எங்கள் தாய். 10

10. வெறிகொண்ட தாய்

ராகம்—ஆபோகி தாளம்—ரூபகம்

1. பேயவள் காண்எங்கள் அன்னை — பெரும்
பித்துடை யாள்எங்கள் அன்னை
காயழல் ஏந்திய பித்தன் — தனைக்
காதலிப் பாள்எங்கள் அன்னை. (பேயவள்)

2. இன்னிசை யாம்இன்பக் கடலில் — எழுந்து
எற்றும் அலைத்திரள் வெள்ளம்
தன்னிடம் மூழ்கித் திளைப்பாள் — அங்குத்
தாவிக் குதிப்பாள்எம் அன்னை. (பேயவள்)

3. தீஞ்சொற் கவிதையஞ் சோலை – தனில்
தெய்விக நன்மணம் வீசும்
தேஞ்சொரி மாமலர் சூடி – மதுத்
தேக்கி நடிப்பாள்எம் அன்னை. (பேயவள்)

4. வேதங்கள் பாடுவள் காணீர் – உண்மை
வேல்கையிற் பற்றிக் குதிப்பாள்
ஓதருஞ் சாத்திரம் கோடி – உணர்ந்
தோதி யுலகெங்கும் விதைப்பாள். (பேயவள்)

5. பாரதப் போரெனில் எளிதோ? – விறற்
பார்த்தன்கை வில்லிடை ஒளிர்வாள்
மாரதர் கோடிவந் தாலும் – கணம்
மாய்த்துக் குருதியில் திளைப்பாள். (பேயவள்)

11. பாரத மாதா திருப்பள்ளி யெழுச்சி

பொழுது புலர்ந்தது; யாம்செய்த தவத்தால்,
புன்மை யிருட்கணம் போயின யாவும்;
எழுபசும் பொற்சுடர் எங்கணும் பரவி
எழுந்து விளங்கியது அறிவெனும் இரவி;
தொழுதுனை வாழ்த்தி வணங்குதற்கு இங்குஉன்
தொண்டர்பல் லாயிரர் சூழ்ந்துநிற் கின்றோம்;
விழிதுயில் கின்றனை இன்னும்எம் தாயே!
வியப்பிது காண்! பள்ளி யெழுந்தரு ளாயே! 1

புள்ளினம் ஆர்த்தன; ஆர்த்தன முரசம்;
பொங்கியது எங்குஞ் சுதந்திர நாதம்;
வெள்ளிய சங்கம் முழங்கின, கேளாய்!
வீதியெ லாம்அணு குற்றனர் மாதர்;

தெள்ளிய அந்தணர் வேதமும் நின்றன்
சீர்த்திரு நாமமும் ஓதிநிற் கின்றார்;
அள்ளிய தெள்ளமு தன்னைஎம் அன்னை!
ஆருயிரே! பள்ளி யெழுந்தரு ளாயே! 2

பருதியின் பேரொளி வானிடைக் கண்டோம்;
பார்மிசை நின்னொளி காணுதற்கு அலந்தோம்;
கருதிநின் சேவடி அணிவதற்கு என்றே
கனிவுறு நெஞ்சக மலர்கொடு வந்தோம்;
சுருதிகள் பயந்தனை; சாத்திரம் கோடி
சொல்லரு மாண்பின ஈன்றனை, அம்மே!
நிருதர்கள் நடுக்குறச் சூல்கரத்து ஏற்றாய்!
நிர்மலையே! பள்ளி யெழுந்தரு ளாயே! 3

நின்னெழில் விழியருள் காண்பதற்கு எங்கள்
நெஞ்சகத்து ஆவலை நீயறி யாயோ?
பொன்னனை யாய்! வெண் பனிமுடி யிமயப்
பொருப்பினன் ஈந்த பெருந்தவப் பொருளே!
என்ன தவங்கள்செய்து எத்தனை காலம்
ஏங்குவம் நின்னருட்கு ஏழையம் யாமே?
இன்னமும் துயிலுதி யேல்இது நன்றோ?
இன்னுயி ரே! பள்ளி யெழுந்தரு ளாயே! 4

மதலையர் எழுப்பவும் தாய்துயில் வாயோ?
மாநிலம் பெற்றவள் இஃதுண ராயோ?
குதலை மொழிக்கிரங் காதொரு தாயோ?
கோமக ளே! பெரும் பாரதர்க் கரசே!
விதமுறு நின்மொழி பதினெட்டும் கூறி
வேண்டிய வாறுஉனைப் பாடுதும் காணாய்;
இதமுற வந்துஎமை ஆண்டருள் செய்வாய்!
ஈன்றவ ளே! பள்ளி யெழுந்தரு ளாயே! 5

12. பாரத மாதா நவரத்தின மாலை

காப்பு

வீரர்முப் பத்திரண்டு கோடி விளைவித்த
பாரதமா தாவின் பதமலர்க்கே — சீரார்
நவரத்ன மாலையிங்கு நான்சூட்டக் காப்பாம்
சிவரத்ன மைந்தன் திறம்.

வெண்பா

திறமிக்க நல்வயிரச் சீர்திகழும் மேனி
அறமிக்க சிந்தை அறிவு — பிறநலங்கள்
எண்ணற் றனபெறுவார் 'இந்தியா' என்றநின்றன்
கண்ணொத்த பேருரைத்தக் கால். 1

கட்டளைக் கலித்துறை

காலன் எதிர்ப்படிற் கைகூப்பிக்
கும்பிட்டுக் கம்பனமுற்
றோலமிட் டோடி மறைந்தொழி
வான்; பகை யொன்றுளதோ?
நீலக் கடலொத்த கோலத்தி
னாள்மூன்று நேத்திரத்தாள்
காலக் கடலுக்கோர் பாலமிட்
டாள் அன்னை காற்படியே. 2

எண்சீர்க் கழிநெடி லாசிரிய விருத்தம்

அன்னையே, அந்நாளில் அவனிக் கெல்லாம்
ஆணிமுத்துப் போன்றமணி மொழிக ளாலே
பன்னிநீ வேதங்கள், உபநிட தங்கள்
பரவுபுகழ்ப் புராணங்கள், இதிஹா ஸங்கள்

இன்னும்பல் நூல்களிலே இசைத்த ஞானம்
என்னென்று புகழ்ந்துரைப்போம் அதனை இந்நாள்?
மின்னுகின்ற பேரொளிகாண்! காலங் கொன்ற
விருந்துகாண்! கடவுளுக்கோர் வெற்றி காணே. 3

ஆசிரியப்பா

4. வெற்றி கூறுமின்! வெண்சங் கூதுமின்!
கற்றவ ராலே உலகுகாப் புற்றது;
உற்றதிங் கிந்நாள்! உலகினுக் கெல்லாம்
இற்றைநாள் வரையினும், அறமிலா மறவர்,
குற்றமே தமது மகுடமாக் கொண்டோர்,
மற்றை மனிதரை அடிமைப் படுத்தலே
முற்றிய அறிவின் முறையென்று எண்ணுவார்;
பற்றை யரசர் பழிபடு படையுடன்
சொற்றை நீதி தொகுத்துவைத் திருந்தார்
இற்றைநாள்
பாரி லுள்ள பலநாட் டினர்க்கும்
பாரத நாடு புதுநெறி பழக்கல்
உற்றதிங் கிந்நாள்; உலகெலாம் புகழ
இன்**பவ ளம்**செறி பண்பல பயிற்றும்
கவீந்திர னாகிய ரவீந்திர நாதன்
சொற்றது கேளீர்! "புவிமிசை யின்று
மனிதர்க் கெல்லாம் தலைப்படு மனிதன்,
தர்மமே உருவாம் மோஹன தாஸ
கர்ம சந்திர காந்தி"யென் றுரைத்தான்.
அத்தகைய காந்தியை அரசியல் நெறியிலே
தலைவனாக் கொண்டு புவிமிசைத் தருமமே
அரசிய லதனிலும், பிறஇய லனைத்திலும்
வெற்றி தருமென வேதம் சொன்னதை

முற்றும் பேண முற்பட்டு நின்றார்,
பாரத மக்கள், இதனால் படைஞர்தம் 25
செருக்கொழிந் துலகில் அறந்திறம் பாத
கற்றோர் தலைப்படக் காண்போம் விரைவிலே.

(வெற்றி கூறுமின்: வெண்சங் கூதுமின்!)

தரவு கொச்சகக் கலிப்பா

5. ஊதுமினோ வெற்றி! ஒலிமினோ வாழ்த்தொலிகள்
ஓதுமினோ வேதங்கள்! ஓங்குமினோ! ஓங்குமினோ!
தீதுசிறி தும்பயிலாச் **செம்மணி**மா நெறிகண்டோம்;
வேதனைகள் இனி வேண்டா; விடுதலையோ திண்ணமே.

வஞ்சி விருத்தம்

6. திண்ணங் காணீர்! பச்சை
வண்ணன் பாதத் தாணை;
எண்ணம் கெடுதல் வேண்டா!
திண்ணம், விடுதலை திண்ணம்.

கலிப்பா

7. "விடுத லைபெறு வீர்விரை வாநீர்
    வெற்றி கொள்ளுவீர்" என்றுரைத் தெங்கும்
கெடுத லின்றிநந் தாய்த்திரு நாட்டின்
    கிளர்ச்சி தன்னை வளர்ச்சிசெய் கின்றான்;
"சுடுத லும்குளி ரும்உயிர்க் கில்லை;
    சோர்வு வீழ்ச்சிகள் தொண்டருக் கில்லை;
எடுமி னோஅறப் போரினை" என்றான்
    எங்கோ மேதக மேந்திய காந்தி!

அறுசீர் விருத்தம்

8. காந்திசேர் **பதும ராகக்** கடிமலர் வாழ்ஸ்ரீ தேவி
போந்துநிற் கின்றாள் இன்று பாரதப் பொன்னாடெங்கும்;
மாந்த ரெல்லோரும் சோர்வை அச்சத்தை மறந்து விட்டார்
காந்திசொற் கேட்டார், காண்பார் விடுதலை கணத்தி
னுள்ளே.

எழுசீர்க் கழிநெடி லாசிரிய விருத்தம்

9. கணமெனு மென்றன் கண்முனே வருவாய்,
    பாரத தேவியே, கனல்கால்
இணைவிழி **வால வாய** மாஞ் சிங்க
    முதுகினில் ஏறிவீற் றிருந்தே;
துணைநினை வேண்டும் நாட்டினர்க் கெல்லாம்
    துயர்கெட விடுதலை யருளி
மணிநகை புரிந்து திகழ்திருக் கோலம்
    கண்டுநான் மகிழ்ந்திடு மாறே.

13. பாரத தேவியின் திருத்தசாங்கம்

நாமம்
(காம்போதி)

பச்சை மணிக்கிளியே! பாவியெனக் கேயோகப்
பிச்சை யருளியதாய் பேருரையாய்! —இச்சகத்தில்
பூரணமா ஞானப் புகழ்விளக்கை நாட்டுவித்த
பாரதமா தேவியெனப் பாடு.   1

நாடு
(வசந்தா)

தேனார் மொழிக்கிள்ளாய்! தேவியெனக் கானந்த
மானாள்பொன் னாட்டை அறிவிப்பாய்! வானாடு
பேரிமய வெற்புமுதல் பெண்குமரி ஈறாகும்
ஆரியநா டென்றே அறி.   2

நகர்

(மணியரங்கு)

இன்மழலைப் பைங்கிளியே! எங்கள் உயிரானாள்
நன்மையுற வாழும் நகரெது கொல்? — சின்மயமே
நானென் றறிந்த நனிபெரியோர்க் கின்னமுது
தானென்ற காசித் தலம். 3

ஆறு

(சுருட்டி)

வன்னக் கிளி! வந்தே மாதரமென் றோது வரை
இன்னலறக் காப்பா ளியாறுரையாய்! — நன்னர்செயத்
தான்போம் வழியெலாம் தன்மமொடு பொன் விளைக்கும்
வான்போந்த கங்கையென வாழ்த்து. 4

மலை

(கானடா)

சோலைப் பசுங்கிளியே! தொன்மறைகள் நான்குடையாள்
வாலை வளரும் மலைகூறாய்! — ஞாலத்துள்
வெற்பொன்றும் ஈடிலதாய் விண்ணில் முடிதாக்கும்
பொற்பொன்று வெள்ளைப் பொருப்பு. 5

ஊர்தி

(தன்யாசி)

சீருஞ் சிறப்புமுயர் செல்வமுமோ ரெண்ணற்றாள்
ஊரும் புரவி உரைதத்தாய்! — தேரின்
பரிமிசையூர் வாளல்லள் பாரனைத்தும் அஞ்சும்
அரிமிசையே ஊர்வாள் அவள்.

படை

(முகாரி)

கருணை யுருவானாள் காய்ந்தெழுங்காற் கிள்ளாய்!
செருநரைவீழ்த் தும்படையென் செப்பாய்? — பொரு
(பவர்மேல்
தண்ணளியால் வீழாது, வீழின் தகைப்பரிதாம்
திண்ணமுறு வான்குலிசம் தேறு. 7

முரசு

(செஞ்சுருட்டி)

ஆசை மரகதமே! அன்னை திரு முன்றிலிடை
ஓசை வளர்முரசம் ஓதுவாய்! — 'பேசுகவோ
சத்தியமே, செய்க தருமமே' என்றொலிசெய்
முத்திதரும் வேத முரசு. 8

தார்

(பிலகரி)

வாராய் இளஞ்சுகமே! வந்திப்பார்க் கென்றுமிடர்
தாராள் புனையுமணித் தார்கூறாய்! — சேராரை
முற்றாக் குறுநகையால் முற்றுவித்துத் தானொளிர்வாள்
பொற்றா மரைத்தார் புனைந்து. 9

கொடி

(கேதாரம்)

கொடிப்பவள வாய்க்கிள்ளாய்! சூத்திரமும் தீங்கும்
மடிப்பவளின் வெல்கொடி தான் மற்றென்? — அடிப்
(பணிவார்
நன்றாரத் தீயார் நலிவுறவே வீசுமொளி
குன்றா வயிரக் கொடி. 10

14. தாயின் மணிக்கொடி

பாரத நாட்டுக் கொடியினைப் புகழ்தல்

தாயுமானவர் ஆனந்தக்களிப்பு மெட்டு

பல்லவி

தாயின் மணிக்கொடி பாரீர்! —அதைத்
தாழ்ந்து பணிந்து புகழ்ந்திட வாரீர்!

சரணங்கள்

1. ஓங்கி வளர்ந்ததோர் கம்பம் —அதன்
 உச்சியின் மேல் 'வந்தே மாதரம்' என்றே
 பாங்கின் எழுதித் திகழும் —செய்ய
 பட்டொளி வீசிப் பறந்தது பாரீர்! (தாயின்)

2. பட்டுத் துகிலென லாமோ? —அதில்
 பாய்ந்து சுழற்றும் பெரும்புயற் காற்று
 மட்டு மிகுந்தடித் தாலும் —அதை
 மதியாதவ் வுறுதிகொள் மாணிக்கப் படலம்

3. இந்திரன் வச்சிரம் ஓர்பால் —அதில்
 எங்கள் துருக்கர் இளம்பிறை ஓர்பால், —(தாய்)
 மந்திரம் நடுவுறத் தோன்றும்-அதன்
 மாண்பை வகுத்திட வல்லவன் யானோ? (தாயின்)

4. கம்பத்தின் கீழ்நிற் றல்காணீர் —எங்கும்
 காணரும் வீரர் பெருந்திருக் கூட்டம்
 நம்பற் குரியர்அவ் வீரர்; —தங்கள்
 நல்லுயிர் ஈந்தும் கொடியினைக் காப்பார் (தாயின்)

5. அணியணி யாயவர் நிற்கும் —இந்த
 ஆரியக் காட்சியோர் ஆனந்தம் அன்றோ?
 பணிகள் பொருந்திய மார்பும் —விறல்
 பைந்திரு வோங்கும் வடிவமும் காணீர்! (தாயின்)

6. செந்தமிழ் நாட்டுப் பொருநர், — கொடுந்
தீக்கண் மறவர்கள், சேரன்தன் வீரர்,
சிந்தை துணிந்த தெலுங்கர், — தாயின்
சேவடிக் கேபணி செய்திடு துளுவர். (தாயின்)

7. கன்னடர் ஒட்டிய ரோடு — போரில்
காலனும் அஞ்சக் கலக்கு மராட்டர்,
பொன்னகர்த் தேவர்க ளொப்ப — நிற்கும்
பொற்புடை யார்இந்துஸ் தானத்து மல்லர்.

8. பூதலம் முற்றிடும் வரையும் — அறப்
போர்விறல் யாவும் மறப்புறும் வரையும்,
மாதர்கள் கற்புள்ள வரையும் — பாரில்
மறைவரும் கீர்த்திகொள் ரஜபுத்ர வீரர்

9. பஞ்ச நதத்துப் பிறந்தோர் — முன்னைப்
பார்த்தன் முதற்பலர் வாழ்ந்தநன் னாட்டார்,
துஞ்சும் பொழுதினும் தாயின் — பதத்
தொண்டு நினைத்திடும் வங்கத்தி னோரும்.

10. சேர்ந்ததைக் காப்பது காணீர்! — அவர்
சிந்தையின் வீரம் நிரந்தரம் வாழ்க!
தேர்ந்தவர் போற்றும் பரத — நிலத்
தேவி துவஜம் சிறப்புற வாழ்க! (தாயின்)

15. பாரத ஜனங்களின் தற்கால நிலைமை

நொண்டிச் சிந்து

1. நெஞ்சு பொறுக்கு திலையே — இந்த
நிலைகெட்ட மனிதரை நினைந்துவிட்டால்,
அஞ்சி யஞ்சிச் சாவார் — இவர்
அஞ்சாத பொருளில்லை அவனியிலே;

வஞ்சனைப் பேய்கள் என்பார் — இந்த
மரத்தில் என்பார்; அந்தக் குளத்தில் என்பார்;
துஞ்சுவது முகட்டில் என்பார் — மிகத்
துயர்ப்படு வார் எண்ணிப் பயப்படுவார். (நெஞ்சு)

2. மந்திர வாதி என்பார் — சொன்ன
மாத்திரத்தி லேமனக் கிலிபிடிப்பார்;
யந்திர சூனியங் கள் — இன்னும்
எத்தனை ஆயிரம் இவர் துயர்கள்!
தந்த பொருளைக் கொண்டே — ஜனம்
தாங்குவர் உலகத்தில் அரசரெல்லாம்;
அந்த அரசிய லை-இவர்
அஞ்சுதரு பேயென்றெண்ணி நெஞ்சம் அயர் வார்
(நெஞ்சு)

3. சிப்பாயைக் கண்டு அஞ்சு வார் — ஊர்ச்
சேவகன் வருதல்கண்டு மனம்பதைப் பார்;
துப்பாக்கி கொண்டு ஒருவன் — வெகு
தூரத்தில் வரக்கண்டு வீட்டிலொளிப் பார்;
அப்பால் எவனோ செல்வான் — அவன்
ஆடையைக் கண்டுபயந் தெழுந்துநிற் பார்;
எப்போதும் கைகட்டு வார் — இவர்
யாரிடத்தும் பூனைகள்போல் ஏங்கிநடப் பார்
(நெஞ்சு)

4. நெஞ்சு பொறுக்கு திலையே — இந்த
நிலைகெட்ட மனிதரை நினைந்துவிட் டால்,
கொஞ்சமோ பிரிவினை கள்? — ஒரு
கோடிஎன் றால்அது பெரிதா மோ?
ஐந்துதலைப் பாம்பென் பான் — அப்பன்
ஆறுதலை யென் றுமகன் சொல்லிவிட் டால்
நெஞ்சு பிரிந்திடு வார் — பின்பு
நெடுநாள் இருவரும் பகைத்திருப் பார். (நெஞ்சு)

5. சாத்திரங்கள் ஒன்றும் காணார் — பொய்ச்
 சாத்திரப் பேய்கள் சொல்லும் வார்த்தை நம்பியே
கோத்திரம் ஒன் றாயிருந்தா லும் — ஒரு
 கொள்கையிற் பிரிந்தவனைக் குலைத்திகழ் வார்
தோத்திரங்கள் சொல்லி அவர்தாம் — தமைச்
 சூதுசெய்யும் நீசர்களைப் பணிந்திடு வார்;
ஆத்திரங்கொண் டேஇவன் சை வன் — இவன்
 அரிபக்தன் என்றுபெருஞ் சண்டையிடு வார்.
 (நெஞ்சு)

6. நெஞ்சு பொறுக்கு திலையே — இதை
 நினைந்து நினைந்திடினும் வெறுக்கு திலையே
கஞ்சி குடிப்பதற் கிலார் — அதன்
 காரணங்கள் இவையென்னும் அறிவுமி லார்.

பஞ்சமோ பஞ்சம் என்றே — நிதம்
 பரிதவித் தேஉயிர் துடிதுடித் தே
துஞ்சி மடிகின் றாரே — இவர்
 துயர்களைத் தீர்க்கவோர் வழியிலை யே (நெஞ்சு)

7. எண்ணிலா நோயுடை யார் — இவர்
 எழுந்து நடப்பதற்கும் வலிமையி லார்
கண்ணிலாக் குழந்தை கள்போல் — பிறர்
 காட்டிய வழியிற்சென்று மாட்டிக்கொள் வார்;
நண்ணிய பெருங்கலை கள் — பத்து
 நாலாயிரங் கோடி நயந்துநின் ற
புண்ணிய நாட்டினி லே — இவர்
 பொறியற்ற விலங்குகள் போலவாழ் வார் (நெஞ்சு)

16. போகின்ற பாரதமும்-வருகின்ற பாரதமும்

போகின்ற பாரதத்தைச் சபித்தல்

வலிமையற்ற தோளினாய் போ போ போ
    மார்பி லேஒ டுங்கினாய் போ போ போ
பொலிவி லாமு கத்தினாய் போ போ போ
    பொறி யிழந்த விழியினாய் போ போ போ
ஒலியி ழந்த குரலினாய் போ போ போ
    ஒளியி ழந்த மேனியாய் போ போ போ
கிலிபி டித்த நெஞ்சினாய் போ போ போ
    கீழ்மை யென்றும் வேண்டுவாய் போ போ போ 1

இன்று பார தத்திடை நாய்போலே
    ஏற்ற மின்றி வாழுவாய் போ போ போ
நன்று கூறி லஞ்சுவாய் போ போ போ
    நாணி லாது கெஞ்சுவாய் போ போ போ
சென்று போன பொய்யெலாம் மெய்யா கச்
    சிந்தை கொண்டு போற்றுவாய் போ போ போ
வென்று நிற்கும் மெய்யெலாம் பொய்யாக
    விழிம யங்கி நோக்குவாய் போ போ போ 2

வேறு வேறு பாஷைகள் கற்பாய் நீ
    வீட்டு வார்த்தை கற்கிலாய் போ போ போ
நூறு நூல்கள் போற்றுவாய்,மெய்கூ றும்
    நூலி லொத்தி யல்கிலாய் போ போ போ
மாறு பட்ட வாதமே ஐந்நூறு
    வாயில் நீள ஓதுவாய் போ போ போ
சேறு பட்ட நாற்றமும் தூறுஞ் சேர்
    சிறியவீடு கட்டுவாய் போ போ போ 3

ஜாதி நூறு சொல்லுவாய் போ போ போ
    தரும மொன்றி யற்றிலாய் போ போ போ
நீதி நூறு சொல்லுவாய் காசொன்று
    நீட்டி னால்வ ணங்குவாய் போ போ போ
தீது செய்வ தஞ்சிலாய் நின்முன்னே
    தீமை நிற்கி லோடுவாய் போ போ போ
சோதி மிக்க மணியிலே காலத் தால்
    சூழ்ந்த மாசு போன்றனை போ போ போ   4

வருகின்ற பாரதத்தை வாழ்த்தல்

ஒளிப டைத்த கண்ணினாய் வா வா வா
    உறுதி கொண்ட நெஞ்சினாய் வா வா வா
களிப டைத்த மொழியினாய் வா வா வா
    கடுமை கொண்ட தோளினாய் வா வா வா
தெளிவு பெற்ற மதியினாய் வா வா வா
    சிறுமை கண்டு பொங்குவாய் வா வா வா
எளிமை கண்டு இரங்குவாய் வா வா வா
    ஏறு போல்ந டையினாய் வா வா வா   5

மெய்மை கொண்ட நூலையே அன்போடு
    வேத மென்று போற்றுவாய் வா வா வா
பொய்மை கூற லஞ்சுவாய் வா வா வா
    பொய்மை நூல்க ளெற்றுவாய் வா வா வா
நொய்மை யற்ற சிந்தையாய் வா வா வா
    நோய்க ளற்ற உடலினாய் வா வா வா
தெய்வ சாபம் நீங்கவே, நங்கள் சீர்த்
    தேச மீது தோன்றுவாய் வா வா வா   6

இளைய பார தத்தினாய் வா வா வா
    எதிரி லாவ லத்தினாய் வா வா வா
ஒளியி ழந்த நாட்டிலே நின்றேறும்
    உதய ஞாயி றொப்பவே வா வா வா

களையி ழந்த நாட்டிலே முன்போலே
கலைசி றக்க வந்தனை வா வா வா
விளையு மாண்பு யாவையும் பார்த்தன்போல்
விழியி னால்வி ளக்குவாய் வா வா வா 7

வெற்றி கொண்ட கையினாய் வா வா வா
விநயம் நின்ற நாவினாய் வா வா வா
முற்றி நின்ற வடிவினாய் வா வா வா
முழுமை சேர்மு கத்தினாய் வா வா வா
கற்ற லொன்று பொய்க்கிலாய் வா வா வா
கருதிய தியற் றுவாய் வா வா வா
ஒற்று மைக்கு ளுய்யவே நாடெல் லாம்
ஒருபெ ருஞ்செயல் செய்வாய் வா வா வா 8

17. பாரத சமுதாயம்

ராகம்—பியாக்) (தாளம்—திஸ்ர ஏகதாளம்

பல்லவி

பாரத சமுதாயம் வாழ்கவே! — வாழ்க வாழ்க!
பாரத சமுதாயம் வாழ்கவே! — ஜய ஜய ஜய! (பாரத)

அனுபல்லவி

முப்பது கோடி ஜனங்களின் சங்கம்
முழுமைக்கும் பொது உடைமை
ஒப்பி லாத சமுதாயம்
உலகத் துக்கொரு புதுமை — வாழ்க (பாரத)

சரணங்கள்

1. மனித ருணவை மனிதர் பறிக்கும்
வழக்கம் இனியுண்டோ?
மனிதர் நோக மனிதர் பார்க்கும்
வாழ்க்கை இனியுண்டோ — புலனில்

வாழ்க்கை இனியுண்டோ? — நம்மி லந்த
வாழ்க்கை இனி யுண்டோ?
இனிய பொழில்கள் நெடிய வயல்கள்
 எண்ணரும் பெருநாடு;
கனியும் கிழங்கும் தானி யங்களும்
 கணக்கின் றித்தரு நாடு — இது
 கணக்கின் றித்தரு நாடு — நித்த நித்தம்
 கணக்கின் றித்தரு நாடு — வாழ்க!   (பாரத)

2. இனியொரு விதிசெய் வோம் — அதை
 எந்த நாளும் காப்போம்;
தனியொருவனுக் குணவிலை யெனில்
 ஜகத்தினை அழித்திடு வோம் — வாழ்க!   (பாரத)

3. "எல்லா உயிர்களிலும் நானே யிருக்கிறேன்"
 என்றுரைத்தான் கண்ண பெருமான்;

எல்லாரும் அமரநிலை எய்தும்நன் முறையை
 இந்தியா உலகிற் களிக்கும் — ஆம்
 இந்தியா உலகிற் களிக்கும் — ஆம் ஆம்,
 இந்தியா உலகிற் களிக்கும் — வாழ்க!   (பாரத)

4. எல்லாரும் ஓர் குலம் எல்லாரும் ஓரினம்
 எல்லாரும் இந்தியா மக்கள்,

எல்லாரும் ஓர்நிறை எல்லாரும் ஓர் விலை
 எல்லாரும் இந்நாட்டு மன்னர் — நாம்
 எல்லாரும் இந்நாட்டு மன்னர் — ஆம்
 எல்லாரும் இந்நாட்டு மன்னர் — வாழ்க   (பாரத)

18. ஜாதீய கீதம் —1

பங்கிம் சந்திர சட்டோபாத்தியாயர் எழுதிய "வந்தே மாதரம்" கீதத்தின்

மொழிபெயர்ப்பு

1. இனியநீர்ப் பெருக்கினை! இன்கனி வளத்தினை!
தனிநறு மலயத் தண்காற் சிறப்பினை!
பைந்நிறப் பழனம் பரவிய வடிவினை! (வந்தே)

2. வெண்ணிலாக் கதிர்மகிழ் விரித்திடும் இரவினை!
மலர் மணிப் பூத்திகழ் மரன்பல செறிந்தனை!
குறுநகை யின்சொலார் குலவிய மாண்பினை!
நல்குவை இன்பம், வரம்பல நல்குவை! (வந்தே)

3. முப்பது கோடிவாய் நின்னிசை முழங்கவும்
அறுபது கோடிதோ ளுயர்ந்துனக் காற்றவும்
திறனிலாள் என் றுனை யாவனே செப்புவன்?
அருந்திற லுடையாய்! அருளினை போற்றி?
பொருந்தலர் படைபுறத் தொழித்திடும் பொற்பினை!
(வந்தே)

4. நீயே வித்தை, நீயே தருமம்!
நீயே இதயம், நீயே மருமம்!
உடலகத் திருக்கும் உயிருமன் நீயே! (வந்தே)

5. தடந்தோ ளகலாச் சக்திநீ அம்மே!
சித்தம்நீங் காதுறு பக்தியும் நீயே!
ஆலயந் தோறும் அணிபெற விளங்கும்
தெய்விக வடிவமும் தேவிஇங் குனதே! (வந்தே)

6. ஒருபது படைகொளும் உமையவள் நீயே!
கமலமெல் லிதழ்களிற் களித்திடுங் கமலை நீ!
வித்தைநன் கருளும் வெண்மலர்த் தேவி நீ! (வந்தே)

7. போற்றி வான்செல்வீ! புரையிலை, நிகரிலை!
   இனிய நீர்ப் பெருக்கினை, இன்கனி வளத்தினை!
   சாமள நிறத்தினை, சரளமாந் தகையினை!
   இனியபுன் முறுவலாய்! இலங்குநல் லணியினை!
   தரித்தெமைக் காப்பாய், தாயே! போற்றி! (வந்தே)

19. ஜாதீய கீதம் - 2

புதிய மொழி பெயர்ப்பு

1. நளிர்மணி நீரும், நயம்படு கனிகளும்
   குளிர்பூந் தென்றலும் கொழும்பொழிற் பசுமையும்
   வாய்ந்துநன் கிலகுவை வாழிய அன்னை! (வந்தே)

2. தெண்ணில வதனிற் சிலிர்த்திடும் இரவும்
   தண்ணியல் விரிமலர் தாங்கிய தருக்களும்
   புன்னகை ஒளியும் தேமொழிப் பொலிவும்
   வாய்ந்தனை, இன்பமும் வரங்களும் நல்குவை, (வந்தே)

3. கோடி கோடி குரல்கள் ஒலிக்கவும்
   கோடி கோடி புயத்துணை கொற்றமார்
   நீடு பல்படை தாங்கிமுன் நிற்கவும்
   'கூடு திண்மை குறைந்தனை' என்பதென்?
   ஆற்றலின் மிகுந்தனை, அரும்பதங் கூட்டுவை.
   மாற்றலர் கொணர்ந்த வன்படை யோட்டுவை

   (வந்தே)

4. அறிவுநீ, தருமம்நீ, உள்ளம்நீ, அதனிடை
   மருமம்நீ, உடற்கண் வாழ்ந்திடும் உயிர்நீ;
   தோளிடை வன்புநீ நெஞ்சகத்து அன்புநீ
   ஆலயந் தோறும் அணிபெற விளங்கும்
   தெய்வச் சிலையெலாம், தேவி, இங்குனதே. (வந்தே)

5. பத்துப் படைகொளும் பார்வதி தேவியும்
 கமலத் திகழ்களிற் களித்திடும் கமலையும்
 அறிவினை யருளும் வாணியும் அன்னை நீ!   (வந்தே)

6. திருநி றைந்தனை, தன்னிக ரொன்றிலை!
 தீது தீர்ந்தனை, நீர்வளஞ் சார்ந்தனை;

 மருவு செய்களின் நற்பயன் மல்குவை,
 வளனின் வந்ததோர் பைந்நிறம் வாய்ந்தனை

 பெருகு மின்ப முடையை குறுநகை
 பெற்றொ ளிர்ந்தனை, பல்பணி பூண்டனை;

 இருநி லத்துவந் தெம்முயிர் தாங்குவை,
 எங்கள் தாய்நின் பதங்கள் இறைஞ்சுவாம்! (வந்தே)

------

2. தமிழ் நாடு

20. செந்தமிழ் நாடு

1. செந்தமிழ் நாடெனும் போதினிலே — இன்பத்
   தேன்வந்து பாயுது காதினிலே — எங்கள்
   தந்தையர் நாடென்ற பேச்சினிலே — ஒரு
   சக்தி பிறக்குது மூச்சினிலே   (செந்தமிழ்)

2. வேதம் நிறைந்த தமிழ்நாடு — உயர்
   வீரம் செறிந்த தமிழ்நாடு — நல்ல
   காதல் புரியும் அரம்பையர்போல் — இளங்
   கன்னியர் சூழ்ந்த தமிழ்நாடு   (செந்தமிழ்)

3. காவிரி தென்பெண்ணை பாலாறு — தமிழ்
   கண்டதோர் வையை பொருனைநதி — என
   மேவிய யாறு பலவோடத் — திரு
   மேனி செழித்த தமிழ்நாடு.   (செந்தமிழ்)

4. முத்தமிழ் மாமுனி நீள்வரையே — நின்று
   மொய்ம்புறக் காக்கும் தமிழ்நாடு — செல்வம்
   எத்தனை யுண்டு புவிமீதே — அவை
   யாவும் படைத்த தமிழ்நாடு.   (செந்தமிழ்)

5. நீலத் திரைக்கட லோரத்திலே — நின்று
   நித்தம் தவஞ்செய் குமரிஎல்லை — வட
   மாலவன் குன்றம் இவற்றிடையே — புகழ்
   மண்டிக் கிடக்கும் தமிழ்நாடு.   (செந்தமிழ்)

6. கல்வி சிறந்த தமிழ்நாடு — புகழ்க்
   கம்பன் பிறந்த தமிழ்நாடு — நல்ல
   பல்வித மாயின சாத்திரத்தின் — மணம்
   பாரெங்கும் வீசுந் தமிழ்நாடு.   (செந்தமிழ்)

7. வள்ளுவன் தன்னை உலகினுக்கே — தந்து
    வான்புகழ் கொண்ட தமிழ்நாடு — நெஞ்சை
    அள்ளும் சிலப்பதி காரமென்றோர் — மணி
    யாரம் படைத்த தமிழ்நாடு.   (செந்தமிழ்)

8. சிங்களம் புட்பகம் சாவக — மாதிய
    தீவு பலவினுஞ் சென்றேறி — அங்கு
    தங்கள் புலிக்கொடி மீன்கொடியும் — நின்று
    சால்புறக் கண்டவர் தாய்நாடு.   (செந்தமிழ்)

9. விண்ணை யிடிக்கும் தலையிமயம் — எனும்
    வெற்பை யடிக்கும் திறனுடையார் — சமர்
    பண்ணிக் கலிங்கத் திருள்கெடுத்தார் — தமிழ்ப்
    பார்த்திவர் நின்ற தமிழ்நாடு.   (செந்தமிழ்)

10. சீன மிசிரம் யவனரகம் — இன்னும்
    தேசம் பலவும் புகழ்வீசிக் — கலை
    ஞானம் படைத்தொழில் வாணிபமும் — மிக
    நன்று வளர்த்த தமிழ்நாடு.   (செந்தமிழ்)

21. தமிழ்த் தாய்

தன் மக்களைப் புதிய சாத்திரம் வேண்டுதல்
தாயுமானவர் ஆனந்தக்களிப்புச் சந்தம்

ஆதிசிவன் பெற்று விட்டான் — என்னை
    ஆரிய மைந்தன் அகத்தியன் என்றோர்
வேதியன் கண்டு மகிழ்ந்தே — நிறை
    மேவும் இலக்கணஞ் செய்து கொடுத்தான்.   1

மூன்று குலத்தமிழ் மன்னர் — என்னை
    மூண்டநல் லன்பொடு நித்தம் வளர்த்தார்;
ஆன்ற மொழிகளி னுள்ளே — உயர்
    ஆரியத் திற்கு நிகரென வாழ்ந்தேன்.   2

கள்ளையும் தீயையும் சேர்த்து — நல்ல
காற்றையும் வான வெளியையும் சேர்த்துத்
தெள்ளு தமிழ்ப்புல வோர்கள் — பல
தீஞ்சுவைக் காவியம் செய்து கொடுத்தார். 3

சாத்திரங் கள்பல தந்தார் — இந்தத்
தாரணி யெங்கும் புகழ்ந்திட வாழ்ந்தேன்
நேத்திரங் கெட்டவன் காலன் — தன்முன்
நேர்ந்த தனைத்தும் துடைத்து முடிப்பான். 4

நன்றென்றுந் தீதென்றும் பாரான் — முன்பு
நாடும் பொருள்கள் அனைத்தையும் வாரிச்
சென்றிடுங் காட்டுவெள் ளம்போல் — வையச்
சேர்க்கை யனைத்தையும் கொன்று நடப்பான். 5

கன்னிப் பருவத்தில் அந்நாள் — என்தன்
காதில் விழுந்த திசைமொழி யெல்லாம்
என்னென்ன வோபெய ருண்டு — பின்னர்
யாவும் அழிவுற் றிறந்தன கண்டீர்! 6

தந்தை அருள்வலி யாலும் — முன்பு
சான்ற புலவர் தவவலி யாலும்
இந்தக் கணமட்டும் காலன் — என்னை
ஏறிட்டுப் பார்க்கவும் அஞ்சி யிருந்தான். 7

இன்றொரு சொல்லினைக் கேட்டேன் — இனி
ஏதுசெய் வேன்?என தாருயிர் மக்காள்!
கொன்றிடல் போலொரு வார்த்தை — இங்கு
கூறத் தகாதவன் கூறினன் கண்டீர்! 8

"புத்தம் புதிய கலைகள் — பஞ்ச
பூதச் செயல்களின் நுட்பங்கள் கூறும்;
மெத்த வளருது மேற்கே — அந்த
மேன்மைக் கலைகள் தமிழினில் இல்லை. 9

சொல்லவும் கூடுவ தில்லை — அவை
சொல்லுந் திறமை தமிழ்மொழிக் கில்லை;
மெல்லத் தமிழினிச் சாகும் — அந்த
மேற்கு மொழிகள் புவிமிசை யோங்கும்" 10

என்றந்தப் பேதை உரைத்தான் — ஆ!
இந்த வசையெனக் கெய்திட லாமோ?
சென்றிடு வீர் எட்டுத் திக்கும் — கலைச்
செல்வங்கள் யாவும் கொணர்ந்திங்கு சேர்ப்பீர்! 11

தந்தை அருள்வலி யாலும் — இன்று
சார்ந்த புலவர் தவவலி யாலும்,
இந்தப் பெரும்பழி தீரும் — புகழ்
ஏறிப் புவிமிசை என்றும் இருப்பேன். 12

22. தமிழ்

யாமறிந்த மொழிகளிலே தமிழ்மொழிபோல்
இனிதாவது எங்கும் காணோம்;
பாமர ராய், விலங்குகளாய், உலகனைத்தும்
இகழ்ச்சிசொலப் பான்மை கெட்டு,
நாமமது தமிழரெனக் கொண்டுஇங்கு
வாழ்ந்திடுதல் நன்றோ? சொல்லீர்!
தேமதுரத் தமிழோசை உலகமெலாம்
பரவும்வகை செய்தல் வேண்டும். 1

யாமறிந்த புலவரிலே கம்பனைப் போல்
வள்ளுவர்போல், இளங்கோ வைப்போல்,
பூமிதனில் யாங்கணுமே பிறந்ததிலை;
உண்மை, வெறும் புகழ்ச்சி யில்லை;
ஊமையராய்ச் செவிடர்களாய்க் குருடர்களாய்
வாழ்கின்றோம்; ஒருசொற் கேளீர்!
சேமமுற வேண்டுமெனில் தெருவெல்லாம்
தமிழ்முழக்கம் செழிக்கச் செய்வீர்! 2

பிறநாட்டு நல்லறிஞர் சாத்திரங்கள்
    தமிழ்மொழியிற் பெயர்த்தல் வேண்டும்;
இறவாத புகழுடைய புதுநூல்கள்
    தமிழ்மொழியில் இயற்றல் வேண்டும்;
மறைவாக நமக்குள்ளே பழங்கதைகள்
    சொல்வதிலோர் மகிமை இல்லை;
திறமான புலமையெனில் வெளிநாட்டோர்;
    அதைவணக்கஞ் செய்தல் வேண்டும்.   3

உள்ளத்தில் உண்மையொளி யுண்டாயின்
    வாக்கினிலே ஒளியுண்டாகும்;
வெள்ளத்தின் பெருக்கைப்போல் கலைப்பெருக்கும்
    கவிப்பெருக்கும் மேவு மாயின்,
பள்ளத்தில் வீழ்ந்திருக்கும் குருடரெல்லாம்
    விழிபெற்றுப் பதவி கொள்வார்;
தெள்ளுற்ற தமிழமுதின் சுவைகண்டார்
    இங்கமரர் சிறப்புக் கண்டார்.   4

23. தமிழ்மொழி வாழ்த்து

தான தனத்தன தான தனத்தன
தான தந்தா னே

1. வாழ்க நிரந்தரம் வாழ்க தமிழ்மொழி
   வாழிய வாழிய வே!

2. வான மளந்த தனைத்தும் அளந்திடும்
   வண்மொழி வாழிய வே!

3. ஏழ்கடல் வைப்பினும் தன் மணம் வீசி
   இசைகொண்டு வாழிய வே!

4. எங்கள் தமிழ்மொழி எங்கள் தமிழ்மொழி
   என்றென்றும் வாழிய வே!

5. சூழ்கலி நீங்கத் தமிழ்மொழி ஓங்கத்
   துலங்குக வையக மே!

6. தொல்லை வினைதரு தொல்லை யகன்று
   சுடர்க தமிழ்நா டே!

7. வாழ்க தமிழ்மொழி வாழ்க தமிழ்மொழி
   வாழ்க தமிழ்மொழி யே!

8. வானம் அறிந்த தனைத்தும் அறிந்து
   வளர்மொழி வாழிய வே!

24. தமிழச் சாதி

*   *   *

எனப்பல பேசி இறைஞ்சிடப் படுவதாய்,
நாட்பட நாட்பட நாற்றமும் சேறும்
பாசியும் புதைந்து பயன்நீர் இலதாய்
நோய்க் களமாகி அழிகெனும் நோக்கமோ?
விதியே, விதியே, தமிழச் சாதியை   5

என்செய நினைத்தாய் எனக்குரை யாயோ?
சார்வினுக் கெல்லாம் தகத்தக மாறித்
தன்மையும் தனது தருமமும் மாயாது
என்றுமோர் நிலையா யிருந்துநின் அருளால்
வாழ்ந்திடும் பொருளொடு வகுத்திடு வாயோ?   10

தோற்றமும் புறத்துத் தொழிலுமே காத்துமற்று
உள்ளுறு தருமமும் உண்மையும் மாறிச்
சிதைவுற் றழியும் பொருள்களில் சேர்ப்பையோ?
'அழியாக் கடலோ? அணிமலர்த் தடமோ?
வானுறு மீனோ? மாளிகை விளக்கோ?   15

கற்பகத் தருவோ? காட்டிடை மரமோ?
விதியே தமிழச் சாதியை, எவ்வகை
விதித்தாய் என்பதன் மெய்யெனக் குணர்த்துவாய்!
ஏனெனில்,
“சிலப்பதி காரச் செய்யுளைக் கருதியும்,
திருக்குற ளுறுதியும் தெளிவும் பொருளின்
ஆழமும் விரிவும் அழகும் கருதியும்,
‘எல்லையொன் றின்மை’ எனும்பொருள் அதனைக்
கம்பன் குறிகளாற் காட்டிட முயலும்
முயற்சியைக் கருதியும், முன்புநான் தமிழச்
சாதியை அமரத் தன்மை வாய்ந்தது” என்று
உறுதிகொண் டிருந்தேன். ஒருபதி னாயிரம்
சனிவாய்ப் பட்டும் தமிழச் சாதிதான்
உள்ளுடை வின்றி உழைத்திடு நெறிகளைக்
கண்டு எனது உள்ளம் கலங்கிடா திருந்தேன்.
ஆப்பிரிக் கத்துக் காப்பிரி நாட்டிலும்
தென்முனை யடுத்த தீவுகள் பலவினும்
பூமிப் பந்தின் கீழ்ப்புறத் துள்ள
பற்பல தீவினும் பரவியிவ் வெளிய
தமிழச் சாதி, தடியுதை யுண்டும்,
காலுதை யுண்டும் கயிற்றடி யுண்டும்
வருந்திடுஞ் செய்தியும் மாய்ந்திடுஞ் செய்தியும்
பெண்டிரை மிலேச்சர் பிரித்திடல் பொறாது
செத்திடுஞ் செய்தியும் பசியாற் சாதலும்
பிணிகளாற் சாதலும் பெருந்தொலை யுள்ளதம்

நாட்டினைப் பிரிந்த நலிவினாற் சாதலும்
இஃதெலாம் கேட்டும் எனதுளம் அழிந்திலேன்;
தெய்வம் மறவார்; செயுங்கடன் பிழையார்;
ஏதுதான் செயினும், ஏதுதான் வருந்தினும்,
இறுதியில் பெருமையும் இன்பமும் பெறுவார்'   45
என்பதென் னுளத்து வேரகழ்ந் திருத்தலால்,
எனினும்,
இப்பெரும் கொள்கை இதயமேற் கொண்டு
கலங்கிடா திருந்த ஏனைக்கலக் குறுத்தும்
செய்தியொன் றதனைத் தெளிவுறக் கேட்டாய்;   50
ஊனமற் றெவைதாம் உறினுமே பொறுத்து,
வானம் பொய்க்கின் மடிந்திடும் உலகுபோல்,
தானமுந் தவமுந் தாழ்ந்திடல் பொறுத்து,
ஞானமும் பொய்க்க நசிக்குமோர் சாதி,
சாத்திரங் கண்டாய் சாதியின் உயிர்த்தலம்;   55
சாத்திர மின்றேற் சாதி யில்லை.
பொய்மைச் சாத்திரம் புகுந்திடின் மக்கள்
பொய்மையாகிப் புழுவென மடிவர்;
நால்வகைக் குலத்தார் நண்ணுமோர் சாதியில்
அறிவுத் தலைமை யாற்றிடும் தலைவர்—   60
மற்றிவர் வகுப்பதே சாத்திர மாகும்—
இவர் தாம்.
உடலும் உள்ளமும் தம்வச மிலராய்
நெறிபிழைத் திகழ்வுறு நிலைமையில் வீழினும்
பெரிதிலை; பின்னும் மருந்திதற் குண்டு;   65
செய்கையுஞ் சீலமுங் குன்றிய பின்னரும்
உய்வகைக் குரிய வழிசில உளவாம்.
மற்றிவர்,

சாத்திரம்-(அதாவது, மதியிலே தழுவிய
கொள்கை, கருத்து, குளிர்ந்திடு நோக்கம்:— 70
ஈங்கிதில் கலக்க மெய்திடு மாயின்
மற்றதன் பின்னர் மருந்தொன்று இல்லை
இந்தநாள் எமது தமிழ்நாட் டிடையே
அறிவுத் தலைமை தமகெனக் கொண்டார்
தம்மிலே இருவகை தலைப்படக் கண்டேன்; 75
ஒரு சார்,
மேற்றிசை வாழும் வெண்ணிற மக்களின்
செய்கையும் நடையும் தீனியும் உடையும்
கொள்கையும் மதமும் குறிகளும், நம்முடை
யவற்றினுஞ் சிறந்தன; ஆதலின், அவற்றை 80
முழுதுமே தழுவி மூழ்கிடி னல்லால்,
தமிழச் சாதி தரணிமீ திராது,
பொய்த்தழி வெய்தல் முடி பெனப் புகலும்.
நன்றடா! நன்று! நாமினி மேற்றிசை
வழியெலாந் தழுவி வாழ்குவம் எனிலோ. 85
'ஏ எ! அஃதுமக் கிசையா' தென்பர்;
'உயிர்தரு மேற்றிசை நெறிகளை உவந்துநீர்
தழுவிடா வண்ணந் தடுத்திடும் பெருந்தடை
பல, அவை நீங்கும் பான்மைய வல்ல'
என்றருள் புரிவர். இதன்பொருள்'சீமை 90
மருந்துகள் கற்ற மருத்துவர் தமிழச்
சாதியின் நோய்க்குத் தலையசைத் தேகினர்
என்பதே யாகும்; இஃதொரு சார்பாம்
பின்னொரு சார்பினர் வைதிகப் பெயரொடு
நமதுமூ தாதையர்(நாற்பதிற் றாண்டின் 95
முன்னிருந் தவரோ முந்நூற் றாண்டிற்கு
அப்பால் வாழ்ந்தவர் கொல்லோ? ஆயிரம்

ஆண்டின் முன்னவரோ, ஐயா யிரமோ?
பவுத்தரே நாடெலாம் பல்கிய காலத்
தவரோ? புராண மாக்கிய காலமோ? 100
சைவரோ? வைணவ சமயத் தாரோ?
இந்திரன் தானே தனிமுதற்கடவுள்
என்றுநம் முன்னோர் ஏத்திய வைதிகக்
காலத் தவரோ? கருத்திலா தவர்தாம்
எமதுமூ தாதைய ரென்பதிங் கெவர்கொல்?) 105
நமதுமூ தாதையர் நயமுறக் காட்டிய
ஒழுக்கமும் நடையும் கிரியையும் கொள்கையும்
ஆங்கவர் காட்டிய அவ்வப் படியே
தழுவிடின் வாழ்வு தமிழர்க் குண்டு;
எனில், அது தழுவல் இயன்றிடா வண்ணம் 110
கலிதடை புரிவன், கலியின் வலியை
வெல்லலா காதென விளம்புகின் றனரால்,
நாசங் கூறும் 'நாட்டு வைத்தியர்'
இவராம், இங்கிவ் விருதலைக் கொள்ளியி
னிடையே நம்மவர் எப்படி உய்வர்? 115
விதியே! விதியே! தமிழச் சாதியை
என்செயக் கருதி யிருக்கின் றாயடா?

விதி

மேலேநீ கூறிய விநாசப் புலவரை
நம்மவர் இகழ்ந்து நன்மையும் அறிவும்
எத்திசைத் தெனினும் யாவரே காட்டினும்
மற்றவை தழுவி வாழ்வீராயின்
அச்சமொன்று இல்லை. ஆரிய நாட்டின்
அறிவும் பெருமையும் 120

* * *

25. வாழிய செந்தமிழ்

ஆசிரியப்பா

வாழிய செந்தமிழ்! வாழ்கநற் றமிழர்!
வாழிய பாரத மணித்திரு நாடு!
இன்றெமை வருத்தும் இன்னல்கள் மாய்க!
நன்மைவந் தெய்துக! தீதெலாம் நலிக!
அறம்வளர்ந் திடுக! மறம்மடி வுறுக!
ஆரிய நாட்டினர் ஆண்மையோ டியற்றும்
சீரிய முயற்சிகள் சிறந்துமிக் கோங்குக!
நந்தே யத்தினர் நாடொறும் உயர்க!
வந்தே மாதரம்! வந்தே மாதரம்!

----

3. சுதந்திரம்

26. சுதந்திரப் பெருமை

"தில்லை வெளியிலே கலந்துவிட் டாலவர்
திரும்பியும் வருவாரோ?" என்னும் வர்ணமெட்டு

1. வீர சுதந்திரம் வேண்டி நின்றார் பின்னர்
வேறொன்று கொள்வாரோ? — என்றும்
ஆரமு துண்ணுதற் காசை கொண்டார் கள்ளில்
அறிவைச் செலுத்துவாரோ? (வீர)

2. புகழுநல் லறமுமே யன்றியெல் லாம்வெறும்
பொய்யென்று கண்டா ரேல் — அவர்
இகழுறும் ஈனத்தொண் டியற்றியும் வாழ்வதற்கு
இச்சையுற் றிருப்பாரோ? (வீர)

3. பிறந்தவர் யாவரும் இறப்ப துறுதியெனும்
பெற்றியை அறிந்தா ரேல் — மானம்
துறந்தறம் மறந்தும்பின் உயிர்கொண்டு வாழ்வது
சுகமென்று மதிப்பாரோ? (வீர)

4. மானுட ஜன்மம் பெறுவதற் கரிதெனும்
வாய்மையை உணர்ந்தா ரேல் — அவர்
ஊனுடல் தீயினும் உண்மை நிலைதவற
உடன்படு மாறுள தோ? (வீர)

5. விண்ணி லிரவிதனை விற்றுவிட் டெவரும்போய்
மின்மினி கொள்வா ரோ?
கண்ணினும் இனிய சுதந்திரம் போனபின்
கைகட்டிப் பிழைப்பா ரோ? (வீர)

6. மண்ணிலின் பங்களை விரும்பிச் சுதந்திரத்தின்
மாண்பினை யிழப்பாரோ?
கண்ணிரண்டும் விற்றுச் சித்திரம் வாங்கினால்
கைகொட்டிச் சிரியாரோ! (வீர)

7. வந்தே மாதரம் என்று வணங்கியபின்
மாயத்தை வணங்குவ ரோ?
வந்தே மாதரம் ஒன்றே தாரகம்
என்பதை மறப்பாரோ? (வீர)

27. சுதந்திரப் பயிர்

கண்ணிகள்

தண்ணீர்விட் டோவளர்த்தோம்? சர்வேசா! இப்பயிரைக்
கண்ணீராற் காத்தோம்; கருகத் திருவுளமோ? 1

எண்ணமெலாம் நெய்யாக எம்முயிரி னுள்வளர்ந்த
வண்ண விளக்கிஃது மடியத் திருவுளமோ? 2

ஓராயிர வருடம் ஓய்ந்து கிடந்தபினர்
வாராது போலவந்த மாமணியைத் தோற்போமோ? 3

தர்மமே வெல்லுமெனும் சான்றோர் சொல் பொய்யாமோ?
கர்ம விளைவுகள்யாம் கண்டதெலாம் போதாதோ? 4

மேலோர்கள் வெஞ்சிறையில் வீழ்ந்து கிடப்பதுவும்
நூலோர்கள் செக்கடியில் நோவதுவுங் காண்கிலையோ? 5

எண்ணற்ற நல்லோர் இதயம் புழுங்கியிரு
கண்ணற்ற சேய்போற் கலங்குவதுங் காண்கிலையோ? 6

மாதரையும் மக்களையும் வன்கண்மை யாற்பிரிந்து
காத லிளைஞர் கருத்தழிதல் காணாயோ? 7

எந்தாய்! நீ தந்த இயற்பொருளெ லாமிழந்து
நொந்தார்க்கு நீயன்றி நோவழிப்பார் யாருளரோ? 8

இன்பச் சுதந்திரம் நின் இன்னருளாற் பெற்றதன்றோ?
அன்பற்ற மாக்கள் அதைப்பறித்தாற் காவாயோ? 9

வானமழை யில்லையென்றால் வாழ்வுண்டோ? எந்தை சுயா
தீனமெமக் கில்லை யென்றால் தீனரெது செய்வோமே? 10

நெஞ்சகத்தே பொய்யின்றி நேர்ந்ததெலாம் நீ தருவாய்
வஞ்சகமோ எங்கள் மனத்தூய்மை காணாயோ? 11

பொய்க்கோ உடலும் பொருளுயிரும் வாட்டுகிறோம்?
பொய்க்கோ தீராது புலம்பித் துடிப்பதுமே? 12

நின்பொருட்டு நின்னருளால் நின்னுரிமை யாம்கேட்டால்
என்பொருட்டு நீதான் இரங்கா திருப்பதுவே? 13

இன்று புதிதாய் இரக்கின்றோமோ? முன்னோர்
அன்றுகொடு வாழ்ந்த அருமையெலாம் ஓராயோ? 14

நீயும் அறமும் நிலைத்திருத்தல் மெய்யானால்,
ஓயுமுனர் எங்களுக்கிவ் ஓர்வரம்நீ நல்குதியே 15

28. சுதந்திர தாகம்

ராகம்—கமாஸ் தாளம்—ஆதி

என்று தணியும்இந்தச் சுதந்திர தாகம்
என்று மடியும் எங்கள் அடிமையின் மோகம்?
என்றெம தன்னை கை விலங்குகள் போகும்?
என்றெம தின்னல்கள் தீர்ந்துபொய் யாகும்?
அன்றொரு பாரதம் ஆக்கவந் தோனே!
ஆரியர் வாழ்வினை ஆதரிப் போனே!
வென்றி தருந்துணை நின்னரு ளன்றோ?
மெய்யடி யோம் இன்னும் வாடுதல் நன்றோ? 1

பஞ்சமும் நோயும் நின் மெய்யடி யார்க்கோ?
பாரினில் மேன்மைகள் வேறினி யார்க்கோ?
தஞ்ச மடைந்தபின் கைவிட லாமோ?
தாயுந்தன் குழந்தையைத் தள்ளிடப் போமோ
அஞ்சலென் றருள்செயுங் கடமை யில்லாயோ?
ஆரிய! நீயும் நின் அறம்மறந் தாயோ?
வெஞ்செயல் அரக்கரை வீட்டிடு வோனே?
வீர சிகாமணி! ஆரியர் கோனே! 2

29. சுதந்திர தேவியின் துதி

இதந்தரு மனையின் நீங்கி
  இடர்மிகு சிறைப்பட் டாலும்,
பதந்திரு இரண்டும் மாறிப்
  பழிமிகுத் திழிவுற் றாலும்
விதந்தரு கோடி இன்னல்
  விளைந்தெனை அழித்திட் டாலும்,
சுதந்திர தேவி! நின்னைத்
  தொழுதிடல் மறக்கி லேனே. 1

நின்னருள் பெற்றி லாதார்
  நிகரிலாச் செல்வ ரேனும்,
பன்னருங் கல்வி கேள்வி,
  படைத்துயர்ந் திட்டா ரேனும்,
பின்னரும் எண்ணி லாத
  பெருமையிற் சிறந்தா ரேனும்,
அன்னவர் வாழ்க்கை பாழாம்,
  அணிகள்வேய் பிணத்தோ டொப்பார். 2

தேவி! நின் னொளிபெ றாத
  தேயமோர் தேய மாமோ?
ஆவியங் குண்டோ? செம்மை
  அறிவுண்டோ? ஆக்க முண்டோ?
காவிய நூல்கள் ஞானக்
  கலைகள் வேதங்க ளுண்டோ!
பாவிய ரன்றோ நின்தன்
  பாலனம் படைத்தி லாதார்? 3

ஒழிவறு நோயிற் சாவார்,
  ஊக்கமொன் றறிய மாட்டார்;
கழிவுறு மாக்க ளெல்லாம்
  இகழ்ந்திடக் கடையில் நிற்பார்;

இழிவுறு வாழ்க்கை தேரார்,
கனவினும் இன்பங் காணார்;
அழிவுறு பெருமை நல்கும்
அன்னை! நின் அருள்பெ றாதார். 4

வேறு

தேவி! நின்னருள் தேடி யுளந்தவித்து
ஆவி யும்தம தன்பும் அளிப்பவர்
மேவி நிற்பது வெஞ்சிறை யாயினும்
தாவில் வானுல கென்னத் தகுவதே 5

அம்மை உன்தன் அருமை யறிகிலார்
செம்மை யென்றிழி தொண்டினைச் சிந்திப்பார்;
இம்மை யின்பங்கள் எய்துபொன் மாடத்தை
வெம்மை யார்புன் சிறையெனல் வேண்டுமே. 6

மேற்றி சைப்பல நாட்டினர் வீரத்தால்
போற்றி நின்னைப் புதுநிலை யெய்தினர்;
கூற்றி னுக்குயிர் கோடி கொடுத்தும்நின்
பேற்றி னைப்பெறு வேமெனல் பேணினர். 7

அன்ன தன்மைகொள் நின்னை அடியனேன்
என்ன கூறி இசைத்திட வல்லனே?
பின்ன முற்றுப் பெருமை யிழந்துநின்
சின்ன மற்றழி தேயத்தில் தோன்றினேன். 8

பேர றத்தினைப் பேணுநல் வேலியே!
சோர வாழ்க்கை, துயர், மிடி யாதிய
கார றுக்கக் கதித்திடு சோதியே!
வீர ருக்கமு தே! நினை வேண்டுவேன். 9

30. விடுதலை

ராகம் – பிலகரி

விடுதலை!   **விடுதலை!**   **விடுதலை!**

1. பறைய ருக்கும் இங்கு தீயர்
      புலைய ருக்கும் விடுதலை;
   பரவ ரோடு குறவருக்கும்
      மறவ ருக்கும் விடுதலை;
   திறமை கொண்ட தீமை யற்ற
      தொழில்பு ரிந்து யாவரும்
   தேர்ந்த கல்வி ஞானம் எய்தி
      வாழ்வம் இந்த நாட்டிலே!   (விடுதலை)

2. ஏழை யென்றும் அடிமை யென்றும்
      எவனும் இல்லை ஜாதியில்,
   இழிவு கொண்ட மனித ரென்பது
      இந்தி யாவில் இல்லையே
   வாழி கல்வி செல்வம் எய்தி
      மனம கிழ்ந்து கூடியே
   மனிதர் யாரும் ஒருநி கர்ச
      மான மாக வாழ்வமே!   (விடுதலை)

3. மாதர் தம்மை இழிவு செய்யும்
      மடமை யைக்கொ ளுத்துவோம்;
   வைய வாழ்வு தன்னில் எந்த
      வகையி னும்ந மக்குளே
   தாதர் என்ற நிலைமை மாறி
      ஆண்க ளோடு பெண்களும்
   சரிநி கர்ச மான மாக
      வாழ்வம் இந்த நாட்டிலே!   (விடுதலை)

31. சுதந்திரப் பள்ளு

பள்ளர் களியாட்டம்

ராகம்–வராளி   தாளம்–ஆதி

பல்லவி

ஆடுவோமே-பள்ளுப் பாடு வோமே;
ஆனந்த சுதந்திரம் அடைந்துவிட் டோமென்று

(ஆடுவோமே)

சரணங்கள்

1. பார்ப்பானை ஐயரென்ற காலமும் போச்சே –வெள்ளைப்
   பரங்கியைத் துரையென்ற காலமும் போச்சே – பிச்சை
   ஏற்பாரைப் பணிகின்ற காலமும் போச்சே – நம்மை
   ஏய்ப்போருக் கேவல்செய்யும் காலமும் போச்சே

   (ஆடுவோமே)

2. எங்கும் சுதந்திரம் என்பதே பேச்சு – நாம்
   எல்லோரும் சமமென்பது உறுதி யாச்சு;
   சங்குகொண்டே வெற்றி ஊது வோமே – இதைத்
   தரணிக்கெல் லாமெடுத்து ஓது வோமே   (ஆடுவோமே)

3. எல்லோரும் ஒன்றென்னும் காலம் வந்ததே – பொய்யும்
   ஏமாற்றும் தொலைகின்ற காலம் வந்ததே – இனி
   நல்லோர் பெரிய ரென் னும் காலம் வந்ததே – கெட்ட
   நயவஞ்சக் காரருக்கு நாசம் வந்ததே   (ஆடுவோமே)

4. உழவுக்கும் தொழிலுக்கும் வந்தனை செய்வோம் –வீணில்
   உண்டுகளித் திருப்போரை நிந்தனை செய்வோம்.
   விழலுக்கு நீர்பாய்ச்சி மாய மாட் டோம் – வெறும்
   வீணருக்கு உழைத்துடலம் ஓய மாட் டோம்   (ஆடுவோமே)

5. நாமிருக்கும் நாடுநமது என்ப தறிந்தோம்-இது
    நமக்கே உரிமையாம் என்ப தறிந்தோம்-இந்தப்
    பூமியில் எவர்க்கும் இனி அடிமை செய்யோம்-பரி
    பூரணனுக் கேயடிமை செய்து வாழ்வோம்.

                                              (ஆடுவோமே)

4. தேசிய இயக்கப் பாடல்கள்

32. சத்ரபதி சிவாஜி

தன் சைனியத்திற்குக் கூறியது

ஜயஜய பவானி! ஜயஜய பாரதம்!
ஜயஜய மாதா! ஜயஜய துர்க்கா!
வந்தே மாதரம்! வந்தே மாதரம்!

சேனைத் தலைவர்காள்! சிறந்தமந் திரிகாள்!
யானைத் தலைவரும் அருந்திறல் வீரர்காள்!

அதிரத மன்னர்காள்! துரகத் ததிபர்காள்!
எதிரிகள் துணுக்குற இடித்திடு பதாதிகாள்!

வேலெறி படைகாள்! சூலெறி மறவர்காள்!
கால னுருக்கொளும் கணைதுரந் திடுவீர்,

மற்றுமா யிரவிதம் பற்றலர் தம்மைச்
செற்றிடும் திறனுடைத் தீரரத் தினங்காள்!

யாவிரும் வாழிய! யாவிரும் வாழிய!
தேவிநுந் தமக்கெலாம் திருவருள் புரிக!

மாற்றலர் தம்புலை நாற்றமே யறியா
ஆற்றல்கொண் டிருந்ததிவ் வரும்புகழ் நாடு!

வேத நூல் பழிக்கும் வெளித்திசை மிலேச்சர்
பாதமும் பொறுப்பளோ பாரத தேவி?

வீரரும் அவரிசை விரித்திடு புலவரும்
பாரெலாம் பெரும்புகழ் பரப்பிய நாடு!

தர்மமே உருவமாத் தழைத்தபே ரரசரும்
நிர்மல முனிவரும் நிறைந்தநன் னாடு!

வீரரைப் பெறாத மேன்மைதீர் மங்கையை
ஊரவர் மலடியென் றுரைத்திடு நாடு!

பாரத பூமி பழம்பெரும் பூமி;
நீரதன் புதல்வர்; இந் நினைவகற் றாதீர்!

பாரத நாடு பார்க்கெலாம் திலகம்
நீரதன் புதல்வர்; இந் நினைவகற் றாதீர்!

வானக முட்டும் இமயமால் வரையும்
ஏனைய திசைகளில் இருந்திரைக் கடலும்

காத்திடும் நாடு! கங்கையும் சிந்துவும்
தூத்திரை யமுனையும் சுனைகளும் புனல்களும்

இன்னரும் பொழில்களும் இணையிலா வளங்களும்
உன்னத மலைகளும் ஒளிர்தரு நாடு!

மைந்நிறப் பழனம் பசியிலா தளிக்க
பைந்நிற முகில்கள் வழங்குபொன் னாடு!

தேவர்கள் வாழ்விடம், திறலுயர் முனிவர்
ஆவலோ டடையும் அரும்புகழ் நாடு!

ஊனமொன் றறியா ஞானமெய்ப் பூமி
வானவர் விழையும் மாட்சியார் தேயம்!

பாரத நாட்டிசை பகரயான் வல்லனோ?
நீரதன் புதல்வர்; இந் நினைவகற் றாதீர்!

தாய்த் திரு நாட்டைத் தறுகண் மிலேச்சர்,
பேய்த்தகை கொண்டோர், பெருமையும் வண்மையும்,

ஞானமும் அறியா நவைபுரி பகைவர்,
வானகம் அடக்க வந்திடும் அரக்கர் போல்
இந்நாள் படைகொணர்ந்து இன்னல்செய் கின்றார்!

ஆலயம் அழித்தலும் அருமறை பழித்தலும்
பாலரை விருத்தரைப் பசுக்களை ஒழித்தலும்

மாதர்கற் பழித்தலும் மறையவர் வேள்விக்கு
ஏதமே சூழ்வதும் இயற்றிநிற் கின்றார்! 50
சாத்திரத் தொகுதியைத் தாழ்த்துவைக் கின்றார்
கோத்திர மங்கையர் குலங்கெடுக் கின்றார்!

எண்ணில துணைவர்காள்! எமக்கிவர் செயுந்துயர்;
கண்ணியம் மறுத்தனர்; ஆண்மையுங் கடிந்தனர்;

பொருளினைச் சிதைத்தனர்; மருளினை விதைத்தனர்; 55
திண்மையை யழித்துப் பெண்மையிங் களித்தனர்;

பாரதப் பெரும்பெயர் பழிப்பெய ராக்கினர்;
சூரர்தம் மக்களைத் தொழும்பராய்ப் புரிந்தனர்;

வீரியம் அழிந்து மேன்மையும் ஒழிந்துநம்
ஆரியர் புலையருக் கடிமைக ளாயினர் 60

மற்றிதைப் பொறுத்து வாழ்வதோ வாழ்க்கை?
வெற்றிகொள் புலையர்தாள் வீழ்ந்துகொல் வாழ்வீர்?

மொக்குள்தான் தோன்றி முடிவது போல
மக்களாய்ப் பிறந்தோர் மடிவது திண்ணம்!

தாய்த்திரு நாட்டைத் தகர்த்திடு மிலேச்சரை 65
மாய்த்திட விரும்பான் வாழ்வுமோர் வாழ்வுகொல்?

மானமொன் றிலாது மாற்றலர் தொழும்பராய்
ஈனமுற் றிருக்க எவன்கொலோ விரும்புவன்?

தாய்பிறன் கைப்படச் சகிப்பவ னாகி
நாயென வாழ்வோன் நமரில்இங் குளனோ? 70

பிச்சைவாழ் வுகந்து பிறருடை யாட்சியில்
அச்சமுற் றிருப்போன் ஆரிய நல்லன்.

புன்புலால் யாக்கையைப் போற்றியே தாய்நாட்டு
அன்பிலா திருப்போன் ஆரிய னல்லன்.

மாட்சிதீர் மிலேச்சர் மனப்படி யாளும் 75
ஆட்சியி லடங்குவோன் ஆரிய நல்லன்.

ஆரியத் தன்மை அற்றிடுஞ் சிறியர்
யாரிவண் உளரவர் யாண்டேனும் ஒழிக!

படைமுகத்து இறந்து பதம்பெற விரும்பாக்
கடைபடு மாக்களென் கண்முன்நில் லாதீர்!

சோதரர் தம்மைத் துரோகிகள் அழிப்ப
மாதரார் நலத்தின் மகிழ்பவன் மகிழ்க!

நாடெலாம் பிறர்வசம் நண்ணுதல் நினையான்
வீடுசென் றொளிக்க விரும்புவோன் விரும்புக!

தேசமே நலிவொடு தேய்ந்திட மக்களின்
பாசமே பெரிதெனப் பார்ப்பவன் செல்க!

நாட்டுளார் பசியினால் நலிந்திடத் தன்வயிறு
ஊட்டுதல் பெரிதென உன்னுவோன் செல்க!

ஆணுருக் கொண்ட பெண்களும் அலிகளும்
வீணில்இங் கிருந்தெனை வெறுத்திடல் விரும்பேன்

ஆரியர் இருமின்! ஆண்கள் இங்கு இருமின்!
வீரியம் மிகுந்த மேன்மையோர் இருமின்!

மானமே பெரிதென மதிப்பவர் இருமின்!
ஈனமே பொறாத இயல்பினர் இருமின்!

தாய்நாட்டன்புறு தனையர்இங்கு இருமின்!
மாய்நாட் பெருமையின் மாய்பவர் இருமின்!

புலையர்தம் தொழும்பைப் பொறுக்கிலார் இருமின்!
கலையறு மிலேச்சரைக் கடிபவர் இருமின்!

ஊரவர் துயரில்நெஞ் சுருகுவீர் இருமின்!
சோரநெஞ் சில்லாத் தூயவர் இருமின்!

தேவிதாள் பணியுந் தீரர்இங்கு இருமின்!
பாவியர் குருதியைப் பருகுவார் இருமின்!

உடலினைப் போற்றா உத்தமர் இருமின்!
கடல்மடுப் பினும்மனம் கலங்கலர் உதவுமின்!

வம்மினோ துணைவீர்? மருட்சிகொள் ளாதீர்!
நம்மனோ ராற்றலை நாழிகைப் பொழுதெனும்

புல்லிய மாற்றலர் பொறுக்கவல் லார்கொல்?
மெல்லிய திருவடி வீறுடைத் தேவியின்

இன்னருள் நமக்கோர் இருந்துணை யாகும்.
பன்னரும் புகழுடைப் பார்த்தனும் கண்ணனும்

வீமனும் துரோணனும் வீட்டுமன் தானும்
இராமனும் வேறுள இருந்திறல் வீரரும்

நற்றுணை புரிவர்; வானக நாடுறும்;
வெற்றியே யன்றி வேறெதும் பெறுகிலேம்.

பற்றறு முனிவரும் ஆசிகள் பகர்வர்
செற்றினி மிலேச்சரைத் தீர்த்திட வம்மின்!

ஈட்டியாற் சிரங்களை வீட்டிட எழுமின்!
நீட்டிய வேல்களை நேரிருந்து எறிமின்!

வாளுடை முனையினும் வயந்திகழ் சூலினும்,
ஆளுடைக் கால்க ளடியினுந் தேர்களின்

உருளையி னிடையினும், மாற்றலர் தலைகள்
உருளையிற் கண்டுநெஞ் சுவப்புற வம்மின்!

நம் இதம், பெருவளம் நலிந்திட விரும்பும்
(வன்மியை) வேரறத் தொலைத்தபின் னன்றோ

ஆணெனப் பெறுவோம்; அன்றிநாம் இறப்பினும்
வானுறு தேவர் மணியுல கடைவோம்!

வாழ்வமேற் பாரத வான்புகழ் தேவியைத்
தாழ்வினின் றுயர்த்திய தடம்புகழ் பெறுவோம்!

போரெனில் இதுபோர்! புண்ணியத் திருப்போர்!
பாரினில் இதுபோற் பார்த்திடற்கெளிதோ?

ஆட்டினைக் கொன்று வேள்விகள் இயற்றி
வீட்டினைப் பெறுவான் விரும்புவார் சிலரே;

நெஞ்சகக் குருதியை நிலத்திடை வடித்து
வஞ்சக மழிக்கும் மாமகம் புரிவம்யாம்.

வேள்வியில் இதுபோல் வேள்வியொன் றில்லை; 135
தவத்தினில் இதுபோல் தவம்பிறி தில்லை

முன்னையோர் பார்த்தன் முனைத்திசை நின்று
தன்னெதிர் நின்ற தளத்தினை நோக்கிட

மாதுலர் சோதரர் மைத்துனர் தாதையர்
காதலின் நண்பர் கலைதரு குரவரென்று 140

இன்னவர் இருத்தல்கண்டு இதயம்நொந் தோனாய்த்
தன்னருந் தெய்விகச் சாரதி முன்னர்

"ஐயனே!" இவர்மீ தம்பையோ தொடுப்பேன்?
வையகத் தரசும் வானக ஆட்சியும்

போயினும் இவர்தமைப் போரினில் வீழ்த்தேன் 145
மெய்யினில் நடுக்கம் மேவுகின் றதுவால்;
கையினில் வில்லும் கழன்றுவீழ் கின்றது;

வாயுலர் கின்றது; மனம் பதைக் கின்றது;
ஓய்வுறுங் கால்கள்; உலைந்தது சிரமும்;

வெற்றியை விரும்பேன்; மேன்மையை விரும்பேன்; 150
சுற்றமிங் கறுத்துச் சுகம்பெறல் விரும்பேன்;

எனையிவர் கொல்லினும் இவரையான் தீண்டேன்;
சினையுறுத் திட்டபின் செய்வதோ ஆட்சி?"

எனப்பல கூறியவ் விந்திரன் புதல்வன்
கனப்படை வில்லைக் களத்தினில் எறிந்து 155

சோர்வொடு வீழ்ந்தனன்; சுருதியின் முடிவாய்த்
தேர்வயின் நின்றநம் தெய்விகப் பெருமான்

வில்லெறிந் திருந்த வீரனை நோக்கி,
“புல்லிய அறிவொடு புலம்புகின் றனையால்,

அறத்தினைப் பிரிந்த சுயோதனா தியரைச்
செறுத்தினி மாய்ப்பது தீமையென் கின்றாய்.

உண்மையை அறியாய்; உறவையே கருதிப்
பெண்மைகொண் டேதோ பிதற்றிநிற் கின்றாய்

வஞ்சகர், தீயர், மனிதரை வருத்துவோர்,
நெஞ்சகத் தருக்குடை நீசர்கள்; இன்னோர்

தம்மொடு பிறந்த சகோதர ராயினும்,
வெம்மையோ டொறுத்தல் வீரர்தஞ் செயலாம்,

ஆரிய நீதிநீ அறிந்திலை போலும்!
பூரியர் போல்மனம் புழுங்குற லாயினை

அரும்புகழ் தேய்ப்பதும் அனாரியத் தகைத்தும்
பெரும்பதத் தடையுமாம் பெண்மையெங் கெய்தினை?

பேடிமை யகற்று! நின் பெருமையை மறந்திடேல்!
ஈடிலாப் புகழினாய்! எழுகவோ எழுக!

என்றுமெய்ஞ் ஞானம்நம் இறையவர் கூறக்
குன்றெனும் வயிரக் கொற்றவான் புயத்தோன்

அறமே பெரிதென அறிந்திடு மனத்தனாய்
மறமே உருவுடை மாற்றலர் தம்மைச்

சுற்றமும் நோக்கான் தோழமை மதியான்
பற்றலர் தமையெலாம் பார்க்கிரை யாக்கினன்,

விசயனன் றிருந்த வியன்புகழ் நாட்டில்
இசையுநற் றவத்தால் இன் றுவாழ்ந் திருக்கும்

ஆரிய வீரர்காள்! அவருடை மாற்றலர்,
தேரில்,இந் நாட்டினர், செறிவுடை உறவினர்;

நம்மையின் றெதிர்க்கும் நயனிலாப் புல்லோர்
செம்மைதீர் மிலேச்சர், தேசமும் பிறிதாம் 185

பிறப்பினில் அன்னியர், பேச்சினில் அன்னியர்
சிறப்புடை யாரியச் சீர்மையை அறியார்.

* * *

33. கோக்கலே சாமியார் பாடல்

இராமலிங்க சுவாமிகள்
"களங்கமறப் பொதுநடம் நான் கண்டு கொண்ட தருணம்"
என்று பாடிய பாட்டைத் திரித்துப் பாடியது.

களங்கமுறும் மார்லிநடம் கண்டுகொண்ட தருணம்
கடைச் சிறியேன் உளம்பூத்துக் காய்த்ததொரு காய்தான்,
விளக்கமுறப் பழுத்திடுமோ? வெம்பிவிழுந் திடுமோ?
வெம்பாது விழினுமென் றன் கரத்திலகப் படுமோ?
வளர்த்த பழம் கர்சானென்ற குரங்குகவர்ந் திடுமோ?
மற்றிங்ஙன் ஆட்சிசெய்யும் அணில்கடித்து விடுமோ?
துளக்கமற யான்பெற்றிங் குண்ணுவனோ, அல்லால்
தொண்டைவிக்கு மோஏதும் சொல்லரிய தாமோ?

34. தொண்டு செய்யும் அடிமை

சுயராஜ்யம் வேண்டுமென்ற பாரதவாசிக்கு
ஆங்கிலேய உத்தியோகஸ்தன் கூறுவது

நந்தனார் சரித்திரத்திலுள்ள
"மாடு தின்னும் புலையா!–உனக்கு மார்கழித் திருநாளா?"
என்ற பாட்டின் வர்ண மெட்டு

1. தொண்டு செய்யும் அடிமை! — உனக்குச்
சுதந்திர நினைவோடா?
பண்டு கண்ட துண்டோ? — அதற்குப்
பாத்திர மாவாயோ? (தொண்டு)

2. ஜாதிச் சண்டை போச்சோ? — உங்கள்
சமயச் சண்டை போச்சோ?
நீதி சொல்ல வந்தாய்! — கண்முன்
நிற்கொ ணாது போடா! (தொண்டு)

3. அச்சம் நீங்கி னாயோ? — அடிமை!
ஆண்மை தாங்கி னாயோ?
பிச்சை வாங்கிப் பிழைக்கும் — ஆசை
பேணுத லொழித் தாயோ? (தொண்டு)

4. கப்ப லேறு வாயோ? — அடிமை!
கடலைத் தாண்டு வாயோ?
குப்பை விரும்பும் நாய்க்கே — அடிமை!
கொற்றத் தவிசுமுண் டோ? (தொண்டு)

5. ஒற்று மைபயின் றாயோ? — அடிமை!
உடம்பில் வலிமையுண் டோ?
வெற்றுரை பேசாதே! — அடிமை!
வீரியம் அறிவாயோ? (தொண்டு)

6. சேர்ந்து வாழு வீரோ — உங்கள்
சிறுமைக் குணங்கள் போச்சோ?
சோர்ந்து வீழ்தல் போச்சோ? — உங்கள்
சோம்பரைத் துடைத்தீரோ? (தொண்டு)

7. வெள்ளை நிறத்தைக் கண்டால் — பதறி
வெருவலை ஒழித்தாயோ?
உள்ளது சொல்வேன் கேள் — சுதந்திரம்
உனக்கில்லை மறந்திடடா! (தொண்டு)

8. நாடு காப்ப தற்கே – உனக்கு
 ஞானம் சிறிதுமுண்டோ?
 வீடு காக்கப் போடா! – அடிமை!
 வேலை செய்யப்போடா;   (தொண்டு)

9. சேனை நடத்து வாயோ? – தொழும்புகள்
 செய்திட விரும்பாயோ?
 ஈன மான தொழிலே உங்களுக்கு
 இசைவதாகும் போடா!   (தொண்டு)

35. நம்ம ஜாதிக்கு அடுக்குமோ?

புதிய கட்சித் தலைவரை நோக்கி நிதானக் கட்சியார் சொல்லுதல்

"ஓய் நந்தனாரே! நம்ம ஜாதிக் கடுக்குமோ? நியாயந் தானோ? நீர் சொல்லும்?" என்ற வர்ண மெட்டு

பல்லவி

ஓய் திலகரே! நம்ம ஜாதிக் கடுக்குமோ?
செய்வது சரியோ? சொல்லும்

கண்ணிகள்

1. முன்னறி யாப்புது வழக்கம் – நீர்
 மூட்டி விட்டதிந்தப் பழக்கம் – இப்போது
 எந்நக ரிலுமிது முழக்கம் - மிக
 இடும்பை செய்யும் இந்த ஒழுக்கம்.   (ஓய் திலகரே!)

2. சுதந்திரம் என்கிற பேச்சு – எங்கள்
 தொழும்புக ளெல்லாம் வீணாய்ப் போச்சு – இது
 மதம்பிடித் ததுபோ லாச்சு – எங்கள்
 மனிதர்க் கெல்லாம் வந்த தேச்சு   (ஓய் திலகரே!)

3. வெள்ளை நிறத்தவர்க்கே ராஜ்யம் — அன்றி
வேறெவ ருக்குமது தியாஜ்யம் — சிறு
பிள்ளைக ளுக்கேஉப தேசம் — நீர்
பேசிவைத்த தெல்லாம் மோசம். (ஓய் திலகரே!)

36. நாம் என்ன செய்வோம்!

"நாம் என்ன செய்வோம்! புலையரே! இந்தப் பூமியி லில்லாத புதுமையைக் கண்டோம்" என்ற வர்ண மெட்டு

ராகம்—புன்னாகவரானி தாளம்—ரூபகம்

பல்லவி

நாம் என்ன செய்வோம்! துணைவரே! — இந்தப்
பூமியி லில்லாத புதுமையைக் கண்டோம். (நாம்)

சரணங்கள்

1. திலகன் ஒருவனாலே இப்படி யாச்சு
செம்மையும் தீமையும் இல்லாமலே போச்சு;
பலதிசையும் துஷ்டர் கூட்டங்க ளாச்சு
பையல்கள் நெஞ்சில் பயமென்பதே போச்சு (நாம்)

2. தேசத்தில் எண்ணற்ற பேர்களுங் கெட்டார்
செய்யுந் தொழில்முறை யாவையும் விட்டார்
பேசுவோர் வார்த்தை **தாதா** சொல்லிவிட்டார்
பின்வர வறியாமல் சுதந்திரம் தொட்டார் (நாம்)

3. பட்டம்பெற் றோர்க்குமதிப் பென்பது மில்லை
பரதேசப் பேச்சில் மயங்குபவ ரில்லை;
சட்டம் மறந்தோர்க்குப் பூஜை குறைவில்லை
சர்க்கா ரிடம் சொல்லிப் பார்த்தும் பயனில்லை
(நாம்)

4. சீமைத் துணியென்றால் உள்ளங் கொதிக்கிறார்
சீரில்லை என்றாலோ எட்டி மிதிக்கிறார்;
தாமெத் தையோ 'வந்தே'யென்று துதிக்கிறார்
தரமற்ற வார்த்தைகள் பேசிக் குதிக்கிறார் (நாம்)

37. பாரத தேவியின் அடிமை

நந்தன் சரித்திரத்திலுள்ள "ஆண்டைக் கடிமைக்கார னல்லவே" என்ற பாட்டின் வர்ணமெட்டையும் கருத்தையும் பின்பற்றி எழுதப்பட்டது.

பல்லவி

அன்னியர் தமக்கடிமை யல்லவே-நான்
அன்னியர் தமக்கடிமை யல்லவே.

சரணங்கள்

1. மன்னிய புகழ்ப் பாரத தேவி
தன்னிரு தாளிணைக் கடிமைக் காரன். (அன்)

2. இலகு பெருங்குணம் யாவைக்கும் எல்லையாம்
திலக முனிக்கொத்த அடிமைக் காரன். (அன்)

3. வெய்ய சிறைக்குள்ளே புன்னகை யோடுபோம்
ஐயன் பூபேந்த்ரனுக் கடிமைக் காரன் (அன்)

4. காலர் முன்நிற்பினும் மெய்தவறா எங்கள்
பாலர் தமக்கொத்த அடிமைக் காரன் (அன்)

5. காந்தன லிட்டாலும் தர்மம் விடாப்ரம்ம
பாந்தவன் தாளிணைக் கடிமைக் காரன். (அன்)

38. வெள்ளைக்கார விஞ்ச் துரை கூற்று

ராகம்—தண்டகம் தாளம்—ஆதி

1. நாட்டி லெங்கும் சுதந்திர வாஞ்சையை
நாட்டினாய்; — கனல் — மூட்டினாய்;
வாட்டி யுன்னை மடக்கிச் சிறைக்குள்ளே
மாட்டுவேன்; — வலி — காட்டுவேன். (நாட்டி)

2. கூட்டங் கூடி வந்தே மாதரமென்று
கோஷித்தாய்; — எமைத் — தூஷித்தாய்;
ஓட்டம்நாங்களெடுக்க வென்றே கப்பல்
ஓட்டினாய்; பொருள் — ஈட்டினாய். (நாட்டி)

3. கோழைப் பட்ட ஜனங்களுக் குண்மைகள்
கூறினாய்; — சட்டம் — மீறினாய்;
ஏழைப்பட் டிங்கு இறத்தல் இழிவென்றே
ஏசினாய்;-வீரம்-பேசினாய் (நாட்டி)

4. அடிமைப் பேடிகள் தம்மை மனிதர்கள்
ஆக்கினாய்; — புன்மை — போக்கினாய்;
மிடிமை போதும் நமக்கென் றிருந்தோரை
மீட்டினாய்; — ஆசை — ஊட்டினாய் (நாட்டி)

5. தொண்டொன் றேதொழி லாக்கொண் டிருந்தோரைத்
தூண்டினாய்; புகழ் — வேண்டினாய்
கண்ட கண்டதொழில் கற்க மார்க்கங்கள்
காட்டினாய்; — சோர்வை — ஓட்டினாய். (நாட்டி)

6. எங்கும் இந்தசுய ராஜ்ய விருப்பத்தை
ஏவினாய்; — விதை — தூவினாய்;
சிங்கம் செய்யும் தொழிலைச் சிறுமுயல்
செய்யவோ? — நீங்கள் — உய்யவோ?- (நாட்டி)

7. சுட்டு வீழ்த்தியே புத்தி வருத்திடச்
சொல்லுவேன்: — குத்திக் — கொல்லுவேன்;
தட்டிப் பேசுவோ ருண்டோ? சிறைக்குள்ளே
தள்ளுவேன்: — பழி — கொள்ளுவேன். (நாட்டி)

39. தேச பக்தர் சிதம்பரம்பிள்ளை மறுமொழி

சொந்த நாட்டிற் பரர்க்கடிமை செய்தே
துஞ்சிடோம்: — இனி — அஞ்சிடோம்;
எந்த நாட்டினும் இந்த அநீதிகள்
ஏற்குமோ? தெய்வம்-பார்க்குமோ? 1

வந்தே மாதரம் என்றுயிர் போம்வரை
வாழ்த்து வோம்; — முடி — தாழ்த்துவோம்;
எந்தம் ஆருயி ரன்னையைப் போற்றுதல்
ஈனமோ? — அவ — மானமோ? 2

பொழுதெல்லாம் எங்கள் செல்வங் கொள்ளை கொண்டு
போகவோ? — நாங்கள் — சாகவோ?
அழுது கொண்டிருப் போமோ? ஆண் பிள்ளைகள்
அல்லமோ? — உயிர் — வெல்லமோ? 3

நாங்கள் முப்பது கோடி ஜனங்களும்
நாய்களோ? — பன்றிச் — சேய்களோ?
நீங்கள் மட்டும் மனிதர்க ளோ?இது
நீதமோ? — பிடி — வாதமோ? 4

பார தத்திடை அன்பு செலுத்துதல்
பாபமோ? — மனஸ் — தாபமோ?
கூறும் எங்கள் மிடிமையைத் தீர்ப்பது
குற்றமோ? — இதிற் — செற்றமோ? 5

ஒற்றுமைவழி யொன்றே வழியென்பது
ஓர்ந்திட்டோம்; — நன்கு — தேர்ந்திட்டோம்;
மற்றும் நீங்கள் செய்யுங்கொடு மைக்கெலாம்
மலைவு றோம்; — சித்தம் — கலைவுறோம். 6

சதையைத் துண்டுதுண் டாக்கினும் என்னெண்ணம்
சாயுமோ? — ஜீவன் — ஓயுமோ?
இதையத் துள்ளே இலங்கு மஹாபக்தி
ஏகுமோ — நெஞ்சம் — வேகுமோ? 7

40. நடிப்புச் சுதேசிகள்

பழித்தறிவுறுத்தல்

கிளிக் கண்ணிகள்

நெஞ்சில் உரமு மின்றி நேர்மைத் திறமு மின்றி,
வஞ்சனை சொல்வா ரடீ! — கிளியே!
வாய்ச் சொல்லில் வீர ரடீ 1

கூட்டத்திற் கூடிநின்று கூவிப் பிதற்ற லன்றி,
நாட்டத்திற் கொள்ளா ரடீ! — கிளியே!
நாளில் மறப்பா ரடீ! 2

சொந்த அரசும் புவிச் சுகங்களும் மாண்பு களும்
அந்தகர்க் குண்டாகுமோ! — கிளியே
அலிகளுக் கின்ப முண்டோ? 3

கண்கள் இரண்டி ருந்தும் காணுந் திறமை யற்ற
பெண்களின் கூட்ட மடி! — கிளியே!
பேசிப் பயனென் னடீ! 4

யந்திர சாலை யென்பர் எங்கள் துணிக ளென்பர்
மந்திரத் தாலே யெங்கும் — கிளியே!
மாங்கனி வீழ்வதுண் டோ? 5

உப்பென்றும் சீனி என்றும் உள் நாட்டுச் சேலை என்றும்
செப்பித் திரிவா ரடீ! — கிளியே!
செய்வ தறியா ரடீ! 6

தேவியர் மானம் என்றும் தெய்வத்தின் பக்தி என்றும்
நாவினாற் சொல்வ தல்லால்! — கிளியே
நம்புத லற்றா ரடீ1 7

மாதரைக் கற்பழித்து வன்கண்மை பிறர் செய்யப்
பேதைகள் போலுயி ரைக் — கிளியே
பேணி யிருந்தா ரடீ! 8

தேவி கோயிலிற் சென்று தீமை பிறர்கள் செய்ய
ஆவி பெரிதென் றெண்ணிக்! — கிளியே!
அஞ்சிக் கிடந்தா ரடீ! 9

அச்சமும் பேடி மையும் அடிமைச் சிறும தியும்
உச்சத்திற் கொண்டா ரடீ! — கிளியே!
ஊமைச் சனங்க ளடீ! 10

ஊக்கமும் உள்வலியும் உண்மையிற் பற்று மில்லா
மாக்களுக் கோர் கணமும் — கிளியே!
வாழத் தகுதி யுண்டோ? 11

மானம் சிறிதென் றெண்ணி வாழ்வு பெரிதென்றெண்ணும்
ஈனர்க் குலகந் தனில் — கிளியே!
இருக்க நிலைமை யுண்டோ? 12

சிந்தையிற் கள் விரும்பிச் சிவசிவ என்பது போல்,
வந்தே மாதர மென்பார்! — கிளியே!
மனதி லதனைக் கொள்ளார் 13

பழமை பழமை யென்று பாவனை பேச லன்றிப்
பழமை இருந்த நிலை! — கிளியே;
பாமர ரேதறி வார்! 14

நாட்டில் அவ மதிப்பும் நாணின்றி இழி செல்வத்
தேட்டில் விருப்புங் கொண்டே! — கிளியே!
சிறுமை யடைவா ரடீ! 15

சொந்தச் சகோ தரர்கள் துன்பத்திற் சாதல் கண்டும்,
சிந்தை இரங்கா ரடீ — கிளியே!
செம்மை மறந்தா ரடீ! 16

பஞ்சத்தும் நோய்க ளிலும் பாரதர் புழுக்கள் போல்
துஞ்சத்தம் கண்ணாற் கண்டும்! — கிளியே!
சோம்பிக் கிடப்பா ரடீ! 17

தாயைக் கொல்லும் பஞ்சத்தைத் தடுக்க முயற்சி யுறார்
வாயைத் திறந்து சும்மா! — கிளியே!
வந்தே மாதர மென்பார்! 18

----

5. தேசீயத் தலைவர்கள்

41. மகாத்மா காந்தி பஞ்சகம்

வாழ்க நீ! எம்மான், இந்த வையத்து நாட்டி லெல்லாம்
தாழ்வுற்று வறுமை மிஞ்சி விடுதலை தவறிக் கெட்டுப்
பாழ்பட்டு நின்ற தாமோர் பாரத தேசந் தன்னை
வாழ்விக்க வந்த காந்தி மஹாத்மா! நீ வாழ்க! வாழ்க! 1

அடிமைவாழ் வகன்றிந் நாட்டார் விடுதலை யார்ந்து, செல்வம்,
குடிமையி னுயர்வு, கல்வி, ஞானமும் கூடி யோங்கிப்
படிமிசைத் தலைமை யெய்தும் படிக்கொரு சூழ்ச்சி செய்தாய்!
முடிவிலாக் கீர்த்தி பெற்றாய்! புவிக்குளே முதன்மை யுற்றாய்!

வேறு

கொடியவெந் நாக பாசத்தை மாற்ற
மூலிகை கொணர்ந்தவன் என்கோ?
இடிமின்னல் தாங்கும் குடைசெய்தான் என்கோ?
என்சொலிப் புகழ்வதிங் குனையே?
விடிவிலாத் துன்பஞ் செயும் பராதீன
வெம்பிணி யகற் றிடும் வண்ணம்
படிமிசைப் புதிதாச் சாலவும் எளிதாம்
படிக்கொரு சூழ்ச்சிநீ படைத்தாய்! 3

தன்னுயிர் போலே தனக்கழி வெண்ணும்
பிறனுயிர் தன்னையும் கணித்தல்;
மன்னுயி ரெல்லாம் கடவுளின் வடிவம்
.கடவுளின் மக்களென் றுணர்தல்;
இன்னமெய்ஞ் ஞானத் துணிவினை மற்றாங்கு
இழிபடு போர், கொலை, தண்டம்
பின்னியே கிடக்கும் அரசிய லதனில்
பிணைத்திடத் துணிந்தனை, பெருமான்! 4

பெருங்கொலை வழியாம் போர்வழி இகழ்ந்தாய்;
அதனிலுந் திறன்பெரி துடைத்தாம்
அருங்கலை வாணர் மெய்த்தொண்டர் தங்கள்
அறவழி யென் றுநீ அறிந்தாய்;
நெருங்கிய பயன்சேர்- ‘ஒத்துழை யாமை’
நெறியினால் இந்தியா விற்கு
வருங்கதி கண்டு பகைத்தொழில் மறந்து
வையகம் வாழ்கநல் லறத்தே!

42. குரு கோவிந்தர்

ஆயிரத் தெழுநூற் றைம்பத் தாறு
விக்ரம னாண்டு, வீரருக் கமுதாம்
ஆனந்த புரத்தி லார்ந்தினி திருந்தனன்;
பாஞ்சா லத்துப் படர்தரு சிங்கக்
குலத்தினை வகுத்த குருமணி யாவான்.

ஞானப் பெருங்கடல், நல்லிசைக் கவிஞன்,
வானம்வீழ்ந் துதிரினும் வாள்கொடு தடுக்கும்
வீரர் நாயகன், மேதினி காத்த
குருகோ விந்த சிங்கமாங் கோமகன்,
அவன் திருக் கட்டளை அறிந்துபல் திசையினும்,

பாஞ்சா லத்துறு படைவலோர் நாடொறும்
நாடொறும் வந்து நண்ணுகின் றாரால்,
ஆனந்த புரத்தில் ஆயிர மாயிரம்
வீரர்கள் குருவின் விருப்பினைத் தெரிவான்
கூடிவந் தெய்தினர், கொழுபொழி லினங்களும்

புன்னகை புனைந்த புதுமலர்த் தொகுதியும்
பைந்நிறம் விரிந்த பழனக் காட்சியும்,
‘நல்வர வாகுக நம்மனோர் வரவு’ என்று
ஆசிகள் கூறி ஆர்ப்பன போன்ற
புண்ணிய நாளிற் புகழ்வளர் குரவன்

திருமொழி கேட்கச் செறிந்தனர் சீடர்கள்,
"யாதவன் கூறும்? என்னெமக் கருளும்?
எப்பணி விதித்தெமது ஏழேழ் பிறவியும்
இன்புடைத் தாக்கும்?" எனப்பல கருதி,
மாலோன் திருமுனர் வந்துகண் ணுயர்த்தே

ஆக்கினை தெரிவான் ஆவலொடு துடிக்கும்
தேவரை யொத்தனர், திடுக்கெனப் பீடத்து
ஏறிநின் றதுகாண்! இளமையும் திறலும்
ஆதிபத் தகைமையும் அமைந்ததோர் உருவம்
விழிகளில் தெய்வப் பெருங்கனல் வீசிட

திருமுடி சூழ்ந்தோர் தேசுகாத் திருப்ப,
தூக்கிய கரத்தில் சுடருமிழ்ந் திருந்தது
கூறநா நடுங்குமோர் கொற்றக் கூர்வாள்.
எண்ணிலா வீரர் இவ்வுரு நோக்கி,
வான்நின் றிறங்கிய மாந்திரி கன்முனர்ச்

சிங்கக் கூட்டம் திகைத்திருந் தாங்கு
மோனமுற் றடங்கி முடிவணங் கினரால்,
வாள்நுனி காட்டி மாட்சியார் குரவன்
திருவுள நோக்கஞ் செப்புவன், தெய்வச்
சேயிதழசைவுறச் சினந்தோர் எரிமலை

குமுறுதல் போல்வெளிக் கொண்டன திருமொழி;
'வாளிதை மனிதர் மார்பிடைக் குளிப்ப
விரும்புகின் றேன்யான்; தீர்கிலா விடாய்கொள்
தருமத் தெய்வந் தான்பல குருதிப்
பலிவிழை கின்றதால்; பக்தர்காள்! நும்மிடை

நெஞ்சினைக் கிழித்து நிலமிசை யுதிரம்
வீழ்த்தித் தேவியின் விடாயினைத் தவிர்ப்ப
யார்வரு கின்றீர்!" என்னலும் சீடர்கள்
நடுங்கியோர் கணம்வரை நாவெழா திருந்தனர்.
கம்மென ஓர்சிறு கணங்கழி வுற்றது.

ஆங்கிருந் தார்பல் லாயிர ருள்ளொரு
வீரன்முன் வந்து விளம்புவான் இஃதே;
"குருமணி! நின்னொரு கொற்றவாள் கிழிப்ப
விடாயறாத் தருமம் மேம்படு தெய்வதத்து
இரையென மாய்வன் ஏற்றருள் புரிகவே!"

புன்னகை மலர்ந்தது புனித நல் வதனம்
கோயிலுள் அவனைக் குரவர்கோன் கொடுசெல,
மற்றதன் நின்றோர் மடுவின்வந் தாலெனக்
குருதிநீர் பாயக் குழாத்தினர் கண்டனர்.
பார்மின்? சற்குரு பளீரெனக் கோயிலின்

வெளிப்போந் தாங்கு மேவினோர் முன்னம்
முதற்பலி முடித்து முகமலர்ந் தோனாய்
மின்னெனப் பாய்ந்து மீண்டுவந் துற்றனன்.
மீண்டுமவ் வுதிரவாள் விண்வழி தூக்கிப்
பின்வரு மொழிகள் பேசுவன் குரவர்கோன்;

"மானுடர் நெஞ்சிலிவ் வாளினைப் பதிக்கச்
சித்தம்நான் கொண்டேன்; தேவிதான் பின்னுமோர்
பலிகேட் கின்றாள் பக்தர்காள்! நும்முளே
இன்னும் இங் கொருவன் இரத்தமே தந்துஇக்
காளியைத் தாகங் கழித்திடத் துணிவோன்.

எவனுளன்?" எனலும் இன்னுமோர் துணிவுடை
வீரன்முன் நின்று விருப்பினை உணர்த்தினன்.
இவனையுங் கோயிலுள் இனிதழைத் தேகி
இரண்டாம் பலிமுடித் தீண்டினன் குரவன்;
குருதியைக் கண்டு குழாத்தினர் நடுங்கினர்.

இங்ஙன மீண்டுமே இயற்றிப்
பலியோ ரைந்து பரமனங் களித்தனன்.

*   *   *

அறத்தினைத் தமதோ ரறிவினாற் கொண்ட
மட்டிலே மானிடர் மாண்பெற லாகார்,
அறமது தழைப்ப நெஞ்சகம் காட்டி
வாட்குத்து ஏற்று மாய்பவர் பெரியோர்
அவரே மெய்ம்மையோர்; முத்தரும் அவரே.
தோன்றுநூ றாயிரம் தொண்டர் தம்முளே
அத்தகை நல்லரை அறிகுதல் வேண்டியே
தண்ணருட் கடலாந் தகவுயர் குரவன்

கொடுமைசேர் சோதனை புரிந்திடல் குறித்தனன்;
அன்பின் மிகையால் ஆருயிர் நல்குவோர்
ஐவரைக் கண்டபின் அவ்விய லுடையார்
எண்ணில ருளரெனத் துணிந்து இன்பு எய்தினன்.
வெய்யசெங் குருதியின் வீழ்ந்துதா மிறந்து

சொர்க்கமுற் றாரெனத் தொண்டர்கொண்டிருக்கும்
ஐந்துநன் மணியெனும் ஐந்துமுத் தரையும்
கோயிலு ளிருந்துபே ரவைமுனர்க் கொணர்ந்தான்!
ஆர்த்தனர் தொண்டர்! அருவியப் பெய்தினர்!
விழிகளைத் துளைத்து மீளவும் நோக்கினர்!

"ஜயஜய குருமணி ஜயகுரு சிங்கம்!"
எனப்பல வாழிகள் இசைத்தனர். ஆடினர்
அப்போழ் தின்னருள் அவதரித் தனையான்.
நற்சுடர்ப் பரிதி நகைபுரிந் தாங்கு
குறுநகை புரிந்து குறையறு முத்தர்

ஐவர்கள் தம்மையும் அகமுறத் தழுவி
ஆசிகள் கூறி அவையினை நோக்கிக்
கடல்முழக் கென்ன முழங்கவன் காணீர்.
"காளியும் நமது கனகநன் னாட்டுத்
தேவியும் ஒன்றெனத் தேர்ந்தநல் அன்பர்காள்!

நடுக்கம் நீரெய்த நான்ஐம் முறையும்
பலியிடச் சென்றது, பாவனை மன்ற
என்கரத் தாற்கொலோ நும்முயி ரெடுப்பன்?
ஐம்முறை தானும் அன்பரை மறைத்து நும்
நெஞ்சகச் சோதனை நிகழ்த்தினன் யானே!   110

தாய்மணி நாட்டின் உண்மைத் தனயர்நீர்
என்பது தெளிந்தேன். என்கர வாளால்
அறுத்ததுஇங்கு இன்றுஐந் தாடுகள் காண்பீர்;
சோதனை வழியினுந் துணிவினைக் கண்டேன்;
களித்ததென் நெஞ்சம்; கழிந்தன கவலைகள்   115

குருகோ விந்தன் கொண்டதோர் தருமம்
'சீடர்தம் மார்க்கம்' எனப்புகழ் சிறந்தது
இன்றும்அம் மார்க்கத் திருப்பவர் தம்பெயர்
'காலசா' என்ப. 'காலசா' எனுமொழி
முத்தர்தம் சங்க முறையெனும் பொருளது   120

முத்தர்தம் சபைக்கு மூலர்க ளாகமற்று
ஐவரன் னோர்தமை அருளினன் ஆரியன்.
சமைந்தது 'காலசா' எனும்பெயர்ச் சங்கம்.
பாரத மென்ற பழம்பெரு நாட்டினர்,
ஆவிதேய்ந் தழிந்திலர், ஆண்மையிற் குறைந்திலர், 125

வீரமுஞ் சிரத்தையும் வீந்தில ரென்று
புவியினோர் அறியப் புரிந்தனன் முனிவன்.
அந்நாள் முகுந்தன் அவதரித் தாங்கு,ஓர்
தெய்விகத் தலைவன் சீருறத் தோன்றி
மண்மா சகன்ற வான்படு சொற்களால்   130

எழுப்பிடும் காலை, இறந்துதான் கிடக்கிலள்.
இளமையும் துணிவும் இசைந்துநம் அன்னை;
சாதியின் மானந் தாங்கமுற் படுவெளென்று
உலகினோர ரறிவிடை யுறுத்தினன் முனிவன்.
ஐம்பெரும் பூதத் தகிலமே சமைத்த   135

முன்னவ னொப்ப முனிவனும் ஐந்து
சீடர்கள் மூலமாத் தேசுறு பாரதச்
சாதியை வகுத்தனன், தழைத்தது தருமம்
கொடுங்கோல் பற்றிய புன்கை குரிசிலர்
நடுங்குவ ராயினர்; நகைத்தனள் சுதந்திரை   140

ஆயிரத் தெழுநூற் றைம்பத் தாறு
விக்கிர மார்க்க னாண்டி னில், வியன்புகழ்க்
குருகோ விந்தன் கொற்றமார் சீடரைக்
கூட்டியே தெய்வக் கொலுவொன் றமைத்தனன்.
காண்டற் கரிய காட்சி! கவின்திகழ்   145

அரியா தனத்தில் அமர்ந்தனன் முனிவர்கோன்
சூழ்ந்திருந் தனர், உயிர்த் தொண்டர்தாம் ஐவரும்;
தன்திருக் கரத்தால் ஆடைகள் சார்த்தி
மாலைகள் சூட்டி மதிப்புற இருத்திக்
கண்மணி போன்றார் இவர்மேற் கனிந்து   150

குழைவுற வாழ்த்திக் குழாத்தினை நோக்கி,
காண்டிரோ! முதலாங் "காலசா" என்றனன்;
நாடும் தருமமும் நன்கிதிற் காப்பான்
அமைந்ததிச் சங்கம் அறிமின்நீர் என்றான்.
அருகினி லோடிய ஆற்றலில்நின் றையன்   155

இரும்புச் சிறுகலத் தின்னீர் கொணர்ந்து
வாள்முனை கொண்டு மற்றதைக் கலக்கி
மந்திர மோதினன், மனத்தினை யடக்கிச்
சித்தமே முழுதுஞ் சிவத்திடை யாக்கிச்
சபமுரைத் திட்டான். சயப்பெருந் திரு. அக்   160

கொலுமுனர் வந்து குதித்துநின் றிட்டாள்.
ஆற்றுநீர் தனையோ அடித்ததத் திருவாள்
அயர்ந்துபோய் நின்ற அரும்புகழ் பாரதச்
சாதியின் திறல்கள் தம்மையே இயக்கி
நல்லுயிர் நல்கினன், நாடெலாம் இயங்கின.   165

தவமுடை ஐவரைத் தன்முனர் நிறுத்தி
மந்திர நீரை மாசறத் தெளித்து
அருள்மய மாகி அவர்விழி தீண்டினன்;
பார்மினோ உலகீர்! பரமனங் கரத்தால்
அவர்விழி தீண்டிய அக்கணத் தன்றே

நாடனைத் திற்கும் நல்வழி திறந்தது!
சீடர்க ளனைவருந் தீட்சையிஃ தடைந்தனர்.
ஐயன் சொல்வான்; "அன்பர்காள்! நீவிர்
செய்திடப் பெற்ற தீட்சையின் நாமம்
'அமிர்தம்'என் றறிமின் 'அரும்பே றாம்இது

பெற்றார் யாவரும் பேரருள் பெற்றார்,
நுமக்கினித் தருமம் நுவன்றிடக் கேண்மின்,
ஒன்றாம் கடவுள், உலகிடைத் தோன்றிய
மானிட ரெல்லாஞ் சோதரர்; மானிடர்
சமத்துவ முடையார்; சுதந்திரஞ் சார்ந்தவர்

சீடர்காள்! குலத்தினும் செயலினும் அனைத்தினும்
இக்கணந் தொட்டுநீர் யாவரும் ஒன்றே,
பிரிவுகள் துடைப்பீர்! பிரிதலே சாதல்,
ஆரியர் சாதியுள் ஆயிரஞ் சாதி
வகுப்பவர் வகுத்து மாய்க, அனைவரும்

தருமம், கடவுள், சத்தியம், சுதந்திரம்
என்பவை போற்ற எழுந்திடும் வீரச்
சாதியொன் றனையே சார்ந்தோ ராவீர்
அநீதியும், கொடுமையும் அழித்திடுஞ் சாதி;
மழித்திட லறியா வன்முகச் சாதி;

இரும்புமுத் திரையும் இறுகிய கச்சையும்
கையினில் வாளும் கழன்றிடாச் சாதி;
சோதர நட்புத் தொடர்ந்திடு சாதி;
அரசன் இல்லாது தெய்வமே யரசா
மானிடர் துணைவரா மறமே பகையாக்

குடியர சியற்றுங் கொள்கையார் சாதி;
அறத்தினை வெறுக்கிலீர்! மறத்தினைப் பொறுக்கிலீர்!
தாய்த்திரு நாட்டைச் சந்ததம் போற்றிப்
புகழொடு வாழ்மின்! புகழொடு வாழ்மின்;
என்றுரைத் தையன் இன்புற வாழ்த்தினன்;

அவனடி போற்றி ஆர்த்தனர் சீடர்கள்;
குருகோ விந்தக் கோமகன் நாட்டிய
கொடிஉயர்ந் தசையக் குவலயம் புகழ்ந்தது;
ஆடி மாய்ந்தது அரங்கசீப் ஆட்சி

43. தாதாபாய் நவுரோஜி

முன்னாளில் இராமபிரான் கோதமனா
        தியபுதல்வர் முறையில் நின்று
பன்னாடு முடிவணங்கத் தலைமைநிறுத்
        தியஎமது பரத கண்ட
மின்னாள்இங் கிந்நாளின் முதியோளாய்ப்
        பிறரெள்ள வீழ்ந்த காலை
அன்னாளைத் துயர்தவிர்ப்பான் முயல்வர்சில
        மக்களவ ரடிகள் சூழ்வாம். 1

அவ்வறிஞ ரனைவோர்க்கும் முதல்வனாம்
        மைந்தன், தன் அன்னை கண்ணீர்
எவ்வகையி னுந்துடைப்பேன் இன்றேலென்
        உயிர்துடைப்பேன் என்னப் போந்து,
யௌவனநாள் முதற்கொ டுதான்
        எண்பதின்மேல் வயதுற்ற இன்றுகாறும்
செவ்வியுறத் தனதுடலம் பொருளாவி
        யானுழைப்புத் தீர்த லில்லான். 2

கல்வியைப்போல் அறிவும், அறி வினைப்போலக்
கருணையும்,அக் கருணை போலப்
பல்விதவூக் கங்கள்செயுந் திறனுமொரு
நிகரின்றிப் படைத்த வீரன்,
வில்விறலாற் போர்செய்தல் பயனிலதாம்
என அதனை வெறுத்தே உண்மைச்
சொல்விறலாற் போர்செய்வோன் பிறர்க்கன்றித்
தனக்குழையாத் துறவி யாவோன். 3

மாதாவாய் விட்டலற அதைச்சிறிதும்
மதியாதே வாணாள் போக்கும்
தீதாவார் வரினுமவர்க் கினியசொலி
நன்குணர்த்துஞ் செவ்வி யாளன்,
வேதாவா யினுமவனுக் கஞ்சாமே
உண்மைநெறி விரிப்போன் எங்கள்
தாதாவாய் விளங்குறுநல் தாதாபாய்
நவுரோஜி சரணம் வாழ்க! 4

எண்பஃதாண் டிருந்தஅவன் இனிப்பல்லாண்டு
இருந்தெம்மை இனிது காக்க!
பண்பல்ல நமக்கிழைப்போர் அறிவுதிருந்
துக!எமது பரத நாட்டுப்
பெண்பல்லார் வயிற்றினுமந் நவுரோஜி
போற்புதல்வர் பிறந்து வாழ்க!
விண்புல்லு மீன்களௌன அவனன்னார்
எவ்வயினும் மிகுக மன்னோ! 5

44. பூபேந்திரர் விஜயம்

பாபேந்திரியஞ் செறுத்த எங்கள்
விவேகானந்தப் பரமன் ஞான
ரூபேந்திரன் தனக்குப் பின்வந்தோன்
விண்ணவர்த முலகை யாள்ப்ர

தாபேந்திரன் கோப முறினுமதற்கு
    அஞ்சிய றந் தவிர்கி லாதான்
பூபேந்திரப் பெயரோன் பாரதநாட்
    டிற்கடிமை பூண்டு வாழ்வோன்   1

வீழ்த்தல்பெ றத்தருமமெலாம், மறமனைத்துங்
    கிளைத்துவர, மேலோர் தம்மைத்
தாழ்த்ததமர் முன்னோங்க நிலைபுரண்டு
    பாதகமே ததும்பி நிற்கும்
பாழ்த்தகலி யுகஞ்சென்று மற்றொருகம்
    அருகில்வரும் பான்மை தோன்றக்
காழ்த்த மன வீரமுடன் யுகாந்தரத்தின்
    நிலையினிது காட்டி நின்றான்   2

மண்ணாளு மன்னரவன் தனைச்சிறைசெய்
    திட்டாலும் மாந்த ரெல்லாம்
கண்ணாகக் கருதியவன் புகழோதி
    வாழ்த்திமனங் களிக்கின் றாரால்;
எண்ணாது நற்பொருளைத் தீதென்பார்
    சிலருலகில் இருப்ப ரன்றே?
விண்ணாரும் பரிதியொளி வெறுத்தொருபுள்
    இருளினிது விரும்பல் போன்றே!   3

இன்னாத பிறர்க்கெண்ணான் பாரதநாட்
    டிற்கிரங்கி இதயம் நைவான்
ஒன்னாரென் றெவருமிலான் உலகனைத்தும்
    ஒருயிரென் றுணர்ந்த ஞானி,
அன்னானைச் சிறைப்படுத்தார் மேலோர்தம்
    பெருமையெதும் அறிகி லாதார்.
முன்னாளில் துன்பின்றி இன்பம்வரா
    தெனப்பெரியோர் மொழிந்தா ரன்றே!

45. வாழ்க திலகன் நாமம்

பல்லவி

வாழ்க திலகன் நாமம்! வாழ்க! வாழ்கவே!
வீழ்க கொடுங் கோன்மை! வீழ்க! வீழ்கவே!

சரணங்கள்

1. நாலுதிசையும் ஸ்வாதந்தர்ய நாதம் எழுகவே!
நரக மொத்த அடிமை வாழ்வு நைந்து கழிகவே!
ஏலுமனிதர் அறிவை யடர்க்கும் இருள் அழிகவே!
எந்த நாளும் உலக மீதில் அச்சம் ஒழிகவே!
(வாழ்க)

2. கல்வி யென்னும் வலிமை கொண்ட
கோட்டை கட்டினான்-நல்ல
கருத்தினா லதனைச் சூழ்ந்தொ
ரகழி வெட்டினான்
சொல்விளக்க மென்றதனிடைக்
கோயி லாக்கினான்
ஸ்வாதந் தர்ய மென்றதன்மேற்
கொடியைத் தூக்கினான். (வாழ்க)

3. துன்பமென்னும் கடலைக் கடக்குந்
தோணி யவன்பெயர்
சோர்வென்னும் பேயை யோட்டுஞ்
சூழ்ச்சி யவன்பெயர்
அன்பெனுந்தேன் ஊறித் ததும்பும்
புதுமலர் அவன்பேர்
ஆண்மையென்னும் பொருளைக் காட்டும்
அறிகுறி யவன்பேர். (வாழ்க)

46. திலகர் முனிவர் கோன்

நாமகட்குப் பெருந்தொண் டியற்றிப்பல்
    நாட்டினோர்தம் கலையிலும் அவ்வவர்
தாமகத்து வியப்பப் பயின்றொரு
    சாத்திரக்கட லென்ன விளங்குவோன்;
மாமகட்குப் பிறப்பிட மாகமுன்
    வாழ்ந்திந்நாளில் வறண்டயர் பாரதப்
பூமகட்கு மனந்துடித் தேயிவள்
    புன்மைபோக்குவல் என்ற விரதமே.   1

நெஞ்சகத்தோர் கணத்திலும் நீங்கிலான்
    நீதமேயோர் உருவெனத் தோன்றினோன்;
வஞ்சகத்தைப் பகையெனக் கொண்டதை
    மாய்க்குமாறு மனதிற் கொதிக்கின்றோன்;
துஞ்சுமட்டுமிப் பாரத நாட்டிற்கே
    தொண்டிழைக்கத் துணிந்தவர் யாவரும்
அஞ்செழுத்தினைச் சைவர் மொழிதல்போல்
    அன்பொடோதும் பெயருடை யாரியன்   2

வீரமிக்க மராட்டியர் ஆதரம்
    மேவிப் பாரத தேவி திருநுதல்
ஆர வைத்த திலக மெனத்திகழ்
    ஐயன்நல்லிசைப் பாலகங் காதரன்
சேரலர்க்கு நினைக்கவுந் தீயென
    நின்ற எங்கள் திலக முனிவர்கோன்
சீரடிக்கம லத்தினை வாழ்த்துவேன்
    சிந்தைதூய்மை பெறுகெனச் சிந்தித்தே.   3

47. லாஜபதி

விண்ணகத்தே இரவிதனை வைத்தாலும்
அதன்கதிர்கள் விரைந்து வந்து
கண்ணகத்தே ஒளிதருதல் காண்கிலமோ?
நின்னையவர் கனன்றுஇந் நாட்டு
மண்ணகத்தே வாழாது புறஞ்செய்தும்
யாங்களெலாம் மறக்கொ ணாதுஎம்
எண்ணகத்தே, லாஜபதி! இடையின்றி
நீ வளர்தற் கென்செய் வாரே? 1

ஒருமனிதன் தனைப்பற்றிப் பலநாடு
கடத்தியவற் கூறு செய்தல்
அருமையிலை, எளிதினவர் புரிந்திட்டா
ரென்றிடினும், அந்த மேலோன்
பெருமையைநன் கறிந்தவனைத் தெய்வமென
நெஞ்சினுளே பெட்பிற் பேணி
வருமனிதர் எண்ண ற்றார் இவரையெலாம்
ஒட்டியெவர் வாழ்வ திங்கே? 2

பேரன்பு செய்தாரில் யாவரே
பெருந்துயரம் பிழைத்து நின்றார்?
ஆரன்பு நாரணன்பால் இரணியன்சேய்
செய்ததினால் அவனுக் குற்ற
கோரங்கள் சொலத்தகுமோ? பாரதநாட்
டிற்பக்தி குலவி வாழும்
வீரங்கொள் மனமுடையார் கொடுந்துயரம்
பலஅடைதல் வியத்தற் கொன்றோ?' 3

48. லாஜபதியின் பிரலாபம்

கண்ணிகள்

நாடிழந்து மக்களையும் நல்லாளை யும்பிரிந்து
வீடிழந்திங் குற்றேன் விதியினையென் சொல்கேனே?1
வேதமுனி போன்றார் விருத்தரா மெந்தையிரு
பாதமலர் கண்டு பரவப் பெறுவேனோ? 2
ஆசைக் குமரன் அருச்சுனனைப் போல்வான்தன்
மாசற்ற ஜோதி வதனமினிக் காண்பேனோ? 3
அன்றிலைப்போன் றென்னை அரைக்கணமே னும்பிரிந்தால்
குன்றிமனஞ் சோர்வாளிக் கோலம் பொறுப்பாளோ? 4
வீடும் உறவும் வெறுத்தாலும் என்னருமை
நாடு பிரிந்த நலிவினுக்கென் செய்கேனே? 5
ஆதிமறை தோன்றியநல் ஆரியநா டெந்நாளும்
நீதிமறை வின்றி நிலைத்த திருநாடு 6
சிந்துவெனுந் தெய்வத் திருநதியும் மற்றதிற்சேர்
ஐந்துமணி யாறும் அளிக்கும் புனல்நாடு. 7
ஐம்புலனை வென்ற அறவோர்க்கும் மாற்றலர்தம்
வெம்புலனை வென்றஎண்ணில் வீரருக்குந் தாய்நாடு. 8
நல்லறத்தை நாட்டுதற்கு நம்பெருமான் கௌரவராம்
புல்லரைச்செற் றாழ்த்த புனிதப் பெருநாடு. 9
கல்நாணுந் திண்தோட் களவீரன் பார்த்தனொரு
வில்நா ணொலிகேட்ட மேன்மைத் திருநாடு 10
கன்ன னிருந்த கருணைநிலம், தர்மனெனும்
மன்னன் அறங்கள் வளர்த்த புகழ்நாடு 11
ஆரியர்தம் தர்மநிலை ஆதரிப்பான் வீட்டுமனார்
நாரியர்தங் காதல் துறந்திருந்த நன்னாடு. 12
வீமன் வளர்ந்த விறல்நாடு, வில்அசுவத்
தாம னிருந்து சமர்புரிந்த வீரநிலம் 13
சீக்கிரெனும் எங்கள் விறற் சிங்கங்கள் வாழ்தருநல்
ஆக்கமுயர் குன்றம் அடர்ந்திருக்கும் பொன்னாடு. 14

ஆரியர் பாழாகா தருமறையின் உண்மைதந்த
சீரியர் மெய்ஞ்ஞான தயாநந்தர் திருநாடு 15
என்ன ருமைப் பாஞ்சாலம் என்றேனும் காண்பேனோ?
பன்னரிய துன்பம் படர்ந்திங்கே மாய்வேனோ? 16
ஏதெல்லாம் பாரதத்தே இந்நாள் நடப்பனவோ?
ஏதெல்லாம் யான றியாது என்மனிதர் பட்டனரோ? 17
என்னை நினைந்தும் இரங்குவரோ? அல்லாது
பின்னைத் துயர்களிலென் பேரும்மறந் திட்டாரோ? 18
தொண்டுபட்டு வாடுமென்தன் தூய பெருநாட்டில்
கொண்டுவிட்டங் கென்னையுடன் கொன்றாலும்
இன்புறுவேன். 19
எத்தனை ஜன்மங்கள் இருட்சிறையி லிட்டாலும்
தத்துபுனற் பாஞ்சாலந் தனில்வைத்தால் வாடுகிலேன்.20

49. வ.உ.சி. க்கு வாழ்த்து

வேளாளன் சிறைபுகுந்தான் தமிழகத்தார்
மன்னனென மீண்டான் என்றே
கேளாத கதைவிரைவிற் கேட்பாய்நீ,
வருந்தலைஎன் கேண்மைக் கோவே!
தாளாண்மை சிறிதுகொலோ யாம்புரிவேம்
நீஇறைக்குத் தவங்கள் ஆற்றி,
வாளாண்மை நின்துணைவர் பெறுகெனவே
வாழ்த்துதிநீ வாழ்தி! வாழ்தி!

6. பிறநாடுகள்

50. மாஜினியின் சபதம்

பொருட் கடவுள் திருவடி யாணை,
பிறப்பளித் தெமையெலாம் புரக்கும்
தாரணி விளக்காம் என்னரு நாட்டின்
தவப்பெய ரதன் மிசை யாணை.
பாரவெந் துயர்கள் தாய்த்திரு நாட்டின்
பணிக்கெனப் பல்விதத் துழன்ற
வீரர், நம்நாடு வாழ்கென வீழ்ந்த
விழுமியோர் திருப்பெய ராணை. 1

ஈசனிங் கெனக்கும் என்னுடன் பிறந்தோர்
யாவர்க்கும் இயற்கையின் அளித்த
தேசமின் புறுவான் எனக்கவன் பணித்த
சீருய ரறங்களி னாணை.
மாசறு மென்நற் றாயினைப் பயந்தென்
வழிக்கெலாம் உறையுளாம் நாட்டின்
ஆசையிங் கெவர்க்கும் இயற்கையா மன்றோ?
அத்தகை யன்பின்மீ தாணை. 2

தீயன புரிதல், முறைதவி ருடைமை,
செம்மைதீர் அரசியல் அநீதி
ஆயவற்றென்னெஞ் சியற்கையின் எய்தும்
அரும்பகை யதன்மிசை யாணை
தேயமொன் றற்றேன் நற்குடிக் குரிய
உரிமைகள் சிறிதெனு மில்லேன்
தூயசீ ருடைத்தாம் சுதந்திரத் துவசம்
துளங்கிலா நாட்டிடைப் பிறந்தேன் 3

மற்றைநாட் டவர்முன் நின்றிடும் போழ்து
    மண்டுமென் வெட்கத்தி னாணை.
முற்றியவீடு பெறற்கெனப் படைப்புற்று
    அச்செயல் முடித்திட வலிமை
அற்றதா மறுகும் என்னுயிர்க் கதனில்
    ஆர்ந்தபே ராவலி னாணை,
நற்றவம் புரியப் பிறந்த தாயினுமிந்
    நலனறு மடிமையின் குணத்தால்   4

வலியிழந் திருக்கும் என்னுயிர்க் கதன்கண்
    வளர்ந்திடும் ஆசைமீ தாணை.
மலிவுறு சிறப்பின் எம்முடை முன்னோர்
    மாண்பதன் நினைவின்மீ தாணை.
மெலிவுடன் இந்நாள் யாங்கள் வீழ்ந்திருக்கும்
    வீழ்ச்சியி னுணர்ச்சிமீ தாணை.
பொலிவுறு புதல்வர் தூக்கினி லிறந்தும்
    புன்சிறைக் களத்திடை யழிந்தும்   5

வேற்று நாடுகளில் அவர்துரத் துண்டும்
    மெய்குலைந் திறந்துமே படுதல்
ஆற்றகி லாராய் எம்மரு நாட்டின்
    அன்னைமார் அழுங்கணீ ராணை.
மாற்றல ரெங்கள் கோடியர்க் கிழைக்கும்
    வகுக்கொணாத் துயர்களி னாணை.
ஏற்ற இவ்வாணை யனைத்துமேற் கொண்டே
    யான்செயுஞ் சபதங்கள் இவையே;   6

கடவுளிந் நாட்டிற் கீந்ததோர் புனிதக்
    கட்டளை தன்னினும்அதனைத்
திடனுற நிறுவ முயலுதல் மற்றித்
    தேசத்தே பிறந்தவர்க் கெல்லாம்
உடனுறு கடமை யாகுமென் பதினும்
    ஊன்றிய நம்புதல் கொண்டும்.
தடநில மிசையோர் சாதியை இறைவன்
    சமைக்கெனப் பணிப்பனேல் அதுதான்.   7

சமைதலுக் குரிய திறமையும் அதற்குத்
தந்துள னென்பதை யறிந்தும்,
அமையுமத் திறமை ஜனங்களைச் சாரும்
அன்னவர் தமக்கெனத் தாமே
தமையல தெவர்கள் துணையு மில்லாது
தம்அருந் திறமையைச் செலுத்தல்
சுமையெனப் பொறுப்பின் செயத்தினுக் கதுவே
சூழ்ச்சியாம் என்பதை யறிந்தும் 8

கருமமும் சொந்த நலத்தினைச் சிறிதும்
கருதிடா தளித்தலுந் தானே
தருமமாம் என்றும், ஒற்றுமை யோடு
தளர்விலாச் சிந்தனை கொளலே
பெருமைகொள் வலியாம் என்றுமே மனத்திற்
பெயர்ந்திடா உறுதிமேற் கொண்டும்,
அருமைசால் சபதம் இவைபுரி கின்றேன்
ஆணைகளனைத்து முற்கொண்டே 9

என்னுட னொத்த தருமத்தை யேற்றார்.
இயைந்த இவ் 'வாலிபர் சபை'க்கே
தன்னுடல், பொருளும், ஆவியு மெல்லாம்
தத்தமா வழங்கினேன், எங்கள்
பொன்னுயர் நாட்டை ஒற்றுமை யுடைத்தாய்ச்
சுதந்திரம் பூண்டது வாகி
இன்னுமோர் நாட்டின் சார்பில தாகிக்
குடியர சியன் றதா யிலக, 10

இவருடன் யானும் இணங்கியே யென்றும்
இதுவலாற் பிறதொழில் இலனாய்த்
தவமுறு முயற்சி செய்திடக் கடவேன்.
சந்ததஞ் சொல்லினால், எழுத்தால்,
அவமறு செய்கை யதனினால், இயலும்
அளவெலாம் எம்மவ ரிந்த
நவமுறு சபையி னொருபெருங் கருத்தை
நன்கிதின் அறிந்திடப் புரிவேன். 11

உயரும் இந்நோக்கம் நிறைவுற 'இணக்கம்'
ஒன்றுதான் மார்க்கமென் பதுவும்,
செயம்நிலை யாகச் செய்திடற் கறமே
சிறந்ததோர் மார்க்க மென்பதுவும்,
பெயர்வற எங்கள் நாட்டினர் மனத்திற்
பேணுமா றியற்றிடக் கடவேன்;
அயலொரு சபையி லின்றுதோ றென்றும்
அமைந்திடா திருந்திடக் கடவேன். 12

எங்கள் நாட் டொருமை என்னொடுங் குறிக்கும்
இச்சபைத் தலைவரா யிருப்போர்
தங்களாக் கினைக ளனைத்தையும் பணிந்து
தலைக்கொளற் கென்றுமே கடவேன்;
இங்கெனது ஆவி மாய்ந்திடு மேனும்
இவர்பணி வெளியிடா திருப்பேன்;
துங்கமார் செயலாற் போதனை யாலும்
இயன்றிடுந் துணையிவர்க் களிப்பேன். 13

இன்றும் எந்நாளும் இவைசெயத் தவறேன்;
மெய்யிது, மெய்யிது, இவற்றை
என்றுமே தவறி யிழைப்பனேல் என்னை
ஈசனார் நாசமே புரிக;
அன்றியும் மக்கள் வெறுத்தெனை இகழ்க;
அசத்தியப் பாதகஞ் சூழ்க;
நின்றதீ யெழுவாய் நரகத்தின் வீழ்ந்து
நித்தம்யா னுழலுக மன்னோ! 14

வேறு

பேசி நின்ற பெரும்பிர திக்கினை
மாசி லாது நிறைவுறும் வண்ணமே
ஆசி கூறியருளுக! ஏழையேற்கு
ஈசன் என்றும் இதயத் திலகியே. 15

51. பெல்ஜியத்திற்கு வாழ்த்து

அறத்தினால் வீழ்ந்து விட்டாய்!
அன்னியன் வலிய னாகி
மறத்தினால் வந்து செய்த
வன்மையைப் பொறுத்தல் செய்வாய்:
முறத்தினாற் புலியைத் தாக்கும்
மொய்வரைக் குறப்பெண் போலத்
திறத்தினால் எளியை யாகிச்
செய்கையால் உயர்ந்து நின்றாய்! 1

வண்மையால் வீழ்ந்து விட்டாய்!
வாரிபோற் பகைவன் சேனை
திண்மையோடு அடர்க்கும் போதில்
சிந்தனை மெலித லின்றி
ஒண்மைசேர் புகழே மேலென்று
உளத்திலே உறுதி கொண்டாய்;
உண்மைதேர் கோல நாட்டார்
உரிமையைக் காத்து நின்றாய்! 2

மானத்தால் வீழ்ந்து விட்டாய்!
மதிப்பிலாப் பகைவர் வேந்தன்
வானத்தாற் பெருமை கொண்ட
வலிமைதான் உடைய னேனும்.
ஊனத்தால் உள்ள மஞ்சி
ஒதுங்கிட மனமொவ் வாமல்
ஆனத்தைச் செய்வோ மென்றே
அவன்வழி யெதிர்த்து நின்றாய்! 3

வீரத்தால் வீழ்ந்து விட்டாய்!
மேல்வரை யுருளுங் காலை
ஓரத்தே ஒதுங்கித் தன்னை
ஒளித்திட மனமொவ் வாமல்,

பாரத்தை எளிதாக் கொண்டாய்;
    பாம்பினைப் புழுவே யென்றாய்;
நேரத்தே பகைவன் றன்னை
    'நில்'லென முனைந்து நின்றாய்   4

துணிவினால் வீழ்ந்து விட்டாய்!
    தொகையிலாப் படைக ளோடும்
பிணிவளர் செருக்கி னோடும்
    பெரும்பகை எதிர்த்த போது
பணிவது கருத மாட்டாய்;
    பதுங்குதல் பயனென் றெண்ணாய்;
தணிவதை நினைக்க மாட்டாய்
    'நில்'லெனத் தடுத்தல் செய்தாய்.   5

வெருளுத லறிவென் றெண்ணாய்;
    விபத்தையோர் பொருட்டாக் கொள்ளாய்;
சுருளலை வெள்ளம் போலத்
    தொகையிலாப் படைகள் கொண்டே
மருளுறு பகைவர் வேந்தன்
    வலிமையாற் புகுந்த வேளை
"உருளுக தலைகள், மானம்
    ஓங்குகெ"ன் றெதிர்த்து நின்றாய்.   6

யாருக்கே பகையென் றாலும்
    யார்மிசை இவன்சென் றாலும்
ஊருக்குள் எல்லை தாண்டி
    உத்தர வெண்ணி டாமல்,

போருக்குக் கோலம் பூண்டு
    புகுந்தவன் செருக்குக் காட்டை
வேருக்கும் இடமில் லாமல்
    வெட்டுவேன் என்று நின்றாய்.   7

வேள்வியில் வீழ்வ தெல்லாம்
வீரமும் புகழும் மிக்கு
மீள்வதுண் டுலகிற் கென்றே
வேதங்கள் விதிக்கும் என்பார்;
ஆள்வினை செய்யும் போதில்
அறத்திலே இளைத்து வீழ்ந்தார்
கேள்வியுண் டுடனே மீளக்
கிளர்ச்சிகொண் டுயிர்த்து வாழ்தல். 8

விளக்கொளி மழுங்கிப் போக
வெயிலொளி தோன்று மட்டும்,
களக்கமா ரிருளின் மூழ்குங்
கனகமா ளிகையு முண்டாம்;
அளக்கருந் தீதுற் றாலும்
அச்சமே யுளத்துக் கொள்ளார்,
துளக்கற ஓங்கி நிற்பர்;
துயருண்டோ துணிவுள் ளோர்க்கே? 9

52. புதிய ருஷியா

ஜார் சக்கரவர்த்தியின் வீழ்ச்சி

மாகாளி பராசக்தி உருசியநாட்
டினிற்கடைக்கண் வைத்தாள், அங்கே
ஆகாவென் றெழுந்ததுபார் யுகப்புரட்சி!
கொடுங்கோலன் அலறி வீழ்ந்தான்;
வாகான தோள்புடைத்தார் வானமரர்;
பேய்களெ லாம் வருந்திக் கண்ணீர்
போகாமற் கண்புகைந்து மடிந்தனவாம்;
வையகத்தீர், புதுமை காணீர்! 1

இரணியன்போ லரசாண்டான் கொடுங்கோலன்
ஜாரெ னும்பே ரிசைந்த பாவி
சரணின்றித் தவித்திட்டார் நல்லோரும்
சான்றோரும்; தருமந் தன்னைத்

திரணமெனக் கருதிவிட்டான் ஜார்மூடன்;
 பொய்சூது தீமையெல்லாம்
அரணியத்திற் பாம்புகள்போல் மலிந்துவளர்ந்
 தோங்கினவே அந்த நாட்டில் 2

உழுதுவிதைத் தறுப்பாருக் குணவில்லை;
 பிணிகள் பல வுண்டு; பொய்யைத்
தொழுதடிமை செய்வார்க்குச் செல்வங்க
 ளுண்டு; உண்மை சொல்வோர்க் கெல்லாம்
எழுதரிய பெருங்கொடுமைச் சிறையுண்டு;
 தூக்குண்டே இறப்ப துண்டு;
முழுதுமொரு பேய்வனமாஞ் சிவேரியிலே
 ஆவிகெட முடிவ துண்டு. 3

இம்என்றால் சிறைவாசம்; ஏனென்றால்
 வனவாசம், இவ்வா றங்கே
செம்மையெலாம் பாழாகிக் கொடுமையே
 அறமாகித் தீர்ந்த போதில்,
அம்மைமனங் கனிந்திட்டாள்; அடிபரவி
 உண்மைசொலும் அடியார் தம்மை
மும்மையிலும் காத்திடுநல் விழியாலே
 நோக்கினாள்; முடிந்தான் காலன். 4

இமயமலை வீழ்ந்ததுபோல் வீழ்ந்துவிட்டான்
 ஜாரரசன்; இவனைச் சூழ்ந்து
சமயமுள படிக்கெல்லாம் பொய்கூறி
 அறங்கொன்று சதிகள் செய்த
சுமடர்சட சடவென்று சரிந்திட்டார்,
 புயற்காற்றுச் சூறை தன்னில்
திமுதிமென மரம் விழுந்து காடெல்லாம்
 விறகான செய்தி போலே! 5

குடிமக்கள் சொன்னபடி குடிவாழ்வு
மேன்மையுறக் குடிமை நீதி
கடியொன்றி லெழுந்ததுபார் குடியரசென்று
உலகறியக் கூறி விட்டார்;
அடிமைக்குத் தளையில்லை யாருமிப்போது
அடிமையில்லை அறிக என்றார்;
இடிபட்ட சுவர்போலே கலிவிழுந்தான்
கிருதயுகம் எழுக மாதோ! 6

53. கரும்புத் தோட்டத்திலே

ஹரிகாம்போதி ஜன்யம்

ராகம்–ஸைந்தவி தாளம்–திஸ்ர சாப்பு

பல்லவி

கரும்புத் தோட்டத்திலே-ஆ!
கரும்புத் தோட்டத்திலே

சரணங்கள்

கரும்புத் தோட்டத்திலே — அவர்
கால்களும் கைகளும் சோர்ந்து விழும்படி
வருந்து கின்றனரே! — ஹிந்து
மாதர்தம் நெஞ்சு கொதித்துக் கொதித்துமெய்
சுருங்கு கின்றனரே! — அவர்
துன்பத்தை நீக்க வழியில்லையோ? ஒரு
மருந்திதற் கிலையோ! — செக்கு
மாடுகள் போலுழைத் தேங்குகின்றார், அந்தக்
(கரும்புத் தோட்டத்திலே) 1

பெண்ணென்று சொல்லிடிலோ — ஒரு
பேயும் இரங்கும் என்பார்; தெய்வமே! நினது
எண்ணம் இரங்காதோ? — அந்த
ஏழைகள் அங்கு சொரியும் கண்ணீர்வெறும்

மண்ணிற் கலந்திடுமோ? — தெற்கு
    மாகட லுக்கு நடுவினிலே, அங்கோர்
கண்ணற்ற தீவினிலே — தனிக்
    காட்டினிற் பெண்கள் புழுங்குகின்றார் — அந்தக்
(கரும்புத் தோட்டத்திலே) 2

நாட்டை நினைப்பாரோ? — எந்த
    நாளினிப் போயதைக் காண்பதென்றே அன்னை
வீட்டை நினைப்பாரோ? — அவர்
    விம்மி விம்மி விம்மி விம்மியழுங் குரல்
கேட்டிருப்பாய் காற்றே! — துன்பக்
    கேணியிலே எங்கள் பெண்க ளழுதசொல்
மீட்டும் உரையாயோ? — அவர்
    விம்மி யழவுந் திறங்கெட்டுப் போயினர்
(கரும்புத் தோட்டத்திலே) 3

நெஞ்சங் குமுறுகிறார் — கற்பு
    நீங்கிடச் செய்யுங் கொடுமையிலே அந்தப்
பஞ்சை மகளிரெல்லாம் — துன்பப்
    பட்டு மடிந்து மடிந்து மடிந்தொரு
தஞ்சமு மில்லாதே — அவர்
    சாகும் வழக்கத்தை இந்தக் கணத்தினில்
மிஞ்ச விடலாமோ! ஹே!
    வீர கராளி, சாமுண்டி, காளீ!

(கரும்புத் தோட்டத்திலே) 4

தெய்வப் பாடல்கள்

1. தோத்திரப் பாடல்கள்

1. விநாயகர் நான்மணி மாலை

வெண்பா

(சக்திபெறும்) பாவாணர் சாற்றுபொருள் யாதெனினும்
சித்திபெறச் செய்வாக்கு வல்லமைக்கா — அத்தனே!
(நின்) தனக்குக் காப்புரைப்பார்; நின்மீது செய்யும்நூல்
இன்றிதற்கும் காப்புநீ யே.   1

கலித்துறை

நீயே சரணம் நினதரு ளேசர ணஞ்சரணம்
நாயேன் பலபிழை செய்து களைத்துனை நாடிவந்தேன்;
வாயே திறவாத மௌனத் திருந்துன் மலரடிக்குத்
தீயே நிகர்த்தொளி வீசுந் தமிழ்க்கவி செய்குவனே. 2

விருத்தம்

செய்யுந் தொழிலுன் தொழிலேகாண்
  சீர்பெற் றிடநீ அருள்செய் வாய்.
வையந் தனையும் வெளியினையும்
  வானத்தையும்முன் படைத்தவனே!
ஐயா! நான்முக ப்பிரமா!
  யானை முகனே! வாணிதனைக்
கையா லணைத்துக் காப்பவனே!
  கமலா சனத்துக் கற்பகமே!   3

அகவல்

4. கற்பக விநாயகக் கடவுளே, போற்றி!
சிற்பர மோனத் தேவன் வாழ்க!
வாரண முகத்தான் மலர்த்தாள் வெல்க!
ஆரண முகத்தான் அருட்பதம் வெல்க!
படைப்புக் கிறையவன், பண்ணவர் நாயகன்   5
இந்திர குரு, எனது இதயத் தொளிர்வான்
சந்திர மவுலித் தலைவன் மைந்தன்
கணபதி தாளைக் கருத்திடை வைப்போம்;
குணமதிற் பலவாம்; கூறக் கேளீர்!
உட்செவி திறக்கும்; அகக்கண் ஒளிதரும்;   10
அக்கினி தோன்றும்; ஆண்மை வலியுறும்;
திக்கெலாம் வென்று ஜெயக்கொடி நாட்டலாம்.
கட்செவி தன்னைக் கையிலே யெடுக்கலாம்
விடத்தையும் நோவையும் வெம்பகை யதனையும்
துச்சமென் றெண்ணித் துயரிலா திங்கு   15
நிச்சலும் வாழ்ந்து நிலைபெற் றோங்கலாம்;
அச்சந் தீரும், அமுதம் விளையும்;
வித்தை வளரும்; வேள்வி ஓங்கும்;
அமரத் தன்மை எய்தவும்
இங்கு நாம் பெறலாம்; இஃதுணர் வீரே.   20

வெண்பா

(உண)ர்வீர், உணர்வீர், உலகத்தீர்! இங்குப்
(புண)ர்வீர், அமரருறும் போக(ம்) — கண(ப) தியைப்
(போத வடிவாகப் போற்றிப் பணிந்திடுமின்!
காதலுடன் கஞ்சமலர்க் கால்).

கலித்துறை

காலைப் பிடித்தேன் கணபதி! நின்பதங் கண்ணி லொற்றி
நூலைப் பலபல வாகச் சமைத்து நொடிப்பொழு(தும்)
வேலைத் தவறு நிகழாது நல்ல வினைகள் செய்துன்
கோலை மனமெனும் நாட்டின் நிறுத்தல் குறியெனக்கே. 6

விருத்தம்

எனக்கு வேண்டும் வரங்களை
    இசைப்பேன் கேளாய் கணபதி!
மனத்திற் சலன மில்லாமல்,
    மதியில் இருளே தோன்றாமல்,
நினைக்கும் பொழுது நின்மவுன
    நிலைவந் திடநீ செயல்வேண்டும்.
கனக்குஞ் செல்வம், நூறுவயது:
    இவையும் தரநீ கடவாயே.   7

அகவல்

8. கடமை யாவன; தன்னைக் கட்டுதல்
பிறர்துயர் தீர்த்தல், பிறர் நலம் வேண்டுதல்,
விநாயக தேவனாய், வேலுடைக் குமரனாய்,
நாரா யணனாய், நதிச்சடை முடியனாய்
பிறநாட் டிருப்போர் பெயர்பல கூறி,   5

அல்லா! யெஹோவா! எனத்தொழு தன்புறும்
தேவருந் தானாய், திருமகள், பாரதி,
உமையெனுந் தேவியர் உகந்தவான் பொருளாய்,
உலகெலாங் காக்கும் ஒருவனைப் போற்றுதல்,
இந்நான் கேயிப் பூமியி லெவர்க்கும்   10

கடமை யெனப்படும்; பயனிதில் நான்காம்;
அறம்; பொருள், இன்பம், வீடெனு முறையே,
தன்னை யாளுஞ் சமர்த்தெனக் கருள்வாய்,
மணக்குள விநாயகா! வான் மறைத் தலைவா!
தனைத்தான் ஆளுந் தன்மைநான் பெற்றிடில்.   15

எல்லாப் பயன்களும் தாமே எய்தும்,
அசையா நெஞ்சம் அருள்வாய்; உயிரெலாம்
இன்புற் றிருக்க வேண்டிநின் இருதாள்
பணிவதே தொழிலெனக் கொண்டு
கணபதி தேவா! வாழ்வேன் களித்தே.   20

வெண்பா

களியுற்று நின்று கடவுளே! இங்குப்
பழியற்று வாழ்ந்திடக்கண் பார்ப்பாய்-ஒளிபெற்றுக்
கல்வி பலதேர்ந்து கடமையெலாம் நன்காற்றித்
தொல்வினைக்கட் டெல்லாம் துறந்து.   9

கலித்துறை

துறந்தார் திறமை பெரிததி னும்பெரி தாகுமிங்குக்
குறைந்தா ரைக்காத் தெளியார்க் குணவீந்து குலமகளும்
அறந்தாங்கு மக்களும் நீடூழி வாழ்கென அண்டமெலாம்
சிறந்தாளும் நாதனைப் போற்றிடுந் தொண்டர் செயுந்தவமே.

விருத்தம்

தவமே புரியும் வகைய றியேன்,
         சலியா துறநெஞ் சறியாது,
சிவமே நாடிப் பொழுதனைத்துந்
         தியங்கித் தியங்கி நிற்பேனை

நவமா மணிகள் புனைந்தமுடி
நாதா!கருணா லயனே! தத்
துவமா கியதோர் பிரணவமே!
அஞ்சேல் என்று சொல்லுதியே 11

அகவல்

12. சொல்லினுக் கரியனாய்ச் சூழ்ச்சிக் கரியனாய்ப்
பல்லுரு வாகிப் படர்ந்தவான் பொருளை,
உள்ளுயி ராகி உலகங் காக்கும்
சக்தியே தானாந் தனிச்சுடர்ப் பொருளை,
சக்தி குமாரனைச் சந்திர மவுலியைப்

பணிந்தவ னுருவிலே பாவனை நாட்டி,
ஓமெனும் பொருளை உளத்திலே நிறுத்தி,
சக்தியைக் காக்குந் தந்திரம் பயின்று
யார்க்கும் எளியனாய், யார்க்கும் வலியனாய்,
யார்க்கும் அன்பனாய், யார்க்கும் இனியனாய்,

வாழ்ந்திட விரும்பினேன்; மனமே! நீயிதை
ஆழ்ந்து கருதிஆய்ந் தாய்ந்து பலமுறை
சூழ்ந்து, தெளிந்து, பின் சூழ்ந்தார்க் கெல்லாம்
கூறிக் கூறிக் குறைவறத் தேர்ந்து,
தேறித் தேறிநான் சித்திபெற் றிடவே.

நின்னா லியன்ற துணைபுரி வாயேல்,
பொன்னால் உனக்கொரு கோயில் புனைவேன்;
மனமே! எனைநீ வாழ்வித் திடுவாய்!
வீணே யுழலுதல் வேண்டா,
சக்தி குமாரன் சரண்புகழ் வாயே!

வெண்பா

புகழ்வோம் கணபதிநின் பொற்கழலை நாளும்
திகழ்வோம் பெருங்கீர்த்தி சேர்ந்தே - இகழ்வோமே
புல்லரக்கப் பாதகரின் பொய்யெலாம்; ஈங்கிதுகாண்
வல்லபைகோன் தந்த வரம். 13

கலித்துறை

வரமே நமக்கிது கண்டீர் கவலையும் வஞ்சனையும்
கரவும் புலைமை விருப்பமும் ஐயமும் காய்ந்தெறிந்து,
'சிரமீது எங்கள் கணபதி தாள்மலர் சேர்த்தெமக்குத்
தரமேகொல் வானவர்'என்றுளத் தேகளி சார்ந்ததுவே 14

விருத்தம்

சார்ந்து நிற்பாய் எனதுளமே,
  சலமும் கரவும் சஞ்சலமும்
பேர்ந்து பரம சிவாநந்தப்
  பேற்றை நாடி நாள்தோறும்
ஆர்ந்த வேதப் பொருள்காட்டும்
  ஐயன், சக்தி தலைப்பிள்ளை,
கூர்ந்த இடர்கள் போக்கிடுநங்
  கோமான் பாதக் குளிர்நிழலே 15

அகவல்

16. நிழலினும் வெயிலினும் நேர்ந்தநற் றுணையாய்த்
 தழலினும் புனலினும் அபாயந் தவிர்த்து
 மண்ணினும் காற்றினும் வானினும் எனக்குப்
 பகைமை யொன்றின்றிப் பயந்தவிர்த் தாள்வான்,
 உள்ளத் தோங்க நோக்குறும் விழியும். 5

மௌன வாயும் வரந்தரு கையும்,
உடையநம் பெருமான் உணர்விலே நிற்பான்,
ஓமெனும் நிலையில் ஒளியாத் திகழ்வான்,

வேத முனிவர் விரிவாப் புகழ்ந்த
பிருஹஸ் பதியும் பிரமனும் யாவும்

தானே யாகிய தனிமுதற் கடவுள்,
யானென தற்றார் ஞானமே தானாய்
முக்தி நிலைக்கு மூலவித் தாவான்,
சத்தெனத் தத்தெனச் சதுர்மறை யாளர்
நித்தமும் போற்றும் நிர்மலக் கடவுள்.

ஏழையர்க் கெல்லாம் இரங்கும் பிள்ளை,
வாழும் பிள்ளை, மணக்குளப் பிள்ளை,
வெள்ளாடை தரித்த விட்டுணு வென்று
செப்பிய மந்திரத் தேவனை
முப்பொழு தேத்திப் பணிவது முறையே.

வெண்பா

முறையே நடப்பாய், முழுமூட நெஞ்சே!
இறையேனும் வாடாய் இனிமேல்-கறையுண்ட
கண்டன் மகன்வேத காரணன் சக்திமகன்
தொண்டருக் குண்டு துணை. 17

கலித்துறை

துணையே! எனதுயிருள்ளே யிருந்து சுடர்விடுக்கும்
மணியே! எனதுயிர் மன்னவனே! என் றன் வாழ்வினுக்கோர்
அணியே! எனுள்ளத்தி லாரமு தே! என தற்புதமே!
இணையே துனக்குரைப்பேன், கடைவானில்
எழுஞ்சுடரே! 18

விருத்தம்

சுடரே போற்றி! கணத்தேவர்
துரையே போற்றி! எனக்கென்றும்
இடரே யின்றிக் காத்திடுவாய்,
எண்ணாயிரங்கால் முறையிட்டேன்!

படர்வான் வெளியிற் பலகோடி
   கோடி கோடிப் பல்கோடி
இடறா தோடும் அண்டங்கள்
   இசைத்தாய், வாழி இறையவனே!

அகவல்

இறைவி இறைவன் இரண்டும்ஒன் றாகித்
தாயாய்த் தந்தையாய், சக்தியும் சிவனுமாய்
உள்ளொளி யாகி உலகெலாந் திகழும்
பரம்பொரு ளேயோ! பரம்பொரு ளேயோ!
ஆதி மூலமே! அனைத்தையும் காக்கும்   5

தேவா தேவா! சிவனே! கண்ணா
வேலா! சாத்தா! விநாயகா! மாடா!
இருளா! சூரியா! இந்துவே! சக்தியே!
வாணீ! காளீ! மாமக ளேயோ!
ஆணாய்ப் பெண்ணாய் அலியாய், உள்ளது   10

யாதுமாய் விளங்கும் இயற்கைத் தெய்வமே!
வேதச் சுடரே, மெய்யாங் கடவுளே!
அபயம் அபயம் அபயம் நான் கேட்டேன்;
நோவு வேண்டேன், நூற் றாண்டு வேண்டினேன்;
அச்சம் வேண்டேன், அமைதி வேண்டினேன்;   15

உடைமை வேண்டேன், உன்துணை வேண்டினேன்;
வேண்டா தனைத்தையும் நீக்கி
வேண்டிய தனைத்தும் அருள்வதுன் கடனே.

வெண்பா

கடமைதா னேது! கரிமுகனே! வையத்
திடம்நீ யருள்செய்தாய், எங்கள் — உடைமைகளும்
இன்பங் களுமெல்லாம் ஈந்தாய்நீ யாங்களுனக்கு
என் புரிவோம் கைம்மா றியம்பு?   21

கலித்துறை

இயம்பு மொழிகள் புகழ்மறை யாகும்; எடுத்தவினை
பயன்படும்; தேவர் இருபோதும் வந்து பதந்தருவார்;
அயன்பதி முன்னோன் கணபதி சூரியன் ஆனைமுகன்
வியன்புகழ் பாடிப் பணிவார் தமக்குறும்
மேன்மைகளே. 22

விருத்தம்

மேன்மைப் படுவாய் மனமே! கேள்
    விண்ணின் இடிமுன் விழுந்தாலும்,
பான்மை தவறி நடுங்காதே,
    பயத் தாலேதும் பயனில்லை;

யான்முன் னுரைத்தேன் கோடிமுறை,
    இன்னுங் கோடி முறைசொல்வேன்,
ஆன்மா வான கணபதியின்
    அருளுண்டு அச்சம் இல்லையே. 23

அகவல்

24. அச்ச மில்லை அமுங்குத லில்லை.
நடுங்குத லில்லை நாணுத லில்லை,
பாவ மில்லை பதுங்குத லில்லை
ஏது நேரினும் இடர்ப்பட மாட்டோம்;
அண்டஞ் சிதறினால் அஞ்ச மாட்டோம்; 5

கடல்பொங்கி எழுந்தாற் கலங்கமாட்டோம்;
யார்க்கும் அஞ்சோம் எதற்கும் அஞ்சோம்;
எங்கும் அஞ்சோம் எதற்கும் அஞ்சோம்;
வான முண்டு, மாரி யுண்டு;
ஞாயிறும் காற்றும் நல்ல நீரும் 10

தீயும் மண்ணும் திங்களும் மீன்களும்
உடலும் அறிவும் உயிரும் உளவே;
தின்னப் பொருளும் சேர்ந்திடப் பெண்டும்,
கேட்கப் பாட்டும், காணநல் லுலகும்,
களித்துரை செய்யக் கணபதி பெயரும்

என்றுமிங் குளவாம்; சலித்திடாய்; ஏழை
நெஞ்சே! வாழி! நேர்மையுடன் வாழி!
வஞ்சகக் கவலைக் கிடங்கொடேல் மன்னோ!
தஞ்ச முண்டு சொன்னேன்
செஞ்சுடர்த் தேவன் சேவடி நமக்கே.

வெண்பா

நமக்குத் தொழில்கவிதை, நாட்டிற் குழைத்தல்
இமைப்பொழுதுஞ் சோராதிருத்தல் — உமைக்கினிய
மைந்தன் கணநாதன் நங்குடியை வாழ்விப்பான்;
சிந்தையே! இம்மூன்றும் செய்.

கலித்துறை

செய்யுங் கவிதை பராசக்தி யாலே செயப்படுங்காண்,
வையத்தைக் காப்பவள் அன்னை சிவசக்தி வண்மையெலாம்
ஐயத்தி லுந்துரி தத்திலுஞ் சிந்தி யழிவதென்னே!
பையத் தொழில் புரி நெஞ்சே! கணாதிபன் பக்திகொண்டே.

விருத்தம்

பக்தி யுடையார் காரியத்திற்
　　பதறார் மிகுந்த பொறுமையுடன்
வித்து முளைக்குந் தன்மைபோல்
　　மெல்லச் செய்து பயனடைவார்

சக்தி தொழிலே அனைத்துமெனிற்
சார்ந்த நமக்குச் சஞ்சலமேன்?
வித்தைக் கிறைவா! கணநாதா!
மேன்மைத் தொழிலிற் பணியெனையே. 27

அகவல்

எனைநீ காப்பாய், யாவுமாந் தெய்வமே!
பொறுத்தா ரன்றோ பூமி யாள்வார்?
யாவும்நீ யாயின் அனைத்தையும் பொறுத்தல்
செவ்விய நெறி, அதில் சிவநிலை பெறலாம்;
பொங்குதல் போக்கிப் பொறையெனக் கீவாய்;

மங்கள குணபதி; மணக்குளக் கணபதி!
நெஞ்சக் கமலத்து நிறைந்தருள் புரிவாய்;
அகல்விழி உமையாள் ஆசை மகனே!
நாட்டினைத் துயரின்றி நன்கமைத் திடுவதும்,
உளமெனும் நாட்டை ஒருபிழை யின்றி

ஆள்வதும்,பேரொளி ஞாயிறே யனைய
சுடர்தரு மதியொடு துயரின்றி வாழ்தலும்
நோக்கமாக் கொண்டு நின்பதம் நோக்கினேன்
காத்தருள் புரிக, கற்பக விநாயகா!
காத்தருள் புரிக, கடவுளே! உலகெலாம்

கோத்தருள் புரிந்த குறிப்பரும் பொருளே!
அங்குச பாசமும் கொம்பும் தரித்தாய்
எங்குல தேவா போற்றி!
சங்கரன் மகனே! தாளிணை போற்றி!

வெண்பா

போற்றி! கலியாணி புதல்வனே! பாட்டினிலே
ஆற்ற லருளி அடியேனைத்-தேற்றமுடன்
வாணிபதம் போற்றுவித்து வாழ்விப்பாய்! வாணியருள்
வீணையொலி என்நாவில் விண்டு 29

கலித்துறை

விண்டுரை செய்குவள் கேளாய் புதுவை விநாயகரே!
தொண்டுள தன்னை பராசக்திக் கென்றுந் தொடர்ந்திடுவேன்;
பண்டைச் சிறுமைகள் போக்கி என்னாவிற் பழுத்தசுவைத்
தெண்தமிழ்ப் பாடல் ஒருகோடி மேலிடச் செய்குவையே.

விருத்தம்

செய்யாள் இனியாள் ஸ்ரீதேவி
    செந்தா மரையிற் சேர்ந்திருப்பாள்,
கையா ளெனநின் றடியேன்செய்
    தொழில்கள் யாவும் கைகலந்து
செய்வாள்; புகழ்சேர் வாணியுமென்
    னுள்ளே நின்று தீங்கவிதை
பெய்வாள், சக்தி துணைபுரிவாள்;
    பிள்ளாய்! நின்னைப் பேசிடிலே.   31

அகவல்

32. பேசாப் பொருளைப் பேசநான் துணிந்தேன்;
கேட்கா வரத்தைக் கேட்கநான் துணிந்தேன்;
மண்மீ துள்ள மக்கள், பறவைகள்,
விலங்குகள், பூச்சிகள், புற்பூண்டு, மரங்கள்;
யாவுமென் வினையால் இடும்பை தீர்ந்தே,   5

இன்பமுற் றன்புடன் இணங்கி வாழ்ந்திடவே
செய்தல் வேண்டும், தேவ தேவா!
ஞானா காசத்து நடுவே நின்றுநான்
'பூமண்ட லத்தில் அன்பும் பொறையும்
விளங்குக! துன்பமும், மிடிமையும், நோவும்.   10

சாவும் நீங்கிச் சார்ந்தபல் லுயிரெலாம்
இன்புற்று வாழ்க' என்பேன்! இதனை நீ
திருச்செவி கொண்டு திருவுளம் இரங்கி,

'அங்ஙனே யாகுக' என்பாய், ஐயனே!
இந்நாள், இப்பொழு தெனக்கிவ் வரத்தினை
அருள்வாய்; ஆதி மூலமே! அநந்த
சக்தி குமாரனே! சந்திர மவுலீ!
நித்தியப் பொருளே! சரணம்
சரணம் சரணம் சரணமிங் குனக்கே.

வெண்பா

உனக்கேஎன் ஆவியும் உள்ளமும் தந்தேன்;
மனக்கேதம் யாவினையும் மாற்றி- 'எனக்கேநீ,
நீண்டபுகழ் வாணாள் நிறைசெல்வம் பேரழகு
வேண்டுமட்டும் ஈவாய் விரைந்து. 33

கலித்துறை

விரைந்துன் திருவுள மென்மீ திரங்கிட வேண்டுமையா!
குரங்கை விடுத்துப் பகைவரின் தீவைக்கொழுத்தியவன்
அரங்கத் திலே திரு மாதுடன் பள்ளிகொண்டான்மருகா!
வரங்கள் பொழியும் முகிலே! என் னுள்ளத்து வாழ்பவனே!

விருத்தம்

வாழ்க புதுவை மணக்குடத்து
வள்ளல் பாத மணிமலரே!
ஆழ்க உள்ளம் சலனமிலாது!
அகண்ட வெளிக்கண் அன்பினையே
சூழ்க! துயர்கள் தொலைந்திடுக
தொலையா இன்பம் விளைந்திடுக!
வீழ்க கலியின் வலியெல்லாம்!
கிருத யுகந்தான் மேவுகவே. 35

அகவல்

36. மேவி மேவித் துயரில் வீழ்வாய்,
    எத்தனை கூறியும் விடுதலைக் கிசையாய்;
    பாவி நெஞ்சே! பார்மிசை நின்னை
    இன்புறச் செய்வேன்; எதற்குமினி அஞ்சேல்;
    ஐயன் பிள்ளை (யார்) அருளால் உனக்குநான்   5

    அபயமிங் களித்தேன் . . . . நெஞ்(சே)
    நினக்குநான் உரைத்தன நிலைநிறுத்தி(டவே)
    தீயிடைக் குதிப்பேன், கடலுள் வீழ்வேன்,
    வெவ்விட முண்பேன்; மேதினி யழிப்பேன்;
    ஏதுஞ் செய்துனை இடரின் றிக் காப்பேன்;   10

    மூட நெஞ்சே! முப்பது கோடி
    முறையுனக் குரைத்தேன், இன்னும் மொழிவேன்;
    தலையிலிடி விழுந்தால் சஞ்சலப் படாதே;
    ஏது நிகழினும் 'நமக்கென்?' என்றிரு;
    பராசக்தி யுளத்தின் படியுலகம் நிகழும்   15

    நமக்கேன் பொறுப்பு?' நான் என்றோர் தனிப்பொருள்
    இல்லை; நானெனும் எண்ணமே வெறும்பொய்"
    என்றான் புத்தன்; இறைஞ்சுவோம் அவன்பதம்,
    இனியெப் பொழுதும் உரைத்திடேன், இதை நீ
    மறவா திருப்பாய், மடமை நெஞ்சே!   20

    கவலைப் படுதலே கருநரகு, அம்மா!
    கவலையற் றிருத்தலே முக்தி;
    சிவனொரு மகனிதை நினக்கருள் செய்கவே!

வெண்பா

செய்கதவம்! செய்கதவம்! நெஞ்சே! தவம்செய்தால்,
எய்த விரும்பியதை எய்தலாம்;-வையகத்தில்
அன்பிற் சிறந்த தவமில்லை; அன்புடையார்
இன்புற்று வாழ்தல் இயல்பு.   37

கலித்துறை

இயல்பு தவறி விருப்பம் விளைதல் இயல்வதன்றாம்
செயலிங்கு சித்த விருப்பினைப் பின்பற்றும்; சீர்மிகவே
பயிலு நல்லன்பை இயல்பெனக் கொள்ளுதிர்பாரிலுள்ளீர்!
முயலும் வினைகள் செழிக்கும் விநாயகன் மொய்ம்பினிலே.

விருத்தம்

மொய்க்குங் கவலைப் பகைபோக்கி,
    முன்னோன் அருளைத் துணையாக்கி,
எய்க்கும் நெஞ்சை வலியுறுத்தி,
    உடலை இரும்புக் கிணையாக்கிப்
பொய்க்குங் கலியை நான்கொன்று
    பூலோ கத்தார் கண்முன்னே,
மெய்க்குங் கிருத யுகத்தினையே
    கொணர்வேன், தெய்வ விதியிஃதே   39

அகவல்

விதியே வாழி! விநாயகா வாழி!
பதியே வாழி! பரமா வாழி!
சிதைவினை நீக்கும் தெய்வமே, போற்றி!
புதுவினை காட்டும் புண்ணியா, போற்றி!
மதியினை வளர்க்கும் மன்னே, போற்றி!   5
இச்சையும் கிரியையும் ஞானமும் என்றாக்கும்
மூல சக்தியின் முதல்வா போற்றி!
பிறைமதி சூடிய பெருமான் வாழி!
நிறைவினைச் சேர்க்கும் நிர்மலன் வாழி!
காலம் மூன்றையும் கடந்தான் வாழி!   10
சக்தி தேவி சரணம் வாழி!
வெற்றி வாழி! வீரம் வாழி!
பக்தி வாழி! பலபல காலமும்

உண்மை வாழி! ஊக்கம் வாழி!
நல்ல குணங்களே நம்மிடை யமரர்
பதங்களாம், கண்டீர்! பாரிடை மக்களே!
கிருத யுகத்தினைக் கேடின்றி நிறுத்த
விரதம்நான் கொண்டனன்; வெற்றி
தருஞ்சுடர் விநாயகன் தாளிணை வாழியே!

2. முருகா! முருகா!

ராகம் — நாட்டைக்குறிஞ்சி) (தாளம் — ஆதி

பல்லவி

முருகா! — முருகா! — முருகா!

சரணங்கள்

1. வருவாய் மயில்மீ தினிலே
வடிவே லுடனே வருவாய்!
தருவாய் நலமும் தகவும் புகழும்
தவமும் திறமும் தனமும் கனமும் (முருகா)

2. அடியார் பலரிங் குளரே
அவரை விடுவித் தருள்வாய்!
முடியா மறையின் முடிவே! அசுரர்
முடிவே கருதும் வடிவே லவனே! (முருகா)

3. சுருதிப் பொருளே, வருக!
துணிவே, கனலே, வருக!
கருதிக் கருதிக் கவலைப் படுவார்
கவலைக் கடலைக் கடியும் வடிவேல். (முருகா)

4. அமரா வதிவாழ் வுறவே
அருள்வாய்! சரணம், சரணம்
குமரா, பிணியா வையுமே சிதறக்
குமுறும் சுடர்வே லவனே, சரணம்! (முருகா)

5. அறிவா கியகோ யிலிலே
   அருளா கியதாய் மடிமேல்
   பொறிவே லுடனே வளர்வாய்! அடியார்
   புதுவாழ் வுறவே புவிமீ தருள்வாய்   (முருகா)

6. குருவே! பரமன் மகனே!
   குகையில் வளருங் கனலே!
   தருவாய் தொழிலும் பயனும் அமரர்
   சமரா திபனே! சரணம்!சரணம்!   (முருகா)

3. வேலன் பாட்டு

ராகம் – புன்னாகவராளி   தாளம் – திஸ்ர ஏகம்

வில்லினை யொத்த புருவம் வளைத்தனை;
   வேலவா! – அங்கொர்
வெற்பு நொறுங்கிப் பொடிப்பொடி
   யானது, வேலவா!
சொல்லினைத் தேனிற் குழைத்துரைப் பாள்சிறு
   வள்ளியைக் – கண்டு
சொக்கி மரமென நின்றனை
   தென்மலைக் காட்டிலே
கல்லினை யொத்த வலிய மனங்கொண்ட
   பாதகன் – சிங்கன்
கண்ணிரண் டாயிரங் காக்கைக்
   கிரையிட்ட வேலவா!
பல்லினைக் காட்டிவெண் முத்தைப் பழித்திடும்
   வள்ளியை – ஒரு
பார்ப்பனக் கோலந் தரித்துக்
   கரந்தொட்ட வேலவா!

1

வெள்ளலைக் கைகளைக் கொட்டி முழங்குங்
   கடலினை – உடல்
வெம்பி மறுகிக் கருகிப்
   புகைய வெருட்டினாய்.

கிள்ளை மொழிச்சிறு வள்ளி யெனும்பெயர்ச்
செல்வத்தை — என்றும்
கேடற்ற வாழ்வினை — இன்ப
விளக்கை மருவினாய்.

கொள்ளை கொண்டே அமராவதி வாழ்வு
குலைத்தவன் — பானு
கோபன் தலைபத்துக் கோடி
துணுக்குறக் கோபித்தாய்.
துள்ளிக் குலாவித் திரியுஞ் சிறுவன
மானைப்போல் — தினைத்
தோட்டத்திலேயொரு பெண்ணை
மணங்கொண்ட வேலவா! 2

ஆறு சுடர்முகங் கண்டுவிழிக்கின்ப
மாகுதே; — கையில்
அஞ்ச லெனுங்குறி கண்டு
மகிழ்ச்சியுண் டாகுதே,
நீறு படக்கொடும் பாவம் பிணிபசி
யாவையும் — இங்கு
நீக்கி அடியரை நித்தமுங்
காத்திடும் வேலவா!
கூறு படப்பல கோடி யவுணரின்
கூட்டத்தைக் — கண்டு

கொக்கரித் தண்டங் குலுங்க
நகைத்திடுஞ் சேவலாய்!
மாறு படப்பல வேறு வடிவொடு
தோன்றுவாள் — எங்கள்
வைரவி பெற்ற பெருங்கன
லே. வடி வேலவா!

4. கிளி விடு தூது

பல்லவி

சொல்ல வல்லாயோ? – கிளியே!
சொல்லநீ வல்லாயோ? –

அனுபல்லவி

வல்ல வேல்முரு கன்தனை – இங்கு
வந்து கலந்து மகிழ்ந்து குலாவென்று   (சொல்ல)

சரணங்கள்

1. தில்லை யம்பலத்தே – நடனம்
   செய்யும் அமரர்பிரான் – அவன்
   செல்வத் திருமகனை இங்கு வந்து
   சேர்ந்து கலந்து மகிழ்ந்திடு வாயென்று (சொல்ல)

2. அல்லிக் குளத்தருகே-ஒரு நாள்
   அந்திப் பொழுதினிலே – அங்கோர்
   முல்லைச் செடியதன்பாற் – செய்த வினை
   முற்றும் மறந்திடக் கற்றதென் னேயென்று
                                        (சொல்ல)

3. பாலை வனத்திடையே-தனைக் கைப்
   பற்றி நடக்கையிலே – தன் கை
   வேலின் மிசையாணை-வைத்துச் சொன்ன
   விந்தை மொழிகளைச் சிந்தைசெய் வாயென்று
                                        (சொல்ல)

5. முருகன் பாட்டு

வீரத் திருவிழிப் பார்வையும் – வெற்றி
வேலும் மயிலும்என் முன்னின்றே – எந்த
நேரத் திலும்என்னைக் காக்குமே; – அன்னை
நீலி பராசக்தி தண்ணருட் – கரை

ஓரத்திலே புணை கூடுதே; — கந்தன்
ஊக்கத்தை என்னுளம் நாடுதே; — மலை
வாரத் திலேவிளை யாடுவான் — என்றும்
வானவர் துன்பத்தைச் சாடுவான். 1

வேடர் கனியை விரும்பியே — தவ
வேடம் புனைந்து திரிகுவான்; — தமிழ்
நாடு பெரும்புகழ் சேரவே முனி
நாதனுக் கிம்மொழி கூறுவான்; — சூரர்
பாடு விடிந்து மகிழ்ந்திட — இருட்
பார மலைகளைச் சீறுவான்; — மறை
யேடு தரித்த முதல்வனும்-குரு
என்றிட மெய்ப்புகழ் ஏறுவான்.

தேவர் மகளை மணந்திடத் — தெற்குத்
தீவி லசுரனை மாய்த்திட்டான்; மக்கள்
யாவருக் குந்தலை யாயினான்; — மறை
அர்த்த முணர்த்துநல் வாயினான்; தமிழ்ப்
பாவலர்க் கின்னருள் செய்குவான்; — இந்தப்
பாரில் அறமழை பெய்குவான்; — நெஞ்சின்
ஆவ லறிந்தருள் கூட்டுவான்; — நித்தம்
ஆண்மையும் வீரமும் ஊட்டுவான். 3

தீவளர்த் தேபழ வேதியர் — நின்தன்
சேவகத் தின்புகழ் காட்டினார்; — ஒளி
மீவள ருஞ்செம்பொன் நாட்டினார் — நின்றன்
மேன்மையி னாலறம் நாட்டினார்; — ஐய!
நீவள ருங்குரு வெற்பிலே — வந்து
நின்றுநின் சேவகம் பாடுவோம் — வரம்
ஈவள் பராசக்தி யன்னைதான்— உங்கள்
இன்னருளே யென்று நாடுவோம் — நின்றன்

(வீரத்திருவிழிப்) 4

6. வள்ளிப்பாட்டு — 1

பல்லவி

எந்த நேரமும்நின் மையல் ஏறுதடீ!
குற வள்ளீ! சிறு வள்ளீ!

சரணங்கள்

1. (இந்த) நேரத்தி லேமலை வாரத்தி லேநதி
யோரத்தி லேயுனைக் கூடி — நின்றன்
வீரத் தமிழ்ச்சொல்லின் சாரத்தி லேமனம்
மிக்க மகிழ்ச்சிகொண் டாடி — குழல்
பாரத்தி லேஇத ழீரத்தி லேமுலை
யோரத்திலே அன்பு சூடி — நெஞ்சம்
ஆரத் தழுவி அமரநிலை பெற்று
அதன்பயனை யின்று காண்பேன்.
(எந்தநேரமும்)

2. வெள்ளை நிலாவிங்கு வானத்தை மூடி
விரிந்து பொழிவது கண்டாய் — ஒளிக்
கொள்ளை யிலேயுனைக் கூடி முயங்கிக்
குறிப்பினி லேயொன்று பட்டு — நின்தன்
பிள்ளைக் கிளிமென் குதலையி லேமனம்
பின்ன மறச்செல்ல விட்டு அடி
தெள்ளிய ஞானப் பெருஞ்செல்வ மே! நினைச்
சேர விரும்பினன், கண்டாய்!
(எந்தநேரமும்)

3. வட்டங்க ளிட்டுக் குளமக லாத
மணிப்பெருந் தெப்பத்தைப் போலே — நினை
விட்டு விட்டுப்பல லீலைகள் செய்துநின்
மேனி தனைவிட லின்றி — அடி

எட்டுத் திசையும் ஒளிர்ந்திடுங் காலை
யிரவியைப் போன்ற முகத்தாய்! முத்தம்
இட்டுப் பலமுத்த மிட்டுப் பலமுத்தம்
இட்டுனைச் சேர்ந்திட வந்தேன்.
(எந்தநேரமும்)

7. வள்ளிப் பாட்டு – 2

ராகம் – கரஹரப்பிரியை தாளம் – ஆதி

பல்லவி

உனையே மையல் கொண்டேன், வள்ளீ!
உவமையில் அரியாய்,உயிரினும் இனியாய்!(உனையே)

சரணம்

எனை யாள்வாய், வள்ளீ! வள்ளீ!
இளமயி லே! என் இதயமலர் வாழ்வே!
கனியே! சுவையுறு தேனே!
கலவியி லேஅமு தனையாய்! – (கலவியிலே)
தனியே, ஞான விழியாய்! நிலவினில்
நினைமருவி, வள்ளீ! வள்ளீ!
நீயா கிடவே வந்தேன். (உனையே)

8. இறைவா! இறைவா!

ராகம் – தன்யாசி

பல்லவி

எத்தனை கோடி இன்பம் வைத்தாய்? – எங்கள்
இறைவா! இறைவா!இறைவா! (ஓ – எத்தனை)

சரணங்கள்

1. சித்தினை அசித்துடன் இணைத்தாய் — அங்கு
சேரும் ஐம் பூதத்து வியனுல கமைத்தாய்.
அத்தனை யுலகமும் வர்ணக் களஞ்சிய
மாகப் பலபலநல் லழகுகள் சமைத்தாய். (ஓ —எத்தனை)

2. முக்தியென் றொருநிலை சமைத்தாய் — அங்கு
முழுதினையு முணரும் உணர் வமைத்தாய்
பக்தியென் றொருநிலை வகுத்தாய் — எங்கள்
பரமா! பரமா! பரமா! (ஓ—எத்தனை)

9. போற்றி அகவல்

போற்றி உலகொரு மூன்றையும் புணர்ப்பாய்!
மாற்றுவாய், துடைப்பாய், வளர்ப்பாய், காப்பாய்!
கனியிலே சுவையும் காற்றிலே இயக்கமும்
கலந்தாற் போலநீ அனைத்திலும் கலந்தாய்
உலகெலாந் தானாய் ஒளிர்வாய்,போற்றி!

அன்னை, போற்றி! அமுதமே போற்றி!
புதியதிற் புதுமையாய் முதியதில் முதுமையாய்,
உயிரிலே உயிராய் இறப்பிலும் உயிராய்,
உண்டெனும் பொருளில் உண்மையாய் என்னுளே
நானெனும் பொருளாய், நானையே பெருக்கித்

தானென மாற்றுஞ் சாகாச் சுடராய்,
கவலைநோய் தீர்க்கும் மருந்தின் கடலாய்
பிணியிருள் கெடுக்கும் பேரொளி ஞாயிறாய்,
யானென தின்றி யிருக்குநல் யோகியர்
ஞானமா மகுட நடுத்திகழ் மணியாய்

செய்கையாய், ஊக்கமாய், சித்தமாய், அறிவாய்
நின்றிடுந் தாயே, நித்தமும் போற்றி!
இன்பங் கேட்டேன், ஈவாய் போற்றி!

துன்பம் வேண்டேன், துடைப்பாய் போற்றி!
அமுதங் கேட்டேன், அளிப்பாய் போற்றி!

சக்தி, போற்றி! தாயே, போற்றி!
முக்தி போற்றி! மோனமே போற்றி!
சாவினை வேண்டேன், தவிர்ப்பாய் போற்றி!

10. சிவசக்தி

இயற்கையென் றுனையுரைப்பார் — சிலர்
இணங்கும்ஐம் பூதங்கள் என்றிசைப்பார்:
செயற்கையின் சக்தியென்பார் — உயிர்த்
தீயென்பார் அறிவென்பார் ஈசனென்பார்;
வியப்புறு தாய்நினக்கே — இங்கு
வேள்விசெய் திடுமெங்கள் 'ஓம்'என்னும்
நயப்படு மதுவுண்டே? — சிவ
நாட்டியங் காட்டிநல் லருள்புரிவாய் 1

அன்புறு சோதியென்பார் — சிலர்
ஆரிருட் காளியென் றுனைப்புகழ்வார்:
இன்பமென் றுரைத்திடுவார் — சிலர்
எண்ணருந் துன்பமென் றுனைஇசைப்பார்;
புன்பலி கொண்டுவந்தோம் — அருள்
பூண்டெமைத் தேவர்தங் குலத்திடுவாய்
மின்படு சிவசக்தி எங்கள்
வீரைநின் திருவடி சரண்புகுந்தோம். 2

உண்மையில் அமுதாவாய்; — புண்கள்
ஒழித்திடு வாய்களி, உதவிடுவாய்!
வண்மைகொள் உயிர்ச்சுடராய் — இங்கு
வளர்ந்திடு வாய்என்றும் மாய்வதிலாய்;
ஒண்மையும் ஊக்கமுந்தான் — என்றும்
ஊறிடுந் திருவருட் சுனையாவாய்;
அண்மையில் என்றும் நின்றே — எம்மை
ஆதரித் தருள்செய்யும் விரதமுற்றாய் 3

தெளிவுறும் அறிவினைநாம் — கொண்டு
  சேர்த்தனம், நினக்கது சோமரசம்;
ஒளியுறும் உயிர்ச்செடியில் — இதை
  ஓங்கிடு மதிவலி தனிற்பிழிந்தோம்;
களியுறக் குடித்திடுவாய் — நின்றன்
  களிநடங் காண்பதற் குளங்கனிந்தோம்;
குளிர்சுவைப் பாட்டிசைத்தே — சுரர்
  குலத்தினிற் சேர்ந்திடல் விரும்புகின்றோம்   4

அச்சமும் துயரும் என்றே — இரண்டு
  அசுரர்வந் தெமையிங்கு சூழ்ந்துநின்றார்.
துச்சமிங் கிவர்படைகள் — பல
  தொல்லைகள் கவலைகள் சாவுகளாம்;
இச்சையுற் றிவரடைந்தார் — எங்கள்
  இன்னமு தைக்கவர்ந் தேகிடவே,
பிச்சையிங் கெமக்களித்தாய் — ஒரு
  பெருநகர் உடலெனும் பெயரின தாம்   5

கோடி மண் டபந்திகழும் — திறற்
  கோட்டையிங் கிதையவர் பொழுதனைத்தும்
நாடிநின் றிடர்புரிவார் — உயிர்
  நதியினைத் தடுத்தெமை நலித்திடுவார்.
சாடுபல் குண்டுகளால் — ஒளி
  சார்மதிக் கூடங்கள் தகர்த்திடுவார்;
பாடிநின் றுனைப்புகழ்வோம் — எங்கள்
  பகைவரை அழித்தெமைக் காத்திடுவாய்!   6

நின்னருள் வேண்டுகின்றோம் — எங்கள்
  நீதியுந் தர்மமும் நிலைப்பதற்கே
பொன்னவிர் கோயில்களும் — எங்கள்
  பொற்புடை மாதரும் மதலையரும்

அன்னநல் லணிவயல்கள்— எங்கள்
 ஆடுகள் மாடுகள் குதிரைகளும்,
இன்னவை காத்திடவே அன்னை
 இணைமலர்த் திருவடி துணைபுகுந்தோம்.   7

எம்முயி ராசைகளும் — எங்கள்
 இசைகளும் செயல்களும் துணிவுகளும்,
செம்மையுற் றிடஅருள்வாய் நின்தன்
 சேவடி அடைக்கலம் புகுந்துவிட்டோம்
மும்மையின் உடைமைகளும் — திரு
 முன்னரிட் டஞ்சலி செய்துநிற்போம்;
அம்மைநற் சிவசக்தி — எமை
 அமரர்தம் நிலையினில் ஆக்கிடுவாய்

11. காணி நிலம் வேண்டும்

காணி நிலம் வேண்டும் — பராசக்தி
 காணி நிலம் வேண்டும்; —அங்கு,
தூணில் அழகியதாய் — நன்மாடங்கள்
 துய்ய நிறத்தினதாய் — அந்தக்
காணி நிலத்திடையே — ஓர் மாளிகை
 கட்டித் தரவேணும்; — அங்கு,
கேணி யருகினிலே — தென்னைமரம்
 கீற்று மிளநீரும்   1

பத்துப் பன்னிரண்டு — தென்னைமரம்
 பக்கத்திலே வேணும்; — நல்ல
முத்துச் சுடர்போலே — நிலாவொளி
 முன்புவர வேணும்? அங்கு
கத்துங் குயிலோசை — சற்றே வந்து
 காதிற்பட வேணும்; — என்றன்
சித்தம் மகிழ்ந்திடவே — நன்றாயிளந்
 தென்றல்வர வேணும்.   2

பாட்டுக் கலந்திடவே – அங்கேயொரு
    பத்தினிப் பெண்வேணும்; – எங்கள்
கூட்டுக் களியினிலே – கவிதைகள்
    கொண்டுதர வேணும்; – அந்தக்
காட்டு வெளியினிலே, – அம்மா! நின்தன்
    காவலுற வேணும்; – என்தன்
பாட்டுத் திறத்தாலே – இவ்வையத்தைப்
    பாலித்திட வேணும். 3

12. நல்லதோர் வீணை

நல்லதோர் வீணைசெய்தே – அதை
    நலங்கெடப் புழுதியில் எறிவதுண்டோ?
சொல்லடி, சிவசக்தி; – எனைச்
    சுடர்மிகும் அறிவுடன் படைத்துவிட்டாய்,
வல்லமை தாராயோ, – இந்த
    மாநிலம் பயனுற வாழ்வதற்கே?
சொல்லடி, சிவசக்தி! – நிலச்
    சுமையென வாழ்ந்திடப் புரிகுவையோ? 1

விசையுறு பந்தினைப்போல் – உள்ளம்
    வேண்டிய படிசெலும் உடல்கேட்டேன்,
நசையுறு மனங்கேட்டேன் – நித்தம்
    நவமெனச் சுடர்தரும் உயிர்கேட்டேன்,
தசையினைத் தீசுடினும் – சிவ
    சக்தியைப் பாடும்நல் அகங்கேட்டேன்,
அசைவறு மதிகேட்டேன்; – இவை
    அருள்வதில் உனக்கெதுந் தடையுளதோ?

13. மஹாசக்திக்கு விண்ணப்பம்

மோகத்தைக் கொன்றுவிடு — அல்லா லென்தன்
 மூச்சை நிறுத்திவிடு;
தேகத்தைச் சாய்த்துவிடு — அல்லா லதில்
 சிந்தனை மாய்த்துவிடு;
யோகத் திருத்திவிடு — அல்லா லென்தன்
 ஊனைச் சிதைத்துவிடு;
ஏகத் திருந்துலகம் — இங்குள்ளன
 யாவையும் செய்பவளே! 1

பந்தத்தை நீக்கிவிடு — அல்லா லுயிர்ப்
 பாரத்தைப் போக்கிவிடு;
சிந்தை தெளிவாக்கு — அல்லா லிதைச்
 செத்த வுடலாக்கு;
இந்தப் பதர்களையே — நெல்லாமென
 எண்ணி இருப்பேனோ?
எந்தப் பொருளிலுமே — உள்ளே நின்று
 இயங்கி யிருப்பவளே. 2

உள்ளம் குளிராதோ? — பொய்யாணவ
 ஊனம் ஒழியாதோ?
கள்ளம் உருகாதோ? — அம்மா! பக்திக்
 கண்ணீர் பெருகாதோ?
வெள் ளைக் கருணையிலே இந்நாய் சிறு
 வேட்கை தவிராதோ?
விள்ளற் கரியவளே அனைத்திலும்
 மேவி யிருப்பவளே! 3

14. அன்னையை வேண்டுதல்

எண்ணிய முடிதல் வேண்டும்,
நல்லவே எண்ணல் வேண்டும்;
திண்ணிய நெஞ்சம் வேண்டும்,
தெளிந்தநல் லறிவு வேண்டும்;
பண்ணிய பாவ மெல்லாம்
பரிதிமுன் பனியே போல,
நண்ணிய நின்முன் இங்கு
நசித்திடல் வேண்டும் அன்னாய்!

15. பூலோக குமாரி

பல்லவி

பூலோக குமாரி
ஹே அம்ருத நாரி

அனுபல்லவி

ஆலோக ஸ்ருங்காரி, அம்ருத கலச குச பாரே,
கால பய குடாரி காம வாரி, கனக லதா ரூப கர்வ திமிராரே.

சரணம்

பாலே ரஸ ஜாலே, பகவதி ப்ரஸீத காலே,
நீல ரத்ன மய நேத்ர விசாலே, நித்ய யுவதி பதநீரஜ மாலே-
லீலா ஜ்வாலா நிர்மித வாணீ, நிரந்தரே நிகில லோகேசாநி
நிருபம ஸுந்தரி நித்ய கல்யாணி, நிஜம் மாம் குரு ஹே
மன்மத ராணி.

16. மஹாசக்தி வெண்பா

தன்னை மறந்து சகல உலகினையும்
மன்ன நிதங்காக்கும் மஹாசக்தி – அன்னை
அவளே துணையென் றனவரதம் நெஞ்சம்
துவளா திருத்தல் சுகம் 1

நெஞ்சிற் கவலை நிதமும் பயிராக்கி,
அஞ்சி உயிர்வாழ்தல் அறியாமை; — தஞ்சமென்றே
வையமெலாங் காக்கும் மஹாசக்தி நல்லருளை
ஐயமறப் பற்றல் அறிவு 2

வையகத்துக் கில்லை, மனமே! நினக்குநலஞ்
செய்யக் கருதியிவை செப்புவேன்-பொய்யில்லை
எல்லாம் புரக்கும் இறைநமையுங் காக்குமென்ற
சொல்லால் அழியும் துயர். 3

எண்ணிற் கடங்காமல் எங்கும் பரந்தனவாய்
விண்ணிற் சுடர்கின்ற மீனையெல்லாம் பண்ணியதோர்
சக்தியே நம்மைச் சமைத்ததுகாண். நூறாண்டு
பக்தியுடன் வாழும் படிக்கு 4

17. ஓம் சக்தி

நெஞ்சுக்கு நீதியும் தோளுக்கு வாளும்
நிறைந்த சுடர்மணிப் பூண்,
பஞ்சுக்கு நேர்பல துன்பங்களாம், இவள்
பார்வைக்கு நேர்பெருந்தீ
வஞ்சனை யின்றிப் பகையின்றிச் சூதின்றி
வையக மாந்தரெல் லாம்,
தஞ்சமென் றேயுரைப் பீர்அவள் பேர், சக்தி
ஓம் சக்தி, ஓம் சக்தி, ஓம். 1

"நல்லதுந் தீயதுஞ் செய்திடும் சக்தி
நலத்தை நமக்கிழைப் பாள்;
அல்லது நீங்கும் "என் றேயுலகேழும்
அறைந்திடு வாய் முரசே!
சொல்லத் தகுந்த பொருளன்று காண்! இங்கு
சொல்லு மவர்தமை யே,
அல்லல் கெடுத்தம ரர்க்கிணை யாக்கிடும்
ஓம் சக்தி, ஓம் சக்தி, ஓம். 2

நம்புவ தேவழி யென்ற மறைதன்னை
நாமின்று நம்பிவிட் டோம்
கும்பிட்டெந்நேரமும் "சக்தி" யென் றாலுனைக்
கும்பிடு வேன், மன மே!
அம்புக்கு தீக்கும் விடத்துக்கும் நோவுக்கும்
அச்ச மில்லாத படி
உம்பர்க்கும் இம்பர்க்கும் வாழ்வு தரும்பதம்
ஓம் சக்தி, ஓம் சக்தி, ஓம். 3

பொன்னைப் பொழிந்திடு மின்னை வளர்த்திடு,
போற்றி உனக்கிசைத் தோம்;
அன்னை பராசக்தி என்றுரைத் தோம்; தளை
அத்தனை யுங்களைந் தோம்;
சொன்ன படிக்கு நடந்திடு வாய், மன
மே தொழில் வேறில்லை, காண்;
இன்னும தேயுரைப் போம், சக்தி ஓம் சக்தி,
ஓம் சக்தி, ஓம் சக்தி, ஓம். 4

வெள்ளை மலர்மிசை வேதக் கருப்பொரு
ளாக விளங்கிடு வாய்!
தெள்ளு கலைத்தமிழ் வாணி! நினக்கொரு
விண்ணப்பஞ் செய்திடு வேன்;
எள்ளத் தனைப் பொழு தும்பய னின்றி
இராதென்றன் நாவினி லே
வெள்ள மெனப்பொழி வாய்சக்தி வேல், சக்தி
வேல், சக்தி வேல், சக்தி வேல்! 5

18. பராசக்தி

கதைகள் சொல்லிக் கவிதை யெழுதென்பார்;
காவி யம்பல நீண்டன கட்டென்பார்;
விதவி தப்படு மக்களின் சித்திரம்
மேவி நாடகச் செய்யுளை மேவென்பார்;

இதய மோனனிற் காலையும் மாலையும்
    எந்த நேரமும் வாணியைக் கூவுங்கால்,
எதையும் வேண்டில தன்னை பராசக்தி
    இன்ப மொன்றினைப் பாடுதல் அன்றியே.   1

நாட்டு மக்கள் பிணியும் வறுமையும்
    நையப்பா டென்றொரு தெய்வங் கூறுமே;
கூட்டி மானுடச் சாதியை ஒன்றெனக்
    கொண்டு வையம் முழுதும் பயனுறப்
பாட்டி லேயறங் காட்டெனு மோர் தெய்வம்;
    பண்ணில் இன்பமுங் கற்பனை விந்தையும்
ஊட்டி எங்கும் உவகை பெருகிட
    ஓங்கும் இன்கவி ஓதெனும் வேறொன்றே.   2

நாட்டு மக்கள் நலமுற்று வாழவும்
    நானி லத்தவர் மேனிலை யெய்தவும்
பாட்டி லேதனி யின்பத்தை நாட்டவும்,
    பண்ணி லேகளி கூட்டவும் வேண்டி நான்
மூட்டு மன்புக் கனலொடு வாணியை
    முன்னுகின்ற பொழுதி லெலாங்குரல்
காட்டி அன்னை பராசக்தி ஏழையேன்
    கவிதை யாவுந் தனக்கெனக் கேட்கின்றாள்.   3

மழைபொ ழிந்திடும் வண்ணத்தைக் கண்டுநான்
    வானி ருண்டு கரும்புயல் கூடியே
இழையு மின்னல் சரேலென்று பாயவும்,
    ஈரவாடை இரைந்தொலி செய்யவும்
உழையெ லாம்இடை யின்றிவ் வானநீர்
    ஊற்றுஞ் செய்தி உரைத்திட வேண்டுங்கால்
"மழையுங் காற்றும் பராசக்தி செய்கைகாண்
    வாழ்க தாய்!" என்று பாடுமென் வாணியே.   4

சொல்லி னுக்கெளி தாகவும் நின்றிடாள்
சொல்லை வேறிடஞ் செல்ல வழிவிடாள்;
அல்லி னுக்குட் பெருஞ்சுடர் காண்பவர்
அன்னை சக்தியின் மேனி நலங்கண்டார்.
கல்லி னுக்குள் அறிவொளி காணுங்கால்,
கால வெள்ளத் திலேநிலை காணுங்கால்,
புல்லி னில்வயி ரப்படை காணுங்கால்
பூத லத்தில் பராசக்தி தோன்றுமே! 5

19. சக்திக் கூத்து

ராகம் – பியாக்

பல்லவி

தகத்தகத்தகத் தகதகவென் றாடோமோ? – சிவ
சக்திசக்தி சக்தியென்று பாடோமோ? (தகத்)

சரணங்கள்

1. அகத்தகத் தகத்தினிலே உள்நின்றாள் – அவள்
அம்மை யம்மை எம்மைநாடு பொய்வென்றாள்
தகத்தக நமக் கருள் புரிவாள் தாளொன்றே
சரண மென்று வாழ்த்திடுவோம் நாமென்றே. (தகத்)

2. புகப்புகப் புக வின்பமடா போதெல்லாம்
புறத்தினிலே தள்ளிடுவாய் சூதெல்லாம்
குகைக்கு ளங்கே யிருக்குதடா தீபோலே – அது
குழந்தையதன் தாயடிக்கீழ் சேய்போலே (தகத்)

3. மிகத்தகைப்படு களியினிலே மெய்சோர – உள
வீரம்வந்து சோர்வை வென்று கைதேர
சகத்தினி லுள்ள மனிதரெல்லாம் நன்றுநன்றென – நாம்
சதிருடனே தாளம் இசை இரண்டுமொன்றென (தகத்)

4. இந்திரனா ருலகினிலே நல்லின்பம்
இருக்கு தென்பார் அதனை யிங்கே கொண்டெய்தி,
மந்திரம் போல் வேண்டுமடா சொல்லின்பம் – நல்ல
மதமுறவே அமுதநிலை கண்டெய்தித் (தகத்)

20. சக்தி

துன்ப மிலாத நிலையே சக்தி,
தூக்க மிலாக்கண் விழிப்பே சக்தி ;
அன்பு கனிந்த கனிவே சக்தி ,
ஆண்மை நிறைந்த நிறைவே சக்தி;
இன்ப முதிர்ந்த முதிர்வே சக்தி,
எண்ணத் திருக்கும் எரியே சக்தி ,
முன்புநிற் கின்ற தொழிலே சக்தி,
முக்தி நிலையின் முடிவே சக்தி. 1

சோம்பர் கெடுக்கும் துணிவே சக்தி,
சொல்லில் விளங்கும் சுடரே சக்தி;
தீம்பழந் தன்னில் சுவையே சக்தி,
தெய்வத்தை எண்ணும் நினைவே சக்தி;
பாம்பை அடிக்கும் படையே சக்தி,
பாட்டினில் வந்த களியே சக்தி;
சாம்பரைப் பூசி மலைமிசை வாழும்
சங்கரன் அன்புத் தழலே சக்தி. 2

வாழ்வு பெருக்கும் மதியே சக்தி,
மாநிலம் காக்கும் மதியே சக்தி;
தாழ்வு தடுக்குஞ் சதிரே சக்தி,
சஞ்சலம் நீக்குந் தவமே சக்தி,
வீழ்வு தடுக்கும் விறலே சக்தி,
விண்ணை யளக்கும் விரிவே சக்தி;
ஊழ்வினை நீக்கும் உயர்வே சக்தி,
உள்ளத் தொளிரும் விளக்கே சக்தி. 3

21. வையம் முழுதும்

கண்ணிகள்

வையம் முழுதும் படைத்தளிக் கின்ற
 மஹாசக்தி தன்புகழ் வாழ்த்து கின்றோம்;
செய்யும் வினைகள் அனைத்திலும் வெற்றி
 சேர்ந்திட நல்லருள் செய்க வென்றே! 1

பூதங்கள் ஐந்தில் இருந்தெங்குங் கண்ணிற்
 புலப்படும் சக்தியைப் போற்று கின்றோம்;
வேதங்கள் சொன்ன படிக்கு மனிதரை
 மேன்மையுறச் செய்தல் வேண்டு மென்றே! 2

வேகம் கவர்ச்சி முதலிய பல்வினை
 மேவிடும் சக்தியை மேவு கின்றோம்;
ஏக நிலையில் இருக்கும் அமிர்தத்தை
 யாங்கள் அறிந்திட வேண்டு மென்றே! 3

உயிரெனத் தோன்றி உணவுகொண் டேவளர்ந்
 தோங்கிடும் சக்தியை ஓதுகின்றோம்;
பயிரினைக் காக்கும் மழையென எங்களைப்
 பாலித்து நித்தம் வளர்க்க வென்றே. 4

சித்தத்தி லேநின்று சேர்வ துணரும்
 சிவசக்தி தன்புகழ் செப்பு கின்றோம்;
இத்தரை மீதினில் இன்பங்கள் யாவும்
 எமக்குத் தெரிந்திடல் வேண்டு மென்றே. 5

மாறுத லின்றிப் பராசக்தி தன்புகழ்
 வையமிசை நித்தம் பாடு கின்றோம்;
நூறு வயது புகழுடன் வாழ்ந்துயர்
 நோக்கங்கள் பெற்றிட வேண்டு மென்றே. 6

ஓம் சக்தி ஓம் சக்தி ஓம் சக்தி ஓம் சக்தி
 ஓம் சக்தி என்றுரை செய்திடுவோம்;
ஓம் சக்தி என்பவர் உண்மை கண்டார்; சுடர்
 ஒண்மைகொண்டார், உயிர் வண்மை கொண்டார்.

22. சக்தி விளக்கம்

ஆதிப் பரம்பொருளின் ஊக்கம் — அதை
 அன்னை எனப்பணிதல் ஆக்கம்;
சூதில்லை காணுமிந்த நாட்டீர்! — மற்றத்
 தொல்லை மதங்கள் செய்யும் தூக்கம். 1

மூலப் பழம்பொருளின் நாட்டம் — இந்த
 மூன்று புவியுமதன் ஆட்டம்;
காலப் பெருங்களத்தின் மீதே — எங்கள்
 காளி நடமுலகக் கூட்டம் 2

காலை இளவெயிலின் காட்சி — அவள்
 கண்ணொளி காட்டுகின்ற மாட்சி;
நீல விசும்பினிடை இரவில் — சுடர்
 நேமி யனைத்துமவள் ஆட்சி. 3

நாரண னென்று பழவேதம் — சொல்லும்
 நாயகன் சக்திதிருப் பாதம்;
சேரத் தவம் புரிந்து பெறுவார் — இங்கு
 செல்வம் அறிவு சிவபோதம். 4

ஆதி சிவனுடைய சக்தி — எங்கள்
 அன்னை யருள்பெறுதல் முக்தி;
மீதி உயிரிருக்கும் போதே — அதை
 வெல்லல் சுகத்தினுக்கு யுக்தி. 5

பண்டை விதியுடைய தேவி — வெள்ளைப்
 பாரதி யன்னையருள் மேவி,
கண்ட பொருள்விளக்கும் நூல்கள் — பல
 கற்றலில் லாதவனோர் பாவி. 6

மூர்த்திகள் மூன்று பொருள் ஒன்று; — அந்த
மூலப் பொருள் ஒளியின் குன்று;
நேர்த்தி திகழும் அந்த ஒளியை — எந்த
நேரமும் போற்று சக்தி என்று.   7

23. சக்திக்கு ஆத்ம சமர்ப்பணம்

ராகம்—பூபாளம்   தாளம்—சதுஸ்ர ஏகம்

கையைச், சக்தி தனக்கே கருவி யாக்கு-அது
        சாதனைகள் யாவினையுங் கூடும் - கையைச்
        சக்தி தனக்கே கருவி யாக்கு - அது
        சக்தியுற்றுக் கல்வினையுஞ் சாடும்.   1

கண்ணைச், சக்தி தனக்கே கருவி யாக்கு — அது
        சக்தி வழியினையது காணும் — கண்ணைச்
        சக்தி தனக்கே கருவி யாக்கு — அது
        சத்தியமும் நல்லருளும் பூணும்.   2

செவி, சக்தி தனக்கே கருவி யாக்கு — சிவ
        சக்திசொலும் மொழியது கேட்கும் — செவி
        சக்தி தனக்கே கருவி யாக்கு — அது
        சக்தி திருப் பாடலினை வேட்கும்.   3

வாய், சக்தி தனக்கே கருவி யாக்கு — சிவ
        சக்தி புகழினையது முழங்கும் — வாய்
        சக்தி தனக்கே கருவி யாக்கு — அது
        சக்திநெறி யாவினையும் வழங்கும்.   4

சிவ,   சக்திதனை நாசி நித்தம் முகரும் — அதைச்
        சக்தி தனக்கே கருவி யாக்கு — சிவ
        சக்திதிருச் சுவையினை நுகரும் — சிவ
        சக்தி தனக்கே எமது நாக்கு.   5

மெய்யைச், சக்தி தனக்கே கருவி யாக்கு — சிவ
சக்திதருந் திறனதி லேறும் — மெய்யைச்
சக்தி தனக்கே கருவி யாக்கு — அது
சாதலற்ற வழியினைத் தேறும் 6

கண்டம், சக்தி தனக்கே கருவி யாக்கு — அது
சந்ததமும் நல்லமுதைப் பாடும் — கண்டம்
சக்தி தனக்கே கருவி யாக்கு — அது
சக்தியுடன் என் றும்உற வாடும். 7

தோள், சக்தி தனக்கே கருவி யாக்கு — அது
தாரணியும் மேலுலகுந் தாங்கும் — தோள்
சக்தி தனக்கே கருவி யாக்கு — அது
சக்தி பெற்று மேருவென ஓங்கும். 8

நெஞ்சம், சக்தி தனக்கே கருவி யாக்கு — அது
சக்தியுற நித்தம் விரிவாகும் — நெஞ்சம்
சக்தி தனக்கே கருவி யாக்கு — அதைத்
தாக்கவரும் வாளொதுங்கிப் போகும். 9

சிவ, சக்தி தனக்கே எமது வயிறு — அது
சாம்பரையும் நல்லவுண வாக்கும்-சிவ
சக்தி தனக்கே எமது வயிறு — அது
சக்திபெற உடலினைக் காக்கும். 10

இடை, சக்தி தனக்கே கருவி யாக்கு — நல்ல
சக்தியுள்ள சந்ததிகள் தோன்றும் — இடை
சக்தி தனக்கே கருவி யாக்கு — நின்தன்
சாதிமுற்றும் நல்லறத்தில் ஊன்றும். 11

கால், சக்தி தனக்கே கருவி யாக்கு — அது
சாடியெழு கடலையுந் தாவும் — கால்
சக்தி தனக்கே கருவி யாக்கு — அது
சஞ்சலமில் லாமலெங்கும் மேவும். 12

மனம்,	சக்தி தனக்கே கருவி யாக்கு —அது	
	சஞ்சலங்கள் தீர்ந்தொருமை கூடும் — மனம்	
	சக்தி தனக்கே கருவி யாக்கு —அது	
	சாத்துவிகத் தன்மையினைச் சூடும்.	13
மனம்,	சக்தி தனக்கே கருவி யாக்கு —அது	
	சக்தியற்ற சிந்தனைகள் தீரும் — மனம்	
	சக்தி தனக்கே கருவி யாக்கு —அது	
	சாரும்நல்ல உறுதியும் சீரும்.	14
மனம்,	சக்தி தனக்கே கருவி யாக்கு —அது	
	சக்திசக்தி சக்தியென்று பேசும் — மனம்	
	சக்தி தனக்கே கருவி யாக்கு —அதில்	
	சார்ந்திருக்கும் நல்லுறவும் தேசும்.	15
மனம்,	சக்தி தனக்கே கருவி யாக்கு —அது	
	சக்தி நுட்பம் யாவினையும் நாடும் — மனம்	
	சக்தி தனக்கே கருவி யாக்கு —அது	
	சக்திசக்தி யென்றுகுதித் தாடும்.	16
மனம்,	சக்தி தனக்கே கருவி யாக்கு —அது	
	சக்தியினை எத்திசையும் சேர்க்கும் — மனம்	
	சக்தி தனக்கே கருவி யாக்கு —அது	
	தான் விரும்பில் மாமலையைப் பேர்க்கும்	17
மனம்,	சக்தி தனக்கே கருவி யாக்கு —அது	
	சந்ததமும் சக்திதனைச் சூழும் — மனம்	
	சக்தி தனக்கே கருவி யாக்கு —அதில்	
	சாவுபெறும் தீவினையும் ஊழும்.	18
மனம்,	சக்தி தனக்கே கருவி யாக்கு —எதைத்	
	தான் விரும்பி னாலும்வந்து சேரும் — மனம்	
	சக்தி தனக்கே உரிமை யாக்கு —உடல்	
	தன்னிலுயர் சக்திவந்து சேரும்.	19

மனம், சக்தி தனக்கே கருவி யாக்கு — இந்தத்
தாரணியில் நூ றுவய தாகும் — மனம்
சக்தி தனக்கே கருவி யாக்கு — உன்னைச்
சாரவந்த நோயழிந்து போகும். 20

மனம், சக்தி தனக்கே கருவி யாக்கு — தோள்
சக்திபெற்று நல்ல தொழில் செய்யும்-மனம்
சக்தி தனக்கே கருவி யாக்கு — எங்கும்
சக்தியருள் மாரிவந்து பெய்யும். 21

மனம், சக்தி தனக்கே கருவி யாக்கு — சிவ
சக்தி நடையாவும் நன்கு பழகும்—மனம்
சக்தி தனக்கே கருவி யாக்கு — முகம்
சார்ந்திருக்கும் நல்லருளும் அழகும். 22

மனம், சக்தி தனக்கே கருவி யாக்கு — உயர்
சாத்திரங்கள் யாவும் நன்கு தெரியும் — மனம்
சக்தி தனக்கே கருவி யாக்கு — நல்ல
சத்திய விளக்குநித்தம் எரியும் 23

சித்தம், சக்தி தனக்கே உரிமை யாக்கு — நல்ல
தாளவகை சந்தவகை காட்டும் — சித்தம்
சக்தி தனக்கே உரிமை யாக்கு — அதில்
சாரும்நல்ல வார்த்தைகளும் பாட்டும். 24

சித்தம், சக்தி தனக்கே உரிமை யாக்கு — அது
சக்தியையெல்லோர்க்குமுணர்வுறுத்தும்—
சக்தி தனக்கே உரிமை யாக்கு — அது (சித்தம்
சக்திபுகழ் திக்கனைத்தும் நிறுத்தும். 25

சித்தம், சக்தி தனக்கே உரிமை யாக்கு — அது
சக்திசக்தி யென்று குழலூதும் — சித்தம்
சக்தி தனக்கே உரிமை யாக்கு — அதில்
சார்வதில்லை அச்சமுடன் சூதும். 26

சித்தம்,	சக்தி தனக்கே உரிமை யாக்கு — அது
	சக்தியென்று வீணைதனில் பேசும் — சித்தம்
	சக்தி தனக்கே உரிமை யாக்கு — அதில்
	சக்திபரி மளமிங்கு வீசும். 27
சித்தம்,	சக்தி தனக்கே உரிமை யாக்கு — அது
	சக்தியென்று தாளமிட்டு முழக்கும் — சித்தம்
	சக்தி தனக்கே உரிமை யாக்கு — அது
	சஞ்சலங்கள் யாவினையும் அழிக்கும் 28
சித்தம்,	சக்தி தனக்கே உரிமை யாக்கு — அது
	சக்திவந்து கோட்டைகட்டி வாழும் — சித்தம்
	சக்தி தனக்கே உரிமை யாக்கு — அது
	சக்தியருட் சித்திரத்தில் ஆழும் 29
மதி,	சக்தி தனக்கே உடைமை யாக்கு — அது
	சங்கடங்கள் யாவினையும் உடைக்கும் — மதி
	சக்தி தனக்கே உடைமை யாக்கு — அங்கு
	சத்தியமும் நல்லறமும் கிடைக்கும். 30
மதி,	சக்தி தனக்கே உடைமை யாக்கு — அது
	சாரவரும் தீமைகளை விலக்கும் — மதி
	சக்தி தனக்கே உடைமை யாக்கு — அது
	சஞ்சலப் பிசாசுகளைக் கலக்கும். 31
மதி,	சக்தி தனக்கே உடைமை யாக்கு — அது
	சக்தி செய்யும் விந்தைகளைத் தேடும் — மதி
	சக்தி தனக்கே உடைமை யாக்கு — அது
	சக்தியுறை விடங்களை நாடும். 32
மதி,	சக்தி தனக்கே உடைமை யாக்கு — அது
	தர்க்கமெனுங் காட்டிலச்சம் நீங்கும் — மதி
	சக்தி தனக்கே உடைமை யாக்கு — அதில்
	தள்ளி விடும் பொய்ந்நெறியும் தீங்கும். 33

மதி, சக்தி தனக்கே உடைமை யாக்கு — அதில்
சஞ்சலத்தின் தீயவிருள் விலகும் — மதி
சக்தி தனக்கே உடைமை யாக்கு — அதில்
சக்தியொளி நித்தமுநின் றிலகும். 34

மதி, சக்தி தனக்கே உடைமை யாக்கு — அதில்
சார்வதில்லை ஐயமெனும் பாம்பு — மதி,
சக்தி தனக்கே உடைமை யாக்கு — அங்கு
தான் முளைக்கும் முக்திவிதைக் காம்பு. 35

மதி, சக்தி தனக்கே அடிமை யாக்கு — அது
தாரணியில் அன்பு நிலை நாட்டும் —மதி
சக்தி தனக்கே அடிமை யாக்கு — அது
சர்வசிவ சக்தியினைக் காட்டும். 36

மதி, சக்தி தனக்கே அடிமை யாக்கு — அது
சக்திதிரு வருளினைச் சேர்க்கும் — மதி
சக்தி தனக்கே அடிமை யாக்கு — அது
தாமதப்பொய்த் தீமைகளைப் பேர்க்கும். 37

மதி, சக்தி தனக்கே அடிமை யாக்கு — அது
சத்தியத்தின் வெல்கொடியை நாட்டும்—மதி
சக்தி தனக்கே அடிமை யாக்கு — அது
தாக்கவரும் பொய்ப்புலியை ஓட்டும். 38

மதி, சக்தி தனக்கே அடிமை யாக்கு — அது
சத்தியநல் லிரவியைக் காட்டும்—மதி
சக்தி தனக்கே அடிமை யாக்கு — அதில்
சாரவரும் புயல்களை வாட்டும். 39

மதி, சக்தி தனக்கே அடிமை யாக்கு — அது
சக்திவிர தத்தையென்றும் பூணும் — மதி
சக்திவிர தத்தை யென்றுங் காத்தால் — சிவ
சக்திதரும் இன்பமும்நல் லூணும். 40

மதி, சக்தி தனக்கே அடிமை யாக்கு — தெளி
தந்தமுதப் பொய்கையென ஒளிரும் — மதி
சக்தி தனக்கே அடிமை யாக்கு — அது
சந்ததமும் இன்பமுற மிளிரும். 41

அகம், சக்தி தனக்கே உடைமை யாக்கு — அது
தன்னையொரு சக்தியென்று தேரும் — அகம்
சக்தி தனக்கே உடைமை யாக்கு — அது
தாமதமும் ஆணவமும் தீரும். 42

அகம், சக்தி தனக்கே உடைமை யாக்கு — அது
தன்னையவள் கோயிலென் றுகாணும்-அகம்
சக்தி தனக்கே உடைமை யாக்கு — அது
தன்னை யெண்ணித் துன்பமுற நாணும். 43

அகம், சக்தி தனக்கே உடைமை யாக்கு — அது
சக்தியெனும் கடலிலோர் திவலை —அகம்
சக்தி தனக்கே உடைமை யாக்கு — சிவ
சக்தியுண்டு நமக்கில்லை கவலை. 44

அகம், சக்தி தனக்கே உடைமை யாக்கு — அதில்
சக்திசிவ நாதநித்தம் ஒலிக்கும் — அகம்
சக்தி தனக்கே உடைமை யாக்கு — அது
சக்திதிரு மேனியொளி ஜ்வலிக்கும். 45

சிவ, சக்தி என்றும் வாழி! என்று பாடு — சிவ
சக்தி சக்தி என்றுகுதித் தாடு — சிவ
சக்தி என்றும் வாழி! என்று பாடு — சிவ
சக்திசக்தி என்றுவிளை யாடு. 46

24. சக்தி திருப்புகழ்

சக்தி சக்தி சக்தீ சக்தீ சக்தீ சக்தீ என்றோது;
சக்தி சக்தி சக்தீ என்பார் - சாகார் என்றே நின்றோது; 1
சக்தி சக்தி என்றே வாழ்தல்-சால்பாம் நம்மைச் சார்ந்தீரே!
சக்தி சக்தி என்றீ ராகில் - சாகா உண்மை சேர்ந்தீரே! 2

சக்தி சக்தி என்றால் சக்தி - தானே சேரும் கண்டீரே!
சக்தி சக்தி என்றால் வெற்றி - தானே சேரும் கண்டீரே! 3.
சக்தி சக்தி என்றே செய்தால் - தானே செய்கை நேராகும்;
சக்தி சக்தி என்றால் அஃது-தானே முக்தி வேராகும். 4
சக்தி சக்தி சக்தீ சக்தீ சக்தீ சக்தீ என்றே ஆடாமோ?
சக்தி சக்தி சக்தீ யென்றே-தாளங் கொட்டிப் பாடாமோ? 5
சக்தி சக்தி என்றால் துன்பம் - தானே தீரும் கண்டீரே!
சக்தி சக்தி என்றால் இன்பம் - தானே சேரும் கண்டீரே! 6
சக்தி சக்தி என்றால் செல்வம் - தானே ஊறும் கண்டீரோ?
சக்தி சக்தி என்றால் கல்வி - தானே தேறும் கண்டீரோ? 7
சக்தி சக்தி சக்தீ சக்தீ - சக்தீ சக்தீ வாழீ நீ!
சக்தி சக்தி சக்தீ சக்தீ - சக்தீ சக்தீ வாழீ நீ! 8
சக்தி சக்தி வாழீ என்றால் - சம்பத் தெல்லாம் நேராகும்;
சக்தி சக்தி என்றால் சக்தி - தாசன் என்றே பேராகும். 9

25. சிவசக்தி புகழ்

ராகம் – தன்யாசி தாளம் – சதுஸ்ர ஏகம்

ஓம், சக்திசக்தி சக்தியென்று சொல்லு — கெட்ட
சஞ்சலங்கள் யாவினையும் கொல்லு;
சக்திசக்தி சக்தியென்று சொல்லி — அவள்
சந்நிதியி லேதொழுது நில்லு. 1

ஓம், சக்திமிசை பாடல்பல பாடு — ஓம்
சக்திசக்தி என்று தாளம் போடு;
சக்திதருஞ் செய்கை நிலந் தனிலே — சிவ
சக்திவெறி கொண்டுகளித் தாடு. 2

ஓம், சக்திதனை யேசரணங் கொள்ளு என்றும்
சாவினுக்கொ ரச்சமில்லை தள்ளு,
சக்திபுக ழாமமுதை அள்ளு — மது
தன்னிலினிப் பாகுமந்தக் கள்ளு. 3

ஓம், சக்திசெய்யும் புதுமைகள் பேசு — நல்ல
சக்தியற்ற பேடிகளை ஏசு;
சக்திதிருக் கோயிலுள்ள மாக்கி — அவள்
தந்திடுநற் குங்குமத்தைப் பூசு. 4

ஓம், சக்தியினைச் சேர்ந்ததிந்தச் செய்கை — இதைச்
சார்ந்துநிற்ப தேநமக்கோ ருய்கை;
சக்தியெனும் இன்பமுள்ள பொய்கை — அதில்
தண்ணமுத மாரிநித்தம் பெய்கை. 5

ஓம், சக்திசக்தி சக்தியென்று நாட்டு — சிவ
சக்தியருள் பூமிதனில் காட்டு;
சக்திபெற்ற நல்லநிலை நிற்பார் — புவிச்
சாதிகளெல் லாமதனைக் கேட்டு. 6

ஓம், சக்திசக்தி சக்தியென்று முழங்கு — அவள்
தந்திரமெல் லாமுலகில் வழங்கு;
சக்தியருள் கூடிவிடு மாயின் — உயிர்
சந்ததமும் வாழும்நல்ல கிழங்கு 7

ஓம், சக்திசெய்யுந் தொழில்களை எண்ணு நித்தம்
சக்தியுள்ள தொழில்பல பண்ணு;
சக்திதனை யேயிழந்து விட்டால் — இங்கு
சாவினையும் நோவினையும் உண்ணு. 8

ஓம், சக்தியரு ளாலுலகில் ஏறு — ஒரு
சங்கடம்வந் தாலிரண்டு கூறு;
சக்திசில சோதனைகள் செய்தால் — அவள்
தண்ணருளென் றேமனது தேறு. 9

ஓம்,சக்திதுணை என்று நம்பி வாழ்த்து-சிவ
சக்திதனையே அகத்தில் ஆழ்த்து;
சக்தியும் சிறப்பும் மிகப் பெறுவாய்-சிவ
சக்தியருள் வாழ்கவென்று வாழ்த்து! 10

26. பேதை நெஞ்சே!

இன்னுமொரு முறைசொல்வேன், பேதை நெஞ்சே!
    எதற்குமினி உளைவதிலே பயனொன் றில்லை;
முன்னர்நம திச்சையினாற் பிறந்தோ மில்லை;
    முதலிறுதி இடைநமது வசத்தில் இல்லை;
மன்னுமொரு தெய்வத்தின் சக்தி யாலே
    வையகத்திற் பொருளெல்லாம் சலித்தல் கண்டாய்!
பின்னையொரு கவலையுமிங் கில்லை, நாளும்
    பிரியாதே விடுதலையைப் பிடித்துக் கொள்வாய்!   1

நினையாத விளைவெல்லாம் விளைந்து கூடி,
    நினைத்தபயன் காண்பதவன் செய்கையன்றோ?
மனமார உண்மையினைப் புரட்டலாமோ?
    மஹாசக்தி செய்தநன்றி மறக்க லாமோ?
எனையாளும் மாதேவி, வீரர் தேவி,
    இமையவருந் தொழுந்தேவி, எல்லைத் தேவி,
மனைவாழ்வு பொருளெல்லாம் வகுக்குந் தேவி,
    மலரடியே துணையென்று வாழ்த்தாய் நெஞ்சே!   2

சக்தியென்று புகழ்ந்திடுவோம் முருகன் என்போம்;
    சங்கரனென் றுரைத்திடுவோம், கண்ணன் என்போம்;
நித்தியமிங் கவள்சரணே நிலையென் றெண்ணி,
    நினக்குள்ள குறைகளெல்லாந் தீர்க்கச் சொல்லி,
பக்தியினாற் பெருமையெல்லாம் கொடுக்கச் சொல்லி,
    பசிபிணிக ளில்லாமற் காக்கச் சொல்லி,
உத்தமநன் னெறிகளிலே சேர்க்கச் சொல்லி,
    உலகளந்த நாயகிதாள் உரைப்பாய், நெஞ்சே!   3

செல்வங்கள் கேட்டால்நீ கொடுக்க வேண்டும்.
    சிறுமைகளென் னிடமிருந்தால் விடுக்க வேண்டும்;
கல்வியிலே மதியினைநீ தொடுக்க வேண்டும்.
    கருணையினால் ஐயங்கள் கெடுக்க வேண்டும்,

தொல்லைதரும் அகப்பேயைத் தொலைக்க வேண்டும்
 துணையென்று நின்னருளைத் தொடரச் செய்தே
நல்லவழி சேர்ப்பித்துக் காக்க வேண்டும்.
 'நமோநமஓம் சக்தி' யென நவிலாய் நெஞ்சே! 4

பாட்டினிலே சொல்லுவதும் அவள்சொல் லாகும்;
 பயனன்றி உரைப்பாளோ? பாராய், நெஞ்சே!
கேட்டதுநீ பெற்றிடுவாய், ஐயமில்லை;
 கேடில்லை, தெய்வமுண்டு, வெற்றி யுண்டு;
மீட்டுமுனக் குரைத்திடுவேன், ஆதி சக்தி,
 வேதத்தின் முடியினிலே விளங்கும் சக்தி,
நாட்டினிலே சனகனைப்போல் நமையும் செய்தாள்;
 'நமோநம, ஓம் சக்தி' யென நவிலாய் நெஞ்சே! 5

27. மஹா சக்தி

சந்திர னொளியில் அவளைக் கண்டேன்,
 சரண மென்று புகுந்து கொண்டேன்;
இந்திரி யங்களை வென்று விட்டேன்,
 எனதென் ஆசையைக் கொன்று விட்டேன். 1

பயனெண் ணாமல் உழைக்கச் சொன்னாள்,
 பக்தி செய்து பிழைக்கச் சொன்னாள்;
துயரி லாதெனைச் செய்து விட்டாள்,
 துன்ப மென்பதைக் கொய்து விட்டாள். 2

மீன்கள் செய்யும் ஒளியைச் செய்தாள்;
 வீசி நிற்கும் வளியைச் செய்தாள்;
வான்க ணுள்ள வெளியைச் செய்தாள்,
 வாழி நெஞ்சிற் களியைச் செய்தாள். 3

28. நவராத்திரிப் பாட்டு

(உஜ்ஜயினீ)

1. உஜ்ஜயினீ நித்ய கல்யாணீ!
ஓம்சக்தி ஓம்சக்தி ஓம்சக்தி ஓம்சக்தி (உஜ்ஜயினீ)

2. உஜ்ஜய காரண சங்கர தேவீ
உமா ஸரஸ்வதீ ஸ்ரீ மாதா ஸா. (உஜ்ஜயினீ)

3. வாழி புனைந்து மஹேசுவர தேவன்,
தோழி பதங்கள் பணிந்து துணிந்தனம், (உஜ்ஜயினீ)

4. சத்ய யுகத்தை அகத்தி லிருத்தி,
திறத்தை நமக்கரு ளிச்செய்யும் உத்தமி. (உஜ்ஜயினீ)

29. காளிப் பாட்டு

யாதுமாகி நின்றாய் — காளி! — எங்கும் நீநி றைந்தாய் ;
தீது நன்மை யெல்லாம் — காளி! — தெய்வ லீலை யன்றோ ;
பூத மைந்தும் ஆனாய் — காளி! — பொறிக ளைந்தும் ஆனாய் ;
போத மாகி நின்றாய் — காளி! — பொறியை விஞ்சி நின்றாய். 1

இன்ப மாகி விட்டாய் — காளி! — என்னு ளேபு குந்தாய்
பின்பு நின்னை யல்லால் — காளி! — பிறிது நானும் உண்டோ?
அன்ப ளித்து விட்டாய் — காளி! — ஆண்மை தந்து விட்டாய்;
துன்பம்நீக்கிவிட்டாய் — காளி! — தொல்லைபோக்கிவிட்டாய் 2

30. காளி ஸ்தோத்திரம்

யாதுமாகி நின்றாய் - காளி! - எங்கும் நீநி றைந்தாய்;
தீது நன்மை யெல்லாம் - நின்தன் - செயல்க ளன்றி யில்லை.
போதும் இங்கு மாந்தர் - வாழும் - பொய்மை வாழ்க்கை யெல்லாம்
ஆதிசக்தி, தாயே! - என் மீ - தருள் புரிந்து காப்பாய். 1

எந்த நாளும் நின்மேல் - தாயே! இசைகள் பாடி வாழ்வேன்;
கந்த னைப்ப யந்தாய்,-தாயே! கருணை வெள்ள மானாய்!
மந்த மாரு தத்தில் - வானில் - மலையி னுச்சி மீதில்,
சிந்தை யெங்கு செல்லும் - அங்குன் - செம்மை தோன்று மன்றே 2

கர்ம யோக மொன்றே - உலகில் - காக்கு மென்னும் வேதம்;
தர்ம நீதி சிறிதும்- இங்கே - தவற லென்ப தின்றி,
மர்ம மான பொருளாம் -நின்தன்-மலர டிக்கண் நெஞ்சம்,
செம்மை யுற்று நாளும்-சேர்ந்தே-தேசு கூட வேண்டும். 3

என்த னுள்ள வெளியில் - ஞானத்- திரவி யேற வேண்டும்;
குன்ற மொத்த தோளும்-மேருக்-கோல மொத்த வடிவும்,
நன்றை நாடு மனமும்-நீயெந்-நாளு மீதல் வேண்டும்;
ஒன்றை விட்டு மற்றோர் - துயரில்-உழலும் நெஞ்சம் வேண்டா. 4

வான கத்தி னொளியைக் -கண்டே-மனம கிழ்ச்சி பொங்கி,
யானெ தற்கும் அஞ்சேன் - ஆகி-எந்த நாளும் வாழ்வேன்;
ஞான மொத்த தம்மா!-உவமை-நானு ரைக்கொ ணாதாம்!
வான கத்தி னொளியின் - அழகை - வாழ்த்து மாறி யாதோ? 5

ஞாயி றென்ற கோளம் - தருமோர்-நல்ல பேரொ ளிக்கே
தேய மீதோர் உவமை-எவரே-தேடி யோத வல்லார்?
வாயி னிக்கும் அம்மா! - அழகாம்-மதியின் இன்ப ஒளியை
நேயமோ டுரைத் தால்-ஆங்கே-நெஞ்சி ளக்க மெய்தும். 6

காளி மீது நெஞ்சம்-என்றும்-கலந்து நிற்க வேண்டும்;
வேளை யொத்த விறலும், பாரில்-வேந்த ரேத்து புகழும்,
யாளி யொத்த வலியும் - என்றும் - இன்பம் நிற்கும் மனமும்,
வாழி யீதல் வேண்டும் - அன்னாய்! வாழ்க நின்தன் அருளே!

31. யோக சித்தி

வரங் கேட்டல்

விண்ணும் மண்ணும் தனியாளும் — எங்கள்
    வீரை சக்தி நினதருளே என்தன்
கண்ணுங் கருத்தும் எனக்கொண்டு — அன்பு
    கசிந்து கசிந்து கசிந்துருகி — நான்
பண்ணும் பூசனை கள்எல்லாம் — வெறும்
    பாலை வனத்தில் இட்ட நீரோ? — உனக்
கெண்ணுஞ் சிந்தை யொன்றிலையோ? — அறி
    வில்லா தகிலம் அளிப்பாயோ?   1

நீயே சரணமென்று கூவி — என்தன்
    நெஞ்சிற் பேருறுதி கொண்டு — அடி
தாயே! யெனக்குமிக நிதியும் — அறந்
    தன்னைக் காக்குமொரு திறனும் — தரு
வாயே யென்று பணிந் தேத்திப் — பல
    வாறா நின்றுபுகழ் பாடி — வாய்
ஓயே னாவதுண ராயோ? — நின
    துண்மை தவறுவதொர் உலகோ?   2

காளீ வலியசா முண்டி — ஓங்
    காரத் தலைவியென் னிராணி — பல
நாளிங் கெனையலைக்க லாமோ? — உள்ளம்
    நாடும் பொருளடைதற் கன்றோ? — மலர்த்
தாளில் விழுந்தபயங் கேட்டேன் — அது
    தாரா யெனிலுயிரைத் தீராய் — துன்பம்
நீளில் உயிர்தரிக்க மாட்டேன் — கரு
    நீலியென் னியல்பறி யாயோ?   3

தேடிச் சோறுநிதந் தின்று — பல
    சின்னஞ் சிறுகதைகள் பேசி — மனம்
வாடித் துன்பமிக உழன்று — பிறர்
    வாடப் பலசெயல்கள் செய்து — நரை

கூடிப் கிழப்பருவ மெய்தி — கொடுங்
கூற்றுக் கிரையெனப்பின் மாயும் — பல
வேடிக்கை மனிதரைப் போலே — நான்
வீழ்வே னென்று நினைத் தாயோ? 4

நின்னைச் சிலவரங்கள் கேட்பேன் — அவை
நேரே இன்றெனக்குத் தருவாய் — என்தன்
முன்னைத் தீயவினைப் பயன்கள் — இன்னும்
மூளா தழிந்திடுதல் வேண்டும் — இனி
என்னைப் புதியவுயி ராக்கி — எனக்
கேதுங் கவலையறச் செய்து — மதி
தன்னை மிகத்தெளிவு செய்து — என்றும்
சந்தோஷங் கொண்டிருக்கச் செய்வாய் 5

தோளை வலியுடைய தாக்கி — உடற்
சோர்வும் பிணிபலவும் போக்கி — அரி
வாளைக் கொண்டுபிளந் தாலும் — கட்டு
மாறா வுடலுறுதி தந்து — சுடர்
நாளைக் கண்டதோர் மலர்போல் — ஒளி
நண்ணித் திகழும்முகந் தந்து — மத
வேளை வெல்லும்முறை கூறித் — தவ
மேன்மை கொடுத்தருளல் வேண்டும். 6

எண்ணுங் காரியங்க ளெல்லாம் — வெற்றி
யேறப் புரிந்தருளல் வேண்டும் — தொழில்
பண்ணப் பெருநிதியும் வேண்டும் — அதிற்
பல்லோர் துணைபுரிதல் வேண்டும் — சுவை
நண்ணும் பாட்டினொடு தாளம்-மிக
நன்றா வுளத்தழுந்தல் வேண்டும்-பல
பண்ணிற் கோடிவகை இன்பம்-நான்
பாடத் திறனடைதல் வேண்டும். 7

கல்லை வயிரமணி யாக்கல் — செம்பைக்
கட்டித் தங்கமெனச் செய்தல் — வெறும்
புல்லை நெல்லெனப் புரிதல் — பன்றிப்
போத்தைச் சிங்கவே றாக்கல் — மண்ணை
வெல்லத் தினிப்புவரச் செய்தல் — என
விந்தை தோன்றிட இந்நாட்டை — நான்
தொல்லை தீர்த்துயர்வு கல்வி — வெற்றி
சூழும் வீரமறி வாண்மை. 8

கூடுந் திரவியத்தின் குவைகள் — திறல்
கொள்ளுங் கோடிவகைத் தொழில்கள் — இவை
நாடும் படிக்குவினை செய்து — இந்த
நாட்டோர் கீர்த்தியெங்கு மோங்கக் — கலி
சாடுந் திறனெனக்குத் தருவாய் — அடி
தாயே! உனக்கரிய துண்டோ? — மதி
மூடும் பொய்மையிரு ளெல்லாம் — எனை
முற்றும் விட்டகல வேண்டும். 9

ஐயந் தீர்ந்துவிடல் வேண்டும் — புலை
அச்சம் போயொழிதல் வேண்டும் — பல
பையச் சொல்லுவதிங் கென்னே! முன்னைப்
பார்த்தன் கண்ணனிவர் நேரா — எனை
உய்யக் கொண்டருள வேண்டும் — அடி
உன்னைக் கோடிமுறை தொழுதேன் — இனி
வையத் தலைமையெனக் கருள்வாய் — அன்னை
வாழி! நின்னதருள் வாழி! 10

ஓம் காளி! வலிய சாமுண்டீ!
ஓங்காரத் தலைவி! என் இராணி!

32. மஹா சக்தி பஞ்சகம்

கரணமுந் தனுவும் நினக்கெனத் தந்தேன்,
  காளிநீ காத்தருள் செய்யே;
மரணமும் அஞ்சேன்; நோய்களை அஞ்சேன்;
  மாரவெம் பேயினை அஞ்சேன்.
இரணமுஞ் சுகமும், பழியுநற் புகழும்
  யாவுமோர் பொருளெனக் கொள்ளேன்;
சரணமென் றுனது பதமலர் பணிந்தேன்
  தாயெனைக் காத்தலுன் கடனே.   1

எண்ணிலாப் பொருளும், எல்லையில் வெளியும்
  யாவுமா நின்தனைப் போற்றி,
மண்ணிலார் வந்து வாழ்த்தினுஞ் செறினும்
  மயங்கிலேன்; மனமெனும் பெயர்கொள்
கண்ணிலாப் பேயை எள்ளுவேன்; இனியெக்
  காலுமே அமைதியி லிருப்பேன்;
தண்ணிலா முடியிற் புனைந்துநின் றிலகும்
  தாயுனைச் சரண்புகுந் தேனால்.   2

நீசருக் கினிதாந் தனத்தினும், மாதர்
  நினைப்பினும், நெறியிலா மாக்கள்
மாசுறு பொய்ந்நட் பதனிலும், பன்னாள்
  மயங்கினேன்; அதையினி மதியேன்;
தேசுறு நீல நிறத்தினாள், அறிவாய்ச்
  சிந்தையிற் குலவிடு திறத்தாள்.
வீசுறுங் காற்றில் நெருப்பினில் வெளியில்
  விளங்குவாள் தனைச்சரண் புகுந்தேன்.   3

ஐயமுந் திகைப்புந் தொலைந்தன; ஆங்கே
  அச்சமுந் தொலைந்தது; சினமும்
பொய்யுமென் றினைய புன்மைக ளெல்லாம்
  போயின; உறுதிநான் கண்டேன்,

வையமிங் கனைத்தும் ஆக்கியும் காத்தும்
 மாய்த்துமே மகிழ்ந்திடு தாயைத்
துய்யவெண் ணிறத்தாள் தனைக்கரி யவளைத்
 துணையெனத் தொடர்ந்தது கொண்டே. 4

தவத்தினை எளிதாப் புரிந்தனள், யோகத்
 தனிநிலை எளிதெனப் புரிந்தாள்;
சிவத்தினை இனிதாப் புரிந்தனள், மூடச்
 சித்தமும் தெளிவுறச் செய்தாள்;
பவத்தினை வெறுப்ப அருளினள், நானாம்
 பான்மை கொன் றவள்மயம் புரிந்தாள்;
அவத்தினைக் களைந்தாள் அறிவென விளைந்தாள்,
 அநந்தமா வாழ்கஇங் கவளே!

33. மஹாசக்தி வாழ்த்து

விண்டு ரைக்க அறிய அரியதாய்
 விரிந்த வான வெளியென நின்றனை;
அண்ட கோடிகள் வானில் அமைத்தனை;
 அவற்றில் எண்ணற்ற வேகஞ் சமைத்தனை;
மண்ட லத்தை அணுவணு வாக்கினால்,
 வருவ தெத்தனை அத்தனை யோசனை
கொண்ட தூரம் அவற்றிடை வைத்தனை,
 கோலமே! நினைக் காளியென் றேத்துவேன். 1

நாடு காக்கும் அரசன் தனையந்த
 நாட்டு ளோர்அர சென்றறி வார்எனில்,
பாடு தண்டைக் குழந்தை தனக்கிதம்
 பண்ணும் அப்பன் இவனென் றறிந்திடும்;
கோடி யண்டம் இயக்கி யளிக்கும்நின்
 கோலம் ஏழை குறித்திட லாகுமோ?
நாடி யிச்சிறு பூமியிற் காணுநின்
 நலங்கள் ஏத்திட நல்லருள் செய்கவே. 2

பரிதி யென்னும் பொருளிடை யேய்ந்தனை,
    பரவும் வெய்ய கதிரெனக் காய்ந்தனை;
கரிய மேகத் திரளெனச் செல்லுவை,
    காலு மின்னென வந்துயிர் கொல்லுவை;
சொரியும் நீரெனப் பல்லுயிர் போற்றுவை,
    சூழும் வெள்ள மெனவுயிர் மாற்றுவை;
விரியும் நீள்கட லென்ன நிறைந்தனை,
    வெல்க காளி யென தம்மை வெல்கவே.   3

வாயு வாகி வெளியை அளந்தனை,
    வாழ்வெ தற்கும் உயிர்நிலை ஆயினை,
தேயு வாகி ஒளியருள் செய்குவை,
    செத்த வற்றைக் கருப்பொருள் ஆக்குவை;
பாயு மாயிரஞ் சக்திக ளாகியே
    பாரி லுள்ள தொழில்கள் இயற்றுவை;
சாயும் பல்லுயிர் கொல்லுவை, நிற்பன
    தம்மைக் காத்துச் சுகம்பல நல்குவை.   4

நிலத்தின் கீழ்பல் லுலோகங்கள் ஆயினை,
    நீரின் கீழெண் ணிலாநிதி வைத்தனை;
தலத்தின் மீது மலையும் நதிகளும்,
    சாருங் காடுஞ் சுனைகளும் ஆயினை;
குலத்தி லெண்ணற்ற பூண்டு பயிரினம்
    கூட்டி வைத்துப் பலநலந் துய்த்தனை;
புலத்தை யிட்டிங் குயிர்கள் செய்தாய், அன்னே!
    போற்றி! போற்றி! நினதருள் போற்றியே!   5

சித்த சாகரஞ் செய்தனை ஆங்கதிற்
    செய்த கர்மப் பயனெனப் பல்கினை;
தத்துகின்ற திரையுஞ் சுழிகளும்
    தாக்கி யெற்றிடுங் காற்றுமுள் ளோட்டமுஞ்
சுத்த மோனப் பகுதியும் வெண்பனி
    சூழ்ந்த பாகமும் சுட்டவெந் நீருமென்று
ஒத்த நீர்க்கடல் போலப் பலவகை
    உள்ள மென்னுங் கடலில் அமைத்தனை.   6

34. ஊழிக் கூத்து

வெடிபடு மண்டத் திடிபல தாளம் போட — வெறும்
    வெளியி லிரத்தக் களியொடு பூதம் பாட — பாட்டின்
அடிபடு பொருளின் அடிபடு மொலியிற் கூடக் — களித்
    தாடுங் காளீ! சாமுண் டீ! கங் காளீ!
அன்னை! அன்னை! ஆடுங் கூத்தை
    நாடச் செய்தாய் என்னை.   1

ஐந்துறு பூதம் சிந்திப் போயொன் றாகப் — பின்னர்
    அதுவும் சக்திக் கதியில் மூழ்கிப் போக — அங்கே
முந்துறும் ஒளியிற் சிந்தை நழுவும் வேகத் — தோடே
    முடியா நடனம் புரிவாய், அடு தீ சொரிவாய்!
அன்னை! அன்னை! ஆடுங் கூத்தை
    நாடச் செய்தாய் என்னை.   2

பாழாம் வெளியும் பதறிப் போய்மெய் குலையச் — சலனம்
    பயிலும் சக்திக் குலமும் வழிகள் கலைய — அங்கே
ஊழாம் பேய்தான் "ஓஹோ ஹோ"வென் றலைய;—வெறித்
    துறுமித் திரிவாய், செருவெங் கூத்தே புரிவாய்!
அன்னை! அன்னை! ஆடுங் கூத்தை
    நாடச் செய்தாய் என்னை.   3

சத்திப் பேய்தான் தலையொடு தலைகள் முட்டிச்—சட்டச்
    சடசட சட்டென்றுடைபடு தாளங்கொட்டி—அங்கே
எத்திக் கினிலும் நின்விழி யனல் போய் எட்டித் — தானே
    எரியுங் கோலங் கண்டே சாகும் காலம்.
அன்னை! அன்னை! ஆடுங் கூத்தை
    நாடச் செய்தாய் என்னை.   4

காலத் தொடுநிர் மூலம் படுமூ வுலகும் — அங்கே
    கடவுள் மோனத் தொளியே தனியா யிலகும் — சிவன்
கோலங் கண்டுன் கனல்செய் சினமும் விலகும் — கையைக்
    கொஞ்சித் தொடுவாய் ஆனந்தக்கூத் திடுவாய்!
அன்னை! அன்னை! ஆடுங் கூத்தை
    நாடச் செய்தாய் என்னை.   5

35. காளிக்குச் சமர்ப்பணம்

இந்த மெய்யும் கரணமும் பொறியும்
இருபத் தேழு வருடங்கள் காத்தனன்;
வந்த னம்;அடி பேரருள் அன்னாய்!
வைர வீ! திறற் சாமுண்டி! காளி!
சிந்த னைதெளிந் தேனினி யுன்தன்
திரு வருட்கென அர்ப்பணஞ் செய்தேன்;
வந்தி ருந்து பலபய னாகும்
வகைதெ ரிந்துகொள் வாழி யடி! நீ.

36. காளி தருவாள்

எண்ணி லாத பொருட்குவை தானும்,
ஏற்றமும், புவி யாட்சியும் ஆங்கே
விண்ணில் ஆதவன் நேர்ந்திடும் ஒளியும்
வெம்மை யும்பெருந் திண்மையும் அறிவும்,
தண்ணி லாவின் அமைதியும் அருளும்
தருவள் இன்றென தன்னை யென்காளி;
மண்ணி லார்க்குந் துயரின்றிச் செய்வேன்,
வறுமை யென்பதை மண்மிசை மாய்ப்பேன். 1

தானம் வேள்வி தவங்கல்வி யாவும்
தரணி மீதில் நிலைபெறச் செய்வேன்,
வானம் மூன்று மழைதரச் செய்வேன்
மாறி லாத வளங்கள் கொடுப்பேன்;
மானம் வீரியம் ஆண்மை நன்னேர்மை
வண்மை யாவும் வழங்குறச் செய்வேன்,
ஞான மோங்கி வளர்ந்திடச் செய்வேன்;
நான்வி ரும்பின காளி தருவாள். 2

37. மஹா காளியின் புகழ்

காவடிச் சிந்து

ராகம்–ஆனந்த பைரவி தாளம்–ஆதி

காலமாம் வனத்திலண்டக் கோலமா மரத்தின்மீது
காளிசக்தி யென்றபெயர் கொண்டு – ரீங்
காரமிட் டுலவுமொரு வண்டு-தழல்

காலும்விழி நீலவன்ன மூலஅத்து வாக்களெனும்
கால்களா றுடையதெனக் கண்டு – மறை
காணுமுனி வோருரைத்தார் பண்டு.

மேலுமாகிக் கீழுமாகி வேறுள திசையுமாகி
விண்ணுமண்ணு மானசக்தி வெள்ளம் – இந்த
விந்தையெல்லா மாங்கதுசெய் கள்ளம் – பழ

வேதமா யதன்முனுள்ள நாதமாய் விளங்குமிந்த
வீரசக்தி வெள்ளம்விழும் பள்ளம் – ஆக
வேண்டும்நித்த மென்தனேழை யுள்ளம் 1

அன்புவடி வாகிநிற்பள் துன்பெலா மவளிழைப்பள்
ஆக்கநீக்கம் யாவுமவள் செய்கை – இதை
ஆர்ந்துணர்ந்த வர்களுக்குண் டுய்கை – அவள்

ஆதியா யநாதியா யகண்டவறி வாவளுன்தன்
அறிவுமவள் மேனியிலோர் சைகை – அவள்
ஆனந்தத்தி னெல்லை யற்ற பொய்கை.

இன்பவடி வாகிநிற்பள் துன்பெலா மவளிழைப்பள்
இஃதெலா மவள்புரியும் மாயை – அவள்
ஏதுமற்ற மெய்ப் பொருளின் சாயை – எனில்

எண்ணியேஓம் சக்தியெனும் புண்ணிய முனிவர்நித்தம்
எய்துவார்மெய்ஞ் ஞானமெனும் தீயை – எரித்து
எற்றுவாரிந் நானெ னும்பொய்ப் பேயை. 2

ஆதியாஞ் சிவனுமவன் சோதியான சக்தியுந்தான்
அங்குமிங்கு மெங்குமுள வாகும் — ஒன்றே
யாகினா லுலகனைத்தும் சாகும் — அவை

யன்றியோர் பொருளுமில்லை அன்றியொன்று மில்லை
ஆய்ந்திடில் துயரமெல்லாம் போகும் — இந்த
அறிவுதான் பரமஞான மாகும்.

நீதியா மரசுசெய்வர் நிதிகள்பல கோடிதுய்ப்பர்
நீண்டகாலம் வாழ்வர்தரை மீது — எந்த
நெறியுமெய்து வர்நினைத்தபோது — அந்த

நித்தமுத்த சுத்தபுத்த சத்தபெருங் காளிபத
நீழலடைந் தார்க்கில்லையோர் தீது — என்றும்
நேர்மைவேதம் சொல்லும்வழி யீது. 3

38. வெற்றி

எடுத்த காரியம் யாவினும் வெற்றி,
எங்கு நோக்கினும் வெற்றிமற் றாங்கே
விடுத்த வாய்மொழிக் கெங்கணும் வெற்றி,
வேண்டி னேனுக் கருளினள் காளி;
தடுத்து நிற்பது தெய்வத மேனும்
சாகு மானுட மாயினும் அஃதைப்
படுத்து மாய்ப்பள் அருட்பெருங் காளி,
பாரில் வெற்றி எனக்குறு மாறே. 1

எண்ணு மெண்ணங்கள் யாவினும் வெற்றி,
எங்கும் வெற்றி, எதனிலும் வெற்றி,
கண்ணு மாருயி ரும்மென நின்றாள்
காளித் தாயிங் கெனக்கருள் செய்தாள்;
மண்ணும் காற்றும் புனலும் அனலும்
வானும் வந்து வணங்கிநில் லாவோ?
விண்ணு ளோர்பணிந் தேவல்செய் யாரோ?
வெல்க காளி பதங்களென் பார்க்கே. 2

39. முத்துமாரி

உலகத்து நாயகியே! — எங்கள் முத்து
மாரியம்மா, எங்கள் முத்து மாரி!
உன் பாதம் சரண்புகுந்தோம், — எங்கள் முத்து
மாரியம்மா, எங்கள் முத்து மாரி!
கலகத் தரக்கர்பலர், — எங்கள் முத்து
மாரியம்மா, எங்கள் முத்து மாரி!
கருத்தி னுள்ளே புகுந்துவிட்டார், எங்கள் முத்து
மாரியம்மா, எங்கள் முத்து மாரி!
பலகற்றும் பலகேட்டும், — எங்கள் முத்து
மாரியம்மா, எங்கள் முத்து மாரி!
பய னொன்று மில்லையடி — எங்கள் முத்து
மாரியம்மா, எங்கள் முத்து மாரி!
நிலையெங்கும் காணவில்லை, — எங்கள் முத்து
மாரியம்மா, எங்கள் முத்து மாரி!
நின்பாதம் சரண் புகுந்தோம், — எங்கள் முத்து
மாரியம்மா, எங்கள் முத்து மாரி! 1

துணிவெளுக்க மண்ணுண்டு, — எங்கள் முத்து
மாரியம்மா,எங்கள் முத்து மாரி!
தோல்வெளுக்கச் சாம்பருண்டு, — எங்கள் முத்து
மாரியம்மா, எங்கள் முத்து மாரி!
மணி வெளுக்கச் சாணையுண்டு, — எங்கள் முத்து
மாரியம்மா, எங்கள் முத்து மாரி!
மனம்வெளுக்க வழியில்லை, — எங்கள் முத்து
மாரியம்மா, எங்கள் முத்து மாரி!
பிணிகளுக்கு மாற்றுண்டு,— எங்கள் முத்து
மாரியம்மா, எங்கள் முத்து மாரி!
பேதைமைக்கு மாற்றில்லை, — எங்கள் முத்து
மாரியம்மா, எங்கள் முத்து மாரி!

அணிகளுக்கொ ரெல்லையில்லாய், — எங்கள் முத்து
மாரியம்மா, எங்கள் முத்து மாரி!
அடைக்கலமிங் குனைப்புகுந்தோம், — எங்கள் முத்து
மாரியம்மா, எங்கள் முத்து மாரி!

40. தேச முத்துமாரி

தேடியுனைச் சரணடைந்தேன், தேச முத்து மாரி!
கேடதனை நீக்கிடுவாய், கேட்டவரந் தருவாய் 1

பாடியுனைச் சரணடைந்தேன் பாசமெல்லாங் களைவாய்;
கோடிநலஞ் செய்திடுவாய், குறைகளெல்லாந் தீர்ப்பாய் 2

எப்பொழுதும் கவலையிலே இணங்கி நிற்பான் பாவி;
ஒப்பியுன தேவல்செய்வேன் உனதருளால் வாழ்வேன் 3

சக்தி யென்று நேர மெல்லாந் தமிழ்க் கவிதை பாடி,
பக்தியுடன் போற்றி நின்றால் பயமனைத்துந் தீரும் 4

ஆதாரம் சக்தி யென்றே அருமறைகள் கூறும்;
யாதானுந் தொழில் புரிவோம்; யாதுமவள் தொழிலாம் 5

துன்பமே இயற்கையெனும் சொல்லைமறந் திடுவோம்;
இன்பமே வேண்டி நிற்போம்; யாவுமவள் தருவாள் 6

நம்பினார் கெடுவ தில்லை; நான்கு மறைத் தீர்ப்பு;
அம்பி கையைச் சரண் புகுந்தால் அதிகவரம் பெறலாம். 7.

41. கோமதி மஹிமை

தாருக வனத்தினிலே — சிவன்
சரணநன் மலரிடை யுளம்பதித்துச்
சீருறத் தவம் புரிவார் — பர
சிவன்பு கழமுதினை அருந்திடுவார்;

பேருயர் முனிவர் முன்னே — கல்விப்
 பெருங்கடல் பருகிய சூதனென்பான்
தேருமெய்ஞ் ஞானத்தினால் — உயர்
 சிவனிகர் முனிவரன் செப்புகின்றான். 1

"வாழிய முனிவர்களே! — புகழ்
 வளர்ந்திடுஞ் சங்கரன் கோயிலிலே,
ஊழியைச் சமைத்த பிரான்; — இந்த
 உலக மெலாமுருக் கொண்டபிரான்,
ஏழிரு புவனத்திலும்-என்றும்
 இயல்பெரும் உயிர்களுக் குயிராவான்,
ஆழுநல் லறிவாவான், — ஒளி
 யறிவினைக் கடந்தமெய்ப் பொருளாவான். 2

தேவர்க் கெலாந்தேவன்; — உயர்
 சிவபெரு மான்பண்டொர் காலத்திலே
காவலி னுலகளிக்கும் — அந்தக்
 கண்ணனுந் தானுமிங் கோருருவாய்,
ஆவலொ டருந்தவங்கள் — பல
 ஆற்றிய நாகர்கள் இருவர் முன்னே
மேவிநின் றருள்புரிந்தான், — அந்த
 வியப்புறு சரிதையை விளம்புகின்றேன். 3

கேளீர், முனிவர்களே! — இந்தக்
 கீர்த்திகொள் சரிதையைக் கேட்டவர்க்கே
வேள்விகள் கோடிசெய்தால் — சதுர்
 வேதங்க ளாயிரமுறை படித்தால்,
மூளுநற் புண்ணியந்தான் — வந்து
 மொய்த்திடும்; சிவனியல் விளங்கிநிற்கும்;
நாளுநற் செல்வங்கள் — பல
 நணுகிடும்;சரதமெய் வாழ்வுண்டாம். 4

இக்கதை உரைத்திடுவேன், — உளம்
இன்புறக் கேட்பீர், முனிவர்களே!
நக்க பிரானருளால் — இங்கு
நடைபெறு முலகங்கள் கணக்கிலவாம்!
தொக்கன அண்டங்கள் — வளர்
தொகைபல கோடிபல் கோடிகளாம்!
இக்கணக் கெவர றிவார்? — புவி
எத்தனை யுளதென்ப தியார றிவார்? 5

நக்க பிரான றிவான்; — மற்று
நானறி யேன்பிற நரரறியார்;
தொக்க பேரண்டங்கள் — கொண்ட
தொகைக்கெல்லை யில்லையென்று சொல்லுகின்ற
தக்கபல் சாத்திரங்கள்; ஒளி
தருகின்ற வானமொர் கடல்போலாம்;
அக்கடலதனுக்கே — எங்கும்
அக்கரை யிக்கரை யொன்றில்லையாம். 6

இக்கட லதனகத்தே — அங்கங்
கிடையிடைத் தோன்றும்புன் குமிழிகள்போல்
தொக்கன உலகங்கள் — திசைத்
தூவெளி யதனிடை விரைந்தோடும்;
மிக்கதொர் வியப்புடைத்தாம்-இந்த
வியன்பெரு வையத்தின் காட்சி, கண்டீர்
மெய்க்கலை முனிவர்களே! — இதன்
மெய்ப்பொருள் பரசிவன்சக்தி, கண்டீர்! 7

எல்லை யுண்டோ இலையோ? — இங்கு
யாவர் கண்டார்திசை வெளியினுக்கே?
சொல்லுமொர் வரம்பிட்டால் — அதை
* * * 8

(இது முற்றுப் பெறவில்லை)

42. சாகா வரம்

பல்லவி

சாகாவர மருள்வாய், ராமா!
சதுர்மறை நாதா! – சரோஜ பாதா!

சரணங்கள்

1. ஆகாசந் தீகால் நீர்மண்
அத்தனை பூதமும் ஒத்து நிறைந்தாய்
ஏகாமிர்த மாகிய நின்தாள்
இணைசர ணென்றால் இதுமுடி யாதா? (சாகா)

2. வாகார்தோள் வீரா, தீரா,
மன்மத ரூபா, வானவர் பூபா,
பாகார்மொழி சீதையின் மென்தோள்
பழகிய மார்பா! பதமலர் சார்பா! (சாகா)

3. நித்யா, நிர்மலா, ராமா
நிஷ்க ளங்கா, சர்வா தாரா,
சத்யா, சநாதநா, ராமா,
சரணம், சரணம், சரண முதாரா! (சாகா)

43. கோவிந்தன் பாட்டு

கண்ணி ரண்டும் இமையாமல் செந்நிறத்து
மெல்லிதழ்ப்பூங் கமலத் தெய்வப்
பெண்ணிரண்டு விழிகளையும் நோக்கிடுவாய்
கோவிந்தா! பேணி னோர்க்கு
நண்ணிரண்டு பொற்பாத மளித்தருள்வாய்
சராசரத்து நாதா! நாளும்
எண்ணிரண்டு கோடியினும் மிகப்பலவாம்
வீண்கவலை எளிய னேற்கே. 1

எளியனேன் யானெனலை எப்போது
போக்கிடுவாய், இறைவ னே! இவ்
வளியிலே பறவையிலே மரத்தினிலே
முகிலினிலே வரம்பில் வான
வெளியிலே கடலிடையே மண்ணகத்தே
வீதியிலே வீட்டி லெல்லாம்
களியிலே, கோவிந்தா! நினைக்கண்டு
நின்னொடுநான் கலப்ப தென்றோ? 2

என்கண்ணை மறந்துனிரு கண்களையே
என்னகத்தில் இசைத்துக்கொண்டு
நின்கண்ணாற் புவியெல்லாம் நீயெனவே
நான்கண்டு நிறைவு கொண்டு
வன்கண்மை மறதியுடன் சோம்பர்முதற்
பாவமெலாம் மடிந்து,நெஞ்சிற்
புன்கண்போய் வாழ்ந்திடவே, கோவிந்தா!
எனக்கமுதம் புகட்டு வாயே. 3

44. கண்ணனை வேண்டுதல்

வேத வானில் விளங்கி "அறஞ்செய்மின்,
சாதல் நேரினுஞ் சத்தியம் பூணுமின்,
தீத கற்றுமின்" என்று திசையெல்லாம்
மோத நித்தம் இடித்து முழங்கியே. 1

உண்ணுஞ் சாதிக் குறக்கமும் சாவுமே
நண்ணு றாவணம் நன்கு புரந்திடும்
எண்ண ரும்புகழ்க் கீதையெனச் சொலும்
பண்ண மிழ்தத் தருள்மழை பாலித்தே, 2

எங்க ளாரிய பூமி யெனும்பயிர்
மங்க ளம்பெற நித்தலும் வாழ்விக்கும்
துங்க முற்ற துணைமுகி லே! மலர்ச்
செங்க ணாய்நின் பதமலர் சிந்திப்பாம் 3

வீரர் தெய்வதம் கர்ம விளக்குநற்
பார தர்செய் தவத்தின் பயனெ னும்
தார விர்ந்த தடம்புயப் பார்த்தனோர்
கார ணம்மெனக் கொண்டு கடவுள்நீ. 4

நின்னை நம்பி நிலத்திடை யென்றுமே
மன்னு பாரத மாண்குலம் யாவிற்கும்
உன்னுங் காலை உயர்துணை யாகவே
சொன்ன சொல்லை யுயிரிடைச் சூடுவோம். 5

ஐய கேளினி யோர்சொல் அடியர்யாம்
உய்ய நின்மொழி பற்றி யொழுகியே
மைய றும்புகழ் வாழ்க்கை பெறற்கெனச்
செய்யும் செய்கையி னின்னருள் சேர்ப்பையால். 6

ஒப்பி லாத உயர்வொடு கல்வியும்
எய்ப்பில் வீரமும் இப்புவி யாட்சியும்
தப்பி லாத தருமமுங் கொண்டுயாம்
அப்ப னேநின் னடிபணிந் துய்வமால். 7

மற்று நீயிந்த வாழ்வு மறுப்பையேல்
சற்று நேரத்துள் எம்முயிர் சாய்த்தருள்
கொற்ற வா! நின் குவலய மீதினில்
வெற்று வாழ்க்கை விரும்பி யழிகிலேம். 8

நின்தன் மாமர பில்வந்து நீசராய்ப்
பொன்றல் வேண்டிலம் பொற்கழ லாணைகாண்
இன்றிங் கெம்மை யதம்புரி, இல்லையேல்
வென்றி யும்புக ழுந்தரல் வேண்டுமே. 9

45. வருவாய் கண்ணா!

பல்லவி

வருவாய் வருவாய் வருவாய் — கண்ணா!
வருவாய் வருவாய் வருவாய்!

சரணங்கள்

1. உருவாய் அறிவில் ஒளிர்வாய்-கண்ணா!
   உயிரின் னமுதாய்ப் பொழிவாய்- கண்ணா!
   கருவாய் என்னுள் வளர்வாய் — கண்ணா!
   கமலத் திருவோ டிணைவாய் — கண்ணா! (வருவாய்)

2. இணைவாய் எனதா வியிலே — கண்ணா!
   இதயத் தினிலே யமர்வாய் — கண்ணா!
   கணைவா யசுரர் தலைகள் — சிதறக்
   கடையூ ழியிலே படையோ டெழுவாய்! (வருவாய்)

3. எழுவாய் கடல்மீ தினிலே — எழுமோர்
   இரவிக் கணையா உளமீ தினிலே
   தொழுவேன் சிவனாம் நினையே — கண்ணா!
   துணையே அமரர் தொழும் வானவனே! (வருவாய்)

46. கண்ண பெருமானே!

காயிலே புளிப்பதென்னே கண்ண பெருமானே! — நீ
கனியிலே இனிப்பதென்னே? கண்ண பெருமானே!
நோயிலே படுப்பதென்னே? கண்ண பெருமானே!-நீ
நோன்பிலே உயிர்ப்பதென்னே? கண்ண பெருமானே!   1

காற்றிலே குளிர்ந்ததென்னே? கண்ண பெருமானே!- நீ
கனலிலே சுடுவதென்னே? கண்ண பெருமானே!
சேற்றிலே குழம்பலென்னே? கண்ண பெருமானே!
திக்கிலே தெளிந்ததென்னே? கண்ண பெருமானே!   2

ஏற்றிநின்னைத் தொழுவதென்னே? கண்ண பெருமானே! நீ
எளியர்தம்மைக் காப்பதென்னே? கண்ண பெருமானே!
போற்றினோரைக் காப்பதென்னே! கண்ண பெருமானே! நீ
பொய்யர் தம்மை மாய்ப்பதென்னே? கண்ண பெருமானே! 3

வேறு

போற்றி! போற்றி! போற்றி! போற்றி!
கண்ண பெருமானே ! — நின்
பொன்னடி போற்றி நின்றேன்
கண்ண பெருமானே!

47. நந்த லாலா

ராகம் – யதுகுல காம்போதி தாளம் –ஆதி

காக்கைச் சிறகினிலே நந்த லாலா! — நின்தன்
கரியநிறந் தோன்று தையே நந்த லாலா! 1
பார்க்கும் மரங்க ளெல்லாம் நந்த லாலா! — நின்தன்
பச்சை நிறந் தோன்று தையே நந்த லாலா! 2
கேட்கு மொலியி லெல்லாம் நந்த லாலா! — நின்தன்
கீத மிசைக்குதடா நந்த லாலா! 3
தீக்குள் விரலை வைத்தால் நந்த லாலா! — நின்னைத்
தீண்டு மின்பந் தோன்று தடா நந்த லாலா! 4

48. கண்ணன் பிறப்பு

கண்ணன் பிறந்தான் — எங்கள்
கண்ணன் பிறந்தான் — இந்தக்
காற்றதை யெட்டுத் திசையிலுங் கூறிடும்.

திண்ண முடையான் — மணி
வண்ண முடையான் — உயர்
தேவர் தலைவன் புவிமிசைத் தோன்றினன்

பண்ணை யிசைப்பீர் — நெஞ்சிற்
புண்ணை யொழிப்பீர் — இந்தப்
பாரினிலே துயர் நீங்கிடும் என்றிதை

எண்ணிடைக் கொள்வீர் — நன்கு
கண்ணை விழிப்பீர் — இனி
ஏதுங் குறைவில்லை; வேதம் துணையுண்டு,
(கண்ணன் பிறந்தான்) 1

அக்கினி வந்தான் — அவன்
திக்கை வளைத்தான் — புவி
யாரிருட் பொய்மைக் கலியை மடித்தனன்

துக்கங் கெடுத்தான் — சுரர்
ஒக்கலும் வந்தார் — சுடர்ச்
சூரியன், இந்திரன், வாயு, மருத்துக்கள்

மிக்க திரளாய் — சுரர்
இக்கணந் தன்னில் — இங்கு
மேவி நிறைந்தனர்; பாவி யசுரர்கள்

பொக்கென வீழ்ந்தார், — உயிர்
கக்கி முடிந்தார் — கடல்
போல ஒலிக்குது வேதம் புவிமிசை.
(கண்ணன் பிறந்தான்) 2

சங்கரன் வந்தான் — இங்கு
மங்கல மென்றான் — நல்ல
சந்திரன் வந்தின் னமுதைப் பொழிந்தனன்

பங்க மொன் றில்லை — ஒளி
மங்குவ தில்லை — இந்தப்
பாரின்கண் முன்பு வானத்திலே நின்று

கங்கையும் வந்தாள் — கலை
மங்கையும் வந்தாள் — இன்பக்
காளி பராசக்தி அன்புட னெய்தினள்

செங்கம லத்தாள் — எழில்
பொங்கு முகத்தாள் — திருத்
தேவியும் வந்து சிறப்புற நின்றனள்.
(கண்ணன் பிறந்தான்) 3

49. கண்ணன் திருவடி

கண்ணன் திருவடி, எண்ணுக மனமே
திண்ணம் அழியா, வண்ணந் தருமே, 1

தருமே நிதியும், பெருமை புகழும்
கருமா மேனிப், பெருமா னிங்கே, 2

இங்கே யமரர், சங்கந் தோன்றும்
மங்கும் தீமை, பொங்கும் நலமே. 3

நலமே நாடிற், புலவீர் பாடீர்;
நிலமா மகளின், தலைவன் புகழே. 4

புகழ்வீர் கண்ணன், தகைசே ரமரர்
தொகையோ டசுரப், பகைதீர்ப் பதையே 5

தீர்ப்பான் இருளைப் பேர்ப்பான் கலியை
ஆர்ப்பா ரமரர், பார்ப்பார் தவமே. 6

தவறா துணர்வீர், புவியீர் மாலும்
சிவனும் வானோர், எவரும் ஒன்றே 7

ஒன்றே பலவாய், நின்றோர் சக்தி
என்றுந் திகழும், குன்றா வொளியே 8

50. வேய்ங் குழல்

ராகம்—ஹிந்துஸ்தான் தோடி தாளம்—ஏகதாளம்

எங்கிருந்து வருகுவதோ? — ஒலி
யாவர் செய்குவ தோ? — அடி தோழி!

1. குன்றி னின்றும் வருகுவதோ? — மரக்
கொம்பி னின்றும் வருகுவதோ? — வெளி
மன்றி னின்று வருகுவதோ? — என்தன்
மதி மருண்டிடச் செய்குதடி! — இஃது, (எங்கிருந்து)

2. அலையொ லித்திடும் தெய்வ — யமுனை
யாற்றி னின்றும் ஒலிப்பதுவோ? — அன்றி
இலையொ லிக்கும் பொழிலிடை நின்றும்
எழுவதோ இஃதின்ன முதைப்போல்? (எங்கிருந்து)

3. காட்டி னின்றும் வருகுவதோ? — நிலாக்
காற்றைக் கொண்டு தருகுவதோ? — வெளி
நாட்டி னின்றுமித் தென்றல் கொணர்வதோ?
நாதமிஃதென் உயிரை யுருக்குதே! (எங்கிருந்து)

4. பறவை யேதுமொன் றுள்ளதுவோ! — இங்ஙன்
பாடுமோ அமுதக்கனற் பாட்டு?
மறைவினின்றுங் கின்னர ராதியர்
வாத்தியத்தினிசை யிதுவோ அடி! (எங்கிருந்து)

5. கண்ண னூதிடும் வேய்ங்குழல் தானடீ!
காதி லேயமு துள்ளத்தில் நஞ்சு,
பண்ணன் றாமடி பாவையர் வாடப்
பாடி யெய்திடும் அம்படி தோழி! (எங்கிருந்து)

51. கண்ணம்மாவின் காதல்

1. காற்று வெளியிடைக் கண்ணம்மா! — நின்தன்
காதலை யெண்ணிக் களிக்கின்றேன்; — அமு
தூற்றினை யொத்த இதழ்களும் — நில
வூறித் ததும்பும் விழிகளும் — பத்து
மாற்றுப்பொன் னொத்தநின் மேனியும் — இந்த
வையத்தில் யானுள்ள மட்டிலும் — எனை
வேற்று நினைவின்றித் தேற்றியே — இங்கொர்
விண்ணவ னாகப் புரியுமே! — இந்தக் (காற்று வெளி)

2. நீயென தின்னுயிர் கண்ணம்மா! — எந்த
நேரமும் நின்தனைப் போற்றுவேன் — துயர்
போயின போயின துன்பங்கள் — நினைப்
பொன்னெனக் கொண்ட பொழுதிலே — என்தன்
வாயினி லேயமு தூறுதே — கண்ணம்
மாவென் ற பேர்சொல்லும் போழ்திலே — உயிர்த்
தீயினி லேவளர் சோதியே! — என்தன்
சிந்தனையே என்தன் சித்தமே! — இந்தக்
(காற்று வெளி)

52. கண்ணம்மாவின் நினைப்பு

பல்லவி

நின்னை யே ரதியென்று நினைக்கிறேனடி — கண்ணம்மா!
தன்னையே சகியென்று சரணமெய்தினேன்!
(நின்னையே)

சரணங்கள்

பொன்னை யே நிகர்த்த மேனி மின்னை யே, நிகர்த்த சாயற்
பின்னை யே! — நித்ய கன்னியே! கண்ணம்மா!
(நின்னையே)

---

*'**செல்லம்மா பாட்டு**'—சென்னை அரசினர்ப் பொருட் காட்சியிலுள்ள பாரதி ஏடுகளில் காணும் தலைப்பு இது.

மார னம்புக ளென்மீது வாரி வாரி வீச நீ — கண்
பாரா யோ? வந்து சேரா யோ? கண்ணம்மா? (நின்னையே)

யாவு மே சுக முனிக் கொர் ஈசனா மெனக்குன் தோற்றம்
மேவு மே — இங்கு யாவு மே, கண்ணம்மா! (நின்னையே)

53. மனப் பீடம்

பல்லவி

பீடத்தி லேறிக் கொண்டாள்-மனப்
பீடத்தி லேறிக் கொண்டாள்.

சரணங்கள்

1. நாடித் தவம் புரிந்து பீடுற்ற முனிவரர்
கேடற்ற தென்று கண்டு கூடக் கருது மொளி
மாடத்தி லேறி ஞானக் கூடத்தில் விளையாடி
ஓடத் திருந்து கன்னி வேடத்தி ரதியைப்போல்,
ஈடற்ற கற்பனைகள் காடுற்ற சிந்தனைகள்
மூடிக் கிடக்கு நெஞ்சின் ஊடுற் றதை யமரர்
தேடித் தவிக்கு மின்ப வீடொத் தினிமைசெய்து
வேடத்தி சிறுவள்ளி வித்தையென் கண்ணம்மா
(பீடத்தி)

2. கண்ணன் திருமார்பிற் கலந்த கமலை யென்கோ?
விண்ணவர் தொழுதிடும் வீரச் சிங்காதனத்தே
நண்ணிச் சிவனுடலை நாடுமவ ளென்கோ?
எண்ணத் துதிக்குதடா இவள்பொன் னுடலமுதம்!
பெண்ணி லரசியிவள் பெரிய எழி லுடையாள்
கண்ணுள் மணியெனக்குக் காத லிரதியிவள்
பண்ணி லினிய சுவை பரந்த மொழியினாள்
உண்ணு மிதழமுத ஊற்றினள் கண்ணம்மா (பீடத்தி)

54. கண்ணம்மாவின் எழில்

ராகம் – செஞ்சுருட்டி தாளம் – ரூபகம்

பல்லவி

எங்கள் கண்ணம்மா நகை புது ரோஜாப் பூ;
எங்கள் கண்ணம்மா விழி இந்த்ர நீலப் பூ!
எங்கள் கண்ணம்மா முகஞ் செந்தாமரைப் பூ;
எங்கள் கண்ணம்மா நுதல் பால சூர்யன்.

சரணங்கள்

1. எங்கள் கண்ணம்மா எழில் மின்னலை நேர்க்கும்;
எங்கள் கண்ணம்மா புருவங்கள் மதன் விற்கள்;
திங்களை மூடிய பாம்பினைப் போலே
செறிகுழல், இவள் நாசி எட் பூ (எங்கள்)

2. மங்கள வாக்கு நித்யானந்த ஊற்று;
மதுர வாய் அமிர்தம்; இத ழமிர் தம்;
சங்கீத மென் குரல் சரஸ்வதி வீணை
சாய லரம்பை; சதுர் அயிராணி. (எங்கள்)

3. இங்கித நாத நிலைய மிருசெவி
சங்கு நிகர்த்த கண்டம் அமிர்த சங்கம்;
மங்களக் கைகள் மஹா சக்தி வாசம்;
வயி றாலிலை, இடை அமிர்த வீடு. (எங்கள்)

4. சங்கரனைத் தாங்கு நந்தி பத சதுரம்;
தாமரை யிருதாள் லக்ஷ்மீ பீடம்;
பொங்கித் ததும்பித் திசை யெங்கும் பாயும்
புத்தன்பும் ஞானமும் மெய்த்திருக் கோலம்
(எங்கள்)

55. திருக் காதல்

திருவே! நினைக்காதல்கொண் டேனே — நினது திரு
வுருவே மறவாதிருந் தேனே — பல திசையில்
தேடித் திரிந்திளைத் தேனே — நினக்கு மனம்
வாடித் தினங்களைத்தேனே — அடி, நினது
பருவம் பொறுத்திருந் தேனே — மிகவும் நம்பிக்
கருவம் படைத்திருந்தேனே — இடை நடுவில்
பையச் சதிகள்செய் தாயே — அதனிலுமென்
மையல் வளர்தல்கண் டாயே — அமுதமழை
பெய்யக் கடைக்கண் நல் காயே — நினதருளில்
உய்யக் கருணைசெய் வாயே — பெருமைகொண்டு
வையந் தழைக்கவைப் பேனே — அமரயுகஞ்
செய்யத் துணிந்துநிற் பேனே — அடியெனது
தேனே! என திரு கண்ணே! — எனையுகந்து
தானே வருந் திருப் — பெண்ணே!

56. திருவேட்கை

ராகம்–நாட்டை   தாளம்–சதுஸ்ர ஏகம்

மலரின் மேவு திருவே! — உன் மேல்
   மையல் பொங்கி நின்றேன்;
நிலவு செய்யும் முகமும் — காண்பார்
   நினைவ ழிக்கும் விழியும்,
கலக லென்ற மொழியும் — தெய்வக்
   களிது லங்கு நகையும்,
இலகு செல்வ வடிவும் — கண்டுன்
   இன்பம் வேண்டு கின்றேன்   1

கமல மேவு திருவே! — நின்மேல்
   காதலாகி நின்றேன்.
குமரி நின்னை இங்கே — பெற்றோர்
   கோடி யின்ப முற்றார்;

அமரர் போல வாழ்வேன், — என்மேல்
அன்பு கொள்வை யாயின்
இமய வெற்பின் மோத, — நின்மேல்
இசைகள் பாடி வாழ்வேன். 2

வாணி தன்னை என்றும் — நினது
வரிசை பாட வைப்பேன்!
நாணி யேக லாமோ? — என்னை
நன்க றிந்தி லாயோ?
பேணி வைய மெல்லாம் — நன்மை
பெருக வைக்கும் விரதம்
பூணு மைந்த ரெல்லாம் — கண்ணன்
பொறிக ளாவ ரன்றோ? 3

பொன்னும் நல்ல மணியும் — சுடர்செய்
பூண்க ளேந்தி வந்தாய்!
மின்னு நின்தன் வடிவிற் — பணிகள்
மேவி நிற்கும் அழகை
என்னு ரைப்ப னேடீ! — திருவே!
என்னு யிர்க்கொ ரமுதே!
நின்னை மார்பு சேரத் — தழுவி
நிக ரிலாது வாழ்வேன். 4
செல்வ மெட்டு மெய்தி — நின்னாற்
செம்மை யேறி வாழ்வேன்;
இல்லை என்ற கொடுமை — உலகில்
இல்லை யாக வைப்பேன்;
முல்லை போன்ற முறுவல் — காட்டி
மோக வாதை நீக்கி,
எல்லை யற்ற சுவையே! — எனை நீ
என்றும் வாழ வைப்பாய். 5

57. திருமகள் துதி

ராகம் – சக்கரவாகம்   தாளம் – திஸ்ரஏகம்

நித்தமுனை வேண்டி மனம்
    நினைப்ப தெல்லாம் நீயாய்ப்
பித்தனைப்போல் வாழ்வதிலே
    பெருமையுண்டோ? திருவே!
சித்தவுறுதி கொண்டிருந்தார்
    செய்கை யெல்லாம் வெற்றிகொண்டே
உத்தமநிலை சேர்வ ரென்றே
    உயர்ந்த வேதமுரைப்ப தெல்லாம்,
சுத்த வெறும் பொய்யோடீ?
    சுடர் மணியே! திருவே!
மெத்த மையல் கொண்டு விட்டேன்
    மேவிடுவாய், திருவே!   1

உன்னையன்றி இன்ப முண்டோ
    உலகமிசை வேறே!
பொன்னை வடிவென் றுடையாய்
    புத்தமுதே, திருவே!
மின்னொளி தருநன் மணிகள்
    மேடை யுயர்ந்த மாளிகைகள்
வன்ன முடைய தாமரைப் பூ
    மணிக்குள முள்ள சோலைகளும்,
அன்னம் நறு நெய் பாலும்
    அதிசயமாத் தருவாய்!
நின்னருளை வாழ்த்தி என்றும்
    நிலைத்திருப்பேன், திருவே!   2

ஆடுகளும் மாடுகளும்
    அழகுடைய பரியும்
வீடுகளும் நெடுநிலமும்
    விரைவினிலே தருவாய்!

ஈடு நினக்கோர் தெய்வமுண்டோ?
எனக்குனை யன்றிச் சரணுமுண்டோ?
வாடு நிலத்தைக் கண் டிரங்கா
மழையினைப் போல் உள்ள முண்டோ
நாடு மணிச் செல்வ மெல்லாம்
நன்கருள்வாய், திருவே!
பீடுடைய வான் பொருளே
பெருங் களியே, திருவே! 3

58. திருமகளைச் சரண் புகுதல்

மாதவன் சக்தியினைச் — செய்ய
மலர்வளர் மணியினை வாழ்த்திடுவோம்;
போதுமிவ் வறுமையெலாம் — எந்தப்
போதிலுஞ் சிறுமையின் புகைதனிலே
வேதனைப் படுமனமும் — உயர்
வேதமும் வெறுப்புறச் சோர்மதியும்
வாதனை பொறுக்கவில்லை — அன்னை
மாமக ளடியிணை சரண் புகுவோம். 1

கீழ்களின் அவமதிப்பும் — தொழில்
கெட்டவ ரிணக்கமும் கிணற்றினுள்ளே
மூழ்கிய விளக்கினைப் போல் — செய்யும்
முயற்சியெல் லாங்கெட்டு முடிவதுவும்,
ஏழ்கட லோடியுமோர் — பயன்
எய்திட வழியின்றி இருப்பதுவும்,
வீழ்கஇக்கொடு நோய்தான் — வைய
மீதினில் வறுமையோர் கொடுமை யன்றோ? 2

பாற்கட லிடைப் பிறந்தாள் — அது
பயந்தநல் லமுதத்தின் பான்மைகொண்டாள்;
ஏற்குமோர் தாமரைப்பூ — அதில்
இணைமலர்த் திருவடி இசைந்திருப்பாள்;

நாற்கரந் தானுடையாள் — அந்த
நான்கினும் பலவகைத் திருவுடையாள்;
வேற்கரு விழியுடையாள் — செய்ய
மேனியள் பசுமையை விரும்பிடுவாள். 3

நாரணன் மார்பினிலே — அன்பு
நலமுற நித்தமும் இணைந்திருப்பாள்;
தோரணப் பந்தரிலும் — பசுத்
தொழுவிலும் சுடர்மணி மாடத்திலும்,
வீரர்தந் தோளினிலும் — உடல்
வெயர்த்திட உழைப்பவர் தொழில்களிலும்
பாரதி சிரத்தினிலும் — ஒளி
பரவிட வீற்றிருந் தருள் புரிவாள். 4

பொன்னிலும் மணிகளிலும் — நறும்
பூவிலும் சாந்திலும் விளக்கினிலும்,
கன்னியர் நகைப்பினிலும் — செழுங்
காட்டிலும் பொழிலிலும் கழனியிலும்,
முன்னிய துணிவினிலும் — மன்னர்
முகத்திலும் வாழ்ந்திடும் திருமகளைப்
பன்னிநற் புகழ்பாடி — அவள்
பதமலர் வாழ்த்திநற் பதம்பெறு வோம். 5

மண்ணினுட் கனிகளிலும் — மலை
வாய்ப்பிலும் வார்கட லாழத்திலும்,
புண்ணிய வேள்வியிலும் — உயர்
புகழிலும் மதியிலும் புதுமையிலும்
பண்ணுநற் பாவையிலும் — நல்ல
பாட்டிலும் கூத்திலும் படத்தினிலும்,
நண்ணிய தேவிதனை — எங்கள்
நாவிலும் மனத்திலும் நாட்டிடுவோம். 6

வெற்றிகொள் படையினிலும் — பல
விநயங்கள் அறிந்தவர் கடையினிலும்
நற்றவ நடையினிலும் — நல்ல
நாவலர் தேமொழித் தொடரினிலும்,
உற்றசெந் திருத்தாயை — நித்தம்
உவகையிற் போற்றியிங் குயர்ந்திடுவோம்;
கற்றபல் கலைகளெல்லாம் — அவள்
கருணை நல் லொளிபெறக் கலிதவிர்ப்போம். 7

59. ராதைப் பாட்டு

ராகம் – **கமாஸ்** தாளம் – **ஆதி**

பல்லவி

தேகி முதம் தேகி ஸ்ரீ ராதே, ராதே!

சரணங்கள்

ராக ஸமுத்ரஜாம்ருதே ராதே, ராதே!
ராஜ்ஞீ மண்டல ரத்ந ராதே, ராதே!
போக ரதி கோடி துல்யே ராதே, ராதே! (ஜய ஜய தேகி)
பூதேவி தப; பல ராதே, ராதே!
வேத மஹா மந்த்ர ரஸ ராதே, ராதே!
வேத வித்யா விலாஸினி ஸ்ரீ ராதே ராதே!
ஆதி பரா சக்தி ரூப ராதே, ராதே!
அத் யத்புத ச்ருங்காரமய ராதே, ராதே! (தேகி)

தமிழ்க் கண்ணிகள்

1. காதலெனுந் தீவினிலே, ராதே, ராதே! — அன்று
கண்டெடுத்த பெண்மணியே! ராதே, ராதே! (தேகி)

2. காதலெனுஞ் சோலையிலே ராதே, ராதே! — நின்ற
கற்பகமாம் பூந் தருவே ராதே, ராதே! (தேகி)

3. மாதரசே! செல்வப் பெண்ணே, ராதே, ராதே! — உயர்
வானவர்க ளின்ப வாழ்வே ராதே, ராதே! (தேகி)

60. கலைமகளை வேண்டுதல்

நொண்டிச் சிந்து

எங்ஙனம் சென்றிருந்தீர்? — என
 தின்னுயிரே! என்தன் இசையமுதே!
திங்களைக் கண்டவுடன் — கடல்
 திரையினைக் காற்றினைக் கேட்டவுடன்
கங்குலைப் பார்த்தவுடன் — இங்கு
 காலையில் இரவியைத் தொழுதவுடன்,
பொங்குவீர் அமிழ்தெனவே — அந்தப்
 புதுமையி லேதுயர் மறந்திருப்பேன். 1

மாதமொர் நான்காய்நீர் — அன்பு
 வறுமையி லேயெனை வீழ்த்திவிட்டீர்;
பாதங்கள் போற்றுகின்றேன் என்தன்
 பாவமெலாங் கெட்டு ஞானகங்கை
நாதமொ டெப்பொழுதும் — என்தன்
 நாவினி லேபொழிந் திடவேண்டும்;
வேதங்க ளாக்கிடுவீர் — அந்த
 விண்ணவர் கண்ணிடை விளங்கிடுவீர். 2

கண்மணி போன்றவரே! — இங்குக்
 காலையும் மாலையும் திருமகளாம்
பெண்மணி யின்பத்தையும்; — சக்திப்
 பெருமகள் திருவடிப் பெருமையையும்,
வண்மையில் ஓதிடுவீர்! — என்தன்
 வாயிலும் மதியிலும் வளர்ந்திடுவீர்;
அண்மையில் இருந்திடுவீர்! இனி
 அடியனைப் பிரிந்திடல் ஆற்றுவனோ! 3

தானெனும் பேய்கெடவே, — பல
 சஞ்சலக் குரங்குகள் தளைப்படவே,
வானெ னும் ஒளி பெறவே, — நல்ல
 வாய்மையி லேமதி நிலைத்திடவே.

தேனெனப் பொழிந்திடுவீர்! — அந்தத்
திருமகள் சினங்களைத் தீர்த்திடுவீர்!
ஊனங்கள் போக்கிடுவீர்! — நல்ல
ஊக்கமும் பெருமையும் உதவிடுவீர்! 4

தீயினை நிறுத்திடுவீர்! — நல்ல
தீரமுந் தெளிவுமிங் கருள்புரிவீர்!
மாயையில் அறிவிழந்தே — உம்மை
மதிப்பது மறந்தனன்; பிழைகளெல்லாம்,
தாயென உமைப்பணிந்தேன் — பொறை
சார்த்திநல் லருள்செய வேண்டுகின்றேன்.
வாயினிற் சபத மிட்டேன்; — இனி
மறக்ககி லேன். எனை மறக்ககிலீர்! 5

61. வெள்ளைத் தாமரை

ராகம் — ஆனந்த பைரவி தாளம் — சாப்பு

1. வெள்ளைத் தாமரைப் பூவில் இருப்பாள்,
வீணை செய்யும் ஒலியில் இருப்பாள்;
கொள்ளை யின்பம் குலவு கவிதை
கூறு பாவலர் உள்ளத் திருப்பாள்;
உள்ள தாம்பொருள் தேடி யுணர்ந்தே
ஓதும் வேதத்தின் உள்நின் றொளிர்வாள்;
கள்ள மற்ற முனிவர்கள் கூறும்
கருணை வாசகத் துட்பொரு ளாவாள்.
(வெள்ளைத்)

2. மாதர் தீங்குரற் பாட்டில் இருப்பாள்,
மக்கள் பேசும் மழலையில் உள்ளாள்;
கீதம் பாடும் குயிலின் குரலைக்
கிளியின் நாவை இருப்பிடங் கொண்டாள்;

கோத கன்ற தொழிலுடைத் தாகிக்
    குலவு சித்திரம் கோபுரம் கோயில்
ஈதனைத்தின் எழிலிடை யுற்றாள்
    இன்ப மேவடி வாகிடப் பெற்றாள்.

                                          (வெள்ளைத்)

3. வஞ்ச மற்ற தொழில்புரிந் துண்டு
    வாழும் மாந்தர் குலதெய்வ மாவாள்;
   வெஞ்ச மர்க்குயி ராகிய கொல்லர்
    வித்தை யோர்ந்திடு சிற்பியர், தச்சர்,
   மிஞ்ச நற்பொருள் வாணிகஞ் செய்வோர்,
    வீர மன்னர்பின் வேதியர் யாரும்
   தஞ்ச மென்று வணங்கிடுந் தெய்வம்
    தரணி மீதறி வாகிய தெய்வம்.   (வெள்ளைத்)

4. தெய்வம் யாவும் உணர்ந்திடுந் தெய்வம்,
    தீமைகாட்டி விலக்கிடுந் தெய்வம்;
   உய்வ மென்ற கருத்துடை யோர்கள்
    உயிரி னுக்குயி ராகிய தெய்வம்;
   செய்வ மென்றொரு செய்கை யெடுப்போர்
    செம்மை நாடிப் பணிந்திடு தெய்வம்
   கைவ ருந்தி உழைப்பவர் தெய்வம்
    கவிஞர் தெய்வம், கடவுளர் தெய்வம்

                                          (வெள்ளைத்)

5. செந்த மிழ்மணி நாட்டிடை யுள்ளீர்!
    சேர்ந்தித் தேவை வணங்குவம் வாரீர்!
   வந்த னம்இவட் கேசெய்வ தென்றால்
    வாழி யஃதிங் கெளிதன்று கண்டீர்!
   மந்தி ரத்தை முணுமுணுத் தேட்டை
    வரிசை யாக அடுக்கி அதன்மேல்
   சந்த னத்தை மலரை இடுவோர்
    சாத்திரம் இவள் பூசனை யன்றாம்.

                                          (வெள்ளைத்)

6. வீடு தோறும் கலையின் விளக்கம்,
வீதி தோறும் இரண்டொரு பள்ளி;
நாடு முற்றிலும் உள்ளன வூர்கள்
நகர்க ளெங்கும் பலபல பள்ளி;
தேடு கல்வியி லாததொ ரூரைத்
தீயி னுக்கிரை யாக மடுத்தல்
கேடு தீர்க்கும் அமுதமென் அன்னை
கேண்மை கொள்ள வழியிவை கண்டீர்,
(வெள்ளைத்)

7. ஊணர் தேசம் யவனர்தந் தேசம்
உதய ஞாயிற் றொளிபெறு நாடு;
சேண கன் றதோர் சிற்றடிச் சீனம்
செல்வப் பார சிகப்பழந் தேசம்
தோண லத்த துருக்கம் மிசிரம்
சூழ்க டற்கப் புறத்தினில் இன்னும்
காணும் பற்பல நாட்டிடை யெல்லாம்
கல்வித் தேவின் ஒளிமிகுந்தோங்க.
(வெள்ளைத்)

8. ஞானம் என்பதோர் சொல்லின் பொருளாம்
நல்ல பாரத நாட்டிடை வந்தீர்!
ஊனம் இன்று பெரிதிழைக் கின்றீர்!
ஓங்கு கல்வி யுழைப்பை மறந்தீர்!
மான மற்று விலங்குக ளொப்ப
மண்ணில் வாழ்வதை வாழ்வென லாமோ?
போன தற்கு வருந்துதல் வேண்டா
புன்மை தீர்ப்ப முயலுவம் வாரீர்!
(வெள்ளைத்)

9. இன்ன றுங்கனிச் சோலைகள் செய்தல்
இனிய நீர்த்தண் சுனைகள் இயற்றல்;
அன்ன சத்திரம் ஆயிரம் வைத்தல்
ஆல யம்பதி னாயிரம் நாட்டல்.

பின்ன ருள்ள தருமங்கள் யாவும்
பெயர்வி ளங்கி யொளிர நிறுத்தல்,
அன்ன யாவினும் புண்ணியம் கோடி
ஆங்கோர் ஏழைக் கெழுத்தறி வித்தல்
(வெள்ளைத்)

10. நிதிமி குத்தவர் பொற்குவை தாரீர்!
நிதிகு றைந்தவர் காசுகள் தாரீர்!
அதுவு மற்றவர் வாய்ச்சொல் அருளீர்!
ஆண்மை யாளர் உழைப்பினை நல்கீர்!
மதுரத் தேமொழி மாதர்க ளெல்லாம்
வாணி பூசைக் குரியன பேசீர்!
எதுவும் நல்கியிங் கெவ்வகை யானும்
இப்பெருந் தொழில் நாட்டுவம் வாரீர்!
(வெள்ளைத்)

62. நவராத்திரிப் பாட்டு

(மாதா பராசக்தி)

பராசக்தி

(மூன்றும் ஒன்றாகிய மூர்த்தி)

மாதா பராசக்தி வையமெலாம் நீ நிறைந்தாய்?
ஆதாரம் உன்னையல்லால் ஆரெமக்குப் பாரினிலே?
ஏதாயினும் வழிநீ சொல்வாய் எமதுயிரே!
வேதாவின் தாயே! மிகப்பணிந்து வாழ்வோமே 1

வாணி

வாணி கலைத்தெய்வம் மணிவாக் குதவிடுவாள்
ஆணிமுத்தைப் போலே அறிவுமுத்து மாலையினாள்
காணுகின்ற காட்சியாய்க் காண்பதெலாங் காட்டுவதாய்
மாணுயர்ந்து நிற்பாள் மலரடியே சூழ்வோமே. 2

ஸ்ரீதேவி

பொன்னரசி நாரணனார் தேவி, புகழரசி
மின்னுநவ ரத்தினம்போல் மேனி யழகுடையாள்.
அன்னையவள் வையமெலாம் ஆதரிப்பாள், ஸ்ரீதேவி
தன்னிரு பொற்றாளே சரண்புகுந்து வாழ்வோமே.   3

பார்வதி

மலையிலே தான்பிறந்தாள், சங்கரனை மாலையிட்டாள்,
உலையிலே யூதி உலகக் கனல்வளர்ப்பாள்,
நிலையில் உயர்ந்திடுவாள், நேரே அவள்பாதம்
தலையிலே தாங்கித் தரணிமிசை வாழ்வோமே.   4

63. மூன்று காதல்

முதலாவது – சரஸ்வதி காதல்

ராகம் – சரஸ்வதி மனோஹரி   தாளம் – திஸ்ர ஏகம்

பிள்ளைப் பிராயத்திலே – அவள்
    பெண்மையைக் கண்டு மயங்கிவிட்டேனங்கு
பள்ளிப் படிப்பினிலே – மதி
    பற்றிட வில்லை யெனிலுந் தனிப்பட
வெள்ளை மலரணைமேல் – அவள்
    வீணையுங் கையும் விரிந்த முகமலர்
விள்ளும் பொருளமுதும் – கண்டேன்
    வெள்ளை மனது பறிகொடுத் தேன், அம்மா!   1

ஆடி வருகையிலே – அவள்
    அங்கொரு வீதி முனையில் நிற்பாள்; கையில்
ஏடு தரித்திருப்பாள் – அதில்
    இங்கித மாகப் பதம் படிப்பாள், அதை

நாடி யருகணைந்தால் — பல
    ஞானங்கள் சொல்லி இனிமைசெய்வாள்:" இன்று
கூடி மகிழ்வ" மென்றால் — விழிக்
    கோணத்தி லேநகை காட்டிச் செல்வாள், அம்மா!
                                              2

ஆற்றங் கரைதனிலே — தனி
    யானதோர் மண்டப மீதினிலே, தென்றற்
காற்றை நுகர்ந்திருந்தேன் — அங்கு
    கன்னிக் கவிதை கொணர்ந்து தந்தாள்; அதை
ஏற்று மனமகிழ்ந்தே-' அடி
    என்னோ டிணங்கி மணம்புரி வாய்" என்று
போற்றிய போதினிலே — இளம்
    புன்னகை பூத்து மறைந்துவிட்டாள், அம்மா!   3

சித்தந் தளர்ந்ததுண்டோ? — கலைத்
    தேவியின் மீது விருப்பம் வளர்ந்தொரு
பித்துப் பிடித்ததுபோல் — பகற்
    பேச்சும் இரவிற் கனவும் அவளிடை
வைத்த நினைவை யல்லால் — பிற
    வாஞ்சை யுண்டோ? வய தங்ஙன மேயிரு
பத்திரண் டாமளவும்-வெள்ளைப்
    பண்மகள் காதலைப் பற்றிநின் றேன்,அம்மா!   4

இரண்டாவது - லக்ஷ்மி காதல்

ராகம் – ஸ்ரீராகம்   தாளம் – திஸ்ர ஏகம்

இந்த நிலையினிலே,அங்கொர்
    இன்பப் பொழிலி னிடையினில் வேறொரு
சுந்தரி வந்துநின்றாள் — அவள்
    சோதி முகத்தின் அழகினைக் கண்டென்தன்

சிந்தை திறைகொடுத்தேன் — அவள்
    செந்திரு வென்று பெயர்சொல்லி னாள்; மற்றும்
அந்தத் தினமுதலா — நெஞ்சம்
    ஆரத் தழுவிட வேண்டுகின் றேன்,அம்மா!   5

புன்னகை செய்திடுவாள் — அற்றைப்
    போது முழுதும் மகிழ்ந்திருப்பேன்; சற்றென்
முன்னின்று பார்த்திடுவாள் — அந்த
    மோகத்தி லேதலை சுற்றிடுங் காண்; பின்னர்
என்ன பிழைகள் கண்டோ — அவள்
    என்னைப் புறக்கணித் தேகிடு வாள்; அங்கு
சின்னமும் பின்னமுமா — மனஞ்
    சிந்தி யுளமிக நைந்திடு வேன், அம்மா!   10

காட்டு வழிகளிலே — மலைக்
    காட்சியிலே, புனல் வீழ்ச்சி யிலே, பல
நாட்டுப் புறங்களிலே — நகர்
    நண்ணு சிலசுடர் மாடத்தி லே,சில
வேட்டுவர் சார்பினிலே — சில
    வீர ரிடத்திலும் வேந்த ரிடத்திலும்,
மீட்டு மவள்வருவாள் — கண்ட
    விந்தை யிலேயின்ப மேற்கொண்டு போம், அம்மா!

மூன்றாவது— காளி காதல்

ராகம் – புன்னகவராளி   தாளம் – திஸ்ர ஏகம்

பின்னோர் இராவினிலே — கரும்
    பெண்மை யழகொன்று வந்தது கண்முன்பு;
கன்னி வடிவமென்றே — களி
    கண்டு சற்றேயரு கிற்சென்று பார்க்கையில்
அன்னை வடிவமடா! — இவள்
    ஆதி பராசக்தி தேவி யடா! — இவள்
இன்னருள் வேண்டுமடா! — பின்னர்
    யாவு முலகில் வசப்பட்டுப் போமடா!   8

செல்வங்கள் பொங்கிவரும்; — நல்ல
 தெள்ளறி வெய்தி நலம்பல சார்ந்திடும்;
அல்லும் பகலுமிங்கே இவை
 அத்தனை கோடிப் பொருளினுள்ளே நின்று
வில்லை யசைப்பவளை — இந்த
 வேலை யனைத்தையும் செய்யும் வினைச்சியைத்
தொல்லை தவிர்ப்பவளை — நித்தம்
 தோத்திரம் பாடித் தொழுதிடு வோமடா!

64. ஆறு துணை

ஓம் சக்தி ஓம் சக்திஓம் — பரா சக்தி
ஓம் சக்தி ஓம் சக்தி ஓம்
ஓம் சக்தி ஓம் சக்தி ஓம் சக்தி — ஓம் சக்தி
ஓம் சக்தி ஓம் சக்தி ஓம்.

1. கணபதி ராயன் — அவனிரு
         காலைப் பிடித் திடுவோம்;
   குண முயர்ந் திடவே — விடுதலை
         கூடி மகிழ்ந்திடவே

                    (ஓம் சக்தி ஓம் சக்தி ஓம்)

2. சொல்லுக் கடங்காவே — பரா சக்தி
         சூரத் தனங்க ளெல்லாம்;
   வல்லமை தந்திடுவாள் — பரா சக்தி
         வாழியென்றே துதிப்போம்.

                    (ஓம் சக்தி ஓம் சக்தி ஓம்)

3. வெற்றி வடிவேலன் — அவனுடை
         வீரத்தினைப் புகழ்வோம்
   சுற்றி நில்லாதே போ! — பகையே!
         துள்ளி வருகுது வேல்.

                    (ஓம் சக்தி ஓம் சக்தி ஓம்)

4. தாமரைப் பூவினிலே — சுருதியைத்
   தனியிருந் துரைப்பாள்
   பூமணித் தாளினையே — கண்ணி லொற்றிப்
   புண்ணிய மெய்திடுவோம்.

   (ஓம் சக்தி ஓம் சக்தி ஓம்)

5. பாம்புத் தலைமேலே — நடஞ் செயும்
   பாதத்தினைப் புகழ்வோம்;
   மாம்பழ வாயினிலே — குழலிசை
   வண்மை புகழ்ந்திடுவோம்.

   (ஓம் சக்தி ஓம் சக்தி ஓம்)

6. செல்வத் திருமகளைத் — திடங்கொண்டு
   சிந்தனை செய்திடுவோம்;
   செல்வமெல்லாம் தருவாள் — நமதொளி
   திக்க னைத்தும் பரவும்.

   (ஓம் சக்தி ஓம் சக்தி ஓம்)

65. விடுதலை வெண்பா

சக்தி பதமே சரணென்று நாம்புகுந்து
பக்தியினாற் பாடிப் பலகாலும் — முக்தி நிலை
காண்போம் அதனாற் கவலைப் பிணிதீர்ந்து
பூண்போம் அமரப் பொறி.   1

பொறிசிந்தும் வெங்கனல்போற் பொய்தீர்ந்து தெய்வ
வெறிகொண்டால் ஆங்கதுவே வீடாம் — நெறிகொண்ட
வையமெலாந் தெய்வ வலியன்றி வேறில்லை
ஐயமெலாந் தீர்ந்த தறிவு.   2

அறிவிலே தோன்றில் அவனியிலே தோன்றும்,
வறிஞராய்ப் பூமியிலே வாழ்வீர்! — குறிகண்டு
செல்வமெலாம் பெற்றுச் சிறப்புறவே சக்திதரும்
வெல்வயிரச் சீர்மிகுந்த வேல்.   3

வேலைப் பணிந்தால் விடுதலையாம்; வேல் முருகன்
காலைப் பணிந்தால் கவலைபோம் — மேலறிவு
தன்னாலே தான்பெற்று சக்தி சக்தி சக்தியென்று
சொன்னால் அதுவே சுகம்.   4

சுகத்தினைநான் வேண்டித் தொழுதேன் எப்போதும்
அகத்தினிலே துன்புற் றழுதேன் — யுகத்தினிலோர்
மாறுதலைக் காட்டி வலிமை நெறிகாட்டி
ஆறுதலைத் தந்தாள் அவள்.   5

66. ஜயம் உண்டு.

ராகம் — கமாஸ்)   (தாளம் — ஆதி

பல்லவி

ஜயமுண்டு பயமில்லை மனமே! — இந்த
ஜன்மத்திலே விடுதலையுண்டு நிலையுண்டு.   (ஜய)

அனுபல்லவி

பயனுண்டு பக்தியினாலே — நெஞ்சிற்
பதிவுற்ற குலசக்தி சரணுண்டு பகையில்லை   (ஜய)

சரணங்கள்

1. புயமுண்டு குன்றத்தைப் போலே — சக்தி
   பொற்பாத முண்டு அதன் மேலே;
   நியம மெல்லாம்சக்தி நினைவன்றிப் பிறிதில்லை;
   நெறியுண்டு, குறியுண்டு, குலசக்தி வெறியுண்டு   (ஜய)

2. மதியுண்டு செல்வங்கள் சேர்க்கும் — தெய்வ
   வலியுண்டு தீமையைப் போக்கும்;
   விதியுண்டு, தொழிலுக்கு விளைவுண்டு, குறைவில்லை;
   விசனப்பொய்க் கடலுக்குக் குமரன்கைக் கணையுண்டு
   (ஜய)

3. அலைபட்ட கடலுக்கு மேலே — சக்தி
அருளென்னுந் தோணியி னாலே
தொலையெட்டிக் கரையுற்றுத் துயரற்று விடுபட்டுத்
துணிவுற்ற குலசக்தி சரணத்தில் முடிதொட்டு. (ஜய)

67. ஆரிய தரிசனம்

(ஓர் கனவு)

ராகம் – ஸ்ரீராகம் தாளம் – ஆதி

கனவென்ன கனவே — என்தன்
கண்துயி லாது நனவினிலே யுற்ற (கன)

1. கானகம் கண்டேன் — அடர்
கானகங் கண்டேன் — உச்சி
வானகத்தே வட்ட மதியொளி கண்டேன். (கன)

2. பொற்றிருக் குன்றம் — அங்கொர்
பொற்றிருக் குன்றம் — அதைச்
சுற்றி யிருக்கும் சுனைகளும் பொய்கையும். (கன)

புத்த தரிசனம்

3. குன்றத்தின் மீதே — அந்தக்
குன்றத்தின் மீதே — தனி
நின்றதோர் ஆல நெடுமரங் கண்டேன். (கன)

4. பொன்மரத் தின்கீழ் — அந்தப்
பொன்மரத் தின்கீழ் — வெறுஞ்
சின்மய மானதோர் தேவன் இருந்தனன். (கன)

5. புத்த பகவன் — எங்கள்
புத்த பகவன் — அவன்
சுத்தமெய்ஞ் ஞானச் சுடர்முகங் கண்டேன். (கன)

6. காந்தியைப் பார்த்தேன் — அவன்
காந்தியைப் பார்த்தேன் — உப
சாந்தியில் மூழ்கித் ததும்பிக் குளித்தனன். (கன)

7. ஈதுநல் விந்தை! — என்னை!
 ஈதுநல் விந்தை! — புத்தன்
 சோதி மறைந்திருள் துன்னிடக் கண்டனன்.   (கன)

8. பாய்ந்ததங் கொளியே; — பின்னும்
 பாய்ந்ததங் கொளியே; — அருள்
 தேய்ந்த தென்மேனி சிலிர்த்திடக் கண்டேன்.   (கன)

கிருஷ்ணார்ஜுன தரிசனம்

9. குன்றத்தின் மீதே — அந்தக்
 குன்றத்தின் மீதே — தனி
 நின்ற பொற்றேரும் பரிகளும் கண்டேன்.   (கன)

10. தேரின்முன் பாகன் — மணித்
 தேரின்முன் பாகன் — அவன்
 சீரினைக் கண்டு திகைத்துநின் றேனிந்தக்   (கன)

11. ஓமென்ற மொழியும் — அவன்
 ஓமென்ற மொழியும் — நீலக்
 காமன்தன் உருவும், அவ் வீமன்தன் திறலும்.   (கன)

12. அருள் பொங்கும் விழியும் — தெய்வ
 அருள் பொங்கும் விழியும் — காணில்
 இருள் பொங்கு நெஞ்சினர் வெருள்
 பொங்குந் திகிரியும்.   (கன)

13. கண்ணனைக் கண்டேன் — எங்கள்
 கண்ணனைக் கண்டேன் — மணி
 வண்ணனை ஞான மலையினைக் கண்டேன்.   (கன)

14. சேனைகள் தோன்றும் — வெள்ளச்
 சேனைகள் தோன்றும் — பரி
 யானையுந் தேரும் அளவில தோன்றும்.   (கன)

15. கண்ணன்நற் றேரில் — நீலக்
 கண்ணன்நற் றேரில் — மிக
 எண்ணயர்ந் தானொர் இளைஞனைக் கண்டேன். (கன)

16. விசையன்கொ லிவனே! — விறல்
 விசையன்கொ லிவனே! — நனி
 இசையும் நன்கிசையும் இங்கிவனுக் கிந்நாமம். (கன)

17. வீரிய வடிவம்! — என்ன
 வீரிய வடிவம்! — இந்த
 ஆரியன் நெஞ்சம் அயர்ந்ததென் விந்தை! (கன)

18. பெற்றதன் பேறே — செவி
 பெற்றதன் பேறே-அந்தக்
 கொற்றவன் சொற்கள் செவியுறக் கொண்டேன். (கன)

19. "வெற்றியை வேண்டேன்; — ஐய;
 "வெற்றியை வேண்டேன்;-உயிர்
 அற்றிடு மேனும் அவர்தமைத் தீண்டேன். (கன)

20. சுற்றங் கொல்வேனோ? — என்தன்
 சுற்றங் கொல்வேனோ? — கிளை
 அற்றபின் செய்யும் அரசுமோர் அரசோ?" (கன)

21. மிஞ்சிய அருளால் — மித
 மிஞ்சிய அருளால் — அந்த
 வெஞ்சிலை வீரன் பலசொல் விரித்தான். (கன)

22. இம்மொழி கேட்டான் — கண்ணன்
 இம்மொழி கேட்டான் — ஐயன்
 செம்மலர் வதனத்திற் சிறுநகை பூத்தான். (கன)

23. வில்லினை யெடடா! — கையில்
 வில்லினை யெடடா! — அந்தப்
 புல்லியர் கூட்டத்தைப் பூழ்தி செய்திடடா! (வில்)

24. வாடி நில்லாதே; — மனம்
வாடி நில்லாதே; — வெறும்
பேடியர் ஞானப் பிதற்றல் சொல்லாதே. (வில்)

25. ஒன்றுள துண்மை — என்றும்
ஒன்றுள துண்மை — அதைக்
கொன்றி டொணாது குறைத்த லொண்ணாது.
(வில்)

26. துன்பமு மில்லை — கொடுந்
துன்பமு மில்லை — அதில்
இன்பமு மில்லை பிறப்பிறப் பில்லை. (வில்)

27. படைகளுந் தீண்டா — அதைப்
படைகளுந் தீண்டா — அனல்
சுடவு மொண்ணாது புனல்நனை யாது. (வில்)

28. செய்தலுன் கடனே — அறஞ்
செய்தலுன் கடனே — அதில்
எய்துறும் விளைவினில் எண்ணம் வைக்காதே
(வில்)

68. சூரிய தரிசனம்

ராகம் – பூபாளம்

சுருதி யின்கண் முனிவரும் பின்னே
தூமொழிப்புல வோர் பலர் தாமும்
பெரிது நின்தன் பெருமையென் றேத்தும்
பெற்றி கண்டுனை வாழ்த்திட வந்தேன்;
பரிதி யே! பொருள் யாவிற்கும் முதலே!
பானுவே! பொன்செய் பேரொளித் திரளே!
கருதி நின்னை வணங்கிட வந்தேன்;
கதிர்கொள் வாண்முகம் காட்டுதி சற்றே. 1

வேதம் பாடிய சோதியைக் கண்டு
வேள்விப் பாடல்கள் பாடுதற் குற்றேன்;
நாத வார்கட லின்னொலி யோடு
நற்ற மிழ்ச்சொல் இசையையுஞ் சேர்ப்பேன்;
காத மாயிரம் ஓர்கணத் துள்ளே
கடுகி யோடும் கதிரினம் பாடி
ஆத வா! நினை வாழ்த்திட வந்தேன்.
அணிகொள் வாண்முகம் காட்டுதி சற்றே. 2

69. ஞாயிறு வணக்கம்

கடலின்மீது கதிர்களை வீசிக்
கடுகி வாள்மிசை ஏறுதி யையா!
படரும் வானொளி யின்பத்தைக் கண்டு
பாட்டுப்பாடி மகிழ்வன புட்கள்
உடல்ப ரந்த கடலுந் தனுள்ளே
ஒவ்வொர் நுண்துளி யும்விழி யாகச்
சுடரும் நின்தன் வடிவையுட் கொண்டே
சுருதி பாடிப் புகழ்கின்ற திங்கே. 1

என்த னுள்ளங் கடலினைப் போலே
எந்த நேரமும் நின்னடிக் கீழே
நின்று தன்னகத் தொவ்வொர் அணுவும்
நின்தன் ஜோதி நிறைந்தது வாகி
நன்று வாழ்ந்திடச் செய்குவை யையா!
ஞாயிற் றின்கண் ஒளிதருந் தேவா!
மன்று வானிடைக் கொண்டுல கெல்லாம்
வாழ நோக்கிடும் வள்ளிய தேவா!

காதல்கொண்டனை போலும் மண்மீதே,
கண்பிறழ் வின்றி நோக்குகின்றாயே
மாதர்ப் பூமியும் நின்மிசைக் காதல்
மண்டினாள், இதில் ஐயமொன்றில்லை;

சோதி கண்டு முகத்தில் இவட்கே
தோன்று கின்ற புதுநகை யென்னே!
ஆதித் தாய்தந்தை நீவிர் உமக்கே
ஆயி ரந்தரம் அஞ்சலி செய்வேன். 3

70. ஞான பாநு

திருவளர் வாழ்க்கை, கீர்த்தி, தீரம், நல் லறிவு, வீரம்,
மருவுபல் கலையின் சோதி, வல்லமை யென்ப வெல்லாம்,
வருவது ஞானத் தாலே வையக முழுதும் எங்கள்
பெருமைதான் நிலவி நிற்கப் பிறந்தது **ஞான பாநு**. 1

கவலைகள் ,சிறுமை, நோவு, கைதவம் வறுமைத் துன்பம்,
அவலமா மனைத்தைக் காட்டில் அவலமாம் புலைமை யச்சம்,
இவையெலாம் அறிவி லாமை என்பதோர் இருளிற் பேயாம்
நவமுறு **ஞான பாநு** நண்ணுக; தொலைக பேய்கள். 2

அனைத்தையும் தேவர்க்காக்கி அறத்தொழில் செய்யும் மேலோர்
மனத்திலே சக்தி யாக வளர்வது **நெருப்புத் தெய்வம்**;
தினத்தொளி ஞானங் கண்டீர் இரண்டுமே சேர்ந்தால் வானோர்
இனத்திலே கூடி வாழ்வர் மனிதரென் றிசைக்கும் வேதம். 3

பண்ணிய முயற்சியெல்லாம் பயனுற வோங்கும், ஆங்கே
எண்ணிய எண்ண மெல்லாம் எளிதிலே வெற்றி யெய்தும்;
திண்ணிய கருத்தி னோடும் சிரித்திடு முகத்தினோடும்
நண்ணிடும் **ஞான பாநு,** அதனைநாம் நன்கு போற்றின். 4

71. சோமதேவன் புகழ்

ஜய சோம, ஜய சோம, ஜய சோம தேவா!
ஜய ஜய!

சரணம்

நயமுடைய இந்திரனை நாயகத் திட்டாய்,
வயமிக்க அசுரரின் மாயையைச் சுட்டாய்;
வியனுலகில் ஆநந்த விண்ணிலவு பெய்தாய்,
துயர்நீங்கி யென்னுளஞ் சுடர்கொளச் செய்தாய்;
மயல்கொண்ட காதலரை மண்மிசைக் காப்பாய்;
உயவேண்டி இருவருளம் ஒன்றுறக் கோப்பாய்;
புயலிருண் டேகுமுறி யிருள்வீசி வரல்போற்
பொய்த்திரள் வருமதைப் புன்னகையில் மாய்ப்பாய்
(ஜய)

72. வெண்ணிலாவே!

எல்லை யில்லாததோர் வானக் கடலிடை
வெண்ணிலாவே! — விழிக்
கின்ப மளிப்பதோர் தீவென் றிலகுவை
வெண்ணிலாவே!
சொல்லையும் கள்ளையும் நெஞ்சையுஞ் சேர்த்திங்கு
வெண்ணிலாவே! — நின்தன்
சோதி மயக்கும் வகையது தானென்சொல்
வெண்ணிலாவே!
நல்ல ஒளியின் வகைபல கண்டிலன்
வெண்ணிலாவே! — (இந்த)
நனவை மறந்திடச் செய்வது கண்டிலன்
வெண்ணிலாவே!
கொல்லும் அமிழ்தை நிகர்த்திடுங் கள்ளொன்று
வெண்ணிலாவே! — வந்து
கூடி யிருக்குது நின்னொளி யோடிங்கு
வெண்ணிலாவே! 1

மாதர் முகத்தை நினக்கிணை கூறுவர்
    வெண்ணிலாவே! – அஃது
வயதிற் கவலையின் நோவிற் கெடுவது
    வெண்ணிலாவே!
காத லொருத்தி இளைய பிராயத்தள்
    வெண்ணிலாவே! – அந்தக்
காமன்தன் வில்லை யிணைத்த புருவத்தள்
    வெண்ணிலாவே!
மீதெழும் அன்பின் விளைபுன் னகையினள்
    வெண்ணிலாவே! – முத்தம்
வேண்டிமுன் காட்டு முகத்தி னெழிலிங்கு
    வெண்ணிலாவே!
சாதல் அழிதல் இலாது நிரந்தரம்
    வெண்ணிலாவே! – நின்
தன்முகந் தன்னில் விளங்குவ தென்னைகொல்?
    வெண்ணிலாவே! –   2

நின்னொளி யாகிய பாற்கடல் மீதிங்கு
    வெண்ணிலாவே! – நன்கு
நீயும் அமுதும் எழுந்திடல் கண்டனன்
    வெண்ணிலாவே!
மன்னு பொருள்க ளனைத்திலும் நிற்பவன்
    வெண்ணிலாவே! – அந்த
மாயன் அப் பாற்கடல் மீதுறல் கண்டனன்
    வெண்ணிலாவே!
துன்னிய நீல நிறத்தள் பராசக்தி
    வெண்ணிலாவே! – இங்கு,
தோன்றும் உலகவ ளேயென்று கூறுவர்
    வெண்ணிலாவே!
பின்னிய மேகச் சடைமிசைக் கங்கையும்
    வெண்ணிலாவே! – (நல்ல)
பெட்புற நீயும் விளங்குதல் கண்டனன்
    வெண்ணிலாவே!   3

காதலர் நெஞ்சை வெதுப்புவை நீயென்பர்
    வெண்ணிலாவே! – நினைக்
காதல் செய்வார் நெஞ்சிற் கின்னமு தாகுவை
    வெண்ணிலாவே! –
சீத மணிநெடு வானக் குளத்திடை
    வெண்ணிலாவே! – நீ
தேசு மிகுந்தவெண் தாமரை போன்றனை
    வெண்ணிலாவே!
மோத வருங்கரு மேகத் திரளினை
    வெண்ணிலாவே! – நீ
முத்தி னொளிதந் தழகுறச் செய்குவை
    வெண்ணிலாவே!
தீது புரிந்திட வந்திடும் தீயர்க்கும்
    வெண்ணிலாவே! – நலஞ்
செய்தொளி நல்குவர் மேலவ ராமன்றோ?
    வெண்ணிலாவே!   4

மெல்லிய மேகத் திரைக்குள் மறைந்திடும்
    வெண்ணிலாவே! – உன்தன்
மேனி யழகு மிகைபடக் காணுது
    வெண்ணிலாவே!
நல்லிய லார்யவ னத்தியர் மேனியை
    வெண்ணிலாவே! – மூடு
நற்றிரை மேனி நயமிகக் காட்டிடும்
    வெண்ணிலாவே!
சொல்லிய வார்த்தையில் நாணுற்றனை போலும்
    வெண்ணிலாவே! – நின்
சோதி வதனம் முழுதும் மறைத்தனை
    வெண்ணிலாவே!
புல்லியன் செய்த பிழைபொறுத் தேயருள்
    வெண்ணிலாவே! – இருள்
போகிடச் செய்து நினதெழில் காட்டுதி
    வெண்ணிலாவே!   5

73. தீ வளர்த்திடுவோம்!

யாகப் பாட்டு

ராகம் — புன்னாகவராளி

பல்லவி

தீ வளர்த்திடுவோம்! — பெருந்
தீ வளர்த்திடுவோம்!

சரணங்கள்

1. ஆவியி னுள்ளம் அறிவி னிடையிலும்
   அன்பை வளர்த்திடுவோம் — விண்ணின்
   ஆசை வளர்த்திடுவோம் — களி
   ஆவல் வளர்த்திடுவோம் — ஒரு
   தேவி மகனைத் திறமைக் கடவுளைச்
   செங்கதிர் வானவனை — விண்ணோர் தமைத்
   தேனுக் கழைப்பவனைப் — பெருந்திரள்
   சேர்ந்து பணிந்திடுவோம் — வாரீர்! (தீ)

2. சித்தத் துணிவினை மானுடர் கேள்வனைத்
   தீமை யழிப்பவனை — நன்மை
   சேர்த்துக் கொடுப்பவனை — பல
   சீர்க ளுடையவனைப்-புவி
   அத்தனையுஞ்சுட ரேறத் திகழ்ந்திடும்
   ஆரியர் நாயகனை — உருத்திரன்
   அன்புத் திருமகனை — பெருந்திர
   ளாகிப் பணிந்திடுவோம் — வாரீர்! (தீ)

3. கட்டுக்கள் போக்கி விடுதலை தந்திடுங்
   கண்மணி போன்றவனை — எம்மைக்
   காவல் புரிபவனைத் — தொல்லைக்
   காட்டை யழிப்பவனைத் — திசை

எட்டும் புகழ்வளர்ந் தோங்கிட வித்தைகள்
யாவும் பழகிடவே – புவிமிசை
இன்பம் பெருகிடவே – பெருந்திரள்
எய்திப் பணிந்திடுவோம் – வாரீர்! (ஜீ)

4. நெஞ்சிற் கவலைகள் நோவுகள் யாவையும்
நீக்கிக் கொடுப்பவனை – உயிர்
நீளத் தருபவனை – ஒளிர்
நேர்மைப் பெருங்கனலை – நித்தம்
அஞ்ச லஞ்சேலென்று கூறி எமக்குநல்
ஆண்மை சமைப்பவனைப் பல் வெற்றிகள்
ஆக்கிக் கொடுப்பவனைப் – பெருந்திரள்
ஆகிப் பணிந்திடுவோம் – வாரீர்! (ஜீ)

5. அச்சத்தைச் சுட்டங்கு சாம்பரு மின்றி
அழித்திடும் வானவனைச் – செய்கை
ஆற்று மதிச் சுடரைத் – தடை
யற்ற பெருந்திறலை – எம்முள்
இச்சையும் வேட்கையும் ஆசையும் காதலும்
ஏற்றதொர் நல்லறமும் – கலந்தொளி
ஏறுந் தவக்கனலைப்-பெருந்திரள்
எய்திப் பணிந்திடுவோம் – வாரீர்! (ஜீ)

6. வான கத்தைச்சென்று தீண்டுவன் இங்கென்று
மண்டி யெழுந்தழலைக் – கவி
வாணர்க்கு நல்லமுதைத் – தொழில்
வண்ணந் தெரிந்தவனை – நல்ல
தேனையும் பாலையும் நெய்யையும் சோற்றையும்
தீம்பழம் யாவினையும் – இங்கேயுண்டு
தேக்கிக் களிப்பவனைப் – பெருந்திரள்
சேர்ந்து பணிந்திடுவோம் – வாரீர்! (ஜீ)

7. சித்திர மாளிகை பொன்னொளிர் மாடங்கள்
தேவத் திருமகளிர் — இன்பந்
தேக்கிடுந் தேனிசைகள் — சுவை
தேறிடு நல்லிளமை — நல்ல
முத்து மணிகளும் பொன்னும் நிறைந்த
முழுக்குடம் பற்பலவும் — இங்கேதர
முற்பட்டு நிற்பவனைப் — பெருந்திரள்
மொய்த்துப் பணிந்திடுவோம் — வாரீர்! (தீ)

74. வேள்வித் தீ

ராகம் — நாதநாமக்கிரியை தாளம் — சதுஸ்ரஏகம்

ரிஷிகள்: எங்கள் வேள்விக் கூடமீதில்
ஏறுதே தீ! தீ! — இந்நேரம்,
பங்க முற்றே பேய்க ளோடப்
பாயுதே தீ! தீ! — இந்நேரம் 1

அசுரர்: தோழரே! நம் ஆவி வேகச்
சூழுதே தீ! தீ! — ஐயோ! நாம்
வாழ வந்த காடு வேக
வந்ததே தீ! தீ! — அம்மாவோ! 2

ரிஷி: பொன்னை யொத்தோர் வண்ணமுற்றான்
போந்து விட்டானே! — இந்நேரம்,
சின்ன மாகிப் பொய் யரக்கர்
சிந்தி வீழ்வாரே! — இந்நேரம் 3

அசு: இந்திராதி தேவர் தம்மை
ஏசி வாழ்ந்தோமே! — ஐயோ! நாம்,
வெந்து போக மானிடர்க்கோர்
வேத முண்டாமோ! — அம்மாவோ! 4

ரிஷி:	வானை நோக்கிக் கைகள் தூக்கி வளருதே தீ! தீ! – இந்நேரம், ஞான மேனி உதய கன்னி நண்ணி விட்டாளே! – இந்நேரம்.	5
அசு:	கோடி நாளாய் இவ்வனத்திற் கூடி வாழ்ந்தோமே – ஐயோ! நாம் பாடி வேள்வி மாந்தர் செய்யப் பண்பிழந் தோமே! – அம்மாவோ!	6
ரிஷி:	காட்டில் மேயும் காளை போன்றான் காணுவீர் தீ! தீ! – இந்நேரம், ஒட்டி யோட்டிப் பகையை யெல்லாம் வாட்டுகின்றானே! – இந்நேரம்.	7
அசு:	வலியி லாதார் மாந்த ரென்று மகிழ்ந்து வாழ்ந்தோமே – ஐயோ! நாம் கலியை வென்றோர் வேத வுண்மை கண்டு கொண்டாரே! – அம்மாவோ!	8
ரிஷி:	வலிமை மைந்தன் வேள்வி முன்னோன் வாய்திறந் தானே! – இந்நேரம், மலியு நெய்யுந் தேனுமுண்டு மகிழ வந்தானே! – இந்நேரம்.	9
அசு:	உயிரை விட்டும் உணவை விட்டும் ஓடி வந்தோமே! – ஐயோ! நாம் துயிலுடம்பின் மீதிலுந் தீ தோன்றி விட்டானே! – அம்மாவோ!	10
ரிஷி:	அமரர் தூதன் சமர நாதன் ஆர்த் தெழுந்தானே! – இந்நேரம், குமரி மைந்தன் எமது வாழ்விற் கோயில் கொண்டானே! – இந்நேரம்.	11

அசு:	வருணன் மித்ரன் அர்ய மானும்	
	மதுவை யுண்பாரே — ஐயோ! நாம்	
	பெருகு தீயின் புகையும் வெப்பும்	
	பின்னி மாய்வோமே! — அம்மாவோ!	12
ரிஷி:	அமர ரெல்லாம் வந்து நம்முன்	
	அவிகள் கொண்டாரே! — இந்நேரம்,	
	நமனு மில்லை பகையு மில்லை	
	நன்மை கண்டோமே! — இந்நேரம்.	13
அசு:	பகனு மிங்கே யின்ப மெய்திப்	
	பாடுகின்றானே — ஐயோ! நாம்	
	புகையில் வீழ இந்திரன் சீர்	
	பொங்கல் கண்டீரோ! — அம்மாவோ!	14
ரிஷி:	இளையும் வந்தாள் கவிதை வந்தாள்	
	இரவி வந்தானே! இந்நேரம்,	
	விளையுமெங்கள் தீயினாலே	
	மேன்மையுற்றோமே! — இந்நேரம்.	15
ரிஷி:	அன்ன முண்பீர் பாலும் நெய்யும்	
	அமுது முண்பீரே! — இந்நேரம்,	
	மின்னி நின்றீர் தேவ ரெங்கள்	
	வேள்வி கொள்வீரே! — இந்நேரம்.	16
ரிஷி:	சோமமுண்டு தேவர் நல்கும்	
	ஜோதி பெற்றோமே! — இந்நேரம்,	
	தீமை தீர்ந்தே வாழி யின்பஞ்	
	சேர்ந்து விட்டோமே! — இந்நேரம்.	17
ரிஷி:	உடலுயிர்மே லுணர்விலும் தீ	
	ஓங்கி விட்டானே! — இந்நேரம்,	
	கடவுளர் தாம் எம்மை வாழ்த்திக்	
	கை கொடுத்தாரே! — இந்நேரம்.	18

ரிஷி: எங்கும் வேள்வி அமர ரெங்கும்
யாங்கணுந் தீ! தீ! — இந்நேரம்,
தங்கு மின்பம் அமர வாழ்க்கை
சார்ந்து நின்றோமே! — இந்நேரம். 19

ரிஷி: வாழ்க தேவர்! வாழ்க வேள்வி!
மாந்தர் வாழ்வாரே! — இந்நேரம்,
வாழ்க வையம்! வாழ்க வேதம்!
வாழ்க தீ! தீ! தீ! — இந்நேரம். 20

75. கிளிப் பாட்டு

திருவைப் பணிந்து நித்தம் செம்மைத் தொழில் புரிந்து,
வருக வருவதென்றெ-கிளியே!—மகிழ்வுற் றிருப்போமடி! 1

வெற்றி செயலுக் குண்டு விதியின் நியமமென்று,
கற்றுத் தெளிந்த பின்னும்-கிளியே!—
கவலைப்படலாகுமோ? 2

துன்ப நினைவு களும் சோர்வும் பயமு மெல்லாம்,
அன்பில் அழியுமடீ!—கிளியே!—அன்புக் கழிவில்லை
(காண். 3

ஞாயிற்றை யெண்ணி யென்றும் நடுமை நிலை பயின்று,
ஆயிர மாண்டுலகில்-கிளியே! — அழிவின்றி
(வாழ்வோ மடீ! 4

தூய பெருங்கனலைச் சுப்பிர மண்ணி யனை
நேயத்துடன் பணிந்தால்-கிளியே! — நெருங்கித் துயர்
(வருமோ? 5

76. யேசு கிறிஸ்து

"ஈசன் வந்து சிலுவையில் மாண்டான்,
எழுந்து யிர்த்தனன் நாள் ஒரு மூன்றில்;
நேசமா மரியா மக்த லேநா
நேரிலே இந்தச் செய்தியைக் கண்டாள்.
தேசத் தீர்! இதன் உட்பொருள் கேளீர்;
தேவர் வந்து நமக்குட் புகுந்தே
நாச மின்றி நமை நித்தங் காப்பார்;
நம்அ கந்தையை நாம்கொன்று விட்டால். 1

அன்புகாண் மரியா மக்த லேநா,
ஆவி காணுதிர் யேசு கிறிஸ்து;
முன்பு தீமை வடிவினைக் கொன்றால்
மூன்று நாளினில் நல்லுயிர் தோன்றும்;
பொன்பொ லிந்த முகத்தினிற் கண்டே
போற்று வாள் அந்த நல்லுயிர் தன்னை;
அன்பெனும் மரியா மக்த லேநா
ஆஹ! சாலப் பெருங்களி யிஃதே. 2

உண்மை யென்ற சிலுவையிற் கட்டி
உணர்வை ஆணித் தவங்கொண் டடித்தால்,
வண்மைப் பேருயிர் யேசு கிறிஸ்து
வான மேனியில் அங்கு விளங்கும்;
பெண்மைகாண் மரியா மக்த லேநா,
பேணும் நல்லறம் யேசு கிறிஸ்து;
நுண்மை கொண்ட பொருளிது கண்டீர்
நொடியி லி'ஃது பயின்றிட லாகும். 3

77. அல்லா

பல்லவி

அல்லா, அல்லா, அல்லா!

சரணங்கள்

1. பல்லாயிரம் பல்லாயிரம் கோடி கோடி யண்டங்கள்
   எல்லாத் திசையிலுமோ ரெல்லை யில்லா வெளி
   வானிலே!
   நில்லாது சுழன்றோட நியமஞ் செய்தருள் நாயகன்
   சொல்லா லும்மனத்தாலுந்தொடரொணாதபெருஞ்
   (சோதி! அல்லா, அல்லா, அல்லா!)

2. கல்லாதவ ராயினும் உண்மை சொல்லாதவ ராயினும்
   பொல்லாதவ ராயினும் தவ மில்லாதவ ராயினும்
   நல்லாருரை நீதி யின்படி நில்லாதவ ராயினும்
   எல்லாரும் வந்தேத்து மளவில் யமபயங்
   கெடச்செய்பவன்
   (அல்லா, அல்லா, அல்லா!)

2. ஞானப் பாடல்கள்

78. அச்சமில்லை

பண்டாரப் பாட்டு

அச்சமில்லை அச்சமில்லை அச்சமென்ப தில்லையே
இச்சகத்து ளோரெலாம் எதிர்த்து நின்ற போதிலும்,
அச்சமில்லை அச்சமில்லை அச்சமென்பதில்லையே
துச்சமாக எண்ணி நம்மைத் தூறு செய்த போதினும்,
அச்சமில்லை அச்சமில்லை அச்சமென்பதில்லையே
பிச்சை வாங்கி உண்ணும் வாழ்க்கை பெற்று விட்ட
(போதிலும்,

அச்சமில்லை அச்சமில்லை அச்சமென்ப தில்லையே
இச்சை கொண்ட பொருளெலாம் இழந்து விட்ட
(போதிலும்,

அச்சமில்லை அச்சமில்லை அச்சமென்ப தில்லையே. 1
கச்சணிந்த கொங்கை மாதர் கண்கள் வீசு போதினும்,
அச்சமில்லை அச்சமில்லை அச்சமென்ப தில்லையே.
நச்சை வாயி லேகொணர்ந்து நண்ப ரூட்டு போதினும்,
அச்சமில்லை அச்சமில்லை அச்சமென்ப தில்லையே.
பச்சையூ னியைந்த வேற் படைகள் வந்த போதிலும்,
அச்சமில்லை அச்சமில்லை அச்சமென்ப தில்லையே.
உச்சிமீது வானிடிந்து வீழுகின்ற போதினும்,
அச்சமில்லை அச்சமில்லை அச்சமென்ப தில்லையே. 2

79. ஜய பேரிகை

ஜய பேரிகை கொட்டடா!—கொட்டடா!
ஜய பேரிகை கொட்டடா!

1. பயமெனும் பேய்தனை யடித்தோம் – பொய்மைப்
   பாம்பைப் பிளந்துயிரைக் குடித்தோம்;
   வியனுல கனைத்தையும் அமுதென நுகரும்
   வேத வாழ்வினைக் கைப்பிடித்தோம்   (ஜய பேரிகை)

2. இரவியி னொளி யிடைக் குளித்தோம் – ஒளி
   இன்னமு தினைக்கண்டு களித்தோம்;
   கரவினில் வந்துயிர்க் குலத்தினை யழிக்கும்
   காலன் நடுநடுங்க விழித்தோம்   (ஜய பேரிகை)

3. காக்கை, குருவி எங்கள் ஜாதி – நீள்
   கடலும், மலையும் எங்கள் கூட்டம்;
   நோக்கும் திசையெலாம் நாமன்றி வேறில்லை
   நோக்க நோக்கக்களி யாட்டம்.   (ஜய பேரிகை)

80. சிட்டுக் குருவியைப் போலே

பல்லவி

விட்டு விடுதலை யாகிநிற் பாயிந்தச்
சிட்டுக் குருவியைப் போலே

சரணங்கள்

1. எட்டுத் திசையும் பறந்து திரிகுவை
   ஏறியக் காற்றில் விரைவொடு நீந்துவை
   மட்டுப் படாதெங்கும் கொட்டிக் கிடக்குமிவ்
   வானொளி யென்னும் மதுவின் சுவையுண்டு   (விட்டு)

2. பெட்டையி னோடின்பம் பேசிக் களிப்புற்று
   பீடையி லாததோர் கூடு கட்டிக்கொண்டு
   முட்டைதருங் குஞ்சைக் காத்து மகிழ்வெய்தி
   முந்த வுணவு கொடுத்தன்பு செய்திங்கு   (விட்டு)

3. முற்றத்தி லேயுங் கழனி வெளியிலும்
முன்கண்ட தானியம் தன்னைக் கொணர்ந்துண்டு
மற்றப் பொழுது கதைசொல்லித் தூங்கிப்பின்
வைகறை யாகுமுன் பாடி விழிப்புற்று. (விட்டு)

81. விடுதலை வேண்டும்.

ராகம் — நாட்டை

பல்லவி

வேண்டுமடி எப்போதும் விடுதலை அம்மா!

சரணங்கள்

1. தூண்டு மின்ப வாடை வீசு துய்ய தேன் கடல்
சூழ நின்ற தீவி லங்கு சோதி வானவர்
ஈண்டு நமது தோழ ராகி எம்மொ டமுத முண்டுகுலவ
நீண்ட மகிழ்ச்சி மூண்டு விளைய நினைத்திடு மின்ப
(மனைத்தும் உதவ (வேண்டுமடி)

2. விருத்தி ராதி தானவர்க்கு மெலிவ தின்றியே,
விண்ணு மண்ணும் வந்து பணிய மேன்மை துன்றியே,
பொருத்த முறநல் வேத மோர்ந்து பொய்மை தீர
(மெய்மை நேர)
வருத்த மழிய வறுமை யொழிய வையம் முழுதும்
(வண்மை பொழிய (வேண்டுமடி)

3. பண்ணில் இனிய பாடலோடு பாயு மொளியெலாம்
பாரில் எம்மை உரிமை கொண்டு பற்றி நிற்கவே,
நண்ணி யமரர் வெற்றி கூற நமது பெண்கள்
(அமரர் கொள்ள
வண்ண மினிய தேவ மகளிர் மருவ நாமும் உவகை
(துள்ள (வேண்டுமடி)

82. வேண்டும்.

மனதி லுறுதி வேண்டும்,
    வாக்கினி லேயினிமை வேண்டும்;
நினைவு நல்லது வேண்டும்,
    நெருங்கின பொருள் கைப்பட வேண்டும்;
கனவு மெய்ப்பட வேண்டும்,
    கைவசமாவது விரைவில் வேண்டும்;
தனமும் இன்பமும் வேண்டும்,
    தரணியிலே பெருமை வேண்டும்.   1
கண் திறந்திட வேண்டும்,
    காரியத்தி லுறுதி வேண்டும்.
பெண் விடுதலை வேண்டும்,
    பெரிய கடவுள் காக்க வேண்டும்;
மண்பயனுற வேண்டும்,
    வானகமிங்கு தென்பட வேண்டும்,
உண்மை நின்றிட வேண்டும்.
    ஓம் ஓம் ஓம் ஓம்.   2

83. ஆத்ம ஜயம்

கண்ணில் தெரியும் பொருளினைக் கைகள்
    கவர்ந்திட மாட்டாவோ? — அட
மண்ணில் தெரியுது வானம், அதுநம்
    வசப்பட லாகாதோ?
எண்ணி யெண்ணிப் பல நாளு முயன்றிங்
    கிறுதியிற் சோர்வோமோ,
விண்ணிலும் மண்ணிலும் கண்ணிலும் எண்ணிலும்
    மேவு பராசக்தியே!   1

என்ன வரங்கள், பெருமைகள், வெற்றிகள்
    எத்தனை மேன்மைகளோ!
தன்னை வென்றா லவை யாவும் பெறுவது
    சத்திய மாகுமென்றே
முன்னை முனிவர் உரைத்த மறைப் பொருள்
    முற்றுமுணர்ந்த பின்னும்
தன்னை வென்றாளும் திறமை பெறாதிங்கு
    தாழ்வுற்று நிற்போமோ? 2

84. காலனுக்கு உரைத்தல்.

ராகம் — சக்ரவாகம்   தாளம் — ஆதி

காலா! உனை நான் சிறு புல்லென மதிக்கிறேன்; என்தன்
காலருகே வாடா! சற்றே உனை மிதிக்கிறேன்–அட (காலா)

சரணங்கள்

1. வேலாயுத விருதினை மனதிற் பதிக்கிறேன் — நல்ல
வேதாந்த முரைத்த ஞானியர் தமை யெண்ணித்
                        துதிக்கிறேன்–ஆதி
மூலா வென்றுகதறிய யானையைக் காக்கவே — நின்தன்
முதலைக்கு நேர்ந்ததை மறந்தாயோ, கெட்ட
            மூடனே? அட — (காலா)

2. ஆலால முண்டவனடி சரணென் றமார்க்கண்டன் — தன
தாவி கவரப்போய் நீ பட்ட பாட்டினை யறிகு
                        (வேன் — இங்கு
நாலாயிரம் காதம் விட்டகல்! உனை விதிக்கிறேன் — ஹரி
நாராயண னாகநின் முன்னே உதிக்கிறேன்–
                    அட (காலா)*

---

* 'சுதேசமித்திரன்' வருஷ அநுபந்தம் 1919-ல் வெளி வந்த முழுப்
பாட்டு.

85 மாயையைப் பழித்தல்

ராகம் — காம்போதி   தாளம் — ஆதி

உண்மை யறிந்தவர் உன்னைக் கணிப்பாரோ?
  மாயையே! — மனத்
திண்மையுள்ளாரை நீ செய்வது
  மொன்றுண்டோ! — மாயையே!   1

எத்தனை கோடி படைகொண்டு வந்தாலும்
  மாயையே! நீ
சித்தத் தெளிவெனுந் தீயின்முன்
  நிற்பாயோ? — மாயையே!   2

என்னைக் கெடுப்பதற் கெண்ணமுற்றாய்
  கெட்ட மாயையே! — நான்
உன்னைக் கெடுப்ப துறுதியென்
  றேயுணர் மாயையே!   3

சாகத் துணியிற் சமுத்திர மெம்மட்டு
  மாயையே! — இந்தத்
தேகம் பொய் யென்றுணர் தீரரை யென்
  செய்வாய் மாயையே!   4

இருமை யழிந்தபின் எங்கிருப்பாய், அற்ப
  மாயையே! - தெளிந்
தொருமை கண்டோர் முன்னம் ஓடாது
  நிற்பையோ? — மாயையே!   5

நீதரும் இன்பத்தை நேரென்று கொள்வனோ
  மாயையே — சிங்கம்
நாய்தரக் கொள்ளுமோ நல்லர
  சாட்சியை — மாயையே!   6

என்னிச்சை கொண்டுனை யெற்றிவிட
 வல்லேன் மாயையே! — இனி
உன்னிச்சை கொண்டெனக் கொன்றும்
 வராது காண்-மாயையே! 7

யார்க்கும் குடியல்லேன் யானென்ப
 தோர்ந்தனன் மாயையே! — உன்தன்
போர்க்கஞ்சு வேனோ பொடியாக்குவேன்
 உன்னை-மாயையே! 8

86. சங்கு

செத்தபிறகு சிவலோகம் வைகுந்தம்
 சேர்ந்திடலா மென்றே எண்ணி யிருப்பார்
பித்த மனிதர், அவர் சொலுஞ் சாத்திரம்
 பேயுரை யாமென்றிங் கூதேடா சங்கம்! 1

இத்தரை மீதினி லேயிந்த நாளினில்
 இப்பொழு தேமுக்தி சேர்ந்திட நாடிச்
சுத்த அறிவு நிலையிற் களிப்பவர்
 தூயவ ராமென்றிங் கூதேடா சங்கம்! 2

பொய்யுறு மாயையைப் பொய்யெனக் கொண்டு,
 புலன்களை வெட்டிப் புறத்தில் எறிந்தே
ஐயுற லின்றிக் களித்திருப்பாரவர்
 ஆரிய ராமென்றிங் கூதேடா சங்கம்! 3

மையுறு வாள்விழி யாரையும் பொன்னையும்
 மண்ணெனக் கொண்டு மயக்கற்றிருந்தாரே,
செய்யுறு காரியம் தாமன்றிச் செய்வார்
 சித்தர்க ளாமென்றிங் கூதேடா சங்கம்! 4

87. அறிவே தெய்வம்

கண்ணிகள்

ஆயிரந் தெய்வங்கள் உண்டென்று தேடி
அலையும் அறிவிலிகாள்! — பல்
லாயிரம் வேதம் அறிவொன்றே தெய்வமுண்
டாமெனல் கேளீரோ?

மாடனைக் காடனை வேடனைப் போற்றி
மயங்கும் மதியிலிகாள்! — எத
னூடும்நின் றோங்கும் அறிவொன்றே தெய்வமென்
றோதி யறியீரோ? 2

சுத்த அறிவே சிவமென்று கூறுஞ்
சுருதிகள் கேளீரோ? — பல
பித்த மதங்களி லேதடு மாறிப்
பெருமை யழிவீரோ? 3

வேடம்பல் கோடியோர் உண்மைக் குளவென்று
வேதம் புகன்றிடுமே — ஆங்கோர்
வேடத்தை நீருண்மை யென்றுகொள் வீரென்றவ்
வேத மறியாதே. 4

நாமம்பல் கோடியோர் உண்மைக் குளவென்று
நான்மறை கூறிடுமே — ஆங்கோர்
நாமத்தை நீருண்மை யென்றுகொள் வீரென்றந்
நான்மறை கண்டிலதே. 5

போந்த நிலைகள் பலவும் பராசக்தி
பூணு நிலையாமே — உப
சாந்த நிலையேவேதாந்த நிலையென்று
சான்றவர் கண்டனரே. 6

கவலை துறந்திங்கு வாழ்வது வீடென்று
காட்டும் மறைகளெல்லாம் — நீவிர்
அவலை நினைந்துமி மெல்லுதல் போலிங்கு
அவங்கள் புரிவீரோ? 7

உள்ள தனைத்திலும் உள்ளொளி யாகி
ஒளிர்ந்திடும் ஆன்மாவே — இங்கு,
கொள்ளற் கரிய பிரமமென் றேமறை
கூவுதல் கேளீரோ? 8

மெள்ளப் பலதெய்வம் கூட்டி வளர்த்து
வெறுங் கதைகள் சேர்த்துப் — பல
கள்ள மதங்கள் பரப்புதற் கோர்மறை
காட்டவும் வல்லீரோ? 9

ஒன்று பிரம முளதுண்மை யஃதுன்
உணர்வெனும் வேதமெலாம் — என்றும்
ஒன்று பிரம முளதுண்மை யஃதுன்
உணர்வெனக் கொள்வாயே. 10

88. பரசிவ வெள்ளம்

உள்ளும் புறமுமாய் உள்ளதெலாந் தானாகும்.
வெள்ளமொன்றுண் டாமதனைத் தெய்வமென்பார்
வேதியரே 1

காணுவன நெஞ்சிற் கருதுவன உட்கருத்தைப்
பேணுவன யாவும் பிறப்பதந்த வெள்ளத்தே 2

எல்லை பிரி வற்றதுவாய் யாதெனுமோர் பற்றிலதாய்
இல்லையுள தென் றறிஞர் என்றும்மய லெய்துவதாய். 3

வெட்டவெளி யாயறிவாய் வேறு பல சக்திகளைக்
கொட்டுமுகி லாயணுக்கள் கூட்டிப் பிரிப்பதுவாய். 4

தூல வணுக்களாய்ச் சூக்கு மமாய்ச் சூக்குமத்திற்
சாலவுமே நுண்ணியதாய்த் தன்மையெலாந் தானாகி 5

தன்மையொன் றிலாததுவாய்த் தானே ஒருபொருளாய்த்
தன்மைபல வுடைத்தாய்த் தான்பலவாய் நிற்பதுவே. 6

எங்குமுளான் யாவும்வலான் யாவுமறி வானெனவே
தங்குபல மதத்தோர் சாற்றுவதும் இங்கிதையே 7

வேண்டுவோர் வேட்கையாய் வேட்பாராய் வேட்பாருக்
கீண்டுபொரு ளாயதனை யீட்டுவதாய் நிற்குமிதே. 8

காண்பார்தங் காட்சியாய்க் காண்பாராய்க்
காண்பொருளாய்
மாண்பார்ந் திருக்கும், வகுத்துரைக்க வொண்ணாதே. 9

எல்லாந் தானாகி யிருந்திடிலும் இஃதறிய
வல்லார் சிலரென்பர் வாய்மையெல்லாங் கண்டவரே. 10

மற்றிதனைக் கண்டார் மலமற்றார் துன்பமற்றார்;
பற்றிதனைக் கொண்டார் பயனனைத்துங் கண்டாரே. 11

இப்பொருளைக் கண்டார் இடருக்கோர் எல்லைகண்டார்.
எப்பொருளுந் தாம்பெற்றிங் கின்பநிலை யெய்துவரே. 12

வேண்டுவ வெலாம் பெறுவார் வேண்டா ரெதனையுமற்
றீண்டுபுவி யோரவரை யீசரெனப் போற்றுவரே. 13

ஒன்றுமே வேண்டா துலகனைத்தும் ஆளுவர்காண்;
என்றுமே யிப்பொருளோ டேகாந்தத் துள்ளவரே. 14

வெள்ளமடா தம்பி விரும்பியபோ தெய்திநின
துள்ள மிசைத் தானமுத வூற்றாய்ப் பொழியுமடா! 15

யாண்டுமிந்த இன்பவெள்ளம் என்று நின்னுள் வீழ்வதற்கே
வேண்டு முபாயம் மிகவுமெளி தாகுமடா! 16

எண்ணமிட்டா லேபோதும் எண்ணுவதே இவ்வின்பத்
தண்ணமுதையுள்ளே ததும்பப் புரியுமடா! 17

எங்கும் நிறைந்திருந்த ஈசவெள்ள மென்னகத்தே
பொங்குகின்ற தென்றெண்ணிப் போற்றி நின்றாற்
                                    (போதுமடா   18
யாதுமாம் ஈசவெள்ளம் என்னுள் நிரம்பியதென்
றோதுவதே போதுமதை உள்ளுவதே போதுமடா!   19

காவித் துணிவேண்டா, கற்றைச் சடை வேண்டா;
பாவித்தல் போதும் பரமநிலை யெய்துதற்கே.   20

சாத்திரங்கள் வேண்டா சதுமறைக ளேதுமில்லை;
தோத்திரங்க ளில்லையுளந் தொட்டுநின்றாற் போதுமடா!   21

தவமொன்று மில்லையொரு சாதனையு மில்லையடா!
சிவமொன்றே யுள்ளதெனச் சிந்தை செய்தாற்போதுமடா!   22

சந்ததமு மெங்குமெல்லாந் தானாகி நின் றசிவம்,
வந்தெனுளே பாயுதென்று வாய்சொன்னாற் போதுமடா!   23

நித்தசிவ வெள்ள மென்னுள் வீழ்ந்து நிரம்புதென்றுன்
சித்தமிசைக் கொள்ளுஞ் சிரத்தை யொன்றே போதுமடா!   24

89. பொய்யோ? மெய்யோ?

உலகத்தை நோக்கி வினவுதல்

நிற்பதுவே, நடப்பதுவே, பறப்பதுவே, நீங்களெல்லாம்
சொற்பனந் தானோ? - பல தோற்ற மயக்கங்களோ?
கற்பதுவே, கேட்பதுவே, கருதுவதே, நீங்க ளெல்லாம்
அற்பமாயைகளோ?- உம்முள் ஆழ்ந்த பொருளில்லையோ?   1

வானகமே, இளவெயிலே, மரச்செறிவே, நீங்களெல்லாம்
கானலின் நீரோ?-வெறுங் காட்சிப் பிழைதானோ?
போன தெல்லாம் கனவினைப்போற் புதைந்தழிந்தே
                                    போனதனால்
நானுமோர் கனவோ?-இந்த ஞாலமும் பொய்தானோ?   2

கால மென்றே ஒரு நினைவும் காட்சியென்றே பலநினைவும்
கோலமும் பொய்களோ?-அங்குக் குணங்களும்
பொய்களோ?
சோலையிலே மரங்க ளெல்லாம் தோன்றுவதோர்
விதையிலென்றால்,
சோலை பொய்யாமோ?— இதைச் சொல்லொடு
சேர்ப்பாரோ?   3

காண்பவெல்லாம் மறையுமென்றால் மறைந்ததெல்லாம்
காண்ப மன்றோ?
வீண்படு பொய்யிலே — நித்தம் விதிதொடர்ந் திடுமோ?
காண்பதுவே உறுதிகண்டோம் காண்பதல்லால்
உறுதியில்லை
காண்பது சக்தியாம் — இந்தக் காட்சி நித்தியமாம்.   4

90. நான்

இரட்டைக் குறள் செந்துறை

வானில் பறக்கின்ற புள்ளெலாம் நான்,
   மண்ணில் திரியும் விலங்கெலாம் நான்;
கானில் வளரும் மரமெலாம் நான்,
   காற்றும் புனலும் கடலுமே நான்   1

விண்ணில் தெரிகின்ற மீனெலாம் நான்,
   வெட்ட வெளியின் விரிவெலாம் நான்;
மண்ணில்கிடக்கும் புழுவெலாம் நான்,
   வாரியினுள் உயிரெலாம் நான்,   2

கம்பனிசைத்த கவியெலாம் நான்,
   காருகர் தீட்டும் உருவெலாம் நான்;
இம்பர் வியக்கின்ற மாட கூடம்
   எழில்நகர் கோபுரம் யாவுமே நான்,   3

இன்னிசை மாதரிசையுளேன் நான்,
இன்பத்திரள்கள் அனைத்துமே நான்;
புன்னிலை மாந்தர்தம் பொய்யெலாம் நான்,
பொறையருந் துன்பப் புணர்ப்பெலாம் நான். 4

மந்திரங்கோடி இயக்குவோன் நான்,
இயங்கு பொருளின் இயல்பெலாம் நான்;
தந்திரங் கோடி சமைத்துளோன் நான்,
சாத்திர வேதங்கள் சாற்றினோன் நான். 5

அண்டங்கள் யாவையும் ஆக்கினோன் நான்,
அவை பிழையாமே சுழற்றுவோன் நான்,
கண்டபல் சக்திக் கணமெலாம் நான்
காரணமாகிக் கதித்துளோன் நான். 6

நானெனும் பொய்யை நடத்துவோன் நான்,
ஞானச் சுடர்வானில் செல்லுவோன் நான்;
ஆனபொருள்கள் அனைத்தினும் ஒன்றாய்
அறிவாய் விளங்குமுதற்சோதி நான். 7

91. சித்தாந்தச் சாமி கோயில்

சித்தாந்தச் சாமி திருக்கோயில் வாயிலில்
தீப வொளி யுண்டாம்; — பெண்ணே
முத்தாந்த வீதி முழுதையுங் காட்டிட
மூண்ட திருச் சுடராம்; — பெண்ணே! 1

உள்ளத் தழுக்கும் உடலிற் குறைகளும்
ஓட்ட வருஞ் சுடராம்; — பெண்ணே!
கள்ளத் தனங்கள் அனைத்தும் வெளிப்படக்
காட்ட வருஞ் சுடராம்; — பெண்ணே! 2

தோன்று முயிர்கள் அனைத்தும்நன் றென்பது
தோற்றமுறுஞ் சுடராம்; — பெண்ணே
மூன்று வகைப்படும் கால நன்றென்பதை
முன்னரிடுஞ் சுடராம்; — பெண்ணே! 3

பட்டினந் தன்னிலும் பார்க்க நன்றென்பதைப்
   பார்க்க வொளிச் சுடராம்; — பெண்ணே!
கட்டு மனையிலுங் கோயில் நன்றென்பதைக்
   காண வொளிர்சுடராம்; — பெண்ணே!   4

92. பக்தி

ராகம் — பிலஹரி

பல்லவி
பக்தியினாலே — தெய்வ — பக்தியினாலே

சரணங்கள்

1. பக்தியினாலே — இந்தப்
   பாரினிலெய்திடும் மேன்மைகள் கேளடி!
சித்தந் தெளியும், — இங்கு
   செய்கை யனைத்திலும் செம்மை பிறந்திடும்,
வித்தைகள் சேரும், — நல்ல
   வீர ருறவு கிடைக்கும், மனத்திடைத்
தத்துவ முண்டாம், — நெஞ்சிற்
   சஞ்சலம் நீங்கி உறுதி விளங்கும்.

                      (பக்தியினாலே)

2. காமப் பிசாசைக் — குதிக்
   கால்கொண் டடித்து விழுத்திட லாகும்;இத்
தாமசப் பேயைக் — கண்டு
   தாக்கி மடித்திட லாகும்;எந் நேரமும்
தீமையை எண்ணி — அஞ்சுந்
   தேம்பற் பிசாசைத் திருகியெறிந்து பொய்ந்
நாம மில்லாத-உண்மை
   நாமத்தினாலிங்கு நன்மை விளைந்திடும்,

                      (பக்தியினாலே)

3. ஆசையைக் கொல்வோம், — புலை
    அச்சத்தைக் கொன்று பொசுக்கிடுவோம்,கெட்ட
   பாச மறுப்போம், — இங்கு
    பார்வதி சக்தி விளங்குதல் கண்டதை
   மோசஞ் செய்யாமல் — உண்மை
    முற்றிலுங் கண்டு வணங்கி வணங்கி யோர்
   ஈசனைப் போற்றி — இன்பம்
    யாவையு முண்டு புகழ்கொண்டு வாழ்குவம்,
                            (பக்தியினாலே)

4. சோர்வுகள் போகும், — பொய்ச்
    சுகத்தினைத் தள்ளிச் சுகம்பெற லாகும், நற்
   பார்வைகள் தோன்றும், — மிடிப்
    பாம்பு கடித்த விஷமகன் றேநல்ல
   சேர்வைகள் சேரும், — பல
    செல்வங்கள் வந்து மகிழ்ச்சி விளைந்திடும்,
   தீர்வைகள் தீரும்,பலபல இன்பங்கள் சேர்ந்திடும்,
                            (பக்தியினாலே

5. கல்வி வளரும், — பல
    காரியங் கையுறும், வீரிய மோங்கிடும்,
   அல்ல லொழியும், — நல்ல
    ஆண்மை யுண்டாகும், அறிவு தெளிந்திடும்,
   சொல்லுவதெல்லாம் — மறைச்
    சொல்லினைப் போலப் பயனுள தாகும் மெய்
   வல்லமை தோன்றும், — தெய்வ
    வாழ்க்கையுற்றே யிங்கு வாழ்ந்திடலாம்,
                   உண்மைப் (பக்தியினாலே)

6. சோம்ப லழியும் — உடல்
    சொன்ன படிக்கு நடக்கும், முடி சற்றுங்
   கூம்புத லின்றி — நல்ல
    கோபுரம் போல நிமிர்ந்த நிலைபெறும்

வீம்புகள் போகும் – நல்ல
  மேன்மையுண்டாகிப் புயங்கள் பருக்கும்,பொய்ப்
பாம்பு மடியும் – மெய்ப்
  பரம் வென்று நல்ல நெறிகளுண்டாய் விடும்.
                                          (பக்தியினாலே)

7. சந்ததி வாழும், – வெறுஞ்
    சஞ்சலங் கெட்டு வலிமைகள் சேர்ந்திடும்
  இந்தப் புவிக்கே – இங்கொர்
    ஈசனுண்டாயின் அறிக்கையிட் டேனுன்தன்
  கந்த மலர்த்தாள் – துணை;
    காதல் மகவு வளர்ந்திட வேண்டும், என்
  சிந்தை யறிந்தே – அருள்
    செய்திட வேண்டும்' என்றால் அருளெய்திடும்
                                          (பக்தியினாலே)

93. அம்மாக்கண்ணு பாட்டு.*

"பூட்டைத் திறப்பது கையாலே – நல்ல
  மனந்திறப்பது மதியாலே"
பாட்டைத் திறப்பது பண்ணாலே – இன்ப
  வீட்டைத் திறப்பது பெண்ணாலே.   1

ஏட்டைத் துடைப்பது கையாலே மன
  வீட்டைத் துடைப்பது மெய்யாலே,
வேட்டை யடிப்பது வில்லாலே – அன்புக்
  கோட்டை பிடிப்பது சொல்லாலே.   2

காற்றை யடைப்பது மனதாலே – இந்தக்
  காயத்தைக் காப்பது செய்கையாலே,
சோற்றைப் புசிப்பது வாயாலே – உயிர்
  துணி வுறுவது தாயாலே.   (பூட்டைத்)   3

---

* இக் கவிதையும் அடுத்த கவிதையும் (95) சென்னை அரசாங்கப் பொருட்காட்சி சாலையிலுள்ள பாரதியாரின் கையெழுத்துப் பிரதியில் கண்டபடி பதிப்பிக்கப் பட்டுள்ளன.

94. வண்டிக்காரன் பாட்டு

அண்ணனுக்கும் தம்பிக்கும் சம்பாஷணை

"காட்டு வழிதனிலே — அண்ணே!
கள்ளர் பயமிருந்தால்?" — எங்கள்
வீட்டுக் குலதெய்வம் — தம்பி
வீரம்மை காக்குமடா!" 1
"நிறுத்து வண்டி யென்றே — கள்ளர்
நெருக்கிக் கேட்கையிலே?' — "எங்கள்
கறுத்த மாரியின் பேர் — சொன்னால்
காலனும் அஞ்சுமடா!". 2

95. கடமை அறிவோம்

கடமை புரிவா ரின்புறுவார்
என்னும் பண்டைக் கதை பேணோம்;
கடமை யறியோம் தொழிலறி யோம்;
கட்டென் பதனை வெட்டென் போம்;
மடமை சிறுமை துன்பம் பொய்
வருத்தம் நோவு மற்றிவை போல்
கடமை நினைவுந் தொலைத் திங்கு
களியுற் றென்றும் வாழ்குவமே.

96. அன்பு செய்தல்

இந்தப் புவிதனில் வாழு மரங்களும்
இன்ப நறுமலர்ப் பூஞ்செடிக் கூட்டமும்
அந்த மரங்களைச் சூழ்ந்த கொடிகளும்
ஔடத மூலிகை பூண்டுபுல் யாவையும்
எந்தத் தொழில் செய்து வாழ்வன வோ?

வேறு

மானுடர் உழாவிடினும் வித்து நடாவிடினும்
  வரம்புகட்டாவிடினும் அன்றிநீர் பாய்ச்சாவிடினும்
வானுலகு நீர்தருமேல் மண்மீது மரங்கள்
  வகைவகையா நெற்கள்புற்கள் மலிந்திருக்கு மன்றே?
யானெ தற்கும் அஞ்சுகிலேன், மானுடரே, நீவிர்
  என்மதத்தைக் கைக்கொண்மின், பாடுபடல்
                                                வேண்டா;
ஊனுடலை வருத்தாதீர்; உணவியற்கை கொடுக்கும்;
  உங்களுக்குத் தொழிலிங்கே அன்பு செய்தல் கண்டீர்!

97. சென்றது மீளாது

சென்றதினி மீளாது, மூட ரே! நீர்
  எப்போதும் சென்றதையே சிந்தை செய்து
கொன்றழிக்கும் கவலையெனும் குழியில் வீழ்ந்து
  குமையாதீர்! சென்றதனைக் குறித்தல்வேண்டாம்
இன்றுபுதி தாய்ப்பிறந்தோம் என்று நீவிர்
  எண்ணமதைத் திண்ணமுற இசைத்துக்கொண்டு
தின்றுவிளை யாடியின்புற் றிருந்து வாழ்வீர்;
  தீமையெலாம் அழிந்துபோம், திரும்பி வாரா.

98. மனத்திற்குக் கட்டளை

பேயா யுழலுஞ் சிறுமனமே!
  பேணா யென்சொல் இன் றுமுதல்
நீயா ஒன்றும் நாடாதே
  நினது தலைவன் யானேகாண்;
தாயாம் சக்தி தாளினிலும்
  தரும மெனயான் குறிப்பதிலும்
ஓயா தேநின் றுழைத்திடு வாய்
  உரைத்தேன் அடங்கி உய்யுதியால்.

99. மனப் பெண்

மனமெனும் பெண்ணே! வாழி நீ கேளாய்!
ஒன்றையே பற்றி யூச லாடுவாய்
அடுத்ததை நோக்கி யடுத்தடுத் துலவுவாய்
நன்றையே கொள்ளெனிற் சோர்ந்துகை நழுவுவாய்
விட்டுவி டென்றதை விடாது போய் விழுவாய்   5

தொட்டதை மீள மீளவுந் தொடுவாய்
புதியது காணிற் புலனழிந் திடுவாய்
புதியது விரும்புவாய் புதியதை அஞ்சுவாய்;
அடிக்கடி மதுவினை அணுகிடும் வண்டுபோல்
பழமையாம் பொருளிற் பரிந்துபோய் வீழ்வாய்   10

பழமையே யன்றிப் பார்மிசை யேதும்
புதுமை காணோமெனப் பொருமுவாய்,சீச்சீ!
பிணத்தினை விரும்புங் காக்கையே போல
அழுகுதல், சாதல், அஞ்சுதல் முதலிய
இழிபொருள் காணில் விரைந்ததில் இசைவாய்   15

அங்ஙனே,
என்னிடத் தென்றும் மாறுத லில்லா
அன்புகொண் டிருப்பாய், ஆவிகாத் திடுவாய்,
கண்ணினோர் கண்ணாய், காதின் காதாய்ப்
புலன்புலப் படுத்தும் புலனா மென்னை   20

உலக உருளையில் ஒட்டுற வகுப்பாய்
இன்பெலாந் தருவாய் இன்பத்து மயங்குவாய்,
இன்பமே நாடியெண் ணிலாப்பிழை செய்வாய்,
இன்பங் காத்துத் துன்பமே யழிப்பாய்
இன்பமென் றெண்ணித் துன்பத்து வீழ்வாய்,   25

தன்னை யறியாய், சகத்தெலாந் தொலைப்பாய்,
தன்பின் னிற்குந் தனிப்பரம் பொருளைக்
காணவே வருந்துவாய் காணெனிற் காணாய்,
சகத்தின் விதிகளைத் தனித்தனி அறிவாய்,
பொதுநிலை அறியாய் பொருளையும் காணாய்.   30

மனமெனும் பெண்ணே! வாழிநீ கேளாய்!
நின்னொடு வாழும் நெறியுநன் கறிந்திடேன்;
இத்தனை நாட்போல் இனியுநின் னின்பமே
விரும்புவன்; நின்னை மேம்படுத் திடவே
முயற்சிகள் புரிவேன்; முத்தியுந் தேடுவேன்;   35

உன்விழிப் படாமல் என் விழிப் பட்ட
சிவமெனும் பொருளைத் தினமும் போற்றி
உன்தனக் கின்பம் ஓங்கிடச் செய்வேன்.

100. பகைவனுக்கருள்வாய்

பகைவனுக் கருள்வாய் — நன்னெஞ்சே!
பகைவனுக் கருள்வாய்!

1. புகை நடுவினில் தீயிருப்பதைப்
      பூமியிற் கண்டோமே — நன்னெஞ்சே!
      பூமியிற் கண்டோமே.
   பகைநடுவினில் அன்புரு வானநம்
      பரமன் வாழ்கின்றான் — நன்னெஞ்சே!
      பரமன் வாழ்கின்றான்.   (பகைவ)

2. சிப்பியிலே நல்ல முத்து விளைந்திடுஞ்
      செய்தியறியாயோ? — நன்னெஞ்சே!
   குப்பையிலேமலர் கொஞ்சுங் குருக்கத்திக்
      கொடி வளராதோ? — நன்னெஞ்சே!   (பகைவ)

3. உள்ள நிறைவிலோர் கள்ளம் புகுந்திடில்
 உள்ளம் நிறைவாமோ? — நன்னெஞ்சே!
 தெள்ளிய தேனிலோர் சிறிது நஞ்சையும்
 சேர்த்தபின் தேனாமோ? — நன்னெஞ்சே! (பகைவ)

4. வாழ்வை நினைத்தபின் தாழ்வை நினைப்பது
 வாழ்வுக்கு நேராமோ?— நன்னெஞ்சே!
 தாழ்வு பிறர்க்கெண்ணத் தானழிவா னென்ற
 சாத்திரங் கேளாயோ? — நன்னெஞ்சே! (பகைவ)

5. போருக்கு வந்தங் கெதிர்த்த கவுரவர்
 போலவந் தானுமவன் — நன்னெஞ்சே!
 நேருக் கருச்சுனன் தேரிற் கசைகொண்டு
 நின்றதுங் கண்ணனன்றோ?–நன்னெஞ்சே! (பகைவ)

6. தின்ன வரும்புலி தன்னையும் அன்பொடு
 சிந்தையிற் போற்றிடுவாய் — நன்னெஞ்சே!
 அன்னை பராசக்தி யவ்வுரு வாயினள்
 அவளைக் கும்பிடுவாய் —நன்னெஞ்சே! (பகைவ)

101. தெளிவு

எல்லா மாகிக் கலந்து நிறைந்தபின்
 ஏழைமை யுண்டோடா? — மனமே!
பொல்லாப் புழுவினைக் கொல்ல நினைத்தபின்
 புத்தி மயக்க முண்டோ?   1

உள்ள தெலாமோர் உயிரென்று தேர்ந்தபின்
 உள்ளங் குலைவ துண்டோ? — மனமே!
வெள்ள மெனப்பொழி தண்ணரு ளாழ்ந்தபின்
 வேதனை யுண்டோடா?   2

சித்தி னியல்பு மதன்பெருஞ் சக்தியின்
செய்கையுந் தேர்ந்துவிட்டால், — மனமே!
எத்தனை கோடி இடர்வந்து சூழினும்
எண்ணஞ் சிறிது முண்டோ? 3

செய்க செயல்கள் சிவத்திடை நின்றெனத்
தேவ னுரைத் தனனே; — மனமே!
பொய்கரு தாம லதன்வழி நிற்பவர்
பூதல மஞ்சுவரோ? 4

ஆன்ம வொளிக்கடல் மூழ்கித் திளைப்பவர்க்
கச்ச முண்டோடா — மனமே?
தேன்மடை யிங்கு திறந்தது கண்டு
தேக்கித் திரிவமடா! 5

102. கற்பனையூர்

கற்பனை யூரென்ற நகருண்டாம் — அங்கு
கந்தர்வர் விளையாடு வராம்
சொப்பன நாடென்ற சுடர்நாடு — அங்கு
சூழ்ந்தவர் யாவர்க்கும் பேருவகை. 1

திருமனை யிதுகொள்ளைப் போர்க்கப்பல் — இது
ஸ்பானியக் கடலில் யாத்திரை போம்
வெருவுற மாய்வார் பலர்கடலில் — நாம்
மீளவும் நம்மூர் திரும்புமுன்னே. 2

அந்நகர் தனிலோர் இளவரசன் — நம்மை
அன்பொடு கண்டுரை செய்திடுவான்;
மன்னவன் முத்தமிட் டெழுப்பிடவே — அவன்
மனைவியும் எழுந்தங்கு வந்திடுவாள். 3

எக்கால மும்பெரு மகிழ்ச்சி — யங்கே
எவ்வகைக் கவலையும் போரு மில்லை,
பக்குவத் தேயிலை நீர்குடிப்போம் — அங்குப்
பதுமைகைக் கிண்ணத்தில் அளித்திடவே. 4

இன்னமு திற்கது நேராகும் — நம்மை
   யோவான் விடுவிக்க வருமளவும்,
நன்னக ரதனிடை வாழ்ந்திடுவோம்-நம்மை
   நலித்திடும்பே யங்கு வாராதே.   5

குழந்தைகள் வாழ்ந்திடும் பட்டணங்காண் — அங்கு
   கோல்பந்து யாவிற்கு முயிருண்டாம்
அழகிய பொன்முடி யரசிகளாம் — அன்றி
   அரசிளங் குமரிகள் பொம்மையெலாம்.   6

செந்தோ லசுரனைக் கொன்றிடவே — அங்கு
   சிறுவிற கெல்லாம் சுடர்மணிவாள்.
சந்தோஷத்துடன் செங்கலையும் — அட்டைத்
   தாளையுங் கொண்டங்கு மனைகட்டுவோம்.   7

கள்ளரவ் வீட்டினுட் புகுந்திடவே — வழி
   காண்ப திலாவகை செய்திடுவோம் — ஓ
பிள்ளைப் பிராயத்தை இழந்தீரே!-நீர்
   பின்னுமந் நிலைபெற வேண்டீரோ?   8

குழந்தைக ளாட்டத்தின் கனவையெல்லாம் — அந்தக்
   கோலநன் னாட்டிடைக் காண்பீரே!
இழந்தநல் லின்பங்கள் மீட்குறலாம் — நீர்
   ஏகுதிர் கற்பனை நகரினுக்கே.   9

பல்வகைப்பாடல்கள்

1. நீதி

1. புதிய ஆத்திசூடி

காப்பு
பரம்பொருள் வாழ்த்து

ஆத்தி சூடி, இளம்பிறை யணிந்து
மோனத் திருக்கும் முழுவெண் மேனியான்;
கருநிறங் கொண்டுபாற் கடல்மிசைக் கிடப்போன்;
மகமது நபிக்கு மறையருள் புரிந்தோன்;
ஏசுவின் தந்தை எனப்பல மதத்தினர்
உருவகத் தாலே உணர்ந்துண ராது
பலவகை யாகப் பரவிடும் பரம்பொருள்
ஒன்றே: அதனியல் ஒளியுறும் அறிவாம்;
அதனிலை கண்டார் அல்லலை அகற்றினார்;
அதனருள் வாழ்த்தி அமரவாழ்வு எய்துவோம்.

அச்சம் தவிர்
ஆண்மை தவறேல்.
இளைத்தல் இகழ்ச்சி
ஈகை திறன்
உடலினை உறுதிசெய்   5
ஊண்மிக விரும்பு
எண்ணுவது உயர்வு
ஏறுபோல் நட
ஐம்பொறி ஆட்சிகொள்
ஒற்றுமை வலிமையாம்.   10
ஓய்தல் ஒழி.
ஔடதம் குறை.
கற்றது ஒழுகு.
காலம் அழியேல்.
கிளைபல தாங்கேல்.   15
கீழோர்க்கு அஞ்சேல்.
குன்றென நிமிர்ந்து நில்.
கூடித் தொழில் செய்.
கெடுப்பது சோர்வு

கேட்டிலும் துணிந்து நில்
கைத்தொழில் போற்று
கொடுமையை எதிர்த்து நில்.
கோல்கைக் கொண்டுவாழ்
கவ்வியதை விடேல்
சரித்திரச் தேர்ச்சி கொள் 25
சாவதற்கு அஞ்சேல்
சிதையா நெஞ்சு கொள்.
சீறுவோர்ச் சீறு.
சுமையினுக்கு
 இளைத்திடேல். 30
சூரரைப் போற்று
செய்வது துணிந்து செய்
சேர்க்கை அழியேல்.
சைகையில் பொருளுணர்.
சொல்வது தெளிந்து சொல்.
சோதிடந் தனை யிகழ். 35
சௌரியம் தவறேல்.
ஞமலிபோல் வாழேல்.
ஞாயிறு போற்று
ஞிமிறென இன்புறு.
ஞெகிழ்வது அருளின். 40

ஞேயம் காத்தல்செய்.
தன்மை இழவேல்.
தாழ்ந்து நடவேல்.
திருவினை வென்று வாழ்.
தீயோர்க்கு அஞ்சேல். 45
துன்பம் மறந்திடு.
தூற்றுதல் ஒழி.
தெய்வம் நீ என் றுணர்.
தேசத்தைக் காத்தல் செய்.
தையலை உயர்வு செய். 50
தொன்மைக்கு அஞ்சேல்.
தோல்வியில் கலங்கேல்.
தவத்தினை நிதம் புரி.
நன்று கருது.
நாளெலாம் வினை செய்;
 55
நினைப்பது முடியும்.
நீதிநூல் பயில்.
நுனியளவு செல்.
நூலினைப் பகுத்துணர்.
நெற்றி சுருக்கிடேல். 60
நேர்படப் பேசு.
நையப் புடை.
நொந்தது சாகும்.

நோற்பது கைவிடேல்.
பணத்தினைப் பெருக்கு. 65
பாட்டினில் அன்பு செய்.
பிணத்தினைப் போற்றேல்.
பீழைக்கு இடங்கொடேல்.
புதியன விரும்பு.
பூமி இழந்திடேல். 70
பெரிதினும் பெரிது கேள்.
பேய்களுக்கு அஞ்சேல்.
பொய்மை இகழ்.
போர்த்தொழில் பழகு.
மந்திரம் வலிமை. 75
மானம் போற்று.
மிடிமையில் அழிந்திடேல்.
மீளுமாறு உணர்ந்துகொள்.
முனையிலே முகத்து நில்.
மூப்பினுக்கு இடங்
கொடேல். 80
மெல்லத் தெரிந்து சொல்.
மேழி போற்று.
மொய்ம்புறத் தவஞ் செய்.
மோனம் போற்று.
மௌட்டியந் தனைக் கொல். 85

யவனர்போல் முயற்சிகொள்.
யாரையும் மதித்து வாழ்.
யௌவனம் காத்தல் செய்.
ரஸத்திலே தேர்ச்சிகொள்.
ராஜஸம் பயில். 90
ரீதி தவறேல்.
ருசிபல வென்றுணர்.
ரூபம் செம்மை செய்.
ரேகையில் கனி கொல்.
ரோதனம் தவிர். 95
ரௌத்திரம் பழகு.
லவம் பல வெள்ளமாம்.
லாகவம் பயிற்சி செய்.
லீலை இவ் வுலகு.
(உ)லுத்தரை இகழ். 100
(உ)லோக நூல் கற்றுணர்.
லௌகிகம் ஆற்று.
வருவதை மகிழ்ந்துண்.
வான நூற் பயிற்சி கொள்.
விதையினைத் தெரிந்திடு. 105

வீரியம் பெருக்கு
வெடிப்புறப் பேசு.
வேதம் புதுமை செய்.
வையத் தலைமை கொள்.
வௌவுதல் நீக்கு. 110

நூல்
2. பாப்பாப் பாட்டு

ஓடி விளையாடு பாப்பா! – நீ
    ஓய்ந்திருக்க லாகாது பாப்பா!
கூடி விளையாடு பாப்பா! – ஒரு
    குழந்தையை வையாதே பாப்பா!   1

சின்னஞ் சிறுகுருவி போலே – நீ
    திரிந்து பறந்துவா பாப்பா!
வன்னப் பறவைகளைக் கண்டு – நீ
    மனதில் மகிழ்ச்சிகொள்ளு பாப்பா!   2

கொத்தித் திரியுமந்தக் கோழி – அதைக்
    கூட்டி விளையாடு பாப்பா!
எத்தித் திருடுமந்தக் காக்காய் – அதற்கு
    இரக்கப் படவேணும் பாப்பா!   3

பாலைப் பொழிந்துதரும் பாப்பா! – அந்தப்
    பசுமிக நல்லதடி பாப்பா!
வாலைக் குழைத்துவரும் நாய்தான் – அது
    மனிதர்க்குத் தோழனடி பாப்பா!   4

வண்டி இழுக்கும்நல்ல குதிரை, – நெல்லு
    வயலில் உழுதுவரும் மாடு,
அண்டிப் பிழைக்கும் நம்மை, ஆடு, – இவை
    ஆதரிக்க வேணுமடி பாப்பா!   5

காலை எழுந்தவுடன் படிப்பு – பின்பு
    கனிவு கொடுக்கும்நல்ல பாட்டு
மாலை முழுதும் விளையாட்டு – என்று
    வழக்கப் படுத்திக்கொள்ளு பாப்பா!   6

பொய்சொல்லக் கூடாது பாப்பா! — என்றும்
புறஞ்சொல்ல லாகாது பாப்பா!
தெய்வம் நமக்குத்துணை பாப்பா! — ஒரு
தீங்குவர மாட்டாது பாப்பா! 7

பாதகஞ் செய்பவரைக் கண்டால் — நாம்
பயங்கொள்ள லாகாது பாப்பா!
மோதி மிதித்துவிடு பாப்பா! — அவர்
முகத்தில் உமிழ்ந்துவிடு பாப்பா! 8

துன்பம் நெருங்கி வந்த போதும் — நாம்
சோர்ந்துவிட லாகாது பாப்பா!
அன்பு மிகுந்ததெய்வ முண்டு — துன்பம்
அத்தனையும் போக்கிவிடும் பாப்பா! 9

சோம்பல் மிகக்கெடுதி பாப்பா! — தாய்
சொன்ன சொல்லைத் தட்டாதே பாப்பா!
தேம்பி யழுங்குழந்தை நொண்டி, — நீ
திடங்கொண்டு போராடு பாப்பா! 10

தமிழ்த்திரு நாடுதன்னைப் பெற்ற — எங்கள்
தாயென்று கும்பிடடி பாப்பா!
அமிழ்தில் இனியதடி பாப்பா! — நம்
ஆன்றோர்கள் தேசமடி பாப்பா! 11

சொல்லில் உயர்வுதமிழ்ச் சொல்லே! — அதைத்
தொழுது படித்திடடி பாப்பா!
செல்வம் நிறைந்த ஹிந்துஸ்தானம் — அதைத்
தினமும் புகழ்ந்திடடி பாப்பா! 12

வடக்கில் இமயமலை பாப்பா! — தெற்கில்
வாழும் குமரிமுனை பாப்பா!
கிடக்கும் பெரியகடல் கண்டாய் — இதன்
கிழக்கிலும் மேற்கிலும் பாப்பா! 13

வேத முடையதிந்த நாடு, — நல்ல
வீரர் பிறந்ததிந்த நாடு;
சேதமில் லாதஹிந்து ஸ்தானம் — இதைத்
தெய்வமென்று கும்பிடடி பாப்பா! 14

சாதிகள் இல்லையடி பாப்பா! — குலத்
தாழ்ச்சி உயர்ச்சி சொல்லல் பாவம்;
நீதி உயர்ந்த மதி,கல்வி — அன்பு
நிறைய உடையவர்கள் மேலோர். 15

உயிர்க ளிடத்தில்அன்பு வேணும்; — தெய்வம்
உண்மையென்று தானறிதல் வேணும்;
வயிர முடையநெஞ்சு வேணும்; — இது
வாழும் முறைமையடி பாப்பா! 16

3. முரசு

வெற்றி எட்டுத் திக்கும் எட்டக் கொட்டு முரசே!
வேதம் என்றும் வாழ்க என்று கொட்டு முரசே!
நெற்றி யொற்றைக் கண்ணனோடே நிர்த்தனம் செய்தாள்
நித்த சக்தி வாழ்க என்று கொட்டு முரசே!

1. ஊருக்கு நல்லது சொல்வேன் — எனக்
குண்மை தெரிந்தது சொல்வேன்;
சீருக் கெல்லாம் முதலாகும் — ஒரு
தெய்வம் துணைசெய்ய வேண்டும்.

2. வேத மறிந்தவன் பார்ப்பான், — பல
வித்தை தெரிந்தவன் பார்ப்பான்,
நீதி நிலைதவ றாமல் — தண்ட
நேமங்கள் செய்பவன் நாய்க்கன்.

3. பண்டங்கள் விற்பவன் செட்டி — பிறர்
பட்டினி தீர்ப்பவன் செட்டி.
தொண்டரென் றோர்வகுப் பில்லை, — தொழில்
சோம்பலைப் போல்இழி வில்லை.

4. நாலு வகுப்பும்இங் கொன்றே — இந்த
	நான்கினில் ஒன்று குறைந்தால்,
	வேலை தவறிச் சிதைந்தே — செத்து
	வீழ்ந்திடும் மானிடச் சாதி.

5. ஒற்றைக் குடும்பந் தனிலே-பொருள்
	ஓங்க வளர்ப்பவன் தந்தை;
	மற்றைக் கருமங்கள் செய்தே — மனை
	வாழ்ந்திடச் செய்பவள் அன்னை.

6. ஏவல்கள் செய்பவர் மக்கள்; — இவர்
	யாவரும் ஓர்குலம் அன்றோ!
	மேவி அனைவரும் ஒன்றாய் — நல்ல
	வீடு நடத்துதல் கண்டோம்.

7. சாதிப் பிரிவுகள் சொல்லி — அதில்
	தாழ்வென்றும் மேலென்றும் கொள்வார்.
	நீதிப் பிரிவுகள் செய்வார் — அங்கு
	நித்தமும் சண்டைகள் செய்வார்.

8. சாதிக் கொடுமைகள் வேண்டாம்; — அன்பு
	தன்னில் செழித்திடும் வையம்;
	ஆதர வுற்றிங்கு வாழ்வோம்; — தொழில்
	ஆயிரம் மாண்புறச் செய்வோம்.

9. பெண்ணுக்கு ஞானத்தை வைத்தான் — புவி
	பேணி வளர்த்திடும் ஈசன்;
	மண்ணுக் குள்ளே சிலமூடர் நல்ல
	மாத ரறிவைக் கெடுத்தார்.

10. கண்கள் இரண்டில் ஒன்றைக் — குத்தி
	காட்சி கெடுத்திட லாமோ?
	பெண்க ளறிவை வளர்த்தால் — வையம்
	பேதைமை யற்றிடுங் காணீர்.

11. தெய்வம் பலபல சொல்லிப் — பகைத்
 தீயை வளர்ப்பவர் மூடர்;
 உய்வதனைத்திலும் ஒன்றாய்-எங்கும்
 ஓர்பொரு ளானது தெய்வம்.

12. தீயினைக் கும்பிடும் பார்ப்பார், — நித்தம்
 திக்கை வணங்கும் துருக்கர்,
 கோயிற் சிலுவையின் முன்னே — நின்று
 கும்பிடும் யேசு மதத்தார்:

13. யாரும் பணிந்திடும் தெய்வம் — பொருள்
 யாவினும் நின்றிடும் தெய்வம்,
 பாருக்குள்ளே தெய்வம் ஒன்று;-இதில்
 பற்பல சண்டைகள் வேண்டாம்.

14. வெள்ளை நிறத்தொரு பூனை — எங்கள்
 வீட்டில் வளருதுகண்டீர்;
 பிள்ளைகள் பெற்றதப் பூனை; — அவை
 பேருக் கொருநிற மாகும்.

15. சாம்பல் நிறமொரு குட்டி; — கருஞ்
 சாந்து நிறமொரு குட்டி,
 பாம்பு நிறமொரு குட்டி, — வெள்ளைப்
 பாலின் நிறமொரு குட்டி.

16. எந்த நிறமிருந் தாலும் — அவை
 யாவும் ஒரேதர மன்றோ?
 இந்த நிறம்சிறி தென்றும் —இஃது
 ஏற்ற மென்றும் சொல்லலாமோ?

17. வண்ணங்கள் வேற்றுமைப் பட்டால் —அதில்
 மானுடர் வேற்றுமை யில்லை,
 எண்ணங்கள் செய்கைக ளெல்லாம் — இங்கு
 யாவர்க்கும் ஒன்றெனல் காணீர்.

18. நிகரென்று கொட்டு முரசே! — இந்த
    நீணிலம் வாழ்பவ ரெல்லாம்;
    தகரென்று கொட்டு முரசே! — பொய்மைச்
    சாதி வகுப்பினை யெல்லாம்.

19. அன்பென்று கொட்டு முரசே — அதில்
    ஆக்கமுண் டாமென்று கொட்டு;
    துன்பங்கள் யாவும் போகும் — வெறுஞ்
    சூதுப் பிரிவுகள் போனால்.

20. அன்பென்று கொட்டு முரசே! — மக்கள்
    அத்தனை பேரும் நிகராம்;
    இன்பங்கள் யாவும் பெருகும் — இங்கு
    யாவரும் ஒன்றென்று கொண்டால்.

21. உடன்பிறந் தார்களைப் போல — இவ்
    வுலகில் மனிதரெல் லாரும்;
    இடம்பெரி துண்டுவை யத்தில் — இதில்
    ஏதுக்குச் சண்டைகள் செய்வீர்?

22. மரத்தினைக நட்டவன் தண்ணீர் — நன்கு
    வார்த்ததை ஓங்கிடச் செய்வான்;
    சிரத்தை யுடையது தெய்வம், — இங்கு
    சேர்ந்த உணவெல்லை யில்லை.

23. வயிற்றுக்குச் சோறுண்டு கண்டீர்! — இங்கு
    வாழும் மனிதரெல் லோர்க்கும்;
    பயிற்றி உழுதுண்டு வாழ்வீர்! — பிறர்
    பங்கைத் திருடுதல் வேண்டாம்.

24. உடன்பிறந் தவர்களைப் போலே — இவ்
    வுலகினில் மனிதரெல் லோரும்;
    திடங்கொண் டவர்மெலிந் தோரை — இங்கு
    தின்று பிழைத்திட லாமோ?

25. வலிமை யுடையது தெய்வம், — நம்மை
    வாழ்ந்திடச் செய்வது தெய்வம்;
    மெலிவுகண் டாலும் குழந்தை — தன்னை
    வீழ்த்தி மிதித்திட லாமோ?

26. தம்பிசற் றேமெலி வானால் — அண்ணன்
    தானடி மைகொள்ள லாமோ?
    செம்புக்கும் கொம்புக்கும் அஞ்சி — மக்கள்
    சிற்றடி மைப்பட லாமோ?

27. அன்பென்று கொட்டு முரசே ! — அதில்
    யார்க்கும் விடுதலை உண்டு;
    பின்பு மனிதர்க ளெல்லாம் கல்வி
    பெற்றுப் பதம்பெற்று வாழ்வார்.

28. அறிவை வளர்த்திட வேண்டும் — மக்கள்
    அத்தனை பேருக்கும் ஒன்றாய்;
    சிறியாரை மேம்படச் செய்தால் — பின்பு
    தெய்வம் எல்லோரையும் வாழ்த்தும்.

29. பாருக்குள் ளேசமத் தன்மை — தொடர்
    பற்றுஞ் சகோதரத் தன்மை,
    யாருக்கும் தீமைசெய் யாது — புவி
    யெங்கும் விடுதலை செய்யும்.

30. வயிற்றுக்குச் சோறிட வேண்டும் — இங்கு
    வாழும் மனிதருக் கெல்லாம்;
    பயிற்றிப் பலகல்வி தந்து — இந்தப்
    பாரை உயர்த்திட வேண்டும்.

31. ஒன்றென்று கொட்டு முரசே! — அன்பில்
    ஓங்கென்று கொட்டு முரசே!
    நன்றென்று கொட்டு முரசே! — இந்த
    நானில மாந்தருக் கெல்லாம்.

2. சமூகம்

4. புதுமைப் பெண்

போற்றி போற்றி ! ஓர் ஆயிரம் போற்றி ! நின்
    பொன்ன டிக்குப்பல் லாயிரம் போற்றி காண்!
சேற்றி லேபுதி தாக முளைத்த தோர்
    செய்ய தாமரைத் தேமலர் போலொளி
தோற்றி நின்றனை பாரத நாட்டிலே;
    துன்பம் நீக்கும் சுதந்திர பேரிகை
சாற்றி வந்தனை, மாதரசே! எங்கள்
    சாதி செய்த தவப்பயன், வாழி நீ!   1

மாதர்க் குண்டு சுதந்திரம் என்றுநின்
    வண்ம லர்த்திரு வாயின் மொழிந்தசொல்
நாதந் தானது நாரதர் வீணையோ?
    நம்பிரான் கண்ணன் வேய்ங்குழ லின்பமோ?
வேதம் பொன்னுருக் கன்னிகை யாகியே
    மேன்மை செய்தெமைக் காத்திடச் சொல்வதோ?
சாதல் மூத்தல் கெடுக்கும் அமிழ்தமோ?
    தையல் வாழ்கபல் லாண்டுபல் லாண்டிங்கே!   2

அறிவு கொண்ட மனித வுயிர்களை
    அடிமை யாக்க முயல்பவர் பித்தராம்;
நெறிகள் யாவினும் மேம்பட்டு மானிடர்
    நேர்மை கொண்டுயர் தேவர்க ளாதற்கே,
சிறிய தொண்டுகள் தீர்த்தடி மைச்சுருள்
    தீயி லிட்டுப் பொசுக்கிட வேண்டுமாம்;
நறிய பொன்மலர் மென்சிறு வாயினால்
    நங்கை கூறும் நவீனங்கள் கேட்டிரோ !   3

ஆணும் பெண்ணும் நிகரெனக் கொள்வதால்
    அறிவி லோங்கி, இவ் வையம் தழைக்குமாம்;
பூணு நல்லறத் தோடிங்குப் பெண்ணுருப்
    போந்து நிற்பது தாய்சிவ சக்தியாம்;
நாணும் அச்சமும் நாய்கட்கு வேண்டுமாம்;
    ஞான நல்லறம் வீர சுதந்திரம்
பேணு நற்குடிப் பெண்ணின் குணங்களாம்;
    பெண்மைத் தெய்வத்தின் பேச்சுக்கள் கேட்டிரோ! 4

நிலத்தின் தன்மை பயிர்க்குள தாகுமாம்;
    நீசத் தொண்டும் மடமையும் கொண்டதாய்
தலத்தில் மாண்புயர் மக்களைப் பெற்றிடல்
    சால வேயரி தாவதொர் செய்தியாம்;
குலத்து மாதர்க்குக் கற்பியல் பாகுமாம்;
    கொடுமை செய்தும் அறிவை யழித்துமந்
நலத்தைக் காக்க விரும்புதல் தீமையாம்;
    நங்கை கூறும் வியப்புக்கள் கேட்டிரோ!   5

புதுமைப் பெண்ணிவள் சொற்களும் செய்கையும்
    பொய்மை கொண்ட கலிக்குப் புதிதன்றிச்
சதும றைப்படி மாந்தர் இருந்தநாள்
    தன்னி லேபொது வான வழக்கமாம்;
மதுரத் தேமொழி மங்கையர் உண்மைதேர்
    மாத வப்பெரி யோருட னொப்புற்றே
முதுமைக் காலத்தில் வேதங்கள் பேசிய
    முறைமை மாறிடக் கேடு விளைந்ததாம்.   6

நிமிர்ந்த நன்னடை நேர்கொண்ட பார்வையும்,
    நிலத்தில் யார்க்கும் அஞ்சாத நெறிகளும்,
திமிர்ந்த ஞானச் செருக்கும் இருப்பதால்
    செம்மை மாதர் திறம்புவ தில்லையாம்;
அமிழ்ந்து பேரிரு ளாமறி யாமையில்
    அவல மெய்திக் கலையின் றி வாழ்வதை
உமிழ்ந்து தள்ளுதல் பெண்ணற மாகுமாம்
    உதய கன்னி உரைப்பது கேட்டிரோ!   7

உலக வாழ்க்கையின் நுட்பங்கள் தேரவும்,
ஓது பற்பல நூல்வகை கற்கவும்,
இலகு சீருடை நாற்றிசை நாடுகள்
யாவுஞ் சென்று புதுமை கொணர்ந்திங்கே
திலக வாணுத லார்நங்கள் பாரத
தேச மோங்க உழைத்திடல் வேண்டுமாம்;
விலகி வீட்டிலோர் பொந்தில் வளர்வதை
வீரப் பெண்கள் விரைவில் ஒழிப்பராம். 8

சாத்தி ரங்கள் பலபல கற்பராம்;
சவுரி யங்கள் பலபல செய்வராம்;
மூத்த பொய்மைகள் யாவும் அழிப்பராம்;
மூடக் கட்டுக்கள் யாவுந் தகர்ப்பராம்;
காத்து மானிடர் செய்கை 'யனைத்தையும்
கடவு ளர்க்கினி தாகச் சமைப்பராம்;
ஏத்தி ஆண்மக்கள் போற்றிட வாழ்வராம்;
இளைய நங்கையின் எண்ணங்கள் கேட்டிரோ! 9

போற்றி, போற்றி ! ஜயஜய போற்றி ! இப்
புதுமைப் பெண்ணொளி வாழிபல் லாண்டிங்கே!
மாற்றி வையம் புதுமை யுறச்செய்து
மனிதர் தம்மை அமரர்க ளாக்கவே
ஆற்றல் கொண்ட பராசக்தி யன்னை,நல்
அருளி னாலொரு கன்னிகை யாகியே
தேற்றி உண்மைகள் கூறிட வந்திட்டாள்
செல்வம் யாவினும் மேற்செல்வம் எய்தினோம்.! 10

5. பெண்கள் வாழ்க!

பெண்மை வாழ்கென்று கூத்திடு வோமடா!
பெண்மை வெல்கென்று கூத்திடு வோமடா!
தண்மை இன்பம்நற் புண்ணியஞ் சேர்ந்தன
தாயின் பேரும் சதியென்ற நாமமும். 1

அன்பு வாழ்கென் றமைதியில் ஆடுவோம்.
ஆசைக் காதலைக் கைகொட்டி வாழ்த்துவோம்;
துன்பம் தீர்வது பெண்மையி னாலடா !
சூரப் பிள்ளைகள் தாயென் றும் போற்றுவோம். 2

வலிமை சேர்ப்பது தாய்முலைப் பாலடா !
மானஞ் சேர்க்கும் மனைவியின் வார்த்தைகள்
கலிய ழிப்பது பெண்க ளறமடா!
கைகள் கோர்த்துக் களித்துநின் றாடுவோம். 3

பெண்ண றத்தினை ஆண்மக்கள் வீரந்தான்
பேணு மாயின் பிறகொரு தாழ்வில்லை;
கண்ணைக் காக்கும் இரண்டிமை போலவே
காத லின்பத்தைக் காத்திடு வோமடா! 4

சக்தி யென்ற மதுவையுண் போமடா!
தாளங் கொட்டித் திசைகள் அதிரவே,
ஒத்தி யல்வதொர் பாட்டும் குழல்களும்
ஊர்வி யக்கக் கவித்துநின் றாடுவோம். 5

உயிரைக் காக்கும், உயிரினைச் சேர்த்திடும்;
உயிரினுக் குயிராய் இன்ப மாகிடும்;
உயிரினும் இந்தப் பெண்மை இனிதடா !
ஊது கொம்புகள், ஆடு களிகொண்டே 6

'போற்றி தாய்' என்று தோள்கொட்டி யாடுவீர்
புகழ்ச்சி கூறுவிர் காதற் கிளிகட்கே,
நூற்றி ரண்டு மலைகளைச் சாடுவோம்
நுண்ணி டைப்பெண் ணொருத்தி பணியிலே. 7

'போற்றி தாய்' என்று தாளங்கள் கொட்டடா !
'போற்றி தாய்' என்று பொற்குழ லூதடா!
காற்றி லேறியவ விண்ணையுஞ் சாடுவோம்
காதற் பெண்கள் கடைக்கண் பணியிலே 8

அன்ன மூட்டிய தெய்வ மணிக்கையின்
    ஆணை காட்டில் அனலை விழுங்குவோம்;
கன்னத் தேமுத்தம் கொண்டு களிப்பினும்
    கையைத் தள்ளும்பொற் கைகளைப் பாடுவோம். 9

6. பெண்கள் விடுதலைக் கும்மி

காப்பு

பெண்கள் விடுதலை பெற்ற மகிழ்ச்சிகள்
    பேசிக் களிப்பொடு நாம்பாடக்
கண்களி லேயொளி போல வுயிரில்
    கலந்தொளிர் தெய்வம் நற் காப்பாமே.

1. கும்மி யடி! தமிழ் நாடு முழுதும்
    குலுங்கிடக் கைகொட்டிக் கும்மியடி !
நம்மைப் பிடித்த பிசாசுகள் போயின
    நன்மை கண்டோ மென்று கும்மியடி! (கும்மி)

2. ஏட்டையும் பெண்கள் தொடுவது தீமையென்
    றெண்ணி யிருந்தவர் மாய்ந்து விட்டார்;
வீட்டுக் குள்ளேபெண்ணைப் பூட்டிவைப் போமென்ற
    விந்தை மனிதர் தலைகவிழ்ந்தார். (கும்மி)

3. மாட்டையடித்து வசக்கித் தொழுவினில்
    மாட்டும் வழக்கத்தைக் கொண்டு வந்தே,
வீட்டினில் எம்மிடங் காட்ட வந்தார், அதை
    வெட்டிவிட் டோமென்று கும்மியடி ! (கும்மி)

4. நல்ல விலைகொண்டு நாயை விற்பார்,அந்த
    நாயிடம் யோசனை கேட்பதுண்டோ?
கொல்லத் துணிவின்றி நம்மையும் அந்நிலை
    கூட்டிவைத் தார்பழி கூட்டி விட்டார். (கும்மி)

5. கற்பு நிலையென்று சொல்ல வந்தார், இரு
கட்சிக்கும் அஃது பொதுவில் வைப்போம்;
வற்புறுத்திப் பெண்ணைக் கட்டிக் கொடுக்கும்
வழக்கத்தைத் தள்ளி மிதித்திடுவோம். (கும்மி)

6. பட்டங்கள் ஆள்வதும் சட்டங்கள் செய்வதும்
பாரினில் பெண்கள் நடத்தவந்தோம்;
எட்டு மறிவினில் ஆணுக் கிங்கேபெண்
இளைப்பில்லை காணென்று கும்மியடி! (கும்மி)

7. வேதம் படைக்கவும் நீதிகள் செய்யவும்
வேண்டி வந்தோ மென்று கும்மியடி !
சாதம் படைக்கவும் செய்திடுவோம்; தெய்வச்
சாதி படைக்கவும் செய்திடுவோம். (கும்மி)

8. காத லொருவனைக் கைப்பிடித்தே, அவன்
காரியம் யாவினும் கைகொடுத்து,
மாத ரறங்கள் பழமையைக் காட்டிலும்
மாட்சி பெறச்செய்து வாழ்வமடி! (கும்மி)

7. பெண் விடுதலை

விடுத லைக்கு மகளிரெல் லோரும்
வேட்கை கொண்டனம்; வெல்லுவம் என்றே
திடம னத்தின் மதுக்கிண்ண மீது
சேர்ந்து நாம்பிர திக்கினை செய்வோம்.
உடைய வள்சக்தி ஆண்பெண் ணிரண்டும்
ஒருநி கர்செய் துரிமை சமைத்தாள்;
இடையி லேபட்ட கீழ்நிலை கண்டீர்,
இதற்கு நாமொருப் பட்டிருப் போமோ? 1

திறமை யால்இங்கு மேனிலை சேர்வோம்;
தீய பண்டை இகழ்ச்சிகள் தேய்ப்போம்;
குறைவி லாது முழுநிகர் நம்மைக்
கொள்வ ராண்க ளெனிலவ ரோடும்

சிறுமை தீரநந் தாய்த்திரு நாட்டைத்
திரும்ப வெல்வதில் சேர்ந்திங் குழைப்போம்;
அறவி ழுந்தது பண்டை வழக்கம்;
ஆணுக் குப்பெண் விலங்கெனும் அஃதே. 2

விடியும் நல்லொளி காணுதி நின்றே,
மேவு நாக ரிகம்புதி தொன்றே;
கொடியர் நம்மை அடிமைகள் என்றே
கொண்டு, தாம் முதல் என்றன ரன்றே?
அடியோ டந்த வழக்கத்தைக் கொன்றே,
அறிவு யாவும் பயிற்சியில் வென்றே
கடமை செய்விர்நந் தேசத்து வீரக்
காரி கைக்கணத் தீர், துணி வுற்றே. 3

8. தொழில்

இரும்பைக் காய்ச்சி உருக்கிடு வீரே !
யந்தி ரங்கள் வகுத்திடு வீரே !
கரும்பைச் சாறு பிழிந்திடு வீரே
கடலில் மூழ்கிநன் முத்தெடுப் பீரே !
அரும்பும் வேர்வை உதிர்த்துப் புவிமேல்
ஆயி ரந்தொழில் செய்திடு வீரே !
பெரும்பு கழ்நுமக் கேயிசைக் கின்றேன்
பிரம தேவன் கலையிங்கு நீரே! 1

மண்ணெ டுத்துக் குடங்கள்செய் வீரே !
மரத்தை வெட்டி மனைசெய்கு வீரே!
உண்ணக் காய்கனி தந்திடு வீரே !
உழுது நன்செய்ப் பயிரிடு வீரே !
எண்ணெய் பால்நெய் கொணர்ந்திடு வீரே !
இழையை நூற்றுநல் லாடைசெய் வீரே !
விண்ணி னின்றெமை வானவர் காப்பார்!
மேவிப் பார்மிசைக் காப்பவர் நீரே! 2

பாட்டும் செய்யுளும் கோத்திடு வீரே !
பரத நாட்டியக் கூத்திடு வீரே !
காட்டும் வையப் பொருள் களின் உண்மை
கண்டு சாத்திரம் சேர்த்திடு வீரே !
நாட்டிலேயறம் கூட்டிவைப் பீரே!
நாடும் இன்பங்கள் ஊட்டி வைப்பீரே!
தேட்ட மின்றி விழியெதிர் காணும்
தெய்வ மாக விளங்குவிர் நீரே! 3

9. மறவன் பாட்டு

மண்வெட்டிக் கூலிதின லாச்சே! - எங்கள்
வாள்வலியும் வேல்வலியும் போச்சே!
விண்முட்டிச் சென்றபுகழ் போச்சே! இந்த
மேதினியில் கெட்டபெய ராச்சே! 1

நாணிலகு வில்லினொடு தூணி-நல்ல
நாதமிகு சங்கொலியும் பேணி,
பூணிலகு திண்கதையும் கொண்டு,-நாங்கள்
போர்செய்த காலமெல்லாம் பண்டு. 2

கன்னங் கரியவிருள் நேரம்-அதில்
காற்றும் பெருமழையும் சேரும்;
சின்னக் கரியதுணி யாலே எங்கள்
தேகமெல்லாம் மூடிநரி போலே, 3

ஏழை யெளியவர்கள் வீட்டில்-இந்த
ஈன வயிறுபடும் பாட்டில்,
கோழை யெலிக ளென்னவே-பொருள்
கொண்டு வந்து 4

முன்னாளில் ஐயரெல்லாம் வேதம் ஓதுவார்
மூன்றுமழை பெய்யுமடா மாதம்;
இந்நாளி லேபொய்மைப் பார்ப்பார் — இவர்
ஏதுசெய்தும் காசுபெறப் பார்ப்பார்! 5

பேராசைக் காரனடா பார்ப்பான் — ஆனால்
பெரியதுரை என்னிலுடல் வேர்ப்பான்;
யாரானா லும்கொடுமை ... ...
... ... 6

பிள்ளைக்குப் பூணூலாம் என்பான் — நம்மைப்
பிச்சுப் பணங்கொடெனத் தின்பான்;
கொள்ளைக் கேசென் ... ...
... ... 7

சொல்லக் கொதிக்குதடா நெஞ்சம்-வெறுஞ்
சோற்றுக்கோ வந்ததிந்தப் பஞ்சம்?
... ...
... ... 8

நாயும் பிழைக்கும் இந்தப் — பிழைப்பு
நாளெல்லாம் மற்றி திலே உழைப்பு;
பாயும் கடிநாய்ப் போலீசுக் — காரப்
பார்ப்பானுக் குண்டிதிலே பீசு. 9

சோரந் தொழிலாக் கொள்வோமோ? — முந்தைச்
சூரர் பெயரை அழிப்போமோ?
வீர மறவர் நாமன்றோ? — இந்த
வீண்வாழ்க்கை வாழ்வதினி நன்றோ? 10

10. நாட்டுக் கல்வி

ஆங்கிலத்தில் ரவீந்திரநாதர் எழுதிய பாடலின்
மொழிபெயர்ப்பு

விளக்கி லேதிரி நன்கு சமைந்தது
மேவு வீர்இங்கு தீக்கொண்டு தோழரே!
களக்க முற்ற இருள்கடந் தேகுவார்
காலைச் சோதிக் கதிரவன் கோவிற்கே;

துளக்க முற்றவிண் மீனிடம் செல்லுவார்
தொகையில் சேர்ந்திட உம்மையும் கூவினார்;
களிப்பு மிஞ்சி ஒளியினைப் பண்டொரு
காலம் நீர் சென்று தேடிய தில்லையோ? 1

அன்று நுங்கள் கொடியினை முத்திட்டே
ஆசை யென்றவிண் மீன்ஒளிர் செய்ததே;
துன்று நள்ளிருள் மாலை மயக்கத்தால்,
சோம்பி நீரும் வழிநடை பிந்தினீர்;
நின்ற விந்தன நுங்கள் விளக்கெலாம்;
நீங்கள் கண்ட கனாக்களெல் லாம்இசை
குன்றித் தீக்குறி தோன்றும்; இராப்புட்கள்
கூவு மாறொத் திருந்தன காண்டிரோ? 2

இன்னு மிங்கிருள் கூடி யிருப்பினும்
ஏங்கு கின்ற நரகத் துயிர்கள்போல்
இன்னு மிங்கு வனத்திடை காற்றுத்தான்
ஓங்கும் ஓதை இருந்திடும் ஆயினும்
முன்னைக் காலத்தின் நின்றெழும் பேரொலி
முறைமு றைபல ஊழியின் ஊடுற்றே
பின்னை இங்குவந் தெய்திய பேரொலி
போல மந்திர வேதத்தின் பேரொலி. 3

"இருளை நீக்கி ஒளியினைக் காட்டுவாய்,
இறப்பை நீக்கி, அமிர்தத்தை ஊட்டுவாய்"
அருளும் இந்த மறையொலி வந்திங்கே
ஆழ்ந்த தூக்கத்தில் வீழ்ந்திருப் பீர்தமைத்
தெருளு றுத்தவும் நீர்எழு கில்லிரோ?
தீய நாச உறக்கத்தில் வீழ்ந்தநீர்
மருளை நீக்கி அறிதிர் அறிதிரோ?
வான்ஒ ளிக்கு மகாஅர்இ யாம்என்றே. 4

11. புதிய கோணங்கி

குடுகுடு குடுகுடு குடுகுடு குடுகுடு;
நல்லகாலம் வருகுது; நல்லகாலம் வருகுது;
சாதிகள் சேருது; சண்டைகள் தொலையுது;
சொல்லடி, சொல்லடி, சக்தி, மாகாளீ!
வேதபுரத் தாருக்கு நல்ல குறி சொல்லு. 1

தரித்திரம் போகுது; செல்வம் வருகுது;
படிப்பு வளருது; பாவம் தொலையுது;
படிச்சவன் சூதும் பாவமும் பண்ணினால்
போவான், போவான், ஐயோவென்று போவான். 2

வேத புரத்திலே வியாபாரம் பெருகுது;
தொழில் பெருகுது; தொழிலாளி வாழ்வான்;
சாத்திரம் வளருது; சூத்திரம் தெரியுது;
யந்திரம் பெருகுது; தந்திரம் வளருது;
மந்திர மெல்லாம் வளருது, வளருது, 3

குடுகுடு குடுகுடு குடுகுடு குடுகுடு;
சொல்லடீ சொல்லடி, மலையாள பகவதீ!
அந்தரி, வீரி, சண்டிகை சூலி!
குடுகுடு குடுகுடு. 4

குடுகுடு குடுகுடு குடுகுடு குடுகுடு;
சாமிமார்க் கெல்லாம் தைரியம் வளருது;
தொப்பை சுருங்குது; சுறுசுறுப்பு விளையுது;
எட்டு லச்சுமியும் ஏறி வளருது;
பயந் தொலையுது, பாவந் தொலையுது,
சாத்திரம் வளருது, சாதி குறையுது;
நேத்திரம் திறக்குது, நியாயம் தெரியுது;
பழைய பயித்தியம் படீலென்று தெளியுது;
வீரம் வருகுது, மேன்மை கிடைக்குது;
சொல்லடீ சக்தி, மலையாள பகவதீ!
தர்மம் பெருகுது, தர்மம் பெருகுது.

- - - -

3. தனிப் பாடல்கள்

12. காலைப் பொழுது

காலைப் பொழுதினிலே கண்விழித்து மேனிலை மேல்
மேலைச் சுடர்வானை நோக்கி நின்றோம் விண்ணகத்தே. 1

கீழ்த்திசையில் ஞாயிறுதான் கேடில் சுடர் விடுத்தான்;
பார்த்த வெளியெல்லாம் பகலொளியாய் மின்னிற்றே. 2

தென்னை மரத்தின் கிளையிடையே தென்றல் போய்
மன்னப் பருந்தினுக்கு மாலை யிட்டுச் சென்றதுவே. 3

தென்னை மரக்கிளைமேற் சிந்தனையோ டோர் காகம்
வன்னமுற வீற்றிருந்து வானைமுத்த மிட்டதுவே. 4

தென்னைப் பசுங் கீற்றைக் கொத்திச் சிறு காக்கை
மின்னுகின்ற தென்கடலை நோக்கி விழித்ததுவே. 5

வன்னச் சுடர் மிகுந்த வானகத்தே தென் திசையில்
கன்னங் கருங்காகக் கூட்டம்வரக் கண்ட தங்கே. 6

கூட்டத்தைக் கண்டஃது கும்பிட்டே தன்னருகோர்
பாட்டுக் குருவிதனைப் பார்த்து நகைத்ததுவே. 7

சின்னக் குருவி சிரிப்புடனே வந்தாங்கு
கன்னங் கருங்காக்கை கண்ணெதிரே யோர்கிளைமேல் 8

வீற்றிருந்தே "கிக் கிக்கீ; காக்காய் நீ விண்ணிடையே
போற்றியெதை நோக்குகிறாய்? கூட்டமங்குப் போவ
தென்னே?:" 9

என்றவுட னே காக்கை — "என் தோழா! நீ கேளாய்,
மன்றுதனைக் கண்டே மனமகிழ்ந்து போற்றுகிறேன்." 10

என்றுசொல்லிக் காக்கை இருக்கையிலே ஆங்கணோர்
மின்திகழும் பச்சைக் கிளிவந்து வீற்றிருந்தே. 11

"நட்புக் குருவியே ஞாயிற்'றிளவெயிலில்
கட்புலனுக் கெல்லாம் களியாகத் தோன்றுகையில், 12

நும்மை மகிழ்ச்சியுடன் நோக்கியிங்கு வந்திட்டேன்!
அம்மவோ! காகப் பெருங்கூட்ட மஃதென்னே?" 13

என்று வினவக் குருவிதான் இஃதுரைக்கும்;-
"நன்றுநீ கேட்டாய், பசுங்கிளியே! நானுமிங்கு. 14

மற்றதனை யோர்ந்திடவே காக்கையிடம் வந்திட்டேன்;
கற்றறிந்த காக்காய், கழறுக நீ!" என்றதுவே. 15

அப்போது காக்கை, "அருமையுள்ள தோழர்களே!
செப்புவேன் கேளீர், சிலநாளாக் காக்கையுள்ளே. 16

நேர்ந்த புதுமைகளை நீர்கேட்டறியீ ரோ?
சார்ந்துநின்ற கூட்டமங்கு சாலையின்மேற் கண்டீரே? 17

மற்றந்தக் கூட்டத்து மன்னவனைக் காணீரே?
கற்றறிந்த ஞானி கடவுளையே நேராவான்; 18

ஏழுநாள் முன்னே இறைமகுடந் தான் புனைந்தான்;
வாழியவன் எங்கள் வருத்தமெல்லாம் போக்கிவிட்டான். 19

சோற்றுக்குப் பஞ்சமில்லை; போரில்லை; துன்பமில்லை;
போற்றற் குரியான் புதுமன்னன், காணீரோ?" 20

என்றுரைத்துக் காக்கை இருக்கையிலே அன்னமொன்று
தென்திசையி னின்று சிரிப்புடனே வந்ததங்கே. 21

அன்னமந்தத் தென்னை யருகினிலோர் மாடமிசை
வன்னமுற வீற்றிருந்து,- "வாழ்க, துணைவரே! 22

காலை யிளவெயிலிற் காண்பதெலாம் இன்பமன்றோ?
சால நுமைக் கண்டுகளித்தேன் சருவிநீர், 23

ஏதுரைகள் பேசி யிருக்கின்றீர்?" என்றிடவே
போதமுள்ள காக்கை புகன்றதந்தச் செய்தியெல்லாம். 24

அன்னமிது கேட்டு மகிழ்ந்துரைக்கும்;- "ஆங் காணும்!
மன்னர் அறம்புரிந்தால், வையமெல்லாம் மாண்புபெறும். 25

ஒற்றுமையால் மேன்மையுண்டாம்; ஒன்றையொன்று துன்பிழைத்தல்
குற்றமென்று கண்டால் குறைவுண்டோ வாழ்வினுக்கே?" 26

என்று சொல்லி அன்னம் பறந்தாங்கே ஏகிற்றால்;
மன்று கலைந்து மறைந்தனவப் புட்களெல்லாம். 27

காலைப் பொழுதினிலே கண்டிருந்தோம் நாங்களிதை;
ஞால மறிந்திடவே நாங்களிதைப் பாட்டிசைத் தோம். 28

13. அந்திப் பொழுது

காவென்று கத்திடுங் காக்கை — என்தன்
கண்ணுக் கினிய கருநிறக் காக்கை,
மேவிப் பலகிளை மீதில் — இங்கு
விண்ணிடை அந்திப் பொழுதினைக் கண்டே,
கூவித் திரியும் சிலவே; — சில
கூட்டங்கள் கூடித் திசைதொறும் போகும்.
தேவி பராசக்தி யன்னை — விண்ணிற்
செவ்வொளி காட்டிப் பிறைதலைக் கொண்டாள். 1

தென்னை மரக்கிளை மீதில் — அங்கோர்
செல்வப் பசுங்கிளி கீச்சிட்டுப் பாயும்
சின்னஞ் சிறிய குருவி — அது
'ஜிவ்' வென்று விண்ணிடை யூசலிட் டேகும்.
மன்னப் பருந்தொ ரிரண்டு — மெல்ல
வட்ட மிட்டுப்பின் நெடுந்தொலை போகும்,
பின்னர் தெருவிலொர் சேவல்-அதன்
பேச்சினி லே "சக்தி வேல்" என்று கூவும். 2

செவ்வொளி வானில் மறைந்தே — இளந்
　　தேநில வெங்கும் பொழிந்தது கண்டீர்!
இவ்வள வான பொழுதில் அவள்
　　ஏறிவந்தே யுச்சி மாடத்தின் மீது,
கொவ்வை யிதழ்நகை வீச, — விழிக்
　　கோணத்தைக் கொண்டு நிலவைப் பிடித்தாள்.
செவ்விது, செவ்விது, பெண்மை! — ஆ!
செவ்விது, செவ்விது, செவ்விது காதல்! 3

காதலி னாலுயிர் தோன்றும்; — இங்கு
　　காதலி னாலுயிர் வீரத்தி லேறும்;
காதலி னாலறி வெய்தும் — இங்கு
　　காதல் கவிதைப் பயிரை வளர்க்கும்;
ஆதலி னாலவள் கையைப் — பற்றி
　　அற்புத மென்றிரு கண்ணிடை யொற்றி
வேதனை யின்றி இருந்தேன், — அவள்
　　வீணைக் குரலிலோர் பாட்டிசைத் திட்டாள். 4

காதலியின் பாட்டு

கோல மிட்டு விளக்கினை யேற்றிக்
　　கூடி நின்று பராசக்தி முன்னே
ஓல மிட்டுப் புகழ்ச்சிகள் சொல்வார்
　　உண்மை கண்டிலர் வையத்து மாக்கள்;
ஞால முற்றும் பராசக்தி தோற்றம்
　　ஞான மென்ற விளக்கினை யேற்றிக்
கால முற்றுந் தொழுதிடல் வேண்டும்,
　　காத லென்பதோர் கோயிலின் கண்ணே. 5

14. நிலாவும் வான்மீனும் காற்றும்

மனத்தை வாழ்த்துதல்

நிலாவையும் வானத்து மீனையும் காற்றையும்
நேர்பட வைத்தாங்கே
குலாவும் அமுதக் குழம்பைக் குடித்தொரு
கோலவெறி படைத்தோம்;
உலாவும் மனச்சிறு புள்ளினை எங்கணும்
ஓட்டி மகிழ்ந்திடுவோம்;
பலாவின் கனிச்சுளை வண்டியில் ஓர் வண்டு
பாடுவதும் வியப்போ! 1

தாரகை யென்ற மணித்திரள் யாவையும்
சார்ந்திடப் போமனமே,
சரச் சுவையதி லூறி வருமதில்
இன்புறு வாய்மனமே!
சீர விருஞ்சுடர் மீனொடு வானத்துத்
திங்களையுஞ் சமைத்தே
ஓரழ காக விழுங்கிடும் உள்ளத்தை
ஒப்பதொர் செல்வமுண்டோ' 2

பன்றியைப் போலிங்கு மண்ணிடைச் சேற்றில்
படுத்துப் புரளாதே
வென்றியை நாடியிவ் வானத்தில் ஓட
விரும்பி விரைந்திடுமே;
முன்றலில் ஓடுமோர் வண்டியைப் போலன்று
மூன்றுலகுஞ் சூழ்ந்தே
நன்று திரியும்வி மானத்தைப் போலொரு
நல்ல மனம் படைத்தோம். 3

தென்னையின் கீற்றுச் சலசல வென்றிடச்
செய்துவருங் காற்றே!
உன்னைக் குதிரைகொண் டேறித் திரியுமொர்
உள்ளம் படைத்துவிட்டோம்.

சின்னப் பறவையின் மெல்லொலி கொண்டிங்கு
சேர்ந்திடு நற் காற்றே!
மின்னல் விளக்கிற்கு வானகங் கொட்டுமிவ்
வெட்டொலி யேன் கொணர்ந்தாய்? 4

மண்ணுல கத்துநல் லோசைகள் காற்றெனும்
வானவன் கொண்டுவந்தான்;
பண்ணி விசைத்தவ் வொலிக ளனைத்தையும்
பாடி மகிழ்ந்திடுவோம்.
நண்ணி வருமணி யோசையும், பின்னங்கு
நாய்கள் குலைப்பதுவும்,
எண்ணுமுன்னே 'அன்னக் காவடிப் பிச்சை' யென்
றேங்கிடு வான் குரலும், 5

வீதிக் கதவை அடைப்பதும் கீழ்த்திசை
விம்மிடும் சங்கொலியும்,
வாதுகள் பேசிடு மாந்தர் குரலும்
மதலை யழுங் குரலும்,
ஏதெது கொண்டு வருகுது காற்றிவை
எண்ணி லகப்படுமோ?
சீதக் கதிர்மதி மேற்சென்று பாய்ந்தங்கு
தேனுண்ணு வாய், மனமே! 6

15. மழை

திக்குக்கள் எட்டும் சிதறி – தக்கத்
தீம்தரிகிட தீம்தரிகிட தீம்தரிகிட தீம்தரிகிட
பக்க மலைகள் உடைந்து – வெள்ளம்
பாயுது பாயுது பாயுது – தாம்தரிகிட
தக்கத் ததிங்கிட தித்தோம் – அண்டம்
சாயுது சாயுது சாயுது – பேய்கொண்டு
தக்கை யடிக்குது காற்று – தக்கத்
தாம்தரிகிட தாம்தரிகிட தாம்தரிகிட தாம்தரிகிட 1

வெட்டி யடிக்குது மின்னல், — கடல்
    வீரத் திரைகொண்டு விண்ணை யிடிக்குது;
கொட்டி யிடிக்குது மேகம்; — கூ
    கூவென்று விண்ணைக் குடையுது காற்று;
சட்டச்சட சட்டச்சட டட்டா — என்று
    தாளங்கள் கொட்டிக் கனைக்குது வானம்;
எட்டுத் திசையும் இடிய — மழை
    எங்ஙனம் வந்ததடா,தம்பி வீரா!   2

அண்டம் குலுங்குது, தம்பி! — தலை
    ஆயிரந் தூக்கிய சேடனும் பேய்போல்
மிண்டிக் குதித்திடு கின்றான்; — திசை
    வெற்புக் குதிக்குது; வானத்துத் தேவர்
செண்டு புடைத்திடு கின்றார்; — என்ன
    தெய்விகக் காட்சியை கண்முன்பு கண்டோம்!
கண்டோம் கண்டோம் கண்டோம் — இந்தக்
    காலத்தின் கூத்தினைக் கண்முன்பு கண்டோம்!   3

16. புயற் காற்று

நள வருடம் கார்த்திகை மாதம் 8ம் தேதி புதன் இரவு ஒரு கணவனும் மனைவியும்

மனைவி: காற்றடிக்குது, கடல்குமுறுது
    கண்ணை விழிப்பாய் நாயகமே!
    தூற்றல் கதவு சாளரமெல்லாம்
    தொளைத்தடிக்குது, பள்ளியிலே.

கணவன்: வானம் சினந்தது; வையம் நடுங்குது;
    வாழி பராசக்தி காத்திடவே!
    தீனக்குழந்தைகள் துன்பப்படாதிங்கு
    தேவி, அருள்செய்ய வேண்டுகிறோம்.

மனைவி: நேற்றிருந் தோம்அந்த வீட்டினிலே,இந்த
நேரமிருந்தால் என்படுவோம்?
காற்றெனவந்தது கூற்றமிங்கே,நம்மைக்
காத்ததுதெய்வ வலிமையன்றோ?

17. பிழைத்த தென்னந் தோப்பு

வயலிடை யினிலே – செழுநீர் – மடுக் கரையினிலே
அய லெவரு மில்லை – தனியே – ஆறுதல் கொள்ள வந்தேன். 1

காற்றடித் ததிலே – மரங்கள் – கணக்கிடத் தகுமோ?
நாற்றி னைப்போலே – சிதறி – நாடெங்கும் வீழ்ந்தனவே. 2

சிறிய திட்டையிலே, உளதோர் – தென்னஞ் சிறுதோப்பு
வறியவ னுடைமை – அதனை – வாயு பொடிக்க வில்லை 3

வீழ்ந்தன சிலவாம் – மரங்கள் – மீந்தன பலவாம்;
வாழ்ந்திருக்க வென்றே – அதனை – வாயு பொறுத்து
விட்டான் 4

தனிமை கண்டதுண்டு; – அதில் – சார மிருக்கு தம்மா!
பனிதொலைக்கும் வெயில், – அது தேம் – பாகு மதுர மன்றோ?

இரவி நின்றது காண் – விண்ணிலே – இன்ப வொளித்திரளாய்;
பரவி யெங்கணுமே-கதிர்கள்-பாடிக் களித்தனவே. 6

நின்ற மரத்திடையே – சிறிதோர் – நிழலினில் இருந்தேன்,
என்றும் கவிதையிலே – நிலையாம் – இன்பம் அறிந்து
கொண்டேன். 7

வாழ்க பராசக்தி! – நினையே – வாழ்த்திடுவோர் வாழ்வார்;
வாழ்க பராசக்தி! – இதையென் – வாக்கு மறவாதே 8

18. அக்கினிக் குஞ்சு

அக்கினிக் குஞ்சொன்று கண்டேன் — அதை
அங்கொரு காட்டிலோர் பொந்திடை வைத்தேன்;
வெந்து தணிந்தது காடு; — தழல்
வீரத்தில் குஞ்சென்றும் மூப்பென்றும் உண்டோ?
தத்தரிகிட தத்தரிகிட தித்தோம்.

19. சாதாரண வருஷத்துத் தூமகேது

தினையின் மீது பனைநின் றாங்கு
மணிச்சிறு மீன்மிசை வளர்வால் ஒளிதரக்
கீழ்த்திசை வெள்ளியைக் கேண்மைகொண் டிலகும்
தூம கேதுச் சுடரே, வாராய்! 1

எண்ணில் பல கோடி யோசனை யெல்லை
எண்ணிலா மென்மை இயன்றதோர் வாயுவால்
புனைந்த நின்னெடுவால் போவதென் கின்றார். 2

மண்ணகத் தினையும் வால்கொடு தீண்டி
ஏழையர்க் கேதும் இடர்செயா தேநீ
போதி யென்கின்றார்; புதுமைகள் ஆயிரம்
நினைக்குறித் தறிஞர் நிகழ்த்துகின் றனரால். 3

பாரத நாட்டில் பரவிய எம்மனோர்
நூற்கணம் மறந்துபன் னூறாண் டாயின;
உனதியல் அன்னியர் உரைத்திடக் கேட்டே
தெரிந்தனம்; எம்முளே தெளிந்தவர் ஈங்கிலை. 4

வாராய், சுடரே! வார்த்தைசில கேட்பேன்;
தீயர்க் கெல்லாம் தீமைகள் விளைத்துத்
தொல்புவி யதனைத் துயர்க்கட லாழ்த்திநீ
போவை யென்கின்றார்; பொய்யோ, மெய்யோ? 5

ஆதித் தலைவி யாணையின் படிநீ
சலித்திடுந் தன்மையால், தண்டம் நீ செய்வது
புவியினைப் புனிதமாப் புனைதற் கேயென
விளம்பு கின்றனர் அது மெய்யோ, பொய்யோ? 6

ஆண்டோர் எழுபத் தைந்தினில் ஒரு முறை
மண்ணைநீ அணுகும் வழக்கினை யாயினும்
இம்முறை வரவினால் எண்ணிலாப் புதுமைகள்
விளையு மென்கின்றார்; மெய்யோ, பொய்யோ? 7

சித்திகள் பலவும், சிறந்திடு ஞானமும்
மீட்டும் எம்மிடைநின் வரவினால் விளைவதாப்
புகலு கின்றனர்; அது பொய்யோ, மெய்யோ? 8

20. அழகுத் தெய்வம்

மங்கியதோர் நிலவினிலே கனவிலிது கண்டேன்,
வயதுபதி னாறிருக்கும் இளவயது மங்கை;
பொங்கிவரும் பெருநிலவு போன்றவொளி முகமும்.
புன்னகையின் புதுநிலவும் போற்றவருந் தோற்றம்,
துங்கமணி மின்போலும் வடிவத்தாள் வந்து,
தூங்காதே யெழுந்தென்னைப் பாரென்று சொன்னாள்.
அங்கதனிற் கண்விழித்தேன் அடடாவோ! அடடா!
அழகென்னும் தெய்வந்தான் அதுவென்றே அறிந்தேன். 1
யோகந்தான் சிறந்ததுவோ? தவம் பெரிதோ?' என்றேன்;
'யோகமே தவம், தவமே யோக'மென உரைத்தாள்.
'ஏகமோ பொருளன்றி இரண்டாமோ?' என்றேன்;
'இரண்டுமாம், ஒன்று மாம், யாவுமாம்' என்றாள்.
'தாகமறிந் தீயுமருள் வான்மழைக்கே யுண்டோ?
தாகத்தின் துயர்மழைதான் அறிந்திடுமோ?' என்றேன்.
'வேகமுடன் அன்பினையே வெளிப்படுத்தா மழைதான்

விருப்புடனே பெய்குவது வேறாமோ?" என்றாள். 2
'காலத்தின் விதி மதியைக் கடந்திடுமோ?' என்றேன்.
'காலமே மதியினுக்கோர் கருவியாம்' என்றாள்.
'ஞாலத்தில் விரும்பியது நண்ணுமோ?' என்றேன்;
'நாலிலே ஒன்றிரண்டு பலித்திடலாம்' என்றாள்
'ஏலத்தில் விடுவதுண்டோ எண்ணத்தை?' என்றேன்;
'எண்ணினால் எண்ணியது நண்ணுங்காண்' என்றாள்.
'மூலத்தைச் சொல்லவோ? வேண்டாமோ?'என்றேன்;
முகத்திலருள் காட்டினாள் மோகமது தீர்ந்தேன்.

21. ஒளியும் இருளும்

வானமெங்கும் பரிதியின் சோதி;
மலைகள் மீதும் பரிதியின் சோதி;
தானை நீர்க்கடல் மீதிலும் ஆங்கே
தரையின் மீதும் தருக்களின் மீதும்
கான கத்திலும் பற்பல ஆற்றின்
கரைகள் மீதும் பரிதியின் சோதி;
மானவன்தன் உளத்தினில் மட்டும்
வந்து நிற்கும் இருளிது வென்னே! 1

சோதி என்னும் கரையற்ற வெள்ளம்
தோன்றி எங்கும் திரைகொண்டு பாய,
சோதி என்னும் பெருங்கடல், சோதிச்
சூறை, மாசறு சோதி யனந்தம்,
சோதி என்னும் நிறைவிஃ துலகைச்
சூழ்ந்து நிற்ப, ஒரு தனி நெஞ்சம்
கோதி யன்றதொர் சிற்றிருள் சேரக்
குமைந்து சோரும் கொடுமையி தென்னே! 2

தேம லர்க்கொர் அமுதன்ன சோதி,
சேர்ந்து புள்ளினம் வாழ்த்திடும் சோதி,
காம முற்று நிலத்தொடு நீரும்
காற்றும் நன்கு தழுவி நகைத்தே

தாம யங்கிநல் லின்புறுஞ் சோதி,
        தரணி முற்றும் ததும்பி யிருப்ப,
தீமை கொண்ட புலையிருள் சேர்ந்தோர்
        சிறிய நெஞ்சம் தியங்குவ தென்னே! 3

நீர்ச்சு னைக்கணம் மின்னுற் றிலக,
        நெடிய குன்றம் நகைத்தெழில் கொள்ள,
கார்ச்ச டைக்கரு மேகங்க ளெல்லாம்
        கனக மொத்துச் சுடர்கொண் டுலாவ,
தேர்ச்சி கொண்டுபல் சாத்திரம் கற்றும்
        தெவிட்டொ ணாதநல்லின்பக் கருவாம்
வேர்ச்சு டர்பர மாண்பொருள் கேட்டும்
        மெலிவொர் நெஞ்சிடை மேவுதல் என்னே! 4

22. சொல்

சொல் ஒன்று வேண்டும், தேவ சக்திகளை நம்முள்ளே நிலைபெறச் செய்யும் சொல் வேண்டும்.

தேவர் வருகவென்று சொல்வதோ? – ஒரு
        செம்மைத் தமிழ்மொழியை நாட்டினால்,
ஆவ லறிந்துவரு வீர்கொலோ? – உம்மை
        யன்றி யொருபுகலும் இல்லையே. 1

'ஓம்' என் றுரைத்துவிடிற் போதுமோ? – அதில்
        உண்மைப் பொருளறிய லாகுமோ?
தீமை யனைத்துமிறந்தேகுமோ? – என்தன்
        சித்தம் தெளிவுநிலை கூடுமோ? 2
''உண்மை ஒளிர்க' என்று பாடவோ? – அதில்
        உங்கள் அருள்பொருந்தக் கூடுமோ?
வண்மை யுடையதொரு சொல்லினால் – உங்கள்
        வாழ்வு பெறவிரும்பி நிற்கிறோம். 3

"தீயை அகத்தினிடை மூட்டுவோம்" — என்று
செப்பும் மொழிவலிய தாகுமோ?
ஈயைக் கருடநிலை யேற்றுவீர் — எம்மை
என்றுந் துயரமின்றி வாழ்த்துவீர். 4

வான மழைபொழிதல் போலவே — நித்தம்
வந்து பொழியுமின்பங் கூட்டுவீர்;
கானை அழித்து மனை கட்டுவீர் — துன்பக்
கட்டுச் சிதறிவிழ வெட்டுவீர். 5

விரியும் அறிவுநிலை காட்டுவீர் — அங்கு
வீழும் சிறுமைகளை ஓட்டுவீர்:
தெரியும் ஒளிவிழியை நாட்டுவீர் — நல்ல
தீரப் பெருந்தொழிலில் பூட்டுவீர். 6

மின்ன லனையதி றல் ஓங்குமே — உயிர்
வெள்ளம் கரையடங்கிப் பாயுமே;
தின்னும் பொருளமுதம் ஆகுமே — இங்குச்
செய்கை யதனில் வெற்றி யேறுமே. 7

தெய்வக் கனல்விளைந்து காக்குமே — நம்மைச்
சேரும் இருளழியத் தாக்குமே;
கைவைத் ததுபசும்பொன் ஆகுமே — பின்பு
காலன் பயமொழிந்து போகுமே. 8

"வலிமை, வலிமை" என்று பாடுவோம் — என்றும்
வாழுஞ் சுடர்க்குலத்தை நாடுவோம்;
கலியைப் பிளந்திடக் கை யோங்கினோம் — நெஞ்சில்
கவலை யிருளனைத்தும் நீங்கினோம். 9

"அமிழ்தம், அமிழ்தம்"என்று கூறுவோம் — நித்தம்
அனலைப் பணிந்துமலர் தூவுவோம்;
தமிழில் பழமறையைப் பாடுவோம் — என்றும்
தலைமை பெருமை புகழ் கூடுவோம். 10

23. கவிதைத் தலைவி

வாழ்க மனைவியாம் கவிதைத் தலைவி!
தினமும்இவ் வுலகில் சிதறியே நிகழும்
பலபல பொருளிலாப் பாழ்படு செய்தியை
வாழ்க்கைப் பாலையில் வளர்பல முட்கள்போல்
பேதை யுலகைப் பேதைமைப் படுத்தும்

வெறுங்கதைத் திரளை, வெள்ளறி வுடைய
மாயா சக்தியின் மகளே! மனைக்கண்
வாழ்வினை வகுப்பாய், வருடம் பலவினும்
ஓர்நாட் போலமற் றோர்நாள் தோன்றாது
பலவித வண்ணம் வீட்டிடைப் பரவ

நடத்திடுஞ் சக்தி நிலையமே! நன்மனைத்
தலைவீ! ஆங்கத் தனிப்பதர்ச் செய்திகள்
அனைத்தையும் பயன்நிறை அனுபவ மாக்கி,
உயிரிலாச் செய்திகட்கு உயிர்மிகக் கொடுத்து,
ஒளியிலாச் செய்திகட்கு ஒளியருள் புரிந்து

வான சாத்திரம், மகமது வீழ்ச்சி,
சின்னப் பையல் சேவகத் திறமை;
எனவரு நிகழ்ச்சி யாவே யாயினும்,
அனைத்தையும் ஆங்கே அழகுறச் செய்து,
இலௌகிக வாழ்க்கையில் பொருளினை இணைக்கும்

பேதை மாசத்தியின் பெண்ணே! வாழ்க!
காளியின் குமாரி! அறங்காத் திடுக
வாழ்க! மனையகத் தலைவீ வாழ்க!

24. கவிதைக் காதலி

வாராய்! கவிதையாம் மணிப்பெயர்க் காதலி!
பன்னாள் பன்மதி ஆண்டுபல கழிந்தன,
நின்னருள் வதனம்நான் நேருறக் கண்டே
அந்தநாள் நீயெனை அடிமையாக் கொள, யாம்
மானிடர் குழாத்தின் மறைவுறத் தனியிருந்து

எண்ணிலா இன்பத்து இருங்கடல் திளைத்தோம்;
கலந்துயாம் பொழிலிடைக் களித்தவந் நாட்களிற்
பூம்பொழிற் குயில்களின் இன்குரல் போன்ற
தீங்குரலு டைத்தோர் புள்ளினைத் தெரிந்திலேன்;
மலரினத் துன்தன் வாள்விழி யொப்ப

நிலவிய தொன்றினை நேர்ந்திலேன்; குளிர்புனற்
சுனைகளில் உன்மணிச் சொற்கள் போல் தண்ணிய
நீருடைத் தறிகிறேன்; நின்னொடு தமியனாய்
நீயே உயிரெனத் தெய்வமும் நீயென
நின்னையே பேணி நெடுநாள் போக்கினேன்.

வானகத் தமுதம் மடுத்திடும் போழ்து
மற்றத னிடையோர் வஞ்சகத் தொடுமுள்
வீழ்ந்திடைத் தொண்டையில் வேதனை செய்தன.
நின்னொடு களித்து நினைவிழந் திருந்த
எனைத்துயர்ப் படுத்தவந் தெய்திய துலகிற்

கொடியன யாவுளும் கொடியதாம் மிடிமை
அடிநா முள்ளினை அயல்சிறி தேகிக்
களைந்து பின்வந்து காண்பொழுது ஐயகோ!''
மறைந்தது தெய்வ மருந்துடைப் பொற்குடம்
மிடிமைநோய் தீர்ப்பான் வீணர்தம் முலகப்

புன்தொழில் ஒன்று போற்றுதும் என்பாள்
தென்திசைக் கண்ணொரு சிற்றூர்க் கிறைவனாம்
திருந்திய ஒருவனைத் துணையெனப் புகுந்து, அவன்
பணிசெய இசைந்தேன், பதகிநீ! என்னைப்
பிரிந்துமற் றகன்றனை பேசொணா நின்னருள்.

இன்பமத் தனையும் இழந்துநான் உழன்றேன்,
சின்னாள் கழிந்தபின்-யாதெனச் செப்புகேன்!
நின்னொடு வாழ்ந்த நினைப்புமே தேய்ந்தது.
கதையிலோர் முனிவன் கடியதாஞ் சாப
விளைவினால் பன்றியா வீழ்ந்திடு முன்னர்த்

தன்மக னிடை “என் தனயநீ யான்புலைப்
பன்றியாம் போது பார்த்துநில் லாதே!
விரைவிலோர் வாள்கொடு வெறுப்புடை யவ்வுடல்
துணித்தெனைக் கொன்று தொலைத்தலுன் கடனாம்.
பாவமிங் கில்லையென் பணிப்பிஃ தாகலின்!”

தாதைசொற்கு இளைஞன் தளர்வொடும் இணங்கினான்.
முனிவனும் பன் றியா முடிந்தபின், மைந்தன்
முன்னவன் கூறிய மொழியினை நினைந்தும்,
இரும்புகழ் முனிவனுக்கு இழியதா மிவ்வுடல்
அமைந்தது கண்டுநெஞ் சழன்றிடல் கொண்டும்.

வாள்கொடு பன்றியை மாய்த்திட லுற்றனன்,
ஆயிடை மற்றவ் வருந்தவப் பன்றி
இனையது கூறும். “ஏடா!நிற்க!
நிற்க! நிற்க! முன்னர்யாம் நினைந்தவாறு
அத்துணைத் துன்புடைத் தன்றிவ் வாழ்க்கை

காற்றும் புனலும் கடிப்புற் கிழங்கும்
இனையபல் லின்பம் இதன் கணே யுளவாம்;
ஆறேழ் திங்கள் அகன்றபின் வருதியேல்
பின்னெனைக் கோறலாம்” பீழையோ டிவ்வுரை
செவியுறீஇ முடிசாய்த் திளையவன் சென்றனன்.

திங்கள்பல போனபின் முனிமகன் சென்று
தாதைப் பன்றியோர் தடத்திடைப் பெடையொடும்
போத்தினம் பலவொடும் அன்பினிற் பொருந்தி
ஆடல்கண் டயிர்த்தனன். ஆற்றொணா தருகுசென்று
"எந்தாய்! எந்தாய்! யாதரோ மற்றிது! 60

வேதநூ லறிந்த மேதகு முனிவரர்
போற்றிட வாழ்ந்தநின் புகழ்க்கிது சாலுமோ?"
எனப்பல கூறி இரங்கினன்; பின்னர்
வாள்கொடு பன்றியை மாய்த்திடல் விழைந்தான்.
ஆயிடை முனிவன் அகம்பதைத் துரைக்கும் 65

"செல்லடா! செல்க தீக்குணத் திழிஞ!
எனக்கிவ் வாழ்க்கை இன்புடைத் தேயாம்;
நினக்கிதில் துன்பம் நிகழுமேல் சென்றவ்
வாளினின் நெஞ்சை வகுத்து நீ மடிக
என்றிது கூறி இருந்தவப் பன்றிதன் 70

இனத்தொடும் ஓடி இன்னுயிர் காத்தது.
இன்னது கண்ட இளையவன் கருதும்.
"ஆவா! மானிடர் அருமையின் வீழ்ந்து
புன்னிலை யெய்திய போழ்ததில் நெடுங்கால்
தெரு மரு கின்றிலர் சிலபகல் கழிந்தபின் 75

புதியதா நீசப் பொய்மைகொள் வாழ்வில்
விருப்புடை யவராய் வேறுதா மென்றும்
அறிந்திலரேபோன் றதிற்களிக் கின்றார்.
என்சொல்கேன் மாயையின் எண்ணரும் வஞ்சம்".
திமிங்கில வுடலும் சிறியபுன் மதியும் 80

ஒரேழ் பெண்டிரும் உடையதோர் வேந்தன்
தன்பணிக் கிசைந்தென் தருக்கெலாம் அழிந்து
வாழ்ந்தனன் கதையின் முனிபோல் வாழ்க்கை!

25. மது

போகி

பச்சை முந்திரித் தேம்பழங் கொன்று
பாட்டுப் பாடிநற் சாறு பிழிந்தே
இச்சை தீர மதுவடித் துண்போம்;
இஃது தீதென் றிடையர்கள் சொல்லும்
கொச்சைப் பேச்சிற்கை கொட்டி நகைப்போம்;
கொஞ்சு மாதரும் கூட்டுணும் கள்ளும்
இச்சகத்தினில் இன்பங்க ளன்றோ?
இவற்றின் நல்லின்பம் வேறொன்று முண்டோ? 1

யோகி

பச்சை முந்திரி யன்ன துலகம்;
பாட்டுப் பாடல் சிவக்களி எய்தல்;
இச்சை தீர உலகினைக் கொல்வோம்;
இனிய சாறு சிவமதை உண்போம்;
கொச்சை மக்களுக் கிஃதெளி தாமோ?
கொஞ்சு மாதொரு குண்டலி சக்தி
இச்சகத்தில் இவையின்ப மன்றோ?
இவற்றின் நல்லின்பம் வேறுளதாமோ?

போகி

வெற்றி கொள்ளும் படைகள் நடத்தி
வேந்தர் தம்முட் பெரும்புகழ் எய்தி
ஒற்றை வெள்ளைக் கவிதை உயர்த்தே
உலகம் அஞ்சிப் பணிந்திட வாழ்வோம்;
சுற்று தேங்கமழ் மென்மலர் மாலை
தோளின் மீதுருப் பெண்கள் குலாவச்
சற்றும் நெஞ்சம் கவலுத லின்றித்
தரணி மீதில் மதுவுண்டு வாழ்வோம்.

யோகி

வெற்றி ஐந்து புலன்மிசைக் கொள்வோம்;
 வீழ்ந்து தாளிடை வையகம் போற்றும்;
ஒற்றை வெள்ளைக் கவிதைமெய்ஞ் ஞானம்
 உண்மை வேந்தர் சிவநிலை கண்டார்;
மற்றவர் தம்முட் சீர்பெற வாழ்வோம்;
 வண்ம லர்நறு மாலை தெளிவாம்!
சுற்றி மார்பில் அருள்மது வுண்டே
 தோகை சக்தியொ டின்புற்று வாழ்வோம்.   4

போகி

நல்ல கீதத் தொழிலுணர் பாணர்
 நடனம் வல்ல நகைமுக மாதர்
அல்லல் போக இவருடன் கூடி
 ஆடி யாடிக் களித்தின்பங் கொள்வோம்;
சொல்ல நாவு கனியுத டாநற்
 சுதியிலொத்துத் துணையொடும் பாடி
புல்லும் மார்பினோ டாடிக் குதிக்கும்
 போகம் போலொரு போகமிங் குண்டோ?   5

யோகி

நல்ல கீதம் சிவத்தனி நாதம்,
 நடன ஞானியர் சிற்சபை யாட்டம்;
அல்லல் போக இவருடன் சேர்ந்தே
 ஆடி யாடிப் பெருங்களி கொள்வோம்;
சொல்ல நாவில் இனிக்கு தடா! வான்
 சுழலும் அண்டத் திரளின் சுதியில்
செல்லும் பண்ணொடு சிற்சபை யாடும்
 செல்வம் போலொரு செல்வமிங் குண்டோ?   6

ஞானி

மாத ரோடு மயங்கிக் களித்தும்
 மதுர நல்லிசை பாடிக் குதித்தும்
காதல் செய்தும் பெறும்பல இன்பம்,
 கள்ளில் இன்பம் கலைகளில் இன்பம்,
பூத லத்தினை ஆள்வதில் இன்பம்
 பொய்மை யல்ல இவ்வின்பங்க ளெல்லாம்
யாதுஞ் சக்தி இயல்பெனக் கண்டோம்
 இனைய துய்ப்பம் இதயம் மகிழ்ந்தே.   7

இன்பந் துன்பம் அனைத்தும் கலந்தே
 இச்ச கத்தின் இயல்வலி யாகி
முன்பு பின்பல தாகியெந் நாளும்
 மூண்டு செல்லும் பராசக்தி யோடே
அன்பில் ஒன்றிப் பெருஞ்சிவ யோகத்
 தறிவு தன்னில் ஒருப்பட்டு நிற்பார்,
துன்பு நேரினும் இன்பெனக் கொள்வார்
 துய்ப்பர் இன்பம் மிகச்சுவை கொண்டே.   8

இச்சகத்தோர் பொருளையுந் தீரர்
 இல்லை யென்று வருந்துவதில்லை;
நச்சி நச்சி உளத்தொண்டு கொண்டு
 நானிலத்தின்பம் நாடுவதில்லை;
பிச்சை கேட்பது மில்லை; இன்பத்தில்
 பித்துக் கொண்டு மயங்குவ தில்லை;
துச்ச மென்று சுகங்களைக் கொள்ளச்
 சொல்லு மூடர்சொற் கேட்பதும் இல்லை.   9

தீது நேர்ந்திடின் அஞ்சுவ தில்லை.
 தேறு நெஞ்சினொ டேசிவங் கண்டோர்;
மாதர் இன்பம் முதலிய வெல்லாம்
 வைய கத்துச் சிவன் வைத்த வென்றே

ஆத ரித்தவை முற்றிலும் கொள்வார்;
அங்கும் இங்குமொன் றாமெனத் தேர்வார்;
யாது மெங்கள் சிவன்திருக் கேளி;
இன்பம் யாவும் அவனுடை இன்பம். 10

வேத மந்திர நாதம் ஒருபால்
வேயி னின்குழல் மெல்லொலி ஓர்பால்,
காதல் மாதரொ டாடல் ஒருபால்,
களவெம் போரிடை வென்றிடல் ஓர்பால்,
போத நல்வெறி துய்த்திடல் ஓர்பால்,
பொலியுங் கள்வெறி துய்த்தல்மற் றோர்பால்;
ஏதெ லாம்நமக் கின்புற நிற்கும்
எங்கள் தாய்அருட் பாலது வன்றே. 11

சங்கீர்த்தனம்

மூவரும் சேர்ந்து பாடுதல்

மதுநமக்கு, மதுநமக்கு, மதுநமக்கு, விண்ணெலாம்,
மதுரமிக்க ஹரிநமக்கு, மதுவெனக் கதித்தலால்;
மதுநமக்கு மதியுநாளும், மதுநமக்கு, வானமீன்,
மதுநமக்கு, மண்ணுநீரும் மதுநமக்கு, மலையெலாம்,
மதுநமக்கொர் தோல்விவெற்றி, மதுநமக்கு, வினை யெலாம்,
மதுநமக்கு, மாதரின்பம், மதுநமக்கு மதுவகை;
மதுநமக்கு, மதுநமக்கு, மதுமனத்தொடாவியும்
மதுரமிக்க சிவநமக்கு மதுவெனக் கதித்தலால். 12

26. சந்திரமதி

ராகம் — ஆனந்த பைரவி தாளம் — ஆதி

பச்சைக் குழந்தை யடி! — கண்ணிற்
பாவை யடி சந்திரமதி!
இச்சைக் கினிய மது; — என்தன்
இருவிழிக்குத் தே நிலவு;
நச்சுத்தலைப் பாம்புக் குள்ளே — நல்ல
நாகமணி யுள்ளதென்பார்;
துச்சப்படு நெஞ்சி லே — நின்தன்
சோதி வளரு தடீ! 1

பேச்சுக் கிடமே தடி! — நீ
பெண்குலத்தின் வெற்றி யடி!
ஆச்சர்ய மாயை யடி! — என்தன்
ஆசைக் குமாரி யடி!
நீச்சு நிலை கடந்த — வெள்ள
நீருக் குள்ளே வீழ்ந்தவர்போல்,
தீச்சுடரை வென்ற வொளி — கொண்ட
தேவி! நினை விழந்தேனடி! 2

நீலக் கடலினிலே — நின்தன்
நீண்ட குழல் தோன்றுதடி!
கோல மதியினி லே — நின்தன்
குளிர்ந்த முகங் காணுதடி!
ஞால வெளியினி லே — நின்தன்
ஞான வொளி வீசுதடி!
கால நடையினி லே — நின்தன்
காதல் விளங்குதடி! 3

(பச்சைக் குழந்தை யடி!)

4. சான்றோர்

27. தாயுமானவர் வாழ்த்து

என்றும் இருக்க உளங்கொண்டாய்!
    இன்பத் தமிழுக் கிலக்கியமாய்,
இன்றும் இருத்தல் செய்கின்றாய்!
    இறவாய் தமிழோ டிருப்பாய் நீ!
ஒன்று பொருள ஃ தின்பமென
    உணர்ந்தாய், தாயு மானவனே!
நின்ற பரத்து மாத்திரமோ?
    நில்லா இகத்தும் நிற்பாய் நீ!

28. நிவேதிதா

அருளுக்கு நிவேதனமாய் அன்பினுக்கோர்
    கோயிலாய் அடியேன் நெஞ்சில்
இருளுக்கு ஞாயிறாய் எமதுயர்நா
    டாம்பயிர்க்கு மழையாய், இங்கு
பொருளுக்கு வழியறியா வறிஞர்க்குப்
    பெரும்பொருளாய்ப் புன்மைத் தாதச்
சுருளுக்கு நெருப்பாகி விளங்கிய தாய்
    நிவேதிதையைத் தொழுது நிற்பேன்.

29. அபேதாநந்தா

சுருதியும் அரிய உபநிட தத்தின்
    தொகுதியும் பழுதற உணர்ந்தோன்.
கருதிடற் கரிய பிரமநன் னிலையைக்
    கண்டுபே ரொளியிடைக் களித்தோன்,

அரிதினிற் காணும் இயல்பொடு புவியின்
அப்புறத் திருந்துநண் பகலில்
பரிதியி னொளியும் சென்றிடா நாட்டில்
மெய்யொளி பரப்பிடச் சென்றோன். 1

வேறு

ஒன்றேமெய்ப் பொருளாகும்; உயிர்களெலாம்
அதன்வடிவாம், ஓருங்காலை;
என்தேவன் உன்தேவன் என்றுலகர்
பகைப்பதெலாம் இழிவாம் என்று,
நன்றேயிங் கறிவுறுத்தும் பரமகுரு
ஞானமெனும் பயிரை நச்சித்
தின்றேபா ழாக்கிடுமைம் புலன்களெனும்
விலங்கின த்தைச் செகுத்த வீரன். 2

வேறு

வானந் தம்புகழ் மேவி விளங்கிய
மாசி லாதி குரவனச் சங்கரன்
ஞானந் தங்குமிந் நாட்டினைப் பின்னரும்
நண்ணி னானெனத் தேசுறு மவ்விவே-
கானந் தப்பெருஞ் சோதி மறைந்தபின்
அவனி ழைத்த பெருந்தொழி லாற்றியே
ஊனந் தங்கிய மானிடர் தீதெலாம்
ஒழிக்கு மாறு பிறந்த பெருந்தவன். 3

வேறு

தூய அபே தாநந்தனெனும் பெயர்கொண்
டொளிர்தருமிச் சுத்த ஞானி,
நேயமுடன் இந்நகரில் திருப்பாதஞ்
சாத்தியருள் நெஞ்சிற் கொண்டு,

மாயமெலாம் நீங்கியினி தெம்மவர்நன்
னெறிசாரும் வண்ணம் ஞானம்
தோயநனி பொழிந்திடுமோர் முகில்போன்றான்
இவன்பதங்கள் துதிக்கின் றோமே . 4

30. ஓவியர்மணி இரவிவர்மா

சந்திர னொளியை ஈசன் சமைத்து, அது பருகவென்றே
வந்திடு சாத கப்புள் வகுத்தனன்; அமுதுண் டாக்கிப்
பந்தியிற் பருக வென்றே படைத்தனன் அமரர் தம்மை;
இந்திரன் மாண்புக் கென்ன இயற்றினன் வெளிய யானை. 1

மலரினில் நீல வானில் மாதரார் முகத்தில் எல்லாம்
இலகிய அழகை ஈசன் இயற்றினான், சீர்த்தி இந்த
உலகினில் எங்கும் வீசி, ஓங்கிய இரவி வர்மன்
அலகிலா அறிவுக் கண்ணால் அனைத்தையும் நுகருமாறே. 2

மன்னர்மா ளிகையில் ஏழை மக்களின் குடிலில் எல்லாம்
உன்னருந் தேசு வீசி உளத்தினைக் களிக்கச் செய்வான்
நன்னரோ வியங்கள் தீட்டி நல்கிய பெருமான்,இந்நாள்
பொன்னணி யுலகு சென்றான் புவிப்புகழ் போது
மென்பான். 3

அரம்பைஊர் வசிபோ லுள்ள அமரமெல் லியலார் செவ்வி
திறம்பட வகுத்த எம்மான்! செய்தொழில் ஒப்பு நோக்க
விரும்பியே கொல்லாம் இன்று விண்ணுல கடைந்து
விட்டாய்?
அரம்பையர் நின்கைச் செய்கைக்கு அழிதலங் கறிவை
திண்ணம். 4
காலவான் போக்கில் என்றும் கழிகிலாப் பெருமை
கொண்ட
கோலவான் தொழில்கள் செய்து குலவிய பெரியோர் தாமும்,
சீலவாழ் வகற்றி ஓர்நாட் செத்திடல் உறுதி யாயின்
ஞாலவாழ் வினது மாயம் நவின்றிடற் கரிய தன்றோ? 5

31. சுப்பராம தீட்சிதர்

அகவல்

கவிதையும் அருஞ்சுவைக் கான நூலும்
புவியினர் வியக்கும் ஓவியப் பொற்பும்
மற்றுள பெருந்தொழில் வகைகளிற் பலவும்
வெற்றிகொண் டிலங்கிய மேன்மையார் பரத
நாட்டினில் இந்நாள் அன்னியர் நலிப்ப. 5

ஈட்டிய செல்வம் இறந்தமை யானும்
ஆண்டகை யொடுபுகழ் அழிந்தமை யானும்
மாண்டன பழம்பெரு மாட்சியார் தொழிலெலாம்;
தேவர்கள் வாழ்ந்த சீர்வளர் பூமியில்
மேவிய குரக்கர் விளங்குதல் போல. 10

நேரிலாப் பெரியோர் நிலவிய நாட்டில்
சீரிலாப் புல்லர் செறிந்துநிற் கின்றார்;
இவரிடை
சுரத்திடை இன்னீர்ச் சுனையது போன்றும்,
அரக்கர்தங் குலத்திடை வீடண னாகவும், 15

சேற்றிடைத் தாமரைச் செம்மலர் போன்றும்,
போற்றதற் குரிய புனிதவான் குலத்தில்
நாரத முனிவன் நமர்மிசை யருளால்
பாரத நாட்டில் பழமாண் புறுகென
மீட்டுமோர் முறைஇவன் மேவினன் என்ன, 20

நாட்டுநற் சீர்த்தி நலனுயர் பெருமான்
தோமறு சுப்ப ராமனற் பெயரோன்
நாமகள் புளகுற நம்மிடை வாழ்ந்தான்
இன்னான் தானும் எமையகன் றேகினன்;
என்னே நம்மவர் இயற்றிய பாவம்! 25

இனியிவ னனையரை எந்நாட் காண்போம்?
கனியறு மரமெனக் கடைநிலை யுற்றோம்
அந்தோ மறலிநம் அமுதினைக் கவர்ந்தான்!
நொந்தோ பயனிலை நுவல யா துளதே?

விருத்தம்

கன்னனொடு கொடைபோயிற்று; உயர்கம்ப
நாடனுடன் கவிதை போயிற்று
உன்னரிய புகழ்ப்பார்த்த னொடுவீரம்
அகன்றதென உரைப்பர் ஆன்றோர்;
என்னகநின் றகலாதோன் அருட் சுப்ப
ராமனெனும் இணையி லாவிற்
பன்னனொடு சுவைமிகுந்த பண்வளனும்
அகன் றதெனப் பகர லாமே. 1

கலைவிளக்கே! இளசையெனும் சிற்றூரில்
பெருஞ்சோதி கதிக்கத் தோன்றும்
மலைவிளக்கே! எம்மனையர் மனவிருளை
மாற்றுதற்கு வந்த ஞான
நிலைவிளக்கே! நினைப்பிரிந்த இசைத்தேவி
நெய்யகல நின்ற தட்டின்
உலைவிளக்கே யெனத்தளரும்; அந்தோ! நீ
அகன் றதுயர் உரைக்கற் பாற்றோ? 2

மன்னரையும் பொய்ஞ்ஞான மதக்குரவர்
தங்களையும் வணங்க லாதேன்
தன்னனைய புகழுடையாய்! நினைக்கண்ட
பொழுதுதலை தாழ்ந்து வந்தேன்;
உன்னருமைச் சொற்களையே தெய்விகமாம்
எனக்கருதி வந்தேன்; அந்தோ!
இன்னமொரு காலிளசைக் கேகிடின், இவ்
வெளியன்மனம் என்ப டாதோ? 3

32. மகாமகோபாத்தியாயர்

செம்பரிதி ஒளிபெற்றான்; பைந்நறவு
சுவைபெற்றுத் திகழ்ந்தது; ஆங்கண்
உம்பரெலாம் இறவாமை பெற்றனரென்று
எவரேகொல் உவத்தல் செய்வார்?
கும்பமுனி யெனத்தோன்றும் சாமிநா
தப்புலவன் குறைவில் கீர்த்தி
பம்பலுறப் பெற்றனனேல், இதற்கென்கொல்
பேருவகை படைக் கின்றீரே? 1

அன்னியர்கள் தமிழ்ச்செவ்வி யறியாதார்
இன்றெம்மை ஆள்வோ ரேனும்,
பன்னியசீர் மகாமகோ பாத்தியா
யப்பதவி பரிவின் ஈந்து
பொன்னிலவு குடந்தைநகர்ச் சாமிநா
தன்றனக்குப் புகழ்செய் வாரேல்,
முன்னிவனப் பாண்டியர்நாள் இருந்திருப்பின்
இவன்பெருமை மொழிய லாமோ? 2

'நிதிய றியோம், இவ்வுலகத் தொருகோடி
இன்பவகை நித்தம் துய்க்கும்
கதியறி யோம்' என்றுமனம் வருந்தற்க;
குடந்தைநகர்க் கலைஞர் கோவே!
பொதியமலைப் பிறந்த மொழி வாழ்வறியும்
காலமெலாம் புலவோர் வாயில்
துதியறிவாய், அவர்நெஞ்சின் வாழ்த்தறிவாய்,
இறப்பின்றித் துலங்கு வாயே. 3

33. வெங்கடேசு ரெட்டப்ப பூபதி

1

ஸ்ரீ எட்டயபுரம் ராஜ ராஜேந்த்ர மகாராஜ
வெங்கடேசு ரெட்பப்ப பூபதி அவர்கள் சமூகத்துக்கு

**கவிராஜ ஸ்ரீ சி. சுப்பிரமணிய பாரதி எழுதும்
சீட்டுக் கவிகள்.**

பாரிவாழ்ந் திருந்த சீர்த்திப் பழந்தமிழ் நாட்டின் கண்ணே
ஆரிய! நீயிந் நாளில் அரசுவீற் றிருக்கின் றாயால்;
காரியங் கருதி நின்னைக் கவிஞர்தாங் காணவேண்டின்
நேரிலப் போதே யெய்தி வழிபட நினைகி லாயோ? 1

விண்ணள வுயர்ந்த கீர்த்தி வெங்கடேசு ரெட்டமன்னா!
பண்ணள வுயர்ந்த தென்பணி பாவள வுயர்ந்த தென்பா
எண்ணள வுயர்ந்த வெண்ணில் இரும்புகழ்க் கவிஞர்
வந்தால்,
அண்ணலே பரிசு கோடி அளித்திட விரைகி லாயோ? 2

கல்வியே தொழிலாக் கொண்டாய்! கவிதையே தெய்வமாக
அல்லுநன் பகலும் போற்றி அதைவழி பட்டு நின்றாய்!
சொல்லிலே நிகரி லாத புலவர்நின் சூழ லுற்றால்
எல்லினைக் காணப் பாயும் இடபம்போல் முற்ப டாயோ?
3

எட்டயபுரம்
1919-ம் வருடம் மே
மாதம் 2உ

சுப்பிரமணிய பாரதி

2

ஸ்ரீ எட்டயபுரம் மகாராஜ ராஜேந்த்ர
ஸ்ரீ வெங்கடேசு ரெட்டப்ப பூபதி
அவர்கள் சமூகத்துக்கு

கவிராஜ ஸ்ரீ.சி. சுப்பிரமணிய பாரதி எழுதும் ஓலைத் தூக்கு

ராஜமகா ராஜேந்த்ர ராஜகுல
    சேகரன் ஸ்ரீ ராஜ ராஜன்,
தேசமெலாம் புகழ்விளங்கும் இளசைவெங்க
    டேசுரெட்ட சிங்கன் காண்க.
வாசமிகு துழாய்த் தாரான் கண்ணனடி
    மறவாத மனத்தான், சக்தி
தாசனெனப் புகழ்வளரும் சுப்ரமண்ய
    பாரதிதான் சமைத்த தூக்கு.   1

மன்னவனே! தமிழ்நாட்டில் தமிழறிந்த
    மன்னரிலை யென்று மாந்தர்
இன்ன லுறப் புகன்றவசை நீமகுடம்
    புனைந்தபொழு திரிந்த தன்றே!
சொன்னலமும் பொருணலமும் சுவைகண்டு,
    சுவைகண்டு, துய்த்துத் துய்த்துக்
கன்னலிலே சுவையறியுங் குழந்தைகள்போல்
    தமிழ்ச்சுவைநீ களித்தா யன்றே!   2

புவியனைத்தும் போற்றிடவான் புகழ்படைத்துத்
    தமிழ்மொழியைப் புகழி லேற்றும்
கவியரசர் தமிழ்நாட்டுக் கில்லையெனும்
    வசையென்னாற் கழிந்த தன்றே!
"சுவைபுதிது, பொருள்புதிது, வளம்புதிது,
    சொற்புதிது சோதி மிக்க
நவகவிதை, எந்நாளும் அழியாத
    மகாகவிதை" என்று நன்கு.   3

பிரான் ஸென்னும் சிறந்தபுகழ் நாட்டிலுயர்
புலவோரும் பிறரு மாங்கே
விராவுபுக ழாங்கிலத்தீங் கவியரசர்
தாமுமிக வியந்து கூறிப்
பராவி யென்தன் தமிழ்க்கவியை மொழிபெயர்த்துப்
போற்றுகின்றார்; பாரோ ரேத்துந்
தராதிபனே! இளசை வெங்க டேசுரெட்டா!
நின்பால்அத் தமிழ் கொணர்ந்தேன். 4

வேறு

வியப்புமிகும் புத்திசையில் வியத்தகுமென்
கவிதையினை வேந்த னே! நின்
நயப்படுசந் நிதிதனிலே நான்பாட நீகேட்டு
நன்கு போற்றி,
ஐயப்பறைகள் சாற்றுவித்துச் சாலுவைகள் பொற்பைகள்
ஜதிபல் லக்கு,
வயப்பரிவா ரங்கள்முதற் பரிசளித்துப் பல்லூழி
வாழ்க நீயே! 5

எட்டயபுரம்
1919-ம் வருடம்
மே மாதம் 2ம் தேதி சுப்பிரமணிய பாரதி

34. ஹிந்து மதாபிமான சங்கத்தார்

மண்ணுலகின் மீதினிலே எக்காலும்
அமரரைப் போல் மடிவில் லாமல்
திண்ணமுற வாழ்ந்திடலாம், அதற்குரிய
உபாயமிங்கு செப்பக் கேளீர்!
நண்ணியெலாப் பொருளினிலும் உட்பொருளாய்ச்
செய்கையெலாம் நடத்தும் வீறாய்த்
திண்ணியநல் லறிவொளியாய்த் திகழுமொரு
பரம்பொருளை அகத்தில் சேர்த்து, 1

செய்கையெலாம் அதன்செய்கை, நினைவெல்லாம்
அதன்நினைவு, தெய்வ மேநாம்
உய்கையுற நாமாகி நமக்குள்ளே
யொளிர்வ தென உறுதி கொண்டு,
பொய், கயமை, சினம், சோம்பர், கவலை, மயல்,
வீண் விருப்பம், புழுக்கம், அச்சம்,
ஐயமெனும் பேயையெலாம் ஞானமெனும்
வாளாலே அறுத்துத் தள்ளி. 2

எப்போதும் ஆனந்தச் சுடர் நிலையில்
வாழ்ந்துயிர்கட் கினிது செய்வோர்,
தப்பாதே இவ்வுலகில் அமரநிலை
பெற்றிடுவார்; சதுர்வே தங்கள்
மெய்ப்பான சாத்திரங்கள் எனுமிவற்றால்
இவ்வுண்மை விளங்கக் கூறும்
துப்பான மதத்தினையே ஹிந்துமத
மெனப்புவியோர் சொல்லு வாரே. 3

அருமையுறு பொருளிலெலாம் மிக அரிதாய்த்
தனைச்சாரும் அன்பர்க் கிங்கு
பெருமையுறு வாழ்வளிக்கும் நற்றுணையாம்
ஹிந்துமதப் பெற்றி தன்னைக்
கருதியதன் சொற்படி யிங் கொழுகாத
மக்களெலாம் கவலை யென்னும்
ஒருநரகக் குழியதனில் வீழ்ந்துதவித்
தழிகின்றார் ஓய்வி லாமே. 4

இத்தகைய துயர்நீக்கிக் கிருதயுகந்
தனையுலகில் இசைக்க வல்ல,
புத்தமுதாம் ஹிந்துமதப் பெருமைதனைப்
பாரறியப் புகட்டும் வண்ணம்;
தத்துபுகழ் வளப்பாண்டி நாட்டினிற்
காரைக்குடியூர் தனிலே சால
உத்தமராந் தனவணிகர் குலத்துதித்த
இளைஞர்பலர், ஊக்கம் மிக்கார். 5

உண்மையே தாரகமென் றுணர்ந்திட்டார்,
    அன்பொன்றே உறுதி யென்பார்,
வண்மையே குலதர்ம மெனக்கொண்டார்
    தொண்டொன்றே வழியாக் கண்டார்;
ஒண்மையுயர் கடவுளிடத் தன்புடையார்;
    அவ்வன்பின் ஊற்றத்தாலே
திண்மையுறும் ஹிந்துமத அபிமான
    சங்கமொன்று சேர்த்திட்டாரே.   6

பலநூல்கள் பதிப்பித்தும், பல பெரியோர்
    பிரசங்கம் பண்ணு வித்தும்
நலமுடைய கலாசாலை புத்தகசா
    லைபலவும் நாட்டி யுந்தம்
குலமுயர நகருயர நாடுயர
    உழைக்கின்றார், கோடி மேன்மை
நிலவுறஇச் சங்கத்தார் பல்லூழி
    வாழ்ந்தொளிர்க, நிலத்தின் மீதே!   7

35. வேல்ஸ் இளவரசருக்கு நல்வரவு

ஆசிரியப்பா

வருக செல்வ! வாழ்கமன் நீயே!
வடமேற் றிசைக்கண் மாபெருந் தொலையினோர்
பொற்சிறு தீவகப் புரவலன் பயந்த
நற்றவப் புதல்வ! நல்வர வுனதே!
மேதக நீயும்நின் காதலங் கிளியும்   5

என்றனைக் காணுமா றித்தனை காதம்
வந்தனிர்! வாழ்திர்! என் மனம்மகிழ்ந் ததுவே
செல்வகேள்! என்னரும் சேய்களை நின்னுடை
முன்னோர் ஆட்சி தொடங்குறூஉம் முன்னர்
நெஞ்செலாம் புண்ணாய் நின்றனன் யாஅன்.   10

ஆயிர வருடம் அன்பிலா அந்நியர்
ஆட்சியின் விளைந்த அல்லல்கள் எண்ணில.
போனதை எண்ணிப் புலம்பியிங் கென்பயன்?
மற்றுன் நாட்டினோர் வந்ததன் பின்னர்,
அகத்தினில் சிலபுண் ஆறுதல் எய்தின.   15

போர்த்தொகை அடங்கிஎன் ஏழைப் புத்திரர்
அமைதிபெற் றுய்வ ராயினர். எனவே,
பாரத தேவி பழமைபோல் திருவருள்
பொழிதர லுற்றனள், பொருள்செயற் குரிய
தொழிற்கணம் பலப்பல தோன்றின, பின்னும்   20

கொடுமதப் பாவிகள் குறும்பெலாம் அகன்றன.
யாற்றினிற் பெண்களை எறிவதூஉம், இரதத்
துருளையிற் பாலரை உயிருடன் மாய்த்தலும்,
பெண்டிரைக் கணவர்தம் பிணத்துடன் எரித்தலும்,
எனப்பல தீமைகள் இறந்துபட் டனவால்.   25

மேற்றிசை இருளினை வெருட்டிய ஞான
ஒண்பெருங் கதிரின் ஓரிரு கிரணம் என்
பாலரின் மீது படுதலுற் றனவே.
ஆயினும் என்னை? ஆயிரங் கோடி
தொல்லைகள் இன்னும் தொலைந்தன வில்லை.   30

நல்குர வாதி நவமாம் தொல்லைகள்
ஆயிரம் எனைவந் தடைந்துள நுமரால்
எனினுமிங் கிவையெலாம் இறைவன் அருளால்
நீங்குவ வன்றி நிலைப்பன வல்ல.
நோயெலாந் தவிர்ப்பான் நுமரே எனக்கு.   35

மருத்துவ ராக வந்தனர் என்பதூஉம்
பொய்யிலை. ஆதலிற் புகழ்பெறும் ஆங்கில
நாட்டின ரென்றும் நலமுற வாழ்கவே!
என்னருஞ் சேய்களும் இவரும்நட் பெய்தி
இருபான் மையர்க்கும் இன்னலொன் றின்றி   40

ஒருவரை யொருவர் ஒறுத்திட லிலாது,
செவ்விதின் வாழ்க! அச் சீர்மிகு சாதியின்
இறைவனாம் உந்தை இன்பொடு வாழ்க!
வாழ்க நீ! வாழ்கநின் மனமெனும் இனிய
வேரிமென் மலர்வாழ் மேரிநல் லன்னம்!
மற்றென் சேய்கள் வாழிய! வாழிய!

5. சுய சரிதை

36. கனவு

"பொய்யாய்ப் பழங்கதையாய்க் கனவாய்
மெல்லப் போனதுவே".

—பட்டினத்துப் பிள்ளை

முன்னுரை

வாழ்வு முற்றும் கனவெனக் கூறிய
    மறைவ லோர்தம் உரைபிழை யன்றுகாண்;
தாழ்வு பெற்ற புவித்தலக் கோலங்கள்
    சரத மன்றெனல் யானும் அறிகுவேன்;
பாழ்க டந்த பரநிலை யென்றவர்
    பகரும் அந்நிலை பார்த்திலன் பார்மிசை
ஊழ்க டந்து வருவதும் ஒன்றுண்டோ?
    உண்மை தன்னிலோர் பாதி யுணர்ந்திட்டேன்.   1

மாயை பொய்யெனல் முற்றிலும் கண்டனன்;
    மற்றும் இந்தப் பிரமத் தியல்பினை
ஆய நல்லருள் பெற்றிலன்; தன்னுடை
    அறிவி னுக்குப் புலப்பட லின்றியே
தேய மீதெவ ரோசொலுஞ் சொல்லினைச்
    செம்மை யென்று மனத்திடைக் கொள்வதாம்
தீயபக்தி யியற்கையும் வாய்ந்திலேன்;
    சிறிது காலம் பொறுத்தினுங் காண்பமே.   2

உலகெ லாமொர் பெருங்கன வஃதுளே
    உண்டு றங்கியி டர்செய்து செத்திடும்
கலக மானிடப் பூச்சிகள் வாழ்க்கையோர்
    கனவி னுங்கன வாகும்; இதனிடை

சிலதி னங்கள் உயிர்க்கமு தாகியே
செப்பு தற்கரி தாகம யக்குமால்;
திலத வாணுத லார்தரு மையலாந்
தெய்வி கக்கன வன்னது வாழ்கவே. 3

ஆண்டோர் பத்தினில் ஆடியும் ஓடியும்
ஆறு குட்டையின் நீச்சினும் பேச்சினும்
ஈண்டு பன்மரத் தேறியி றங்கியும்
என்னொ டொத்த சிறியர் இருப்பரால்;
வேண்டு தந்தை விதிப்பினுக் கஞ்சியான்
வீதி யாட்டங்க ளேதினுங் கூடிலேன்.
தூண்டு நூற்கணத் தோடு தனியனாய்த்
தோழ மைபிறி தின்றி வருந்தினேன். 4

பிள்ளைக் காதல்

அன்ன போழ்தினி லுற்ற கனவினை
அந்த மிழ்ச்சொலில் எவ்வணம் சொல்லுகேன்?
சொன்ன தீங்கன வங்குத் துயிலிடைத்
தோய்ந்த தன்று, நனவிடைத் தோய்ந்ததால்;
மென்ன டைக்கனி யின்சொற் கருவிழி
மேனி யெங்கும் நறுமலர் வீசிய
கன்னி யென்றுறு தெய்வத மொன்றனைக்
கண்டு காதல் வெறியிற் கலந்தனன். 5

'ஒன்ப தாயபி ராயத்த ளென்விழிக்
கோது காதைச் சகுந்தலை யொத்தனள்'
என்ப தார்க்கும் வியப்பினை நல்குமால்
என்செய் கேன்? பழி யென்மிசை யுண்டுகொல்?
அன்பெ னும்பெரு வெள்ளம் இழுக்குமேல்
அதனை யாவர் பிழைத்திட வல்லரே?
முன்பு மாமுனி வோர்தமை வென்றவில்
முன்ன ரேழைக் குழந்தையென் செய்வனே? 6

வயது முற்றிய பின்னுறு காதலே
    மாசு டுடைத்தது தெய்விக மன்றுகாண்;
இயலு புன்மை யுடலினுக் கின்பெனும்
    எண்ண முஞ்சிறி தேற்றதக் காதலாம்;
நயமி குந்தனி மாதை மாமணம்
    நண்ணு பாலர் தமக்குரித் தாமன்றோ?
கயல்வி ழிச்சிறு மானினைக் காணநான்
    காம னம்புகள் என்னுயிர் கண்டவே.   7

கனகன் மைந்தன் குமர குருபரன்
    கனியும் ஞானசம் பந்தன் துருவன்மற்
றெனையர் பாலர் கடவுளர் மீதுதாம்
    எண்ணில் பக்திகொண் டின்னுயிர் வாட்டினோர்
மனதி லேபிறந் தோன்மன முண்ணுவோன்
    மதன தேவனுக் கென்னுயிர் நல்கினன்;
முனமு ரைத்தவர் வான்புகழ் பெற்றனர்;
    மூட னேன்பெற்ற தோதுவன் பின்னரே.   8

நீரெ டுத்து வருதற் கவள்மணி
    நித்தி லப்புன் னகைசுடர் வீசிடப்
போரெ டுத்து வருமதன் முன்செலப்
    போகும் வேளை யதற்குத் தினந்தொறும்
வேரெ டுத்துச் சுதந்திர நற்பயிர்
    வீழ்ந்தி டச்செய்தல் வேண்டிய மன்னர்தம்
சீரெ டுத்த புலையுயிர்ச் சாரர்கள்
    தேச பக்தர் வரவினைக் காத்தல்போல்,   9

காத்தி ருந்தவள் போம்வழி முற்றிலும்
    கண்கள் பின்னழ கார்ந்து களித்திட
யாத்த தேருரு ளைப்படு மேழைதான்
    யாண்டு தேர்செலு மாங்கிழுப் புற்றெனக்
கோத்த சிந்தையோ டேகி யதில்மகிழ்
    கொண்டு நாட்கள் பலகழித் திட்டனன்;
பூத்த ஜோதி வதனம் திரும்புமேல்
    புலன ழிந்தொரு புத்துயி ரெய்துவேன்.   10

புலங்க ளோடு கரணமும் ஆவியும்
போந்து நின்ற விருப்புடன் மானிடன்
நலங்க ளேது விரும்புவன் அங்கவை
நண்ணு றப்பெ றல் திண்ணம தாமென,
இலங்கு நூலுணர் ஞானியர் கூறுவர்;
யானும் மற்றது மெய்யெனத் தேர்ந்துளேன்
விலங்கி யற்கை யிலையெனில் யாமெலாம்
விரும்பு மட்டினில் விண்ணுற லாகுமே. 11

சூழு மாய வுலகினிற் காணுறுந்
தோற்றம் யாவையும் மானத மாகுமால்;
ஆழு நெஞ்சகத் தாசையின் றுள்ளதேல்,
அதனு டைப்பொருள் நாளை விளைந்திடும்.
தாழு முள்ளத்தர், சோர்வினர், ஆடுபோல்
தாவித் தாவிப் பலபொருள் நாடுவோர்,
வீழு மோரிடை யூற்றினக் கஞ்சுவோர்,
விரும்பும் யாவும் பெறாரிவர் தாமன்றே 12

விதியை நோவர், தம் நண்பரைத் தூற்றுவர்,
வெகுளி பொங்கிப் பகைவரை நிந்திப்பர்,
சதிகள் செய்வர், பொய்ச் சாத்திரம் பேசுவர்
சாத கங்கள் புரட்டுவர் பொய்மைசேர்
மதியி னிற்புலை நாத்திகங் கூறுவர்
மாய்ந்தி டாத நிறைந்த விருப்பமே
கதிகள் யாவும் தருமென லோர்ந்திடார்;
கண்ணி லாதவர் போலத் திகைப்பர்காண். 13

கன்னி மீதுறு காதலின் ஏழையேன்
கவலை யுற்றனன் கோடியென் சொல்லுகேன்?
பன்னி யாயிரங் கூறினும், பக்தியின்
பான்மை நன்கு பகர்ந்திட லாகுமோ?
முன்னி வான்கொம்பிற் றேனுக் குழன்றதோர்
முடவன் கால்கள் முழுமைகொண் டாலென
என்னி யன்றுமற் றெங்ஙனம் வாய்ந்ததோ?
என்னி டத்தவள் இங்கிதம் பூண்டதே! 14

காத லென்பதும் ஓர்வயின் நிற்குமேல்,
    கடலில் வந்த கடுவினை யொக்குமால்;
ஏத மின்றி யிருபுடைத் தாமெனில்
    இன்னமிர்தும் இணைசொல லாகுமோ?
ஓதொ ணாத பெருந்தவம் கூடினோர்
    உம்பர் வாழ்வினை யெள்ளிடும் வாழ்வினோர்
மாத ரார்மிசை தாமுறுங் காதலை
    மற்ற வர்தரப் பெற்றிடு மாந்தரே!   15

மொய்க்கும் மேகத்தின் வாடிய மாமதி
    மூடு வெம்பனிக் கீழுறு மென்மலர்,
கைக்கும் வேம்பு கலந்திடு செய்யபால்,
    காட்சி யற்ற கவினுறு நீள்விழி.
பொய்க்கி ளைத்து வருந்திய மெய்யரோ,
    பொன்ன னாரருள் பூண்டில ராமெனில்
கைக்கி ளைப்பெயர் கொண்ட பெருந்துயர்க்
    காத லஃது கருதவுந் தீயதால்.   16

தேவர் மன்னன் மிடிமையைப் பாடல்போல்
    தீய கைக்கிளை யானெவன் பாடுதல்?
ஆவல் கொண்ட அரும்பெறற் கன்னிதான்
    அன்பெ னக்கங் களித்திட லாயினள்;
பாவம் தீமை, பழியெதுந் தேர்ந்திடோம்,
    பண்டைத் தேவயுகத்து மனிதர்போல்,
காவல் கட்டு விதிவழக் கென்றிடுங்
    கயவர் செய்திக ளேதும், அறிந்திலோம்.   17

கான கத்தில் இரண்டு பறவைகள்
    காத லுற்றது போலவும், ஆங்ஙனே
வான கத்தில் இயக்க ரியக்கியர்
    மையல் கொண்டு மயங்குதல் போலவும்,

ஊன கத்த துவட்டுறும் அன்புதான்
 ஒன்று மின்றி உயிர்களில் ஒன்றியே
தேன கத்த மணிமொழி யாளொடு
 தெய்வ நாட்கள் சிலகழித் தேனரோ?   18

ஆதி ரைத்திரு நாளொன்றிற் சங்கரன்
 ஆலயத்தொரு மண்டபந்த தன்னில்யான்
சோதி மானொடு தன்னந் தனியனாய்ச்
 சொற்க ளாடி யிருப்ப, மற் றங்கவள்
பாதி பேசி மறைந்துபின் தோன்றித்தன்
 பங்க யக்கையில் மைகொணர்ந்தே, 'ஒரு
சேதி! 'நெற்றியில் பொட்டுவைப் பேன்' என்றாள்;
 திலத மிட்டனள்; செய்கை யழிந்தனன்.   19

என்னை யின்றெனக் கைந்து பிராயத்தில்
 ஏங்க விட்டுவிண் ணெய்திய தாய்தனை
முன்னை யீன்றவன், செந்தமிழ்ச் செய்யுளால்
 மூன்று போழ்துஞ் சிவனடி யேத்துவோன்,
அன்ன வன்தவப் பூசனை தீர்ந்தபின்
 அருச்ச னைப்படு தேமலர் கொண்டுயான்
பொன்னை யென்னுயிர் தன்னை யணுகலும்
 பூவை புன்னகை நன்மலர் பூப்பள் காண்.   20

ஆங்கிலப் பயிற்சி

நெல்லையூர் சென்றவ் வூணர் கலைத்திறன்
 நேரு மாறெனை எந்தை பணித்தனன்;
புல்லை யுண்கென வாளரிச் சேயினைப்
 போக்கல் போலவும் ஊன்விலை வாணிகம்

நல்ல தென்றொரு பார்ப்பனப் பிள்ளையை
நாடு விப்பது போலவும், எந்தைதான்
அல்லல் மிக்கதோர் மண்படு கல்வியை
ஆரி யர்க்கிங் கருவருப் பாவதை. 21

நரியு யிர்ச்சிறு சேவகர், தாதர்கள்,
நாயென னத்திரி யொற்றர் உணவினைப்
பெரிதெ னக்கொடு தம்முயிர் விற்றிடும்
பேடி யர், பிறர்க் கிச்சகம் பேசுவோர்,
கருது மிவ்வகை மாக்கள் பயின்றிடுங்
கலைப யில்கென என்னை விடுத்தனன்.
அருமை மிக்க மயிலைப் பிரிந்துமிவ்
அற்பர் கல்வியின் நெஞ்சுபொ ருந்துமோ? 22

கணிதம் பன்னிரண் டாண்டு பயில்வர்,பின்
கார்கொள் வானிலோர் மீனிலை தேர்ந்திலார்;
அணிசெய் காவியம் ஆயிரங் கற்கினும்
ஆழ்ந்தி ருக்கும் கவியுளம் காண்கிலார்;
வணிக மும்பொருள் நூலும் பிதற்றுவார்;
வாழு நாட்டிற் பொருள்கெடல் கேட்டிலார்
துணியு மாயிரஞ் சாத்திர நாமங்கள்
சொல்லு வாரெட் டுணைப்பயன் கண்டிலார். 23

கம்ப னென்றொரு மானிடன் வாழ்ந்ததும்,
காளி தாசன் கவிதைபு னைந்ததும்,
உம்பர் வானத்துக் கோளையும் மீனையும்
ஓர்ந்த ளந்ததோர் பாஸ்கரன் மாட்சியும்,
நம்ப ருந்திற லோடொரு பாணினி
ஞால மீதில் இலக்கணங் கண்டதும்,
இம்பர் வாழ்வின் இறுதிகண் டுண்மையின்
இயல்பு ணர்த்திய சங்கரன் ஏற்றமும், 24

சேரன் தம்பி சிலம்மை இசைத்ததும்,
தெய்வ வள்ளுவன் வான்மறை செய்ததும்,
பாரில் நல்லிசைப் பாண்டிய சோழர்கள்
பார ளித்ததும் தர்மம் வளர்த்ததும்,
பேர ருட்சுடர் வாள்கொண் டசோகனார்
பிழைப டாது புவித்தலங் காத்ததும்,
வீரர் வாழ்த்த மிலேச்சர்தந் தீயகோல்
வீழ்த்தி வென்ற சிவாஜியின் வெற்றியும். 25

அன்ன யாவும் அறிந்திலர் பாரதத்
தாங்கி லம்பயில் பள்ளியுட் போகுநர்;
முன்னர் நாடு திகழ்ந்த பெருமையும்
மூண்டி ருக்குமிந் நாளின் இகழ்ச்சியும்
பின்னர் நாடுறு பெற்றியுந் தேர்கிலார்
பேடிக் கல்வி பயின்றுழல் பித்தர்கள்;
என்ன கூறிமற் றெங்ஙன் உணர்த்துவேன்
இங்கி வர்க்கென துள்ளம் எரிவதே! 26

சூதி லாத வுளத்தினன் எந்தைதான்
சூழ்ந்தெ னக்கு நலஞ்செயல் நாடியே
ஏதி லார்தருங் கல்விப் படுகுழி
ஏறி யுய்தற் கரிய கொடும்பிலம்
தீதி யன்ற மயக்கமும் ஐயமும்
செய்கை யாவினு மேயசி ரத்தையும்
வாதும் பொய்மையும் என்றவி லங்கினம்
வாழும் வெங்குகைக் கென்னை வழங்கினன் 27

ஐய ரென்றும் துரையென்றும் மற்றெனக்
காங்கி லக்கலை யென்றொன் றுணர்த்திய
பொய்ய ருக்கிது கூறுவன் கேட்பிரேல்;
பொழுதெ லாமுங்கள் பாடத்தில் போக்கிநான்

மெய்ய யர்ந்து விழிகுழி வெய்திட
வீறி ழந்தென துள்ளம்நொய் தாகிட
ஐயம் விஞ்சிச் சுதந்திரம் நீங்கியென்
அறிவு வாரித் துரும்பென் றலைந்ததால். 28

செலவு தந்தைக்கோ ராயிரஞ் சென்றது;
தீதெ னக்குப்பல் லாயிரஞ் சேர்ந்தன;
நலமொ ரெட்டுணை யுங்கண்டி லேனிதை
நாற்ப தாயிரங் கோயிலிற் சொல்லுவேன்!
சிலமுன் செய்நல் வினைப்பய னாலும்நந்
தேவி பாரதத் தன்னை யருளினும்
அலைவு றுத்துநும் பேரிருள் வீழ்ந்துநான்
அழிந்தி டாதொரு வாறுபி ழைத்ததே! 29

மணம்

நினைக்க நெஞ்ச முருகும்; பிறர்க்கிதை
நிகழ்த்த நாநனி கூசும தன்றியே
எனைத்திங் கெண்ணி வருந்தியும் இவ்விடர்
யாங்ஙன் மாற்றுவ தென்பதும் ஓர்ந்திலம்;
அனைத்தொர் செய்திமற் றேதெனிற் கூறுவேன்;
அம்ம! மாக்கள் மணமெனுஞ் செய்தியே.
வினைத்தொ டர்களில் மானுட வாழ்க்கையுள்
மேவு மிம்மணம் போற்பிறி தின்றரோ! 30

வீடு றாவணம் யாப்பதை வீடென்பார்;
மிகவி ழிந்த பொருளைப் பொருளென்பார்;
நாடுங் காலொர் மணமற்ற செய்கையை
நல்ல தோர்மண மாமென நாட்டுவார்,
கூடு மாயிற் பிரம சரியங்கொள்;
கூடு கின்றில தென்னிற் பிழைகள்செய்து
ஈட ழிந்து நரக வழிச்செல்வாய்;
யாது செய்யினும் இம்மணம் செய்யல்காண். 31

வசிட்ட ருக்கும் இராமருக்கும் பின்னொரு
வள்ளு வர்க்கும்முன் வாய்த்திட்ட மாதர்போல்
பசித்தொ ராயிரம் ஆண்டு தவஞ்செய்து
பார்க்கி னும்பெறல் சால வரிதுகாண்,
புசிப்ப தும்பரின் நல்லமு தென்றெணிப்
புலையர் விற்றிடும் கள்ளுண லாகுமோ?
அசுத்தர் சொல்வது கேட்கலிர், காளையீர்!
ஆண்மை வேண்டின் மணஞ்செய்தல் ஓம்புமின். 32

வேறு தேயத் தெவரெது செய்யினும்
வீழ்ச்சி பெற்றவிப் பாரத நாட்டினில்
ஊற ழிந்து பிணமென வாழுமிவ்
வூனம் நீக்க விரும்பும் இளையர்தாம்,
கூறு மெந்தத் துயர்கள் விளையினும்
கோடி மக்கள் பழிவந்து சூழினும்
நீறு பட்டவிப் பாழ்ச்செயல் மட்டினும்
நெஞ்சத் தாலும் நினைப்ப தொழிகவே. 33

பால ருந்து மதலையர் தம்மையே
பாத கக்கொடும் பாதகப் பாதகர்
மூலத் தோடுகு லங்கெடல் நாடிய
மூட மூடநிர் மூடப் புலையர்தாம்,
கோல மாக மணத்திடைக் கூட்டுமிக்
கொலையெ னுஞ்செய லொன்றினை யுள்ளவும்
சால வின்னு மோராயிரம் ஆண்டிவர்
தாத ராகி அழிகெனத் தோன்றுமே! 34

ஆங்கொர் கன்னியைப் பத்துப் பிராயத்தில்
ஆழ நெஞ்சிடை யூன்றி வணங்கினன்;
ஈங்கொர் கன்னியைப் பன்னிரண் டாண்டனுள்
எந்தை வந்து மணம்புரி வித்தனன்.

தீங்கு மற்றிதி லுண்டென் றறிந்தவன்
செயலெ திர்க்குந் திறனில னாயினேன்.
ஓங்கு காதற் றழலெவ் வளவென்றன்
உளமெ ரித்துள தென்பதுங் கண்டிலேன். 35

மற்றொர் பெண்ணை மணஞ்செய்த போழ்துமுன்
மாத ராளிடைக் கொண்டதொர் காதல்தான்
நிற்றல் வேண்டு மெனவுளத் தெண்ணிலேன்;
நினைவை யேயிம் மணத்திற் செலுத்திலேன்;
முற்றொ டர்பினில் உண்மை யிருந்ததால்
மூண்ட பின்னதொர் கேளியென் றெண்ணினேன்
கற்றுங் கேட்டும் அறிவு முதிருமுன்
காத லொன்று கடமையொன் றாயின! 36

மதனன் செய்யும் மயக்க மொருவயின்;
மாக்கள் செய்யும் பிணிப்புமற் றோர்வயின்;
இதனிற் பன்னிரண் டாட்டை யிளைஞனுக்
கென்னை வேண்டும் இடர்க்குறு சூழ்ச்சிதான்?
எதனி லேனுங் கடமை விளையுமேல்
எத்து யர்கள் உழன்றுமற் றென்செய்தும்
அதனி லுண்மையோ டார்ந்திடல் சாலுமென்று
அரம்வி திப்பதும் அப்பொழு தோர்ந்திலேன். 37

சாத்தி ரங்கள் கிரியைகள் பூசைகள்
சகுன மந்திரந் தாலி மணியெலாம்
யாத்தெ னைக்கொலை செய்தன ரல்லது
யாது தர்ம முறையெனல் காட்டிலர்,
தீத்தி றன்கொள் அறிவற்ற பொய்ச்செயல்;
செய்து மற்றவை ஞான நெறியென்பர்;
மூத்த வர்வெறும் வேடத்தின் நிற்குங்கால்
மூடப் பிள்ளை அறமெவண் ஓர்வதே? 38

தந்தை வறுமையெய்திடல்

ஈங்கி தற்கிடை யெந்தை பெருந்துயர்
எய்திய நின்றனன், தீய வறுமையான்;
ஓங்கி நின்ற பெருஞ்செல்வம் யாவையும்
ஊணர் செய்த சதியில் இழந்தனன்;
பாங்கில் நின்று புகழ்ச்சிகள் பேசிய
பண்டை நண்பர்கள் கைநெகிழ்த் தேகினர்;
வாங்கி யுய்ந்த கிளைஞரும் தாதரும்
வாழ்வு தேய்ந்தபின் யாது மதிப்பரோ? 39

பார்ப்ப னக்குலங் கெட்டழி வெய்திய
பாழ டைந்த கலியுக மாதலால்,
வேர்ப்ப வேர்ப்பப் பொருள்செய்வ தொன்றையே
மேன்மை கொண்ட தொழிலெனக் கொண்டனன்;
ஆர்ப்பு மிஞ்சப் பலபல வாணிகம்
ஆற்றி மிக்க பொருள்செய்து வாழ்ந்தனன்;
நீர்ப்ப டுஞ்சிறு புற்புத மாமது
நீங்க வேயுளங் குன்றித் தளர்ந்தனன். 40

தீய மாய வுலகிடை யொன்றினில்
சிந்தை செய்து விடாயுறுங் காலதை
வாய டங்க மென்மேலும் பருகினும்
மாயத் தாகம் தவிர்வது கண்டிலம்;
நேய முற்றது வந்து மிகமிக
நித்த லும்மதற் காசை வளருமால்
காய முள்ள வரையுங் கிடைப்பினும்
கயவர் மாய்வது காய்ந்த உளங்கொண்டே. 41

'ஆசைக் கோரள வில்லை விடயத்துள்
ஆழ்ந்த பின்னங் கமைதியுண்டாமென
மோசம் போகலிர்' என்றிடித் தோதிய
மோனி தாளிணை முப்பொழு தேத்துவாம்

தேசத் தார்புகழ் நுண்ணறி வோடுதான்
　　திண்மை விஞ்சிய நெஞ்சின னாயினும்
நாசக் காசினில் ஆசையை நாட்டினன்
　　நல்லன் எந்தை துயர்க்கடல் வீழ்ந்தனன். 42

பொருட் பெருமை

"பொருளி லார்க்கிலை யிவ்வுல" கென் றநம்
　　புலவர் தம்மொழி பொய்ம்மொழி யன்றுகாண்;
பொருளி லார்க்கின மில்லை துணையிலை,
　　பொழுதெ லாமிடர் வெள்ளம்வந் தெற்றுமால்,
பொருளி லார்பொருள் செய்தல் முதற்கடன்;
　　போற்றிக் காசினுக் கேங்கி யுயிர்விடும்
மருளர் தம்மிசை யேபழி கூறுவன்;
　　மாமகட் கிங்கொர் ஊன முரைத்திலன். 43

அறமொன் றேதரும் மெய்யின்பம் என்றநல்
　　லறிஞர் தம்மை அனுதினம் போற்றுவேன்;
பிறவி ரும்பி உலகினில் யான்பட்ட
　　பீழை எத்தனை கோடி! நினைக்கவும்
திறன ழிந்தென் மனமுடை வெய்துமால்.
　　தேசத் துள்ள இளைஞர் அறிமினோ!
அறமொன் றேதரும் மெய்யின்பம்; ஆதலால்
　　அறனை யேதுணை யென்றுகொண் டுய்திரால் 44

வெய்ய கர்மப் பயன்களின் நொந்துதான்
　　மெய்யு ணர்ந்திட லாகு மென்றாக்கிய
தெய்வ மேயிது நீதி யெனினும்நின்
　　திருவ ருட்குப் பொருந்திய தாகுமோ?
ஐய கோ! சிறி துண்மை விளங்குமுன்,
　　ஆவி நையத் துயருறல் வேண்டுமே!
பையப் பையவோர் ஆமைகுன் றேறல்போல்
　　பாருளோர் உண்மை கண்டிவண் உய்வரால். 45

தந்தை போயினன் பாழ்மிடி சூழ்ந்தது;
    தரணி மீதினில் அஞ்சலென் பாரிலர்;
சிந்தை யில்தெளி வில்லை; உடலினில்
    திறனு மில்லை; உரனுளத் தில்லையால்;
மந்தர் பாற்பொருள் போக்கிப் பயின் றதாம்
    மடமைக் கல்வியில் மண்ணும் பயனிலை.
எந்த மார்க்கமும் தோற்றில தென்செய்கேன்?
    ஏன்பி றந்தனன் இத்துயர் நாட்டிலே? 46

முடிவுரை

உலகெ லாமோர் பெருங்கன வஃதுளே
    உண்டு றங்கி இடர்செய்து செத்திடும்
கலக மானிடப் பூச்சிகள் வாழ்க்கையோர்
    கனவி னுங்கன வாகும்; இதற்குநான்
பலநி னைந்து வருந்தியிங் கென்பயன்?
    பண்டு போனதை எண்ணி யென்னாவது?
சிலதி னங்கள் இருந்து மறைவதில்
    சிந்தை செய்தெவன் செத்திடு வானடா! 47

ஞான முந்துற வும்பெற் றிலாதவர்
    நானி லத்துத் துயரன்றிக் காண்கிலர்;
போன தற்கு வருந்திலன் மெய்த்தவப்
    புலமை யோனது வானத் தொளிருமோர்
மீனை நாடி வளைத்திடத் தூண்டிலை
    வீச லொக்கு மெனலை மறக்கிலேன்;
ஆன தாவ தனைத்தையுஞ் செய்வதோர்
    அன்னை யே! இனி யேனும் அருள்வையால்.

வேறு

அறிவிலே தெளிவு, நெஞ்சிலே உறுதி,
    அகத்திலே அன்பினோர் வெள்ளம்,
பொறிகளின் மீது தனியரச சாணை,
    பொழுதெலாம் நினது பே ரருளின்

நெறியிலே நாட்டம், கரும யோகத்தில்
 நிலைத்திடல் என்றிவை யருளாய்,
குறிகுண மேதும் இல்லதாய் அனைத்தாய்க்
 குலவிடு தனிப்பரம் பொருளே!

37. பாரதி அறுபத்தாறு

முதற் காண்டம்
கடவுள் வாழ்த்து–பராசக்தி துதி

எனக்கு முன்னே சித்தர்பலர் இருந்தாரப்பா!
 யானும் வந்தேன் ஒருசித்தன் இந்தநாட்டில்;
மனத்தினிலே நின்றிதனை எழுதுகின்றாள்
 மனோன் மணியென் மாசக்தி வையத்தேவி;
தின த்தினிலே புதிதாகப் பூத்து நிற்கும்
 செய்யமணித் தாமரை நேர் முகத்தாள்; காதல்
வனத்தினிலே தன்னையொரு மலரைப் போலும்
 வண்டினைப்போல் எனையுமுரு மாற்றி விட்டாள்.
                                                                          1

தீராத காலமெலாம் தானும் நிற்பாள்
 தெவிட்டாத இன்னமுதின் செவ்வி தழ்ச்சி,
நீராகக் கனலாக வானாக் காற்றா
 நிலமாக வடிவெடுத்தாள்; நிலத்தின் மீது
போராக நோயாக மரண மாகப்
 போந்திதனை யழித்திடுவாள்; புணர்ச்சி கொண்டால்
நேராக மோனமஹா னந்த வாழ்வை
 நிலத்தின்மிசை அளித்தமரத் தன்மை ஈவாள்.   2

மாகாளி பராசக்தி உமையாள் அன்னை
 வைரவிகங் காளிமனோன் மணிமா மாயி,
பாகார்ந்த தேமொழியாள், படருஞ் செந்தீ
 பாய்ந்திடுமோர் விழியுடையாள், பரம சக்தி,

ஆகார மளித்திடுவாள், அறிவு தந்தாள்
ஆதிபரா சக்தியென தமிர்தப் பொய்கை,
சோகாட விக்குளெனைப் புகவொட் டாமல்
துய்யசெழுந் தேன்போலே கவிதை சொல்வாள். 3

மரணத்தை வெல்லும் வழி

பொன்னார்ந்த திருவடியைப் போற்றி யிங்கு
புகலுவேன் யானறியும் உண்மை யெல்லாம்;
முன்னோர்கள் எவ்வுயிரும் கடவுள் என்றார்,
முடிவாக அவ்வுரையை நான்மேற் கொண்டேன்;
அன்னோர்கள் உரைத்ததன்றிச் செய்கை யில்லை
அத்வைத நிலைகண்டால் மரணமுண்டோ?
முன்னோர்கள் உரைத்தபல சித்த ரெல்லாம்
முடிந்திட்டார், மடிந்திட்டார், மண்ணாய் விட்டார். 4

பொந்திலே யுள்ளாராம், வனத்தில் எங்கோ
புதர்களிலே யிருப்பாராம், பொதியை மீதே
சந்திலே சவுத்தியிலே நிழலைப் போலே
சற்றேயங் கங்கேதென் படுகின் றாராம்,
நொந்தபுண்ணைக் குத்துவதில் பயனொன் றில்லை
நோவாலே மடிந்திட்டான் புத்தன் கண்டீர்!
அந்தணனாம் சங்கரா சார்யன் மாண்டான்;
அதற்கடுத்த இராமா நுஜனும் போனான்! 5

சிலுவையிலே அடியுண்டு யேசு செத்தான்;
தீயதொரு கணையாலே கண்ணன் மாண்டான்;
பலர்புகழும் இராமனுமே யாற்றில் வீழ்ந்தான்;
பார்மீது நான்சாகா திருப்பேன், காண்பீர்!
மலிவுகண்டீர் இவ்வுண்மை பொய்கூ றேன்யான்,
மடிந்தாலும் பொய்கூறேன் மானுடர்க்கே,
நலிவுமில்லை; சாவுமில்லை, கேளீர், கேளீர்!
நாணத்தைக் கவலையினைச் சினத்தைப் பொய்யை.
6

அசுரர்களின் பெயர்

அச்சத்தை வேட்கைதனை அழித்து விட்டால்
    அப்போது சாவுமங்கே அழிந்து போகும்;
மிச்சத்தைப் பின்சொல்வேன், சினத்தை முன்னே
    வென்றிடுவீர், மேதினியில் மரண மில்லை;
துச்சமெனப் பிறர்பொருளைக் கருதலாலே,
    சூழ்ந்ததெலாம் கடவுளெனச் சுருதி சொல்லும்
நிச்சயமாம் ஞானத்தை மறத்த லாலே,
    நேர்வதே மானுடர்க்குச் சினத்தீ நெஞ்சில்.   7

சினத்தின் கேடு

சினங்கொள்வார் தமைத்தாமே தீயாற் சுட்டுச்
    செத்திடுவா ரொப்பாவார்; சினங்கொள் வார்தாம்
மனங்கொண்டு தங்கழுத்தைத் தாமே வெய்ய
    வாள்கொண்டு கிழித்திடுவார் மானு வாராம்.
தினங்கோடி முறைமனிதர் சினத்தில் வீழ்வார்
    ...   .
சினம்பிறர்மேற் றாங்கொண்டு கவலையாகச்
    செய்ததெணித் துயர்க்கடலில் வீழ்ந்து சாவார்   8

மாகாளி பராசக்தி துணையே வேண்டும்;
    வையகத்தில் எதற்கும்இனிக் கவலை வேண்டா;
சாகாம லிருப்பதுநம் சதுரா லன்று;
    சக்தியரு ளாலன்றோ பிறந்தோம் பார்மேல்?
பாகான தமிழினிலே பொருளைச் சொல்வேன்;
    பாரீர்நீர் கேளீரோ, படைத்தோன் காப்பான்;
வேகாத மனங்கொண்டு களித்து வாழ்வீர்
    மேதினியிலேதுவந்தால் எமக்கென் னென்றே.   9

தேம்பாமை

"வடகோடிங் குயர்ந்தென்னே, சாய்ந்தா லென்னே,
        வான்பிறைக்குத் தென்கோடு" பார்மீ திங்கே
விடமுண்டுஞ் சாகாம லிருக்கக் கற்றால்,
        வேறெதுதான் யாதாயின் எமக்கிங் கென்னே?
திடங்கொண்டு வாழ்ந்திடுவோம், தேம்பல் வேண்டா;
        தேம்புவதில் பயனில்லை, தேம்பித் தேம்பி
இடருற்று மடிந்தவர்கள் கோடி கோடி
        எதற்குமினி அஞ்சாதீர் புவியி லுள்ளீர்!   10

பொறுமையின் பெருமை

திருத்தணிகை மலைமேலே குமார தேவன்
        திருக்கொலுவீற் றிருக்குமதன் பொருளைக் கேளீர்!
திருத்தணிகை யென்பதிங்கு பொறுமை யின்பேர்,
        செந்தமிழ்கண் டீர், பகுதி: 'தணியெ னுஞ்சொல்,
பொருத்தமுறுந் தணிகையினால் புலமை சேரும்,
        'பொறுத்தவரே பூமியினை ஆள்வார்' என்னும்
அருத்தமிக்க பழமொழியும் தமிழிலுண்டாம்
        அவனியிலே பொறையுடையான் அவனே தேவன்.   11

பொறுமையினை அறக்கடவுள் புதல்வனென்னும்
        யுதிட்டிரனும் நெடுநாளிப் புவிமேல் காத்தான்,
இறுதியிலே பொறுமைநெறி தவறிவிட்டான்
        ஆதலாற் போர்புரிந்தான் இளையா ரோடே;
பொறுமையின்றிப் போர்செய்து பரத நாட்டைப்
        போர்க்களத்தே அழித்துவிட்டுப் புவியின் மீது
வறுமையையுங் கலியினையும் நிறுத்தி விட்டு
        மலைமீது சென்றான்பின் வானஞ் சென்றான்.   12

ஆனாலும் புவியின்மிசை உயிர்க ளெல்லாம்
        அநியாய மரணமெய்தல் கொடுமை யன்றோ?
தேனான உயிரைவிட்டுச் சாகலாமோ?
        செத்திடற்குக் காரணந்தான் யாதென் பீரேல்,

கோனாகிச் சாத்திரத்தை யாளு மாண்பார்
ஜகதீச சந்த்ரவஸு கூறுகின்றான்;
(ஞானானு பவத்திலிது முடிவாங் கண்டீர்!)
"நாடியிலே அதிர்ச்சியினால் மரணம்" என்றான். 13

கோபத்தால் நாடியிலே அதிர்ச்சி யுண்டாம்;
கொடுங்கோபம் பேரதிர்ச்சி: சிறிய கோபம்
ஆபத்தாம், அதிர்ச்சியிலே சிறிய தாகும்;
அச்சத்தால் நாடியெலாம் அவிந்து போகும்;
தாபத்தால் நாடியெலாம் சிதைந்து போகும்.
கவலையினால் நாடியெலாம் தழலாய் வேகும்;
கோபத்தை வென்றிடலே பிறவற் றைத்தான்
கொல்வதற்கு வழியெனநான் குறித்திட் டேனே. 14

கடவுள் எங்கே இருக்கிறார்?

சொல்லடா! ஹரியென்ற கடவுள் எங்கே?
சொல்" லென்று ஹிரணியன் தான் உறுமிக் கேட்க,
நல்லதொரு மகன்சொல்வான்;- தூணி லுள்ளான்
நாரா யணன்துரும்பி லுள்ளான்" என்றான்.
வல்லபெருங் கடவுளிலா அணுவொன் றில்லை,
மஹாசக்தி யில்லாத வஸ்து வில்லை,
அல்லலில்லை அல்லலில்லை அல்ல லில்லை;
அனைத்துமே தெய்வமென்றால் அல்ல லுண்டோ? 15

கேளப்பா, சீடனே! கழுதை யொன்றைக்
"கீழான" பன்றியினைத் தேளைக் கண்டு
தாளைப்பார்த் திருகரமுஞ் சிரமேற் கூப்பிச்
சங்கரசங் கரவென்று பணிதல் வேண்டும்;
கூளத்தை மலத்தினையும் வணங்கல் வேண்டும்;
கூடிநின்ற பொருளனைத்தின் கூட்டம் தெய்வம்.
மீளத்தான் இதைத்தெளிவா விரித்துச் சொல்வேன்;
விண்மட்டும் கடவுளன்று மண்ணும் அஃதே. 16

சுத்தஅறி வேசிவமென் றுரைத்தார் மேலோர்
  சுத்தமண்ணும் சிவமென்றே உரைக்கும் வேதம்;
வித்தகனாம் குருசிவமென் றுரைத்தார் மேலோர்,
  வித்தையிலாப் புலையனு மஃதென்னும் வேதம்;
பித்தரே அனைத்துயிருங் கடவுளென்று
  பேசுவது மெய்யானால் பெண்டி ரென்றும்
நித்தநும தருகினிலே குழந்தை யென்றும்
  நிற்பனவுந் தெய்வமன்றோ நிகழ்த்து வீரே?   17

உயிர்களெல்லாம் தெய்வமன்றிப் பிறவொன் றில்லை;
  ஊர்வனவும் பறப்பனவும் நேரே தெய்வம்;
பயிலுமுயிர் வகைமட்டு மன்றி யிங்குப்
  பார்க்கின்ற பொருளெல்லாம் தெய்வம் கண்டீர்;
வெயிலளிக்கும் இரவி, மதி, விண்மீன், மேகம்
  மேலுமிங்குப் பலபலவாம் தோற்றங் கொண்டே
இயலுகின்ற ஜடப்பொருள்கள் அனைத்தும் தெய்வம்;
  எழுதுகோல் தெய்வமிந்த எழுத்தும் தெய்வம்.   18

குருக்கள் ஸ்துதி (குள்ளச்சாமி புகழ்)

ஞானகுரு தேசிகனைப் போற்று கின்றேன்;
  நாடனைத்துந் தானாவான் நலிவி லாதான்;
மோனகுரு திருவருளால் பிறப்பு மாறி
  முற்றிலும்நாம் அமரநிலை சூழ்ந்து விட்டோம்;
தேனனைய பராசக்தி திறத்தைக் காட்டிச்
  சித்தினியல் காட்டிமனத் தெளிவு தந்தான்;
வானகத்தை இவ்வுலகி லிருந்து தீண்டும்
  வகையுணர்த்திக் காத்தபிரான் பதங்கள் போற்றி!

19

எப்போதும் குருசரணம் நினைவாய், நெஞ்சே!
  எம்பெருமான் சிதம்பரதே சிகன்தான் எண்ணாய்!
முப்பாழுங் கடந்தபெரு வெளியைக் கண்டான்,
  முக்தியெனும் வானகத்தே பரிதி யாவான்,

தப்பாத சாந்தநிலை அளித்த கோமான்,
    தவம்நிறைந்த மாங்கொட்டைச் சாமித் தேவன்.
குப்பாய ஞானத்தால் மரண மென்ற
    குளிர்நீக்கி யெனைக்காத்தான், குமார தேவன்;   20

தேசத்தார் இவன்பெயரைக் குள்ளச் சாமி
    தேவர்பிரான் என்றுரைப்பார்; தெளிந்த ஞானி
பாசத்தை அறுத்துவிட்டான், பயத்தைச் சுட்டான்;
    பாவனையால் பரவெளிக்கு மேலே தொட்டான்;
நாசத்தை அழித்துவிட்டான்; யமனைக் கொன்றான்;
    ஞானகங்கை தலைமுடிமீ தேந்தி நின்றான்;
ஆசையெனும் கொடிக்கொருகாழ் மரமே போன்றான்;
    ஆதியவன் சுடர்ப்பாதம் புகழ்கின் றேனே.   21

வாயினால் சொல்லிடவும் அடங்கா தப்பா;
    வரிசையுடன் எழுதிவைக்க வகையும் இல்லை.
ஞாயிற்றைச் சங்கிலியால் அளக்க லாமோ?
    ஞானகுரு புகழினைநாம் வகுக்க லாமோ?
ஆயிர நூல் எழுதிடினும் முடிவு றாதாம்
    ஐயனவன் பெருமையைநான் சுருக்கிச் சொல்வேன்;
காயகற்பஞ் செய்துவிட்டான்; அவன்வாழ் நாளைக்
    கணக்கிட்டு வயதுரைப்பார் யாரும் இல்லை.   22

குரு தரிசனம்

அன்றொருநாட் புதுவைநகர் தனிலே கீர்த்தி
    அடைக்கலஞ்சேர் ஈசுவரன் தர்ம ராஜா
என்றபெயர் வீதியிலோர் சிறிய வீட்டில்,
    இராஜாரா மையனென்ற நாகைப் பார்ப்பான்
முன்தனது பிதாதமிழில் உபநி டத்தை
    மொழிபெயர்த்து வைத்ததனைத் திருத்தச் சொல்லி
என்தனைவேண் டிக்கொள்ள யான்சென்றாங்கண்
    இருக்கையிலே அங்குவந்தான் குள்ளச் சாமி.   23

அப்போது நான் குள்ளச் சாமி கையை
அன்புடனே பற்றியிது பேச லுற்றேன்;
அப்பனே! தேசிகனே! ஞானி என்பார்.
அவனியிலே சிலர்நின்னைப் பித்தன் என்பார்;
செப்புறுநல் லஷ்டாங்க யோக சித்தி
சேர்ந்தவனென் றுனைப்புகழ்வார் சிலரென் முன்னே;
ஒப்பனைகள் காட்டாமல் உண்மை சொல்வாய்,
உத்தமனே! எனக்குநினை உணர்த்து வாயே. 24

யாவன்நீ? நினக்குள்ள திறமை யென்னே?
யாதுணர்வாய்? கந்தைசுற்றித் திரிவ தென்னே?
தேவனைப்போல் விழிப்ப தென்னே? சிறியாரோடும்
தெருவிலே நாய்களொடும் விளையாட் டென்னே?
பாவனையிற் புத்தரைப்போல் அலைவ தென்னே?
பரமசிவன் போலுருவம் படைத்த தென்னே?
ஆவலற்று நின்றதென்னே? அறிந்த தெல்லாம்,
ஆரியனே, எனக்குணர்த்த வேண்டும்" என்றேன். 25

பற்றியகை திருகியந்தக் குள்ளச் சாமி
பரிந்தோடப் பார்த்தான்; யான் விடவே யில்லை.
சுற்றுமுற்றும் பார்த்துப்பின் முறுவல் பூத்தான்;
தூயதிருக் கமலபதத் துணையைப் பார்த்தேன்!
குற்றமற்ற தேசிகனும் திமிறிக் கொண்டு
குதித்தோடி அவ்வீட்டுக் கொல்லை சேர்ந்தான்;
மற்றவன்பின் யானோடி விரைந்து சென்று
வானவனைக் கொல்லையிலே மறித்துக்
கொண்டேன். 26

உபதேசம்

பக்கத்து வீடிடிந்து சுவர்கள் வீழ்ந்த
பாழ்மனையொன் றிருந்ததங்கே; பரமயோகி
ஒக்கத்தன் அருள்விழியால் என்னை நோக்கி
ஒருகுட்டிச் சுவர்காட்டிப் பரிதி காட்டி,

அக்கணமே கிணற்றுளதன் விம்பங் காட்டி,
“அறிதிகொலோ?” எனக்கேட்டான் “என்றேன்”
மிக்கமகிழ் கொண்டவனும் சென்றான்; யானும்
வேதாந்த மரத்திலொரு வேரைக் கண்டேன். 27

தேசிகன்கை காட்டியெனக் குரைத்த செய்தி
செந்தமிழில் உலகத்தார்க் குணர்த்து கின்றேன்;
“வாசியைநீ கும்பகத்தால் வலியக் கட்டி,
மண்போலே சுவர்போலே வாழ்தல் வேண்டும்;
தேசுடைய பரிதியுருக் கிணற்றி னுள்ளே
தெரிவதுபோல் உனக்குள்ளே சிவனைக் காண்பாய்;
பேசுவதில் பயனில்லை, அனுப வத்தால்
பேரின்பம் எய்துவதே ஞானம்” என்றான். 28

கையிலொரு நூலிருந்தால் விரிக்கச் சொல்வேன்.
கருத்தையதில் காட்டுவேன்; வானைக் காட்டி,
மையிலகு விழியாளின் காத லொன்றே
வையகத்தில் வாழுநெறியென்று காட்டி,
ஐயனெனக் குணர்த்தியன பலவாம் ஞானம்,
அதற்கவன்காட் டியகுறிப்போ அநந்த மாகும்,
பொய்யறியா ஞானகுரு சிதம்ப ரேசன்
பூமிவிநா யகன்குள்ளச் சாமி யங்கே. 29

மற்றொருநாள் பழங்கந்தை யழுக்கு மூட்டை
வளமுறவே கட்டியவன் முதுகின் மீது
கற்றவர்கள் பணிந்தேத்தும் கமல பாதக்
கருணைமுனி சுமந்துகொண்டென் னெதிரே வந்தான்;
சற்றுநகை புரிந்தவன்பால் கேட்க லானேன்;
தம்பிரானே! இந்தத் தகைமை என்னே?
முற்றுமிது பித்தருடைச் செய்கை யன்றோ?
மூட்டைசுமந் திடுவதென்னே? மொழிவாய்”
என்றேன் 30

புன்னகைபூத் தாரியனும் புகலு கின்றான்;
“புறத்தேநான் சுமக்கின்றேன்; அகத்தி னுள்ளே,
இன்னதொரு பழங்குப்பை சுமக்கி றாய்நீ”
என்றுரைத்து விரைந்தவனும் ஏகி விட்டான்.
மன்னவன்சொற் பொருளினையான் கண்டுகொண்டேன்;
மனத்தினுள்ளே பழம்பொய்கள் வளர்ப்ப தாலே
இன்னலுற்ற மாந்தரெலாம் மடிவார் வீணே,
இருதயத்தில் விடுதலையை இசைத்தல் வேண்டும் 31

சென்றதினி மீளாது; மூட ரேநீர்
எப்போதும் சென்றதையே சிந்தை செய்து
கொன்றழிக்கும் கவலையெனும் குழியில் வீழ்ந்து
குமையாதீர் சென்றதனைக் குறித்தல் வேண்டா;
இன்றுபுதி தாய்ப்பிறந்தோம் என்று நெஞ்சில்
எண்ணமதைத் திண்ணமுற இசைத்துக் கொண்டு
தின்றுவிளை யாடியின்புற் றிருந்து வாழ்வீர்;
அஃதின்றிச் சென்றதையே மீட்டும் மீட்டும், 32

மேன்மேலும் நினைந்தழுதல் வேண்டா, அந்தோ!
மேதையில்லா மானுடரே! மேலும் மேலும்
மேன்மேலும் புதியகாற் றெம்முள் வந்து
மேன்மேலும் புதியவுயிர் விளைத்தல் கண்டீர்,
ஆன்மாவென் றேகருமத் தொடர்பை யெண்ணி
அறிவுமயக் கங்கொண்டு கெடுகின் றீரே?
மான்மானும் விழியுடையாள் சக்தி தேவி
வசப்பட்டுத் தனைமறந்து வாழ்தல் வேண்டும். 33

சென்றவினைப் பயன்களெனைத் தீண்ட மாட்டா;
“ஸ்ரீதரன்யான் சிவகுமா ரன்யா னன்றோ?
நன்றிந்தக் கணம்புதிதாப் பிறந்து விட்டேன்,
நான்புதியன், நான்கடவுள், நலிவி லாதோன்”
என்றிந்த வுலகின்மிசை வானோர் போலே
இயன்றிடுவார் சித்தரென்பார்; பரம தர்மக்
குன்றின்மிசை யொருபாய்ச்ச லாகப் பாய்ந்து,
குறிப்பற்றார் கேடற்றார் குலைத லற்றார். 34

குறியனந்த முடையோராய்க் கோடி செய்தும்
குவலயத்தில் வினைக்கடிமைப் படாதா ராகி
வெறியுடையோன் உமையாளை இடத்தி லேற்றோன்
வேதகுரு பரமசிவன் வித்தை பெற்றுச்
செறிவுடைய பழவினையாம் இருளைச் செற்றுத்
தீயினைப்போல் மண்மீது திரிவார் மேலோர்,
அறிவுடைய சீடா. நீ குறிப்பை நீக்கி
அநந்தமாம் தொழில்செய்தால் அமர னாவாய். 35

கேளப்பா! மேற்சொன்ன உண்மை யெல்லாம்
கேடற்ற மதியுடையான் குள்ளச் சாமி
நாளும்பல் காட்டாலும் குறிப்பி னாலும்
நலமுடைய மொழியாலும் விளக்கித் தந்தான்;
தோளைப்பார்த் துக்களித்தல் போலே யன்னான்
துணையடிகள் பார்த்துமனம் களிப்பேன் யானே;
வாளைப்பார்த் தின்பமுறு மன்னர் போற்றும்
மலர்த்தாளான் மாங்கொட்டைச் சாமி வாழ்க! 36

கோவிந்த ஸ்வாமி புகழ்

மாங்கொட்டைச் சாமிபுகழ் சிறிது சொன்னோம்;
வண்மைதிகழ் கோவிந்த ஞானி, பார்மேல்
யாங்கற்ற கல்வியெலாம் பலிக்கச் செய்தான்,
எம்பெருமான் பெருமையையிங் கிசைக்கக் கேளீர்!
தீங்கற்ற குணமுடையான், புதுவை யூரார்
செய்தபெருந் தவத்தாலே உதித்த தேவன்.
பாங்குற்ற மாங்கொட்டைச் சாமி போலே
பயிலுமதி வர்ணாசிர மத்தே நிற்போன். 37

அன்பினால் முக்தியென்றான் புத்தன் அந்நாள்;
அதனையிந்நாட் கோவிந்த சாமி செய்தான்;
துன்பமுறும் உயிர்க்கெல்லாம் தாயைப் போலே
சுரக்குமரு ளுடையபிரான் துணிந்த யோகி;

அன்பினுக்குக் கடலையுந்தான் விழுங்க வல்லான்;
அன்பினையே தெய்வமென்பான் அன்பே யாவான்
மன்பதைகள் யாவுமிங்கே தெய்வம் என்ற
மதியுடையான், கவலையெனும் மயக்கம் தீர்ந்தான்; 38

பொன்னடியால் என்மனையைப் புனித மாக்கப்
போந்தானிம் முனியொருநாள்; இறந்த எந்தை
தன்னுருவங் காட்டினான்; பின்னர் என்னைத்
தரணிமிசைப் பெற்றவளின் வடிவ முற்றான்;
அன்னவன்மா யோகியென்றும் பரமஞானத்
தனுபூதி யுடையனென்றும் அறிந்து கொண்டேன்.
மன்னவனைக் குருவெனநான் சரண டைந்தேன்;
மரணபயம் நீங்கினேன்; வலிமை பெற்றேன் 39

யாழ்ப்பாணத்து ஸ்வாமியின் புகழ்

கோவிந்த சாமிபுகழ் சிறிது சொன்னேன்;
குவலயத்தின் விழிபோன்ற யாழ்ப்பா ணத்தான்,
தேவிபதம் மறவாத தீர ஞானி,
சிதம்பரத்து நடராஜ மூர்த்தி யாவான்,
பாவியரைக் கரையேற்றும் ஞானத் தோணி,
பரமபத வாயிலெனும் பார்வை யாளன்;
காவிவளர் தடங்களிலே மீன்கள் பாயுங்
கழனிகள்சூழ் புதுவையிலே அவனைக் கண்டேன்.
40

தங்கத்தாற் பதுமைசெய்தும் இரத லிங்கம்
சமைத்துமவற் றினிலீசன் தாளைப் போற்றும்
துங்கமுறு பக்தர்பலர் புவிமீ துள்ளார்;
தோழரே! எந்நாளும் எனக்குப் பார்மேல்
மங்களஞ்சேர் திருவிழியால் அருளைப் பெய்யும்
வானவர்கோன். யாழ்ப்பாணத் தீசன் தன்னைச்
சங்கரனென் றெப்போதும் முன்னே கொண்டு
சரணடைந்தால் அதுகண்டீர் சர்வ சித்தி. 41

குவளைக் கண்ணன் புகழ்

யாழ்ப்பாணத் தையனையென் னிடங்கொ ணர்ந்தான்,
  இணையடியை நந்திபிரான் முதுகில் வைத்துக்
காழ்ப்பான கயிலைமிசை வாழ்வான், பார்மேல்
  கனத்தபுகழ்க் குவளையூர்க் கண்ணன் என்பான்;
பார்ப்பாரக் குலத்தினிலே பிறந்தான் கண்ணன்,
  பறையரையும் மறவரையும் நிகராக் கொண்டான்;
தீர்ப்பான சுருதிவழி தன்னிற் சேர்ந்தான்
  சிவனடியார் இவன்மீது கருணை கொண்டார்.   42

மகத்தான முனிவரெலாம் கண்ணன் தோழர்;
  வானவரெல் லாங்கண்ணன் அடியா ராவார்;
மகத்தானு முயர்ந்ததுணி வுடைய நெஞ்சின்
  வீரர்பிரான் குவளையூர்க் கண்ணன் என்பான்,
ஜகத்தினிலோர் உவமையிலா யாழ்ப்பா ணத்து
  சாமிதனை யிவனென்றன் மனைக்கொ ணர்ந்தான்
அகத்தினிலே அவன்பாத மலரைப் பூண்டேன்;
  "அன்றேயப் போதேவீ டதுவே வீடு."   43

பாங்கான குருக்களைநாம் போற்றிக் கொண்டோம்,
  பாரினிலே பயந்தெளிந்தோம்; பாச மற்றோம்
நீங்காத சிவசக்தி யருளைப் பெற்றோம்;
  நிலத்தின்மிசை அமரநிலை யுற்றோம் அப்பா!
தாங்காமல் வையகத்தை அழிக்கும் வேந்தர்,
  தாரணியில் பலருள்ளார், தருக்கி வீழ்வார்;
ஏங்காமல் அஞ்சாமல் இடர்செய் யாமல்
  என் றுமருள் ஞானியரே எமக்கு வேந்தர்.   44

பெண் விடுதலை

பெண்ணுக்கு விடுதலையென் றிங்கோர் நீதி
  பிறப்பித்தேன்; அதற்குரிய வெற்றி கேளீர்;
மண்ணுக்குள் எவ்வுயிரும் தெய்வ மென்றால்
  மனையாளும் தெய்வமன்றோ? மதிகெட் டீரே!

விண்ணுக்குப் பறப்பதுபோல் கதைகள் சொல்வீர்
விடுதலையென் பீர், கருணை வெள்ள மென்பீர்,
பெண்ணுக்கு விடுதலைநீ ரில்லை யென்றால்
பின்னிந்த உலகினிலே வாழ்க்கை யில்லை. 45

தாய் மாண்பு

பெண்டாட்டி தனையடிமைப் படுத்த வேண்டிப்
பெண்குலத்தை முழுதடிமைப் படுத்த லாமோ?
"கண்டார்க்கு நகைப்" பென்னும் உலக வாழ்க்கை
காதலெனும் கதையினுடைக் குழப்ப மன்றோ?
உண்டாக்கிப் பாலூட்டி வளர்த்த தாயை
உமையவளென் றறியீரோ? உணர்ச்சி கெட்டீர்?
பண்டாய்ச்சி ஔவை: "அன் னையும் பிதாவும்"
பாரிடை "முன் னறிதெய்வம்" என்றாள் அன்றோ? 46

தாய்க்குமேல் இங்கேயோர் தெய்வ முண்டோ?
தாய்பெண்ணே யல்லளோ? தமக்கை, தங்கை
வாய்க்கும்பெண் மகவெல்லாம் பெண்ணே யன்றோ?
மனைவியொருத் தியையடிமைப் படுத்த வேண்டித்
தாய்க்குலத்தை முழுதடிமைப் படுத்த லாமோ?
"தாயைப்போ லேபிள்ளை" என்று முன்னோர்
வாக்குளதன் றோபெண்மை அடிமை யுற்றால்
மக்களெலாம் அடிமையுறல் வியப்பொன் றாமோ? 47

வீட்டிலுள்ள பழக்கமே நாட்டி லுண்டாம்
வீட்டினிலே தனக்கடிமை பிறராம் என்பான்;
நாட்டினிலே. . . .   .
நாடோறும் முயன்றிடுவான் நலிந்து சாவான்;

காட்டிலுள்ள பறவைகள்போல் வாழ்வோம், அப்பா'
 காதலிங்கே உண்டாயிற் கவலை யில்லை;
பாட்டினிலே காதலைநான் பாட வேண்டிப்
 பரமசிவன் பாதமலர் பணிகின்றேனே. 48

காதலின் புகழ்

காதலினால் மானுடர்க்குக் கலவி யுண்டாம்
 கலவியிலே மானுடர்க்குக் கவலை தீரும்;
காதலினால் மானுடர்க்குக் கவிதை யுண்டாம்;
 கானமுண்டாம் சிற்பமுதற் கலைக ளுண்டாம்;
ஆதலினால் காதல்செய்வீர்; உலகத் தீரே
 அஃதன்றோ இவ்வுலகத் தலைமை யின்பம்?
காதலினால் சாகாம லிருத்தல் கூடும்;
 கவலைபோம், அதனாலே மரணம் பொய்யாம். 49

ஆதிசக்தி தனையுடம்பில் அரனும் கோத்தான்;
 அயன்வாணி தனைநாவில் அமர்த்திக் கொண்டான்;
சோதிமணி முகத்தினளைச் செல்வ மெல்லாம்
 சுரந்தருளும் விழியாளைத் திருவை மார்பில்
மாதவனும் ஏந்தினான்: வானோர்க் கேனும்
 மாதரின்பம் போற்பிறிதோர் இன்பம் உண்டோ?
காதல்செயும் மனைவியே சக்தி கண்டீர்
 கடவுள்நிலை அவளாலே எய்த வேண்டும். 50

கொங்கைகளே சிவலிங்கம் என்று கூறிக்
 கோக்கவிஞன் காளிதா சனும்பூ ஜித்தான்;
மங்கைதனைக் காட்டினிலும் உடன்கொண் டேகி
 மற்றவட்கா மதிமயங்கிப் பொன்மான் பின்னே
சிங்கநிகர் வீரர்பிரான் தெளிவின் மிக்க
 ஸ்ரீதரனுஞ் சென்றுபல துன்ப முற்றான்;
இங்குபுவி மிசைக்காவி யங்க ளெல்லாம்
 இலக்கியமெல் லாங்காதற் புகழ்ச்சி யன்றோ? 51

நாடகத்தில் காவியத்தில் காத லென்றால்
நாட்டினர்தாம் வியப்பெய்தி நன்றாம் என்பர்;
ஊடகத்தே வீட்டினுள்ளே கிணற்றோ ரத்தே
ஊரினிலே காதலென்றால் உறுமு கின்றார்;
பாடைகட்டி அதைக்கொல்ல வழிசெய் கின்றார்;
பாரினிலே காதலென்னும் பயிரை மாய்க்க
மூடரெலாம் பொறாமையினால் விதிகள் செய்து
முறைதவறி இடரெய்திக் கெடுகின் றாரே. 52

காதலிலே இன்பமெய்திக் களித்து நின்றால்
கனமான மன்னவர்போர் எண்ணுவாரோ?
மாதருடன் மனமொன்றி மயங்கி விட்டால்
மந்திரிமார் போர்த்தொழிலை மனங்கொள் வாரோ?
பாதிநடுக் கலவியிலே காதல் பேசிப்
பகலெல்லாம் இரவெல்லாம் குருவி போலே
காதலிலே மாதருடன் களித்து வாழ்ந்தால்
படைத்தலைவர் போர்த்தொழிலைக் கருது வாரோ?
53

விடுதலைக் காதல்

காதலிலே விடுதலையென் றாங்கோர் கொள்கை
கடுகிவளர்ந் திடுமென்பார் யூரோப் பாவில்;
மாதரெலாம் தம்முடைய விருப்பின் வண்ணம்
மனிதருடன் வாழ்ந்திடலாம் என்பார் அன்னோர்;
பேதமின்றி மிருகங்கள் கலத்தல் போலே
பிரியம்வந்தால் கலந்தன்பு; பிரிந்து விட்டால்,
வேதனையொன் றில்லாதே பிரிந்து சென்று
வேறொருவன் றனைக்கூடவேண்டும் என்பார். 54

வீரமிலா மனிதர்சொலும் வார்த்தை கண்டீர்!
விடுதலையாங் காதலெனிற் பொய்மைக் காதல்!
சோரரைப்போல் ஆண்மக்கள் புவியின் மீது
சுவைமிக்க பெண்மைநல முண்ணு கின்றார்

காரணந்தான் யாதெனிலோ ஆண்க ளெல்லாம்
 களவின்பம் விரும்புகின்றார்; கற்பே மேலென்று
ஈரமின்றி யெப்போதும் உபதே சங்கள்
 எடுத்தெடுத்துப் பெண்களிடம் இயம்பு வாரே1   55

ஆணெல்லாம் கற்பைவிட்டுத் தவறு செய்தால்,
 அப்போது பெண்மையுங்கற் பழிந்தி டாதோ?
நாணற்ற வார்த்தையன்றோ? வீட்டைச் சுட்டால்,
 நலமான கூரையுந்தான் எரிந்தி டாதோ?
பேணுமொரு காதலினை வேண்டி யன்றோ
 பெண்மக்கள் கற்புநிலை பிறழு கின்றார்?
காணுகின்ற காட்சியெல்லாம் மறைத்து வைத்துக்
 கற்புக்கற் பென்றுலகோர் கதைக்கின் றாரே?   56

சர்வ மத சமரசம்

கோவிந்த ஸ்வாமியுடன் சம்பாஷணை

மீளவுமங் கொருபகலில் வந்தான் என்தன்
 மனையிடத்தே கோவிந்த வீர ஞானி,
ஆளவந்தான் பூமியினை, அவனி வேந்தர்
 அனைவருக்கும் மேலானோன், அன்பு வேந்தன்;
நாளைப்பார்த் தொளிர்தருநன் மலரைப் போலே
 நம்பிரான் வரவுகண்டு மனம்ம லர்ந்தேன்;
வேளையிலே நமதுதொழில் முடித்துக் கொள்வோம்.
 வெயிலுள்ள போதினிலே உலர்த்திக் கொள்வோம்;
                                                          57

காற்றுள்ள போதேநாம் தூற்றிக் கொள்வோம்;
 கனமான குருவையெதிர் கண்ட போதே
மாற்றான அகந்தையினைத் துடைத்துக் கொள்வோம்;
 மலமான மறதியினை மடித்துக் கொள்வோம்;

கூற்றான அரக்கருயிர் முடித்துக் கொள்வோம்;
குலைவான மாயைதனை அடித்துக் கொல்வோம்;
பேற்றாலே குருவந்தான்; இவன்பால் ஞானப்
பேற்றையெல்லாம் பெறுவோம்யாம்" என்றே
(னுள்ளே 58

சிந்தித்து "மெய்ப்பொருளை உணர்த்தாய் ஐயோ!
தேய்வென்ற மரணத்தைத் தேய்க்கும் வண்ணம்
வந்தித்து நினைக்கேட்டேன் கூறாய்" என்றேன்.
வானவனாம் கோவிந்த சாமி சொல்வான்;
"அந்தமிலா மாதேவன் கயிலை வேந்தன்
அரவிந்த சரணங்கள் முடிமேற் கொள்வோம்;
பந்தமில்லை பந்தமில்லை; பந்தம் இல்லை;
பயமில்லை; பயமில்லை; பயமே இல்லை. 59

"அதுவேநீ யென்பதுமுன் வேத வோத்தாம்;
அதுவென்றால் எதுவெனநான் அறையக் கேளாய்!
அதுவென்றால் முன்னிற்கும் பொருளின் நாமம்;
அவனியிலே பொருளெல்லாம் அதுவாம்; நீயும்
அதுவன்றிப் பிறிதில்லை; ஆத லாலே,
அவனியின்மீ தெதுவரினும் அசைவு றாமல்
மதுவுண்ட மலர்மாலை இராமன் தாளை
மனத்தினிலே நிறுத்தியிங்கு வாழ்வாய், சீடா! 60

"பாரான உடம்பினிலே மயிர்க ளைப்போல்
பலப்பலவாம் பூண்டுவரும் இயற்கை யாலே;
நேராக மானுடர்தாம் பிறரைக் கொல்ல
நினையாமல் வாழ்ந்திட்டால் உழுதல் வேண்டா;
காரான நிலத்தைப்போய்த் திருத்த வேண்டா;
கால்வாய்கள் பாய்ச்சுவதில் கலகம் வேண்டா;
சீரான மழைபெய்யும் தெய்வ முண்டு;
சிவன்செத்தா லன் றிமண்மேல் செழுமை உண்டு 61

"ஆதலால் மானிடர்கள் களவை விட்டால்
அனைவருக்கும் உழைப்பின்றி உணவுண் டாகும்;
பேதமிட்டுக் கலகமிட்டு வேலி கட்டிப்
பின்னதற்குக் காவலென்று பேரு மிட்டு
நீதமில்லாக் கள்வர்நெறி யாயிற் றப்பா1
நினைக்குங்கால் இது கொடிய நிகழ்ச்சி யன்றோ?
பாதமலர் காட்டிநினை அன்னை காத்தாள்;
பாரினிலித் தருமம்நீ பகரு வாயே. 62

"ஒருமொழியே பலமொழிக்கும் இடங்கொ டுக்கும்
ஒருமொழியே மலமொழிக்கும் ஒழிக்கும் என்ற
ஒருமொழியைக் கருத்தினிலே நிறுத்தும் வண்ணம்
ஒருமொழி "ஓம் நமச் சிவாய" வென்பர்:
"ஹரி ஹரி" யென் றிடினும் அஃதே "ராம ராம";
"சிவ சிவ" வென் றிட்டாலும் அஃதே யாகும்;
தெரிவுறவே "ஓம் சக்தி" யென்று மேலோர்
ஜெபம்புரிவ தப்பொருளின் பெயரே யாகும். 63

"சாரமுள்ள பொருளினைநான் சொல்லி விட்டேன்;
சஞ்சலங்கள் இனிவேண்டா. சரதந் தெய்வம்;
ஈரமிலா நெஞ்சுடையார் சிவனைக் காணார்
எப்போதும் அருளைமனத் திசைத்துக்கொள்வாய்
வீரமிலா நெஞ்சுடையார் சிவனைக் காணார்;
எப்போதும் வீரமிக்க வினைகள் செய்வாய்;
பேருயர்ந்த யேஹோவா அல்லா நாமம்
பேணுமவர் பதமலரும் பேணல் வேண்டும். 64

"பூமியிலே, கண்டம் ஐந்து, மதங்கள் கோடி!
புத்த மதம், சமண மதம் பார்ஸி மார்க்கம்
சாமியென யேசுபதம் போற்றும் மார்க்கம்.
சநாதன மாம் ஹிந்து மதம், இஸ்லாம், யூதம்.

நாமமுயர் சீனத்துத் "தாவு" மார்க்கம்,
 நல்ல 'கண் பூசி' மதம் முதலாப் பார்மேல்
யாமறிந்த மதங்கள் பல உளவாம் அன்றே:
 யாவினுக்கும் உட்புதைந்த கருத்திங் கொன்றே 65

"பூமியிலே வழங்கிவரும் மதத்துக் கெல்லாம்
 பொருளினைநாம் இங்கெடுத்துப் புகலக் கேளாய்;
சாமி நீ: சாமி நீ; கடவுள் நீயே;
 தத்வமஸி; தத்வமஸி; நீயே அஃதாம்;
பூமியிலே நீ கடவு ளில்லை யென்று
 புகல்வதுநின் மனத்துள்ளே புகுந்த மாயை;
சாமிநீ அம்மாயை தன்னை நீக்கி
 சதாகாலம் சிவோஹ' மென்று சாதிப் பாயே 66

6. வசன கவிதை

38. காட்சி

முதற்கிளை : இன்பம்

1

இவ்வுலகம் இனியது இதிலுள்ள வான் இனிமையுடைத்து; காற்றும் இனிது. தீ இனிது. நீர் இனிது. நிலம் இனிது.

ஞாயிறு நன்று; திங்களும் நன்று. வானத்துச் சுடர்களெல்லாம் மிக இனியன. மழை இனிது. மின்னல் இனிது. இடி இனிது.

கடல் இனிது, மலை இனிது காடுநன்று. ஆறுகள் இனியன. உலோகமும், மரமும், செடியும், கொடியும், மலரும், காயும், கனியும் இனியன.

பறவைகள் இனிய. ஊர்வனவும் நல்லன. விலங்குகளெல்லாம் இனியவை, நீர் வாழ்வனவும் நல்லன.

மனிதர் மிகவும் இனியர். ஆண் நன்று. பெண் இனிது, குழந்தை இன்பம். இளமை இனிது. முதுமை நன்று. உயிர் நன்று. சாதல் இனிது.

2

உடல் நன்று. புலன்கள் மிகவும் இனியன. உயிர் சுவையுடையது. மனம் தேன். அறிவு தேன். உணர்வு அமுதம். உணர்வே அமுதம். உணர்வு தெய்வம்.

3

மனம் தெய்வம். சித்தம் தெய்வம். உயிர் தெய்வம். காடு, மலை, அருவி, ஆறு, கடல், நிலம், நீர், காற்று, தீ, வான், ஞாயிறு, திங்கள், வானத்துச் சுடர்கள் - எல்லாம் தெய்வங்கள்.

உலோகங்கள், மரங்கள், செடிகள், விலங்குகள், பறவைகள், ஊர்வன, நீந்துவன, மனிதர் – இவை அமுதங்கள்.

4

இவ்வுலகம் ஒன்று. ஆண், பெண், மனிதர், தேவர், பாம்பு, பறவை, காற்று, கடல், உயிர், இறப்பு – இவையனைத்தும் ஒன்றே.

ஞாயிறு, வீட்டுச்சுவர், ஈ, மலை யருவி, குழல், கோமேதகம், – இவ் வனைத்தும் ஒன்றே.

இன்பம், துன்பம், பாட்டு, வண்ணான், குருவி, மின்னல், பருத்தி, இஃதெல்லாம் ஒன்று.

மூடன், புலவன், இரும்பு, வெட்டுக்கிளி – இவை ஒரு பொருள்.

வேதம், கடல்மீன், புயற்காற்று, மல்லிகை மலர் – இவை ஒரு பொருளின் பல தோற்றம்.

உள்ள தெல்லாம் ஒரே பொருள்; ஒன்று.

இந்த ஒன்றின் பெயர் 'தான்'; 'தானே'; தெய்வம், 'தான்' அமுதம், இறவாதது.

5

எல்லா உயிரும் இன்பமெய்துக. எல்லா உடலும் நோய் தீர்க. எல்லா உணர்வும் ஒன்றாத லுணர்க. 'தான்' வாழ்க. அமுதம் எப்போதும் இன்ப மாகுக.

6

தெய்வங்களை வாழ்த்துகின்றோம். தெய்வங்கள் இன்ப மெய்துக. அவை வாழ்க. அவை வெல்க. தெய்வங்களே!

என்றும் விளங்குவீர்; என்றும் இன்ப மெய்துவீர்; என்றும் வாழ்வீர்; என்றும் அருள் புரிவீர். எவற்றையும் காப்பீர். உமக்கு நன்று தெய்வங்களே!

எம்மை உண்பீர், எமக்கு உண வாவீர். உலகத்தை உண்பீர், உலகத்துக்கு உணவாவீர். உமக்கு நன்று. தெய்வங்களே!

காத்தல் இனிது, காக்கப் படுவதும் இனிது. அழித்தல் நன்று, அழிக்கப்படுதலும் நன்று. உண்பது நன்று, உண்ணப் படுதலும் நன்று. சுவை நன்று, உயிர் நன்று, நன்று, நன்று.

7

உணர்வே நீ வாழ்க. நீ ஒன்று, நீ ஒளி. நீ ஒன்று, நீ பல. நீ நட்பு, நீ பகை. உள்ளதும், இல்லாததும் நீ. அறிவதும் அறியாததும் நீ. நன்றும், தீதும் நீ, நீ அமுதம். நீ சுவை. நீ நன்று. நீ இன்பம்.

இரண்டாங் கிளை : புகழ்

ஞாயிறு

1

ஒளி தருவது யாது? தீராத இளமையுடையது யாது? வெய்யவன் யாவன்? இன்பம் எவனுடையது? மழை எவன் தருகின்றான்? கண் எவனுடையது? உயிர் எவன் தருகின்றான்? புகழ் எவன் தருகின்றான்? புகழ் எவனுக் குரியது? அறிவு எதுபோல் சுடரும்? அறிவுத் தெய்வத்தின் கோயில் எது? ஞாயிறு. அது நன்று.

2

நீ ஒளி, நீ சுடர், நீ விளக்கம், நீ காட்சி, மின்னல், இரத்தினம், கனல், தீக் கொழுந்து - இவை யெல்லாம் நினது திகழ்ச்சி. கண் நினது வீடு.

புகழ், வீரம் - இவை நினது லீலை. அறிவு நின் குறி. அறிவின் குறி நீ, நீ சுடுகின்றாய், வாழ்க. நீ காட்டுகின்றாய், வாழ்க.

உயிர் தருகின்றாய், உடல் தருகின்றாய், வளர்க்கின்றாய், மாய்க்கின்றாய், நீர் தருகின்றாய், காற்றை வீசுகின்றாய், வாழ்க.

3

வைகறையின் செம்மை இனிது. மலர்கள் போல நகைக்கும் உஷை வாழ்க!

உஷையை நாங்கள் தொழுகின்றோம். அவள் திரு. அவள் விழிப்புத் தருகின்றாள். தெளிவு தருகின்றாள். உயிர் தருகின்றாள். ஊக்கந் தருகின்றாள். அழகு தருகின்றாள், கவிதை தருகின்றாள். அவள் வாழ்க.

அவள் தேன் சித்த வண்டு அவளை விரும்புகின்றது. அவள் அமுதம், அவள் இறப்பதில்லை. வலிமையுடன் கலக்கின்றாள். வலிமைதான் அழகுடன் கலக்கும், இனிமை மிகவும் பெரிது.

வட மேருவிலே பலவாகத் தொடர்ந்து வருவாள். வானடியைச் சூழ நகைத்துத் திரிவாள். அவளுடைய நகைப்புக்கள் வாழ்க.

தெற்கே நமக்கு ஒருத்தியாக வருகின்றாள், அன்பு மிகுதியால், ஒன்று பலவினும் இனி தன்றோ? வைகறை நன்று. அதனை வாழ்த்துகின்றோம்.

4

நீ சுடுகின்றாய். நீ வருத்தந் தருகின்றாய். நீ விடாய் தருகின்றாய். சோர்வு தருகின்றாய். பசி தருகின்றாய். இவை இனியன.

நீ கடல்நீரை வற்றடிக்கிறாய். இனிய மழை தருகின்றாய். வான வெளியிலே விளக்கேற்றுகிறாய். இருளைத் தின்று விடுகின்றாய். நீ வாழ்க.

5

ஞாயிறே, இருளை என்ன செய்துவிட்டாய்? ஓட்டினாயா? கொன்றாயா? விழுங்கிவிட்டாயா? கட்டிமுத்தமிட்டு நின் கதிர்களாகிய கைகளால் மறைத்துவிட்டாயா? இருள் நினக்குப் பகையா? இருள் நின் உணவுப் பொருளா? அது நின் காதலியா? இரவெல்லாம் நின்னைக் காணாத மயக்கத்தால் இருண்டிருந்ததா? நின்னைக் கண்டவுடன் நின்னொளி தானுங்கொண்டு நின்னைக் கலந்துவிட்டதா? நீங்கள் இருவரும் ஒருதாய் வயிற்றுக் குழந்தைகளா? முன்னும் பின்னுமாக வந்து உலகத்தைக் காக்கும்படி உங்கள் தாய் ஏவி யிருக்கிறாளா? உங்களுக்கு மரண மில்லையா? நீங்கள் அமுதமா? உங்களைப் புகழ்கின்றேன்,

ஞாயிறே, உன்னைப் புகழ்கின்றேன்.

6

ஒளியே, நீ யார்? ஞாயிற்றின் மகளா? அன்று, நீ ஞாயிற்றின் உயிர். அதன் தெய்வம்.

ஞாயிற்றினிடத்தே நின்னைத்தான் புகழ்கின்றோம். ஞாயிற்றின் வடிவம் உடல் நீ உயிர் ஒளியே நீ எப்போது தோன்றினாய்? நின்னை யாவர் படைத்தனர்; ஒளியே நீ யார்? உனதியல்பு யாது?

நீ அறிவின் மகள் போலும். அறிவுதான் தூங்கிக்கிடக்கும். தெளிவு நீ போலும். அறிவின் உடல் போலும். ஒளியே நினக்கு வானவெளி எத்தனை நாட் பழக்கம்? உனக்கு அதனிடத்தே இவ்வகைப் பட்ட அன்பு யாது பற்றியது? அதனுடன் நீ எப்படி இரண்டறக் கலக்கிறாய்? உங்களையெல்லாம் படைத்தவள் வித்தைக்காரி. அவள் மோஹினி. மாயக்காரி. அவளைத் தொழுகின்றோம். ஒளியே, வாழ்க!

7

ஞாயிறே! நின்னிடத்து ஒளி எங்ஙனம் நிற்கின்றது? நீ அதனை உமிழ்கின்றாயா? அது நின்னைத் தின்னுகிறதா? அன்றி, ஒளி தவிர நீ வேறொன்றுமில்லையா?

விளக்குத்திரி காற்றாகிச் சுடர் தருகின்றது. காற்றுக்கும் சுடருக்கும் எவ்வகை உறவு? காற்றின் வடிவே திரியென்றறிவோம். ஒளியின் வடிவே காற்றுப் போலும்.

ஒளியே நீ இனிமை.

8

ஒளிக்கும் வெம்மைக்கும் எவ்வகை உறவு? வெம்மை யேற ஒளி தோன்றும். வெம்மையைத் தொழுகின்றோம். வெம்மை ஒளியின் தாய். ஒளியின் முன்னுருவம். வெம்மையே, நீ தீ.

தீ தான் வீரத் தெய்வம். தீ தான் ஞாயிறு,

தீயின் இயல்பே ஒளி. தீ எரிக. அதனிடத்தே நெய் பொழிகின்றோம். தீ எரிக. அதனிடத்தே தசை பொழிகின்றோம். தீ எரிக அதனிடத்தே செந்நீர் பொழிகின்றோம் தீ எரிக. அதற்கு வேள்வி செய்கின்றோம். தீ எரிக.

அறத் தீ, அறிவுத் தீ, உயிர்த் தீ, விரதத் தீ, வேள்வித் தீ, சினத் தீ, பகைமைத் தீ, கொடுமைத் தீ - இவை யனைத்தையும் தொழுகின்றோம். இவற்றைக் காக்கின்றோம் இவற்றை ஆளுகின்றோம். தீயே நீ எமது உயிரின் தோழன். உன்னை வாழ்த்துகின்றோம்.

நின்னைப்போல, எமதுயிர் நூறாண்டு வெம்மையும்-சுடரும் தருக. தீயே நின்னைப்போல, எமதுள்ளம் சுடர்விடுக. தீயே, நின்னைப்போல எமதறிவு கனலுக.

ஞாயிற்றினிடத்தே, தீயே, நின்னைத்தான் போற்றுகிறோம். ஞாயிற்றுத் தெய்வமே, நின்னைப் புகழ்கின்றோம், நினதொளி நன்று. நின் செயல் நன்று. நீ நன்று.

9

வானவெளி என்னும் பெண்ணை ஒளியென்னும் தேவன் மணந்திருக்கின்றான் அவர்களுடைய கூட்டம் இனிது. இதனைக் காற்றுத்தேவன் கண்டான். காற்று வலிமையுடையவன்.

இவன் வானவெளியைக் கலக்க விரும்பினான். ஒளியை விரும்புவதுபோல வானவெளி இவனை விரும்பவில்லை. இவன் தனது பெருமையை ஊதிப் பறையடிக்கின்றான்.

வெளியும் ஒளியும் இரண்டு உயிர்கள் கலப்பதுபோல் கலந்தன காற்றுத் தேவன் பொறாமை கொண்டான். அவன் அமைதியின்றி உழலுகிறான் அவன் சீறுகின்றான் புடைக்கின்றான். குமுறுகின்றான். ஓலமிடுகிறான். சுழலுகின்றான். துடிக்கின்றான் ஓடுகின்றான். எழுகின்றான். நிலையின்றிக் கலங்குகிறான். வெளியும் ஒளியும் மோனத்திலே கலந்து நகை செய்கின்றன. காற்றுத் தேவன் வலிமையுடையவன். அவன் புகழ் பெரிது. அப் புகழ் நன்று. ஆனால் வானவெளியும் ஒளியும் அவனிலும் சிறந்தன.

அவை மோனத்தில் கலந்து நித்தம் இன்புறுவன. அவை வெற்றியுடையன. ஞாயிறே, நீதான் ஒளித்தெய்வம். நின்னையே வெளிப் பெண் நன்கு காதல் செய்கிறாள். உங்கள் கூட்டம் மிக இனிது. நீவிர் வாழ்க.

10

ஞாயிறே, நின் முகத்தைப் பார்த்த பொருளெல்லாம் ஒளி பெறுகின்றது.

பூமி, சந்திரன், செவ்வாய், புதன், சனி, வெள்ளி, வியாழன், யுரேனஸ், நெப்த்யூன் முதலிய பல நூறு வீடுகள் - இவை எல்லாம் நின் கதிர்கள் பட்ட மாத்திரத்திலே ஒளியுற நகை செய்கின்றன.

தீப்பந்திலிருந்து பொறிகள் வீசுவதுபோல இவையெல்லாம் ஞாயிற்றிலிருந்து வெடித்து வெளிப்பட்டனவென்பர். இவற்றைக் காலம் என்னும் கள்வன் மருவினான். இவை ஒளி குன்றிப் போயின; ஒளி யிழந்தன வல்ல; குறைந்த ஒளி யுடையன. ஒளியற்ற பொருள் சகத்திலே யில்லை. இருளென்பது குறைந்த ஒளி. செவ்வாய், புதன் முதலிய பெண்கள் ஞாயிற்றை வட்டமிடுகின்றன. இவை தமது தந்தைமீது காதல் செலுத்துகின்றன. அவன் மந்திரத்திலே கட்டுண்டவரை கடவாது சுழல்கின்றன. அவனுடைய சக்தியெல்லையை என்றும் கடந்து செல்லமாட்டா. அவன் எப்போதும் இவற்றை நோக்கி யிருக்கின்றான். அவனுடைய ஒளிய முகத்தில் உடல் முழுதும் நனையும் பொருட்டாகவே இவை உருளுகின்றன. அவனொளியை இவை மலரிலும், நீரிலும், காற்றிலும் பிடித்து வைத்துக்கொள்ளும்.

ஞாயிறு மிகச் சிறந்த தேவன். அவன் கைப்பட்ட இடமெல்லாம் உயிருண்டாகும். அவனையே மலர் விரும்புகின்றது. இலைகள் அவனுடைய அழகிலே யோகமெய்தி யிருக்கின்றன. அவனை நீரும் நிலமும் காற்றும், உகந்து களியுறும். அவனை வான் கவ்விக்கொள்ளும். அவனுக்கு மற்றெல்லாத் தேவரும்

பணி செய்வர். அவன் புகழைப் பாடுவோம். அவன் புகழ் இனிது.

11

புலவர்களே, அறிவுப் பொருள்களே, உயிர்களே, பூதங்களே, சத்திகளே, எல்லோரும் வருவீர். ஞாயிற்றைத் துதிப்போம், வாருங்கள்.

அவன் நமக்கெல்லாம் துணை. அவன் மழை தருகின்றான். மழை நன்று. மழைத் தெய்வத்தை வாழ்த்துகின்றோம்.

ஞாயிறு வித்தை காட்டுகிறான். கடல் நீரைக் காற்றாக்கி மேலேகொண்டு போகிறான் அதனை மீளவும் நீராக்கும்படி காற்றை ஏவுகின்றான். மழை இனிமையுறப் பெய்கின்றது. மழை பாடுகின்றது. அது பலகோடி தந்திகளுடையதோர் இசைக்கருவி.

வானத்திலிருந்து அமுதவயிரக்கோல்கள் விழுகின்றன.

பூமிப்பெண் விடாய் தீர்கிறாள்; குளிர்ச்சி பெறுகின்றாள்; வெப்பத்தால் தண்மையும், தண்மையால் வெப்பமும் விளைகின்றன, அனைத்தும் ஒன்றாதலால்.

வெப்பம் தவம். தண்மை யோகம். வெப்பம் ஆண். தண்மை பெண். வெப்பம் வலியது. தண்மை இனிது. ஆணிலும் பெண் சிறந்ததன்றோ. நாம் வெம்மைத் தெய்வத்தைப் புகழ்கின்றோம். அது வாழ்க.

12

நாம் வெம்மையைப் புகழ்கின்றோம். வெம்மைத் தெய்வமே, ஞாயிறே, ஒளிக்குன்றே, அமுதமாகிய உயிரின் உலகமாகிய உடலிலே மீன்களாகத் தோன்றும் விழிகளின் நாயகமே!

பூமியாகிய பெண்ணின் தந்தையாகிய காதலே, வலிமையின் ஊற்றே, ஒளிமழையே, உயிர்க்கடலே!

சிவனென்னும் வேடன், சக்தியென்னும் குறத்தியை உலகமென்னும் புனங் காக்கச் சொல்லிவைத்து விட்டுப்போன விளக்கே!

கண்ணனென்னும் கள்வன் அறிவென்னும் தன்முகத்தை மூடிவைத்திருக்கும் ஒளியென்னும் திரையே, ஞாயிறே, நின்னைப் பரவுகின்றோம்,

மழையும் நின் மகள்; மண்ணும் நின் மகள்; காற்றும் கடலும் கனலும் நின் மக்கள்; வெளி நின் காதலி; இடியும் மின்னலும் நினது வேடிக்கை. நீ தேவர்களுக்குத் தலைவன். நின்னைப் புகழ்கின்றோம்.

தேவர்களெல்லாம் ஒன்றே. காண்பன வெல்லாம் அவருடல். கருதுவன அவருயிர். அவர்களுடைய தாய் அமுதம். அமுதமே தெய்வம். அமுதமே மெய்யொளி. அஃது ஆத்மா. அதனைப் புகழ்கின்றோம். ஞாயிற்றின் புகழ் பேசுதல் நன்று.

13

மழை பெய்கிறது. காற்றடிக்கின்றது. இடி குமுறுகின்றது. மின்னல் வெட்டுகின்றது.

புலவர்களே, மின்னலைப் பாடுவோம் வாருங்கள். மின்னல் ஒளித்தெய்வத்தின் ஒரு லீலை. ஒளித்தெய்வத்தின் ஒரு தோற்றம். அதனை யவனர் வணங்கி ஒளி பெற்றனர். மின்னலைத் தொழுகின்றோம். அது நம்மறிவை ஒளியுறச் செய்க. மேகக் குழந்தைகள் மின்னற்பூச் சொரிகின்றன. மின்சக்தி இல்லாத இடமில்லை. எல்லாத் தெய்வங்களும் அங்ஙனமே. கருங்கல்லிலே, வெண்மணலிலே பச்சை இலையிலே செம்மலரிலே நீல

மேகத்திலே, காற்றிலே, வரையிலே - எங்கும் மின்சக்தி உறங்கிக் கிடக்கின்றது அதனைப் போற்றுகின்றோம்.

நமது விழிகளிலே மின்னல் பிறந்திடுக. நமது நெஞ்சிலே மின்னல் விசிறிப் பாய்க நமது வலக்கையிலே மின்னல் தோன்றுக. நமது பாட்டு மின்னலுடைத்தாகுக. நமது வாக்கு மின்போல் அடித்திடுக.

மின் மெலியதைக் கொல்லும்; வலியதிலே வலிமை சேர்க்கும். அது நம் வலிமையை வளர்த்திடுக.

ஒளியை, மின்னலை, சுடரை, மணியை, ஞாயிற்றை, திங்களை, வானத்து வீடுகளை, மீன்களை - ஒளியுடைய அனைத்தையும் வாழ்த்துகின்றோம்.

அனைத்தையும் வாழ்த்துகின்றோம். ஞாயிற்றை வாழ்த்துகின்றோம்.

39. சக்தி

1

சக்தி வெள்ளத்திலே ஞாயிறு ஓர் குமிழியாம். சக்திப் பொய்கையிலே ஞாயிறு ஒரு மலர். சக்தி அநந்தம். எல்லையற்றது. முடிவற்றது; அசையாமையில் அசைவு காட்டுவது.

சக்தி அடிப்பது, துரத்துவது, கூட்டுவது, பிணைப்பது, கலப்பது, உதறுவது, புடைப்பது, வீசுவது, சுழற்றுவது, கட்டுவது, சிதறடிப்பது, தூற்றுவது, ஊதிவிடுவது, நிறுத்துவது, ஓட்டுவது, ஒன்றாக்குவது, பலவாக்குவது,

சக்தி குளிர் செய்வது, அனல் தருவது, குதுகுதுப்புத் தருவது, குதூஹலந் தருவது. நோவு தீர்ப்பது, இயல்பு தருவது. இயல்பு மாற்றுவது, சோர்வு தருவது, ஊக்கந் தருவது.

எழுச்சி தருவது, கிளர்ச்சி தருவது, மலர்விப்பது, புளகஞ் செய்வது, கொல்வது, உயிர் தருவது.

சக்தி மகிழ்ச்சி தருவது, சினந் தருவது, வெறுப்புத் தருவது, உவப்புத் தருவது. பகைமை தருவது. காதல் மூட்டுவது. உறுதி தருவது. அச்சந் தருவது, கொதிப்புத் தருவது. ஆற்றுவது.

சக்தி முகர்வது, சுவைப்பது, தீண்டுவது, கேட்பது, காண்பது, சக்தி நினைப்பது, ஆராய்வது, கணிப்பது, தீர்மானஞ் செய்வது. கனாக்காண்பது, கற்பனை புரிவது, தேடுவது, சூழல்வது, பற்றிநிற்பது, எண்ணமிடுவது, பகுத்தறிவது.

சக்திமயக்கந் தருவது, தெளிவு தருவது, சக்தி உணர்வது. பிரமன் மகள், கண்ணன் தங்கை, சிவன் மனைவி, கண்ணன் மனைவி, சிவன் மகள், பிரமன் தங்கை. பிரமனுக்கும் கண்ணனுக்கும் சிவனுக்கும் தாய்.

சக்தி முதற் பொருள். பொருளில்லாப் பொருளின் விளைவில்லா விளைவு.

சக்திக் கடலிலே ஞாயிறு ஓர் நுரை; சக்தி வீணையிலே ஞாயிறு ஒரு வீடு; ஒரு ஸ்வர ஸ்தானம்.

சக்திக் கூத்திலே ஒளி ஒரு தாளம். சக்தியின் கலைகளிலே ஒளி யொன்று. சக்தி வாழ்க.

2

காக்கை கத்துகிறது. ஞாயிறு வையக மாகிய கழனியில் வயிர வொளியாகிய நீர் பாய்ச்சுகிறது. அதனை மேகங்கள் வந்து மறைக்கின்றன. அஃது மேகங்களை ஊடுருவிச் செல்லுகின்றது. மேகமாகிய சல்லடையில் ஒளியாகிய புலனை வடிகட்டும்போது, மண்டி கீழும், தெளிவு மேலுமாக நிற்கின்றன.

கோழி கூவுகின்றது. எறும்பு ஊர்ந்து செல்கின்றது. ஈ பறக்கின்றது.

இளைஞன் சித்திரத்திலே கருத்துச் செலுத்துகிறான். இவையனைத்தும் மஹா சக்தியின் தொழில். அவள் நம்மைக் கர்ம யோகத்தில் நாட்டுக. நமக்குச் செய்கை இயல்பாகுக.

ரசமுள்ள செய்கை, இன்பமுடைய செய்கை, வலிய செய்கை, சலிப்பில்லாத செய்கை, விளையும் செய்கை, பரவும் செய்கை, கூடிவரும் செய்கை, இறுதியற்ற செய்கை.

நமக்கு மஹாசக்தி அருள் செய்க.

கவிதை, காவல், ஊட்டுதல், வளர்த்தல், மாசெடுத்தல், நலந்தருதல், ஒளிபெய்தல் - இச்செயல்கள் நமக்கு மஹாசக்தி அருள் புரிக.

அன்புநீர் பாய்ச்சி, அறிவென்னும் ஏருழுது, சாத்திரக்களை போக்கி, வேதப் பயிர் செய்து, இன்பப் பயனறிந்து தின்பதற்கு மஹாசக்தியின் துணை வேண்டுகின்றோம். அதனை அவள் தருக.

3

இருள் வந்தது, ஆந்தைகள் மகிழ்ந்தன.

காட்டிலே காதலனை நாடிச் சென்ற ஒரு பெண் தனியே கலங்கிப் புலம்பினாள்.

ஒளி வந்தது; காதலன் வந்தான். பெண் மகிழ்ந்தாள்.

பேயுண்டு, மந்திர முண்டு. பேயில்லை. மந்திர முண்டு, நோயுண்டு, மருந்துண்டு, அயர்வு கொல்லும் அதனை ஊக்கம் கொல்லும். அவித்தை கொல்லும், அதனை வித்தை கொல்லும்.

நாம் அச்சங் கொண்டோம்; தாய் அதனை நீக்கி உறுதி தந்தாள். நாம் துயர் கொண்டோம். தாய் அதை மாற்றிக் களிப்புத் தந்தாள். குனிந்த தலையை நிமிர்த்தினாள்; சோர்ந்த விழியில் ஒளி சேர்த்தாள்; கலங்கிய நெஞ்சிலே தெளிவு வைத்தாள்; இருண்ட மதியிலே ஒளி கொடுத்தாள். மஹா சக்தி வாழ்க

4

"மண்ணிலே வேலி போடலாம். வானத்திலே வேலி போடலாமா?" என்றான் ராம கிருஷ்ண முனி.

ஜடத்தைக் கட்டலாம். சக்தியைக் கட்டலாமா? உடலைக் கட்டலாம். உயிரைக் கட்டலாமா?

என்னிடத்தே சக்தி எனதுயிரிலும் உள்ளத்திலும் நிற்கின்றாள். சக்திக்கு அநந்தமான கோயில்கள் வேண்டும். தொடக்கமும் முடிவுமில்லாத காலத்திலே நிமிஷந்தோறும் அவளுக்குப் புதிய கோயில்கள் வேண்டும். இந்த அநந்தமான கோயில்களிலே ஒன்றுக்கு 'நான்' என்று பெயர். இதனை ஓயாமல் புதுப்பித்துக்கொண்டிருந்தால் சக்தி இதில் இருப்பாள். இது பழமைப்பட்டுப் போனவுடன், இதை விட்டுவிடுவாள். இப்போது அவள் என்னுள்ளே நிறைந்திருக்கின்றாள்.

இப்போது எனதுயிரிலே வேகமும் நிறைவும் பொருந்தியிருக்கின்றன. இப்போது எனதுடலிலே சுகமும் வலிமையும் அமைந்திருக்கின்றன. இப்போது என்னுள்ளத்திலே தெளிவு நிலவிடுகின்றது. இது எனக்குப் போதும்.

"சென்றது கருத" மாட்டேன். "நாளைச் சேர்வது நினைக்க" மாட்டேன்.

இப்போது என்னுள்ளே சக்தி கொலுவீற்றிருக்கின்றாள். அவள் நீடுழி வாழ்க. அவளைப் போற்றுகின்றேன், புகழ்கின்றேன். வாய் ஓயாமல் வாழ்த்துகின்றேன்.

5

"மண்ணிலே வேலி போடலாம். வானத்திலே வேலி போடலாமா?" போடலாம். மண்ணிலும் வானந்தானே நிரம்பி யிருக்கின்றது? மண்ணைக் கட்டினால் அதிலுள்ள வானத்தைக் கட்டிய தாகாதா?

உடலைக் கட்டு, உயிரைக் கட்டலாம். உயிரைக் கட்டு உள்ளத்தைக் கட்டலாம். உள்ளத்தைக் கட்டு. சக்தியைக் கட்டலாம். அநந்த சக்திக்குக் கட்டுப்படுவதிலே வருத்த மில்லை.

என் முன்னே பஞ்சுத் தலையணை கிடக்கிறது. அதற்கு ஒரு வடிவம். ஓரளவு, ஒரு நியமம் ஏற்பட்டிருக்கின்றது. இந்த நியமத்தை, அழியாதபடி, சக்தி பின்னே நின்று காத்துக்கொண்டிருக்கிறாள். மனித ஜாதி இருக்குமளவும் இதே தலையணை அழிவெய்தாதபடி காக்கலாம்.

அதனை அடிக்கடி புதுப்பித்துக்கொண்டிருந்தால், அந்த "வடிவத்திலே" சக்தி நீடித்து நிற்கும். புதுப்பிக்கா விட்டால் அவ் "வடிவம்" மாறும்.

அழுக்குத் தலையணை; ஓட்டைத் தலையணை, பழைய தலையணை - அதிலுள்ள பஞ்சை யெடுத்துப் புதிய மெத்தையிலே போடு. மேலுறையைக் கந்தையென்று வெளியே எறி. அந்த "வடிவம்" அழிந்துவிட்டது.

வடிவத்தைக் காத்தால், சக்தியைக் காக்கலாம்; அதாவது சக்தியை, அவ்வடிவத்திலே காக்கலாம்; வடிவம் மாறினும் சக்தி மாறுவதில்லை. எங்கும், எதனிலும்,

எப்போதும், எல்லாவிதத் தொழில்களும் காட்டுவது சக்தி, வடிவத்தைக்காப்பது நன்று, சக்தியின் பொருட்டாக.

சக்தியைப் போற்றுதல் நன்று. வடிவத்தைக் காக்குமாறு, ஆனால் வடிவத்தை மாத்திரம் போற்றுவோர் சக்தியை இழந்து விடுவர்.

6

பாம்புப் பிடாரன் குழலூதுகின்றான்

"இனிய இசை சோகமுடையது" என்பது கேட்டுள்ளோம். ஆனால், இப் பிடாரன் ஒலிக்கும் இசை மிகவும் இனியதாயினும் சோக ரசந் தவிர்ந்தது. இஃதோர் பண்டிதன் தர்க்கிப்பது போலிருக்கின்றது.

ஒரு நாவலன் பொருள் நிறைந்த சிறியசிறிய வாக்கியங்களை அடுக்கிக்கொண்டு போவது போலிருக்கிறது. இந்தப் பிடாரன் என்ன வாதாடுகிறான்?

"தான தந்தத் தான தந்தத் தா - தனத்
தான தந்தன தான தந்தன தா-
தந்தனத்தன தந்தனத்தன தா"

அவ்விதமாகப் பல வகைகளில் மாற்றிச் சுருள் சுருளாக வாசித்துக்கொண்டு போகிறான். இதற்குப் பொருளென்ன?

ஒரு குழந்தை இதற்குப் பின்வருமாறு பொருள் சொல்லலாயிற்று:-

"காளிக்குப் பூச்சூட்டினேன், அதைக் கழுதையொன்று தின்ன வந்ததே."

பராசக்தியின் பொருட்டு இவ்வுடல் கட்டினேன். அதைப் பாவத்தால் விளைந்த நோய் தின்ன வந்தது.

பராசக்தியைச் சரணடைந்தேன். நோய் மறைந்துவிட்டது. பராசக்தி ஒளியேறி என் அகத்திலே விளங்கலாயினள். அவள் வாழ்க.

7

பாம்புப் பிடாரன் குழலூதுகின்றான். குழலிலே இசை பிறந்ததா? தொளையிலே பிறந்ததா? பாம்புப் பிடாரன் மூச்சிலே பிறந்ததா? அவனுள்ளத்திலே பிறந்தது; குழலிலே வெளிப்பட்டது.

உள்ளம் தனியே ஒலிக்காது. குழல் தனியே இசை புரியாது. உள்ளம் குழலிலே ஒட்டாது. உள்ளம் மூச்சிலே ஒட்டும். மூச்சு குழலிலே ஒட்டும். குழல் பாடும். இஃது சக்தியின் லீலை.

அவள் உள்ளத்திலே பாடுகிறாள். அது குழலின் தொளையிலே கேட்கிறது.

பொருந்தாத பொருள்களைப் பொருத்தி வைத்து அதிலே இசை யுண்டாக்குதல் - சக்தி.

தொம்பப் பிள்ளைகள் பிச்சைக்குக் கத்துகின்றன. பிடாரன் குழலையும் தொம்பக் குழந்தைகளின் குரலையும் யார் சுருதி சேர்த்து விட்டது? சக்தி.

"ஜரிகை வேணும்; ஜரிகை?" என்றொருவன் கத்திக்கொண்டு போகிறான். அதே சுருதியில். ஆ! பொருள் கண்டு கொண்டேன். பிடாரன் உயிரிலும், தொம்பக் குழந்தைகளின் உயிரிலும் ஜரிகைக்காரன் உயிரிலும் ஒரே சக்தி விளையாடுகின்றது.

கருவி பல. பாணன் ஒருவன். தோற்றம் பல. சக்தி ஒன்று அஃது வாழ்க.

8

பராசக்தியைப் பாடுகின்றோம். இவள் எப்படி உண்டாயினாள் அதுதான் தெரியவில்லை: இவள்தானே பிறந்த தாய் 'தான்' என்ற பரம் பொருளினிடத்தே. இவள் எதிலிருந்து தோன்றினாள்? 'தான்' என்ற பரம் பொருளிலிருந்து. எப்படித் தோன்றினாள்? தெரியாது.

படைப்பு நமது கண்ணுக்குத் தெரியாது; அறிவுக்கும் தெரியாது.

சாவு நமது கண்ணுக்குத் தெரியும்; அறிவுக்குத் தெரியாது.

வாழ்க்கை நமது கண்ணுக்குத் தெரியும்; அறிவுக்கும் தெரியும். வாழ்க்கையாவது சக்தியைப் போற்றுதல்; இதன் பயன் இன்பமெய்தல்.

உள்ளம் தெளிந்திருக்க; உயிர் வேகமும் சூடும் உடையதாக; உடல் அமைதியும் வலிமையும் பெற்றிருக்க, மஹா சக்தியின் அருள் பெறுதலே வாழ்தல்; நாம் வாழ்கின்றோம். நம்மை வாழ்வுறச் செய்த மஹா சக்தியை மீட்டும் வாழ்த்துகின்றோம்.

40. காற்று

1

ஒரு வீட்டு மேடையிலே ஒரு பந்தல். ஓலைப் பந்தல், தென்னோலை.

குறுக்கும் நெடுக்குமாக ஏழெட்டு மூங்கிற் கழிகளைச் சாதாரணக் கயிற்றால் கட்டி மேலே தென்னங்கிடுகுகளை விரித்திருக்கிறது.

ஒரு மூங்கிற் கழியிலே கொஞ்சம் மிச்சக் கயிறு தொங்குகிறது. ஒரு சாண் கயிறு இந்தக் கயிறு. ஒருநாள் சுகமாக

ஊசலாடிக் கொண்டிருந்தது. பார்த்தால் துளிகூடக் கவலை இருப்பதாகத் தெரியவில்லை. சில சமயங்களில் அசையாமல் 'உம்' மென்றிருக்கும். கூப்பிட்டாற்கூட ஏனென்று கேட்காது.

இன்று அப்படியில்லை 'குஷால்' வழியிலிருந்தது.

எனக்கும் இந்தக் கயிற்றுக்கும் ஸ்நேஹம். நாங்கள் அடிக்கடி வார்த்தை சொல்லிக்கொள்வதுண்டு.

"கயிற்றினிடத்தில் பேசினால் அது மறுமொழி சொல்லுமா?

பேசிப்பார், மறுமொழி கிடைக்கிறதா இல்லையா என்பதை?

ஆனால் அது சந்தோஷமாக இருக்கும் சமயம் பார்த்து வார்த்தை சொல்லவேண்டும். இல்லாவிட்டால், முகத்தைத் தூக்கிக்கொண்டு சும்மா இருந்துவிடும், பெண்களைப்போல.

எது எப்படியிருந்தாலும், இந்த வீட்டுக் கயிறு பேசும். அதில் சந்தேகமே யில்லை. ஒரு கயிறா சொன்னேன்? இரண்டு கயிறு உண்டு. ஒன்று ஒரு சாண்; மற்றொன்று முக்கால் சாண்.

ஒன்று ஆண்; மற்றொன்று பெண்; கணவனும் மனைவியும் அவை யிரண்டும் ஒன்றையொன்று காமப்பார்வைகள் பார்த்துக் கொண்டும், புன்சிரிப்புச் சிரித்துக் கொண்டும், வேடிக்கைப் பேச்சுப் பேசிக்கொண்டும் ரசப்போக்கிலே யிருந்தன.

அத்தருணத்திலே நான் போய்ச் சேர்ந்தேன். ஆண் கயிற்றுக்குக் 'கந்தன்' என்று பெயர். பெண் கயிற்றுக்குப் பெயர் 'வள்ளியம்மை'.

(மனிதர்களைப் போலவே துண்டுக் கயிறுகளுக்கும் பெயர் வைக்கலாம்.)

கந்தன் வள்ளியம்மைமீது கையைப்போட வருகிறது. வள்ளியம்மை சிறிது பின் வாங்குகிறது. அந்த சந்தர்ப்பத்திலே நான் போய்ச் சேர்ந்தேன்.

"என்ன, கந்தா, சௌக்கியம்தானா? ஒரு வேளை, நான் சந்தர்ப்பந் தவறி வந்துவிட்டேனோ. என்னவோ! போய், மற்றொரு முறை வரலாமா?" என்று கேட்டேன்.

அதற்குக் கந்தன்:- "அட போடா வைதிக மனுஷன்! உன் முன்னேகூட லஜ்ஜையா? என்னடி வள்ளி, நமது சல்லாபத்தை ஐயர் பார்த்ததிலே உனக்குக் கோபமா?" என்றது.

"சரி. சரி, என்னிடத்தில் ஒன்றும் கேட்க வேண்டாம்" என்றது வள்ளியம்மை.

அதற்குக் கந்தன், கடகட வென்று சிரித்துக் கைதட்டிக் குதித்து, நான் பக்கத்திலிருக்கும்போதே வள்ளியம்மையைக் கட்டிக்கொண்டது.

வள்ளியம்மை கீச்சுக் கீச்சென்று கத்தலாயிற்று. ஆனால் மனதுக்குள்ளே வள்ளியம்மைக்கு சந்தோஷம். நாம் சுகப்படுவதைப் பிறர் பார்ப்பதிலே நமக்கு சந்தோஷந்தானே?

இந்த வேடிக்கை பார்ப்பதிலே எனக்கும் மிகவும் திருப்திதான். உள்ளதைச் சொல்லி விடுவதிலே என்ன குற்றம்? இளமையின் சல்லாபம் கண்ணுக்குப் பெரியதோர் இன்பமன்றோ?

வள்ளியம்மை அதிகக் கூச்சலிடவே, கந்தன் அதை விட்டுவிட்டது.

சில க்ஷணங்களுக்குப் பின் மறுபடி போய்த் தழுவிக்கொண்டது.

மறுபடியும் கூச்சல், மறுபடியும்விடுதல்; மறுபடியும் தழுவல்; மறுபடியும் கூச்சல், இப்படியாக நடந்துகொண்டே வந்தது. "என்ன, கந்தா, வந்தவனிடத்தில் ஒரு வார்த்தைகூடச் சொல்ல மாட்டேனென்கிறாய்? வேறொருசமயம் வருகிறேன். போகட்டுமா?' என்றேன்.

"அட போடா! வைதிகம்! வேடிக்கைதானே பார்த்துக்கொண்டிருக்கிறாய். இன்னும் சிறிதுநேரம் நின்று கொண்டிரு. இவளிடம் சில விவகாரங்கள் தீர்க்க வேண்டியிருக்கிறது. தீர்ந்தவுடன் நீயும் நானும் சில விஷயங்கள் பேசலாம் என்றிருக்கிறேன். போய்விடாதே, இரு" என்றது.

நின்று மேன்மேலும் பார்த்துக் கொண்டிருந்தேன்.

சிறிது நேரம் கழிந்தவுடன், பெண்ணும் இன்ப மயக்கத்திலே நான் நிற்பதை மறந்து நாணத்தை விட்டுவிட்டது.

உடனே பாட்டு, நேர்த்தியான துக்கடாக்கள். ஒரு வரிக்கு ஒரு வர்ணமெட்டு.

இரண்டே 'சங்கதி' பின்பு மற்றொரு பாட்டு. கந்தன் பாடி முடிந்தவுடன், வள்ளி, இது முடிந்தவுடன், அது மாற்றி மாற்றிப் பாடி - கோலாஹலம்.

சற்றுநேரம் ஒன்றையொன்று தொடாமல் விலகி நின்று பாடிக் கொண்டேயிருக்கும். அப்போது வள்ளியம்மை தானாகவே போய்க் கந்தனைத் தீண்டும்.

அது தழுவிக் கொள்ளவரும். இது ஓடும். கோலாஹலம்! இங்ஙனம் நெடும்பொழுது சென்றபின் வள்ளியம்மைக்குக் களியேறி விட்டது.

நான் பக்கத்து வீட்டிலே தாகத்துக்கு ஜலம் குடித்துவிட்டு வரப் போனேன்.

நான் போவதை அவ்விரண்டு கயிறுகளும் கவனிக்கவில்லை.

நான் திரும்பிவந்து பார்க்கும்போது வள்ளியம்மை தூங்கிக்கொண்டிருந்தது, கந்தன் என் வரவை எதிர்நோக்கியிருந்தது.

என்னைக் கண்டவுடன், "எங்கடா போயிருந்தாய் வைதிகம்! சொல்லிக் கொள்ளாமல் போய்விட்டாயே" என்றது.

"அம்மா நல்ல நித்திரை போலிருக்கிறதே?" என்று கேட்டேன்.

ஆஹா! அந்த க்ஷணத்திலே கயிற்றிலிருந்து வெடித்து வெளிப்பட்டு என் முன்னே நின்ற தேவனுடைய மகிமையை என்னென்று சொல்வேன்!

காற்றுத்தேவன் தோன்றினான். அவனுடல் விம்மி விசாலமாக இருக்குமென்று நினைத்திருந்தேன். வயிர ஊசிபோல் ஒளி வடிவமாக இருந்தது. 'நமஸ்தே வாயோ, த்வமேவ ப்ரத்யக்ஷம் ப்ரஹ்மாஸி" காற்றே, போற்றி, நீயே கண்கண்ட பிரமம்.

அவன் தோன்றிய பொழுதிலே வானமுழுதும் ப்ராண சக்தி நிரம்பிக் கனல்வீசிக் கொண்டிருந்தது.

ஆயிர முறை அஞ்சலி செய்து வணங்கினேன்.

காற்றுத் தேவன் சொல்வதாயினன்:- "மகனே, ஏதடா கேட்டாய்? அந்தச் சிறிய கயிறு உறங்குகிறதா என்று கேட்கிறாயா? இல்லை. அது செத்துப் போய்விட்டது, நான் ப்ராண சக்தி.

என்னுடனே உறவுகொண்ட உடல் இயங்கும். என்னுறவில்லாதது சவம். நான் ப்ராணன். என்னாலேதான் அச்சிறு கயிறு களைப்பெய்தியவுடனே அதனை உறங்க-இறக்க-விட்டு விட்டேன். துயிலும் சாவுதான். சாவும் துயிலே. யான் விளங்குமிடத்தே அவ்விரண்டும் இல்லை. மாலையில் வந்து ஊதுவேன். அது மறுபடி பிழைத்துவிடும்.

நான் விழிக்கச் செய்கிறேன். அசையச் செய்கிறேன். நான் சக்தி குமாரன், என்னை வணங்கி வாழ்க. என்றான்.

"நமஸ்தே வாயோ, த்வமேவ ப்ரத்யக்ஷம் ப்ரஹ்மாஸி த்வமேவ ப்ரத்யக்ஷம் ஹ்ம வதிஷ்யாமி."

2

நடுக் கடல். தனிக் கப்பல். வானமே சினந்து வருவதுபோன்ற புயற்காற்று. அலைகள் சாரி வீசுகின்றன. நிர்த்தூளிப் படுகின்றன. அவை மோதி வெடிக்கின்றன. சூறை யாடுகின்றன. கப்பல் நிர்த்தனஞ் செய்கின்றது; மின் வேகத்தில் எற்றப்படுகின்றது; பாறையில் மோதிவிட்டது. ஹதம்! இருநூறு உயிர்கள் அழிந்தன. அழியுமுன், அவை யுக முடிவின் அனுபவம் எங்ஙனமிருக்குமென்பதை அறிந்துகொண்டு போயின.

ஊழி முடிவும் இப்படியே தானிருக்கும். உலகம் ஓடுநீராகிவிடும்; தீ, நீர், சக்தி காற்றாகி விடுவாள்.

சிவன் வெறியிலே யிருப்பான். இவ்வுலகம் ஒன்றென்பது தோன்றும். அஃது சக்தி யென்பது தோன்றும். அவள் பின்னே சிவன் நிற்பது தோன்றும்.

காற்றே பந்தல் கயிறுகளை அசைக்கின்றான். அவற்றில் உயிர் பெய்கிறான். காற்றே நீரில் சூறாவளி காட்டி, வானத்தில் மின்னேற்றி, நீரை நெருப்பாக்கி, நெருப்பை நீராக்கி, நீரைத் தூளாக்கித் தூளை நீராக்கிச் சண்ட மாருதம் செய்கின்றான்.

காற்றே யுகமுடிவு செய்கின்றான். காற்றே காக்கின்றான். அவன் நம்மைக் காத்திடுக. "நமஸ்தே வாயோ, த்வமேவ ப்ரத்யக்ஷம் ப்ரஹ்மாஸி."

3

காற்றுக்குக் காது நிலை. சிவனுடைய காதிலே காற்று நிற்கிறான். காற்றில்லாவிட்டால் சிவனுக்குக் காது கேட்காது. காற்றுக்குக் காதில்லை. அவன் செவிடன்.

காதுடையவன் இப்படி இரைச்ச லிடுவானா? காதுடையவன் மேகங்களை ஒன்றோடொன்று மோதலிட்டு இடியிடிக்கச் சொல்லி வேடிக்கை பார்ப்பானா? காதுடையவன் கடலைக் கலக்கி விளையாடுவானா? காற்றை, ஒலியை வலிமையை வணங்குகின்றோம்.

4

பாலைவனம், மணல், மணல், மணல், பல யோஜனை தூரம் ஒரே மட்டமாக நான்கு திசையிலும் மணல்.

மாலை நேரம். அவ்வனத்தின் வழியே ஒட்டைகளின் மீதேறி ஒரு வியாபாரக் கூட்டத்தார் போகிறார்கள்.

வாயு சண்டனாகி வந்துவிட்டான். பாலைவனத்து மணல்களெல்லாம் இடை வானத்திலே சுழல்கின்றன. ஒரு க்ஷணம் யம வாதனை, வியாபாரக் கூட்டம் முழுதும் மணலிலே அழிந்து போகிறது. வாயு கொடியோன். அவன் ருத்ரன். அவனுடைய ஓசை அச்சந் தருவது. அவனுடைய செயல்கள் கொடியன. காற்றை வாழ்த்துகின்றோம்.

5

வீமனும் அனுமானும் காற்றின் மக்கள் என்று புராணங்கள் கூறும். உயிருடையனவெல்லாம் காற்றின் மக்களே என்பது வேதம். உயிர்தான் காற்று. உயிர் பொருள். காற்று அதன் செய்கை. பூமித்தாய் உயிரோடிருக்கிறாள். அவளுடைய மூச்சே பூமியிலுள்ள காற்று. காற்றே உயிர்.

அவன் உயிர்களை அழிப்பவன். காற்றே உயிர். எனவே உயிர்கள் அழிவதில்லை. சிற்றுயிர் பேருயிரோடு சேர்கிறது. மரண மில்லை. அகிலவுலகமும் உயிர் நிலையே. தோன்றுதல், வளர்தல், மாறுதல், மறைதல் - எல்லாம் உயிர்ச் செயல். உயிரை வாழ்த்துகின்றோம்.

6

காற்றே வா. மகரந்தத் தூளைச் சுமந்துகொண்டு, மனத்தை மயலுறுத்துகின்ற இனிய வாசனையுடன் வா. இலைகளின் மீதும், நீரலைகளின் மீதும் உராய்ந்து, மிகுந்த ப்ராண - ரசத்தை எங்களுக்குக் கொண்டு கொடு. காற்றே, வா எமது உயிர் - நெருப்பை நீடித்து நின்ற நல்லொளி தருமாறு நன்றாக வீசு. சக்தி குறைந்துபோய், அதனை அவித்துவிடாதே. பேய்போல வீசி, அதனை மடித்துவிடாதே. மெதுவாக, நல்ல லயத்துடன், நெடுங்காலம் நின்று வீசிக்கொண்டிரு உனக்குப் பாட்டுக்கள் பாடுகிறோம் உனக்குப் புகழ்ச்சிகள் கூறுகிறோம். உன்னை வழிபடுகின்றோம்.

7

சிற்றெறும்பைப் பார். எத்தனை சிறியது! அதற்குள்ளே கை, கால், வாய், வயிறு எல்லா அவயவங்களும் கணக்காக வைத்திருக்கிறது.

யார் வைத்தனர்? மஹா சக்தி. அந்த உறுப்புக்களெல்லாம் நேராகவே தொழில் செய்கின்றன. எறும்பு உண்ணுகின்றது. உறங்குகின்றது. மணம் செய்து கொள்கின்றது. குழந்தை பெறுகிறது, ஒடுகிறது, தேடுகிறது, போர் செய்கிறது, நாடு காக்கிறது. இதற்கெல்லாம் காற்றுத்தான் ஆதாரம்.

மஹா சக்தி காற்றைத் கொண்டுதான் உயிர் விளையாட்டு விளையாடுகின்றாள். காற்றைப் பாடுகிறோம் அஃது அறிவிலே துணிவாக நிற்பது; உள்ளத்திலே விருப்பு

வெறுப்புக்களாவது. உயிரிலே உயிர் தானாக நிற்பது. வெளி யுலகத்திலே அதன் செய்கையை நாம் அறிவோம். நாம் அறிவதில்லை. காற்றுத் தேவன் வாழ்க.

8

மழைக் காலம். மாலை நேரம். குளிர்ந்த காற்று வருகிறது நோயாளி உடம்பை மூடிக்கொள்ளுகிறான். பயனில்லை.

காற்றுக்கு அஞ்சி உலகத்திலே இன்பத்துடன் வாழ முடியாது. பிராணன் காற்றாயின் அதற்கு அஞ்சி வாழ்வதுண்டா? காற்று நம்மீது வீசுக. அது நம்மை நோயின்றிக் காத்திடுக. மலைக்காற்று நல்லது. வான் காற்று நன்று. ஊர்க்காற்றை மனிதர் பகைவனாக்கிவிடுகின்றனர். அவர்கள் காற்றுத் தெய்வத்தை நேரே வழிபடுவதில்லை.

அதனால் காற்றுத்தேவன் சினமெய்தி அவர்களை அழிக்கின்றான். காற்றுத் தேவனை வணங்குவோம் அவன் வரும் வழியில் சேறு தங்கலாகாது. நாற்றம் இருக்கலாகாது. அழுகின பண்டங்கள் போடலாகாது புழுதி படிந்திருக்கலாகாது. எவ்விதமான அசுத்தமும் கூடாது. காற்று வருகின்றான். அவன் வரும் வழியை நன்றாகத் துடைத்து நல்ல நீர் தெளித்து வைத்திடுவோம். அவன் வரும் வழியிலே சோலைகளும், பூந்தோட்டங்களும் செய்து வைப்போம். அவன் வரும் வழியிலே கர்ப்பூரம் முதலிய நறும் பொருள்களைக் கொளுத்தி வைப்போம். அவன் நல்ல மருந்தாக வருக. அவன் நமக்கு உயிராகி வருக; அமுதமாகி வருக. காற்றை வழிபடுகின்றோம். அவன் சக்தி குமாரன், மஹாராணியின் மைந்தன். அவனுக்கு நல்வரவு கூறுகின்றோம். அவன் வாழ்க.

9

காற்றே வா. மெதுவாக வா. ஜன்னல் கதவை அடித்து உடைத்து விடாதே. காயிதங்களை யெல்லாம் எடுத்து விசிறி எறியாதே. அலமாரிப் புத்தகங்களைக் கீழே தள்ளிவிடாதே பார்த்தாயா? இதோ, தள்ளிவிட்டாய். புஸ்தகத்தின் ஏடுகளைக் கிழித்துவிட்டாய். மறுபடி மழையைக் கொண்டுவந்து சேர்த்தாய். வலி யிழந்தவற்றைத் தொல்லைப்படுத்தி வேடிக்கை பார்ப்பதிலே நீ மஹா சமர்த்தன்.

நொய்ந்த வீடு, நொய்ந்த கதவு, நொய்ந்த கூரை, நொய்ந்த மரம், நொய்ந்த உடல், நொய்ந்த உயிர், நொய்ந்த உள்ளம்-இவற்றைக் காற்றுத் தேவன் புடைத்து நொறுக்கிவிடுவான். சொன்னாலும் கேட்கமாட்டான். ஆதலால், மானிடரே வாருங்கள். வீடுகளைத் திண்மையுறக் கட்டுவோம். கதவுகளை வலிமையுறச் சேர்ப்போம். உடலை உறுதி கொள்ளப் பழகுவோம். உயிரை வலிமையுற நிறுத்துவோம். உள்ளத்தை உறுதி செய்வோம். இங்ஙனம் செய்தால், காற்று நமக்குத் தோழனாகிவிடுவான். காற்று மெலிய தீயை அவித்துவிடுவான். வலிய தீயை வளர்ப்பான். அவன் தோழமை நன்று. அவனை நித்தமும் வாழ்த்துகின்றோம்.

10

மழை பெய்கிறது. ஊர்முழுதும் ஈரமாகிவிட்டது. தமிழ் மக்கள், எருமைகளைப்போல எப்போதும் ஈரத்திலேயே நிற்கிறார்கள். ஈரத்திலேயே உட்காருகிறார்கள், ஈரத்திலேயே நடக்கிறார்கள். ஈரத்திலேயே படுக்கிறார்கள். ஈரத்திலேயே சமையல், ஈரத்திலேயே உணவு.

உலர்ந்த தமிழன் மருந்துக்குக்கூட அகப்படமாட்டான்.

ஓயாமல் குளிர்ந்த காற்று வீசுகிறது. தமிழ் மக்களிலே பலருக்கு ஜ்வரம் உண்டாகிறது. நாள்தோறும் சிலர் இறந்து போகிறார்கள். மிஞ்சியிருக்கும் மூடர் 'விதிவசம்' என்கிறார்கள். ஆமடா, விதிவசந்தான். 'அறிவில்லாத வர்களுக்கு இன்பமில்லை' என்பது ஈசனுடைய விதி.

சாஸ்திர மில்லாத தேசத்திலே நோய்கள் விளைவது விதி.

தமிழ் நாட்டிலே சாஸ்திரங்களில்லை. உண்மையான சாஸ்திரங்களை வளர்க்காமல், இருப்பனவற்றையும் மறந்துவிட்டுத் தமிழ் நாட்டுப் பார்ப்பார் பொய்க் கதைகளை மூடரிடங் காட்டி வயிறு பிழைத்து வருகிறார்கள். குளிர்ந்த காற்றையா விஷமென்று நினைக்கிறாய்? அது அமிழ்தம்; நீ ஈரமில்லாத வீடுகளில் நல்ல உடைகளுடன் குடியிருப்பாயானால், காற்று நன்று. அதனை வழிபடுகின்றோம்.

11

காற்றென்று சக்தியைக் கூறுகின்றோம். எற்றுகிற சக்தி, புடைக்கிற சக்தி, மோதுகிற சக்தி, சுழற்றுவது, ஊதுவது, சக்தியின் பல வடிவங்களிலே காற்றும் ஒன்று. எல்லாத் தெய்வங்களும் சக்தியின் கலைகளேயாம். சக்தியின் கலைகளையே தெய்வங்களென்கிறோம். காற்று சக்தி குமாரன். அவனை வழிபடுகின்றோம்.

12

காக்கை பறந்து செல்லுகிறது. காற்றின் அலைகளின்மீது நீந்திக்கொண்டு போகிறது. அலைகள் போலிருந்து, மேலே காக்கை நீந்திச் செல்வதற்கு இடமாகும் பொருள் யாது? காற்று, அஃதன்று காற்று. அது காற்றின் இடம், வாயு நிலயம். கண்ணுக்குத் தெரியாதபடி அத்தனை நுட்பமாகிய பூதத்தூள்களே (காற்றடிக்கும்போது)

நம்மீது வந்து மோதுகின்றன. அத்தூள்களைக் காற்றென்பது உலக வழக்கு. அவை வாயு வல்ல, வாயு ஏறிவரும் தேர் பனிக்கட்டியிலே சூடேறினால் நீராக மாறிவிடுகிறது. நீரிலே சூடேற்றினால் 'வாயு' வாகி விடுகிறது. தங்கத்திலே சூடேற்றினால் திரவமாக உருகிவிடுகிறது. அத்திரவத்திலே சூடேற்றினால், 'வாயு' வாகின்றது.

இங்ஙனமே, உலகத்துப் பொருள்களனைத்தையும் 'வாயு' நிலைக்குக் கொண்டுவந்துவிடலாம். இந்த 'வாயு' பௌதிகத் தூள். இதனை ஊர்ந்துவரும் சக்தியையே நாம் காற்றுத் தேவனென்று வணங்குகிறோம்.

காக்கை பறந்து செல்லும் வழி காற்றன்று. அந்த வழியை இயக்குபவன் காற்று. அதனை அவ்வழியிலே தூண்டிச் செல்பவன் காற்று. அவனை வணங்குகின்றோம், உயிரைச் சரணடைகின்றோம்.

13

அசைகின்ற இலையிலே உயிர் நிற்கிறதா? ஆம். இரைகின்ற கடல்-நீர் உயிரால் அசைகின்றதா? ஆம். கூரையிலிருந்து போடும் கல் தரையிலே விழுகின்றது. அதன் சலனம் எதனால் நிகழ்வது? உயிருடைமையால். ஓடுகின்ற வாய்க்கால் எந்த நிலையில் உளது? உயிர் நிலையில். ஊமையாக இருந்த காற்று ஊதத் தொடங்கி விட்டதே! அதற்கு என்ன நேரிட்டிருக்கிறது? உயிர் நேரிட்டிருக்கிறது.

வண்டியை மாடு இழுத்துச் செல்கிறது. அங்கு மாட்டின் உயிர் வண்டியிலும் ஏறுகிறது. வண்டி செல்லும்போது உயிருடனேதான் செல்லுகிறது.

காற்றாடி? உயிருள்ளது. நீராவி-வண்டி உயிருள்ளது; பெரிய உயிர். யந்திரங்களெல்லாம் உயிருடையன.

பூமிப்பந்து இடைவிடாமல் மிக்க விசையுடன் சுழல்கின்றது. அவள் தீராத உயிருடையவள், பூமித்தாய். எனவே அவள் திருமேனியிலுள்ள ஒவ்வொன்றும் உயிர் கொண்டதே யாம்.

அகில முழுதும் சுழலுகிறது. சந்திரன் சுழல்கின்றது. ஞாயிறு சுழல்கின்றது. கோடி கோடி கோடி கோடி யோஜனை தூரத்துக் கப்பாலும், அதற்கப்பாலும், அதற்கப்பாலும், சிதறிக் கிடக்கும் வானத்து மீன்களெல்லாம் ஓயாது சுழன்றுகொண்டேதானிருக்கின்றன. எனவே, இவ் வையகம் உயிருடையது. வையகத்தின் ‘உயிரை’யே காற்றென்கிறோம் அதனை முப்போதும் போற்றி வாழ்த்துதல் செய்கின்றோம்.

14

காற்றைப் புகழ நம்மால் முடியாது. அவன் புகழ் தீராது. அவனை ரிஷிகள் “ப்ரத்யக்ஷம் ப்ரஹ்ம” என்று போற்றுகிறார்கள்.

ப்ராண வாயுவைத் தொழுகின்றோம். அவன்,

நம்மைக் காத்திடுக. அபாநனைத் தொழுகின்றோம். அவன் நம்மைக் காக்க. வ்யாநனைத் தொழுகின்றோம், அவன் நம்மைக் காக்க. உதாநனைத் தொழுகின்றோம், அவன் நம்மைக் காக்க. சமாநனைத் தொழுகின்றோம், அவன் நம்மைக் காக்க. காற்றின் செயல்களையெல்லாம் பரவுகின்றோம். உயிரை, வணங்குகின்றோம். உயிர் வாழ்க.

15

உயிரே, நினது பெருமை யாருக்குத் தெரியும்? நீ கண் கண்ட தெய்வம். எல்லா விதிகளும் நின்னால் அமைவன.

எல்லா விதிகளும் நின்னால் அழிவன. உயிரே, நீ காற்று, நீ தீ, நீ நிலம், நீ நீர், நீ வானம். தோன்றும் பொருள்களின் தோற்ற நெறி நீ. மாறுவனவற்றை மாற்றுவிப்பது நின் தொழில். பறக்கின்ற பூச்சி, கொல்லுகின்ற புலி, ஊர்கின்ற புழு, இந்தப் பூமியிலுள்ள எண்ணற்ற உயிர்கள், எண்ணற்ற உலகங்களிலுள்ள எண்ணேயில்லாத உயிர்த் தொகைகள்-இவை யெல்லாம் நினது விளக்கம்.

மண்ணிலும், நீரிலும், காற்றிலும் நிரம்பிக் கிடக்கும் உயிர்களைக் கருதுகின்றோம். காற்றிலே ஒரு சதுர - அடி வரம்பில் லக்ஷக்கணக்கான சிறிய ஜந்துக்கள் நமது கண்ணுக்குத் தெரியாமல் வாழ்கின்றன.

ஒரு பெரிய ஜந்து; அதன் உடலுக்குள் பல சிறிய ஜந்துக்கள்; அவற்றுள் அவற்றிலுஞ் சிறிய பல ஜந்துக்கள்; அவற்றுள் இன்னுஞ் சிறியவை - இங்ஙனம் இவ்வையக முழுதிலும் உயிர்களைப் பொதிந்து வைத்திருக்கிறது.

மஹத் - அதனிலும் பெரியமஹத் - அதனிலும் பெரிது - அதனிலும் பெரிது-

அணு - அதனிலும் சிறிய அணு - அதனிலும் சிறிது - அதனிலும் சிறிது -

இரு வழியிலும் முடிவில்லை. இருபுறத்திலும் அநந்தம். புலவர்களே, காலையில் எழுந்தவுடன் உயிர்களையெல்லாம் போற்றுவோம். "நமஸ்தே வாயோ, த்வமேவ ப்ரத்யக்ஷம் ப்ரஹ்மாஸி."

41. கடல்

1

கடலே காற்றைப் பரப்புகின்றது. விரைந்து சுழலும் பூமிப்பந்தில் பள்ளங்களிலே தேங்கியிருக்கும் கடல் நீர் அந்தச் சுழற்சியிலே தலைகீழாகக் கவிழ்ந்து திசை வெளியில் ஏன் சிதறிப் போய்விடவில்லை?

பராசக்தியின் ஆணை. அவள் நமது தலைமீது கடல்வீழ்ந்துவிடாதபடி ஆதரிக்கிறாள்.

அவள் திருநாமம் வாழ்க. கடல் பெரிய ஏரி; விசாலமான குளம்; பெருங் கிணறு; கிணறு நம் தலையிலே கவிழ்கிறதா? அதுபற்றியே கடலும் கவிழவில்லை. பராசக்தியின் ஆணை.

அவள் மண்ணிலே ஆகர்ஷணத் திறமையை நிறுத்தினாள். அது பொருள்களை நிலைப்படுத்துகின்றது. மலை நமது தலைமேலே புரளவில்லை. கடல் நமது தலைமேலே கவிழவில்லை. ஊர்கள் கலைந்து போகவில்லை. உலகம் எல்லா வகையிலும் இயல் பெறுகின்றது. இஃதெல்லாம் அவளுடைய திருவருள். அவள் திருவருளை வாழ்த்துகின்றோம்.

2

வெம்மை மிகுந்த பிரதேசங்களிலிருந்து வெம்மை குன்றிய பிரதேசங்களுக்குக் காற்று ஓடிவருகிறது. அங்ஙனம், ஓடி வரும்போது காற்று மேகங்களையும் ஓட்டிக்கொண்டு வருகிறது. இவ்வண்ணம் நமக்கு வரும் மழை கடற் பாரிசங்களிலிருந்தே வருகிறது.

காற்றே, உயிர்க் கடலிலிருந்து எங்களுக்கு நிறைய உயிர் மழை கொண்டுவா. உனக்குத் தூபதீபங்கள்

ஏற்றிவைக்கிறோம். வருணா, இந்திரா, நீவிர் வாழ்க இப்போது நல்ல மழை பெய்யும்படி அருள் புரியவேண்டும்.

எங்களுடைய புலங்களெல்லாம் காய்ந்து போய்விட்டன. சூட்டின் மிகுதியால் எங்கள் குழந்தைகளுக்கும் கன்று காலிகளுக்கும் நோய் வருகிறது. அதனை மாற்றியருள வேண்டும்.

பகல் நேரங்களிலே அனல் பொறுக்க முடியவில்லை. மனம் 'ஹா ஹா' வென்று பறக்கிறது.

பறவைகளெல்லாம் வாட்டமெய்தி நிழலுக்காகப் பொந்துகளில் மறைந்து கிடக்கின்றன. பல தினங்களாக, மாலைதோறும் மேகங்கள் வந்து கூடுகின்றன.

மேக மூட்டத்தால் காற்று நின்றுபோய், ஓரிலைகூட அசையாமல், புழுக்கம் கொடிதாக இருக்கிறது. சிறிது பொழுது கழிந்தவுடன் பெரிய காற்றுக்கள் வந்து மேகங்களை அடித்துத் துரத்திக்கொண்டு போகின்றன. இப்படிப் பல நாட்களாக ஏமாந்து போகிறோம்.

இந்திரா, வருணா, அர்யமா, பகா, மித்திரா, உங்கள் கருணையைப் பாடுகிறேன். எங்கள் தாபமெல்லாந் தீர்ந்து, உலகம் தழைக்குமாறு, இன்ப மழை பெய்தல் வேண்டும்.

42. ஜகத் சித்திரம்

(சிறு நாடகம்)

முதல் காட்சி

இடம் — மலையடிவாரத்தில் ஒரு காளி கோயில்.

நேரம் — நடுப்பகல்.

காக்கையரசன்- (கோயிலை எதிர்த்த தடாகத்தின் இடையிலிருந்த தெப்ப மண்டபத்தின் உச்சியில் ஏறி உட்கார்ந்து கொண்டு சூர்யனை நோக்கிச் சொல்லுகிறான்)

"எங்கோ வாழ்!

நீல மலைகள் நிரம்ப அழகியன. வானம் அழகியது, வான் வெளி இனிது. வான் வெளியை மருவிய நின் னொளி இனியவற்று ளெல்லாம் இனிது.

'எங்கே' 'எங்கோ' எனவும்; அன்றி 'கிலுகிலு' 'கிலுகிலு' எனவும் 'கிக்கீ' 'கிக்கீ' என்றும், 'கேக்க' 'கேக்க' 'கேட்க கேட்க' எனவும்; 'கெக்கெக்கே'- குக்குக் குக்குக் குக்குக் குக்குக் குக்கூவே!' என்றும், 'கீச், கீச் கீச், கீச் 'கிசு, கிசு, கிசு, கீச்' என்றும்; 'ரங்க ரங்க' -என்றும் பல்லாயிர வகையினில் இசைக்கும் குயில்களும், கிளிகளும், குலவு பல ஜாதிப்புட்களும் இனிய பூங்குரலுடையன.

எனினும், இத்தனை யின்பத்தினிடையே உயிர்க்குலத்தின் உளத்தே மாத்திரம் இன்ப முறவில்லை. இஃதென்னே! - காக்கா! காக்கா! எங்கோ வாழ்? இதைக் கேட்டு, மற்றப் பக்ஷிகளெல்லாம் கத்துகின்றன:-

"ஆம், ஆம், ஆமாம், ஆமாம், ஆமாமடா! ஆமாமடா! ஆமாம். எங்கோவாழ். எங்கோ வாழ், நன்றாக உரைத்தாய்.

மனந்தான் சத்துரு. வேறு நமக்குப் பகையே கிடையாது. மனந்தான் நமக்குள்ளேயே உட்பகையாக இருந்து கொண்டு நம்மை வேரறுக்கிறது. அடுத்துக் கெடுக்கிறது.

மனந்தான் பகை. அதைக் கொத்துவோம் வாருங்கள். அதைக் கிழிப்போம் வாருங்கள். அதை வேட்டை யாடுவோம் வாருங்கள்.

இரண்டாம் காட்சி

வானுலகம் —இந்திர சபை

(தேவேந்திரன் கொலு வீற்றிருக்கிறான்)

தேவ சேவகன்:—தேவ தேவா!

இந்திரன்:—சொல்.

தேவ சேவகன்:— வெளியே நாரதர் வந்து காத்திருக்கிறார். தங்களைத் தரிசிக்க வேண்டுமென்று சொல்லுகிறார்.

இந்திரன்:— வருக

(நாரதர் பாடிக்கொண்டு வருகிறார்.)

"நாராயண, நாராயண, நாராயண, ஹரி, ஹரி,
நாராயண, நாராயண"

இந்திரன்:— நாரதரே! நாராயணன் எங்கிருக்கிறான்?

நாரதர்:— நீ அவனைப் பார்த்தது கிடையாதோ?

இந்திரன்:— கிடையாது.

நாரதர்:— சர்வ பூதங்களிலும் இருக்கிறான்.

இந்திரன்:— நரகத்திலிருக்கிறானா?

நாரதர்:— ஆம்.

இந்திரன்:— துன்பத்திலிருக்கிறானா?

நாரதர்:— ஆம்.

இந்திரன்: மரணத்திலிருக்கிறானா?

நாரதர்:— ஆம்.

இந்திரன்:— உங்களுடைய சர்வ நாராயண சித்தாந்தத்தின் துணிவு யாது?

நாரதர்:— எல்லா வஸ்துக்களும், எல்லா லோகங்களும், எல்லா நிலைமைகளும், எல்லாத் தன்மைகளும், எல்லா சக்திகளும், எல்லா ரூபங்களும் எல்லாம் ஒன்றுக்கொன்று சமானம்.

இந்திரன்:—நீரும் கழுதையும் சமானந்தானா?

நாரதர்:—ஆம்.

இந்திரன்:—அமிருதபானமும் விஷபானமும் சமானமா?

நாரதர்:—ஆம்.

இந்திரன்:— அசுரர்களும் தேவர்களும், சமானமா?

நாரதர்:— ஆம்.

இந்திரன்:—ஞானமும், அஞ்ஞானமும் சமானமா?

நாரதர்:—ஆம்.

இந்திரன்:—சுகமும், துக்கமும் சமானமா?

நாரதர்:—ஆம்.

இந்திரன்:—அதெப்படி?

நாரதர்:—சர்வம் விஷ்ணுமயம் ஜகத்-

(பாடுகிறார்) நாராயண, நாராயண, நாராயண, நாராயண.

மூன்றாம் காட்சி

இடம்:— மண்ணுலகத்தில் ஒரு மலையடிவாரத்தில்-ஒரு காளி கோயிலுக்கெதிரே சோலையில்.

கிளி பாடுகிறது:— தைர்யா, தைர்யா, தைர்யா—
தன்மனப் பகையைக் கொன்று
தாமோ குணத்தை வென்று
உள்ளக் கவலை யறுத்து
ஊக்கந் தோளிற் பொறுத்து
மனதில் மகிழ்ச்சி கொண்டு
மயக்க மெல்லாம் விண்டு
சந்தோஷத்தைப் பூண்டு
தைர்யா ஹுக்கும் ஹுக்கும்!
ஹுக்கும் ஹுக்கும்!
ஆமடா, தோழா!
ஆமாமடா
எங்கோவா, எங்கோ வா!
தைர்யா, தைர்யா, தைர்யா!

குயில்கள்:—சபாஷ்! சபாஷ்! சபாஷ்1

குருவிகள்:—'டிர்ர்ர்ர்ர்ர்ர்', டிர்ர்ர்ர்'

நாகணவாய்:—'ஜீவ, ஜீவ, ஜீவ, ஜீவ, ஜீவ, ஜீவ.

குருவிகள்:—சிவ, சிவ, சிவ, சிவ, சிவ, சிவா, சிவ, சிவா

காக்கை:— எங்கோ வாழ்! எங்கோ வாழ்!

கிளி:— கேளீர், தோழர்களே! இவ்வுலகத்தில் தற்கொலையைக் காட்டிலும் பெரிய குற்றம் வேறில்லை.

தன்னைத்தான் மனத்தால் துன்புறுத்திக் கொள்வதைக் காட்டிலும் பெரிய பேதைமை வேறில்லை.

காக்கை:—அக்கா! அக்கா! காவு! காவு!

குருவி:— கொட்டடா! கொட்டடா! கொட்டடா!

கிளி:— ஹூக்குக்கூ!

கிளி:—காதலைக் காட்டிலும் பெரிய இன்பம் வேறில்லை.

அணிற் பிள்ளை:— ஹூக்கும், ஹூக்கும், ஹூக்கும், ஹூக்கும்.

பசு மாடு:— வெயிலைப்போல் அழகான பதார்த்தம் வேறில்லை.

அணில்:— பசுவே, இந்த மிக அழகிய வெயிலில், என் கண்ணுக்குப் புலப்படும் வஸ்துக்களுக்குள்ளே உன் கண்ணைப்போல் அழகிய பொருள் பிறிதொன்றில்லை.

நாகணவாய்:—டுபுக்! பாட்டைக் காட்டிலும் ரசமான தொழில் வேறில்லை.

எருமை மாடு:—பக்ஷி ஜாதிகளுக்குள்ள சந்தோஷமும், ஜீவ ஆரவாரமும், ஆட்ட ஓட்டமும், இனிய குரலும் மிருக ஜாதியாருக்கும், மனுஷ்ய ஜாதியாருக்கும் இல்லையே? இதன் காரணம் யாது?

நாகணவாய்:— டுபுக்! வெயில், காற்று, ஒளி இவற்றின் தீண்டுதல் மிருக மனிதர்களைக் காட்டிலும் எங்களுக்கதிகம். எங்களுக்கு உடம்பு சிறிது. ஆதலால் தீனி சொற்பம்; அதைச் சிறிது சிறிதாக நெடுநேரம் தின்கிறோம். ஆதலால் எங்களுக்கு உணவின்பம் அதிகம். மிருக மனித ஜாதியார்களுக்குள் இருப்பதைக் காட்டிலும் எங்களுக்குள்ளே காதலின்பம் அதிகம். ஆதலால் நாங்கள் அதிக சந்தோஷமும், பாட்டும், நகைப்பும், கொஞ்சு மொழிகளுமாகக் காலங்கழிக்கிறோம்.

இருந்தாலும், கிளியரசு சொல்லியதுபோல் காலனுக்குத் தூதனாகிய மனக்குறையென்னும் பேய், எங்கள் குலத்தையும் அழித்துவிடத்தான் செய்கிறது. அதற்கு நிவாரணம் தேடவேண்டும். கவலையைக் கொல்வோம், வாருங்கள். அதிருப்தியைக் கொத்துவோம், கொல்லுவோம்.

மற்றப் பக்ஷிகள்:- வாருங்கள், வாருங்கள், வாருங்கள், துயரத்தை அழிப்போம், கவலையைப் பழிப்போம். மகிழ்வோம், மகிழ்வோம், மகிழ்வோம்.

நான்காம் காட்சி

இடம்:— கடற்கரை.

நேரம்:—நள்ளிரா; முழுநிலாப் பொழுது.

இரண்டு பாம்புகள் ஒரு பாலத்தடியே இருட்புதரினின்றும் வெளிப்பட்டு நிலா வீசி ஒளிரும் மணம் மீது வருகின்றன.

ஆண் பாம்பு:- உன்னுடன் கூடி வாழ்வதில் எனக்கின்பமில்லை. உன்னால் எனது வாழ்நாள் விஷமயமாகிறது. உன்னாலேதான் என் மனம் எப்போதும் அனலில் பட்ட புழுவைப் போலே துடித்துக் கொண்டிருக்கிறது.

பெண் பாம்பு:— உன்னுடன் கூடி வாழ்வதில் எனக்கின்பமில்லை. உன்னால் எனது வாழ்நாள் நரகமாகிறது. உன்னால் என் மனம் தழலிற்பட்ட புழுவைப்போல் இடையறாது துடிக்கிறது.

ஆண் பாம்பு:— நான் உன்னைப் பகைக்கிறேன்.

பெண் பாம்பு:— நான் உன்னை விரோதிக்கிறேன்.

ஆண் பாம்பு:— நான் உன்னைக் கொல்லப் போகிறேன்.

பெண் பாம்பு:— நான் உன்னைக் கொல்லப் போகிறேன்.

ஒன்றையொன்று கடித்து இரண்டு பாம்புகளும் மடிகின்றன.

ஐந்தாம் காட்சி

கடற்கரை

தேவ தத்தன் என்ற மனித இளைஞன்:—நிலா இனியது; நீலவான் இனியது. தெண்டிரைக் கடலின் சீர், ஒலி இனிய; உலகம் நல்லது. கடவுள் ஒளிப்பொருள். அறிவு கடவுள். அதனிலை மோக்ஷம்.

விடுதலைப் பட்டேன். அசுரரை வென்றேன். நானே கடவுள். கடவுளே நான். காதலின்பத்தாற் கடவுள் நிலை பெற்றேன்.

43. விடுதலை

அங்கம் 1) (நாடகம்) (காட்சி 1

இடம் —வானுலகம்.

காலம் —கலிமுடிவு.

பாத்திரங்கள் —இந்திரன், வாயு, அக்நி, ஒளி (சூரியன்) சோமன், இரட்டையர் (அசுவிநி தேவர்), மருத்துக்கள், வசுக்கள், த்வஷ்டா, விசுவே தேவர் முதலாயினோர்.

இந்திரன்:—உமக்கு நன்று, தோழரே.

மற்றவர்:—தோழா, உனக்கு நன்று.

இந்திரன்:—பிரம்மதேவன் நமக்கோர் பணியிட்டான்.

மற்றோர்:—யாங்ஙனம்?

இந்திரன்:—'மண்ணுலகத்து மானுடன் தன்னைக் கட்டிய தளையெலாம் சிதறுக' என்று.

அக்நி:—வாழ்க தந்தை; மானுடர் வாழ்க.

மற்றோர்:—தந்தை வாழ்க, தனிமுதல் வாழ்க.

உண்மை வாழ்க, உலக மோங்குக, தீது கெடுக, திறமை வளர்க.

ஒளி:— உண்மையும் அறிவும் இன்பமு மாகி

பலவெனத் தோன்றிப் பலவினை செய்து

பலபயன் உண்ணும் பரமநற் பொருளை

உயிர்க்கெலாந்தந்தையை, உயிர்க்கெலாந் தாயை

உயிர்க்கெலாந் தலைவனை, உயிர்க்கெலாந் துணைவனை

உயிர்க்கெலாம் உயிரை, உயிர்க்கெலாம், உணர்வை

அறிவிலே கண்டு போற்றி

நெறியினில் அவன்பணி நேர்படச் செய்வோம்.

இந்திரன்:—நன்று தோழரே, அமிர்த முண்போம்.

மற்றோர்:—அமிழ்தம் நன்றே ஆம். அஃதுண்போம்.

(எல்லாரும் அமிர்தபானம் செய்கிறார்கள்.)

இந்திரன்:—நித்தமும் வலிது

வாயு:—நித்தமும் புதிது

அக்நி:—தீரா விரைவு.

இரட்டையர்:—மாறா இன்பம்

மருத்துக்கள்:—என்றும் இளமை.

ஒளி:— என்றுந் தெளிவு

அக்நி:--மண்ணுலகத்து மானுடர் வடிக்கும் சோமப் பாலுமிவ் வமிழ்தமும் ஓர்சுவை.

இந்திரன்:— மண்ணுல கத்து மக்களே, நீவிர்
இன்பங் கேட்பீர். எண்ணிய மறப்பீர்,
செயல்பல செய்வீர், செய்கையில் இளைப்பீர்,
எண்ணள வதனால் ஏழுல கினையும்
விழுங்குதல் வேண்டுவீர், மீளவும் மறப்பீர்,
தோழரென் றெம்மை நித்தமும் சார்ந்தீர்,
சோமப் பாலொடு சொல்லமு தூட்டுவீர்,
நும்மையே அவுணர் நோவுறச் செய்தார்?
ஆஅஅ! மறவுக் குறும்பா, அரக்கா,
விருத்திரா, ஒளியினை மறைத்திடும் வேடா,
நமுசிப் புழுவே, வலனே, நலிசெயுந்
துன்பமே, அச்சமே, இருளே, தொழும்பர்காள்,
பெயர்பல காட்டும் ஒருகொடும் பேயே,
உருப்பல காட்டும் ஒருபுலைப் பாம்பே
படைபல கொணர்ந்து மயக்கிடும் பாழே.
ஏடா, வீழ்ந்தனை, யாவரும் வீழ்ந்தீர்.
அரக்கரே, மனித அறிவெனுங் கோயிலை
விட்டுநீ, ரொழிந்தால் மேவிடும் பொன்னுகம்
முந்தை நாள் தொடங்கி மானுடர் தமக்குச்
சீர்தர நினைந்துநாம் செய்ததை யெல்லாம்
மேகக் கரும்புலை விருத்திரன் கெடுத்தான்.
'வலியிலார் தேவர்; வலியவர் அரக்கர்.
அறமே நொய்யது; மறமே வலியது
மெய்யே செத்தை; பொய்யே குன்றம்.
இன்பமே சோர்வது; துன்பமே வெல்வது

என்றோர் வார்த்தையும் பிறந்தது மண்மேல்
மானுடர் திகைத்தார்; மந்திரத் தோழராம்
விசவாமித்திரன், வசிட்டன், காசிபன்
முதலியோர் செய்த முதல்நூல் மறைந்தது;
பொய்ந்நூல் பெருகின, பூமியின் கண்ணே;
வேதங் கெட்டு வெறுங்கதை மலிந்தது.
போதச் சுடரைப் புகையிருள் சூழ்ந்தது.
தவமெலாங் குறைந்து சதிபல வளர்ந்தன.
எல்லாப் பொழுதினும் ஏழை மானுடர்
இன்பங் கருதி இளைத்தனர், மடிந்தார்;
கங்கைநீர் விரும்பிக் கானநீர் கண்டார்;
அமுதம் வேண்டி விடத்தினை யுண்டார்.
ஏஎ!
வலியரே போலுமிவ் வஞ்சக அரக்கர்!

• • • •

விதியின் பணிதான் விரைக
மதியின் வலிமையால் மானுடன் ஓங்குக.
ஒளி:- ஒருவனைக் கொண்டு சிறுமை நீக்கி
நித்திய வாழ்விலே நிலைபெறச் செய்தால்
மானுடச் சாதி முழுதுநல் வழிபடும்;
மானுடச் சாதி ஒன்று; மனத்திலும்
உயிரிலும் தொழிலிலும் ஒன்றே யாகும்.
தீ:- பரத கண்டத்தில் பாண்டிய நாட்டிலே
விரதந் தவறிய வேதியர் குலத்தில்
வசுபதி யென்றோர் இளைஞன் வாழ்கின்றான்.
தோளிலே மெலிந்தான், துயரிலே அமிழ்ந்தான்

நாளும் வறுமை நாயொடு பொருவான்,
செய்வினை யறியான், தெய்வமுந் துணியான்,
ஐய வலையில் அகப்பட லாயினன்
இவனைக் காண்போம், இவன்புவி காப்பான்.

காற்று:— உயிர்வளங் கொடுத்தேன்; உயிரால் வெல்க.

இந்திரன்:— மதிவலி கொடுத்தேன். வசுபதி வாழ்க.

சூரியன்:—அறிவிலே ஒளியை அமைத்தேன்; வாழ்க.

தேவர்:— மந்திரங் கூறுவோம். உண்மையே தெய்வம்,
கவலையற் றிருத்தலே வீடு. களியே
அமிழ்தம். பயன்வருஞ் செய்கையே அறமாம்.
அச்சமே நரகம்; அதனைச் சுட்டு
நல்லதை நம்பி நல்லதே செய்க.
மகனே! வசுபதி! மயக்கந் தெளிந்து,
தவத்தொழில் செய்து தரணியைக் காப்பாய்!

காட்சி 2

பாண்டி நாட்டில் வேதபுரம், கடற்கரை; வசுபதி தனியே நிலவைப் பார்த்துக்கொண்டிருக்கிறான்.

வசுபதி பாடுகிறான்:—

நிலவுப் பாட்டு

1. வாராய் நிலவே வையத் திருவே,
வெள்ளைத் தீவில் விளையுங் கடலே,
வானப் பெண்ணின் மதமே, ஒளியே,
வாராய், நிலவே, வா.

2. மண்ணுக் குள்ளே அமுதைக் கூட்டிக்
   கண்ணுக் குள்ளே களியைக் காட்டி
   எண்ணுக் குள்ளே இன்பத் தெளிவாய்
   வாராய், நிலவே, வா.

3. இன்பம் வேண்டில் வானைக் காண்பீர்
   வானொளி தன்னை மண்ணிற் காண்பீர்,
   துன்பந் தானோர் பேதைமை யன்றே1
   வாராய், நிலவே, வா.

4. அச்சப் பேயைக் கொல்லும் படையாம்
   வித்தைத் தேனில் விளையுங் களியாய்
   வாராய், நிலவே, வா.

முப்பெரும் பாடல்கள்

1. கண்ணன் பாட்டு

1. கண்ணன் - என் தோழன்

புன்னாகவராளி — திஸ்ர ஜாதி ஏகதாளம்

வத்ஸல ரசம்

பொன்னவிர் மேனிச் சுபத்திரை மாதைப்
    புறங்கொண்டு போவ தற்கே — இனி
என்ன வழியென்று கேட்கில், உபாயம்
    இருகணத் தேயுரைப் பான்; — அந்தக்
"கன்னன் வில்லாளர் தலைவனைக் கொன்றிடக்
    காணும் வழியொன் றில்லேன் — வந்திங்கு
உன்னை யடைந்தனன்" என்னில் உபாயம்
    ஒருகணத் தேயுரைப் பான். 1

கானகத்தே சுற்று நாளிலும் நெஞ்சிற்
    கலக்க மிலாதுசெய் வான்; — பெருஞ்
சேனைத் தலைநின்று போர்செய்யும் போதினில்
    தேர்நடத் திக்கொடுப் பான்; — என்தன்
ஊனை வருத்திடு நோய்வரும் போதினில்
    உற்ற மருந்துசொல் வான்; — நெஞ்சம்
ஈனக் கவலைக ளெய்திடும் போதில்
    இதஞ்சொல்லி மாற்றிடு வான். 2

பிழைக்கும் வழிசொல்ல வேண்டுமென் றாமொரு
 பேச்சினி லேசொல்லு வான்;
உழைக்கும் வழிவினை யாளும் வழிபயன்
 உண்ணும் வழியுரைப் பான்;
அழைக்கும் பொழுதினிற் போக்குச் சொல்லாமல்
 அரைநொடிக் குள்வரு வான்;
மழைக்குக் குடை, பசி நேரத் துணவென்தன்
 வாழ்வினுக் கெங்கள்கண் ணன்.   3

கேட்டபொழுதில் பொருள் கொடுப்பான்; சொல்லுங்
 கேலி பொறுத்திடு வான்; — எனை
ஆட்டங்கள் காட்டியும் பாட்டுக்கள் பாடியும்
 ஆறுதல் செய்திடு வான்; — என்தன்
காட்டத்திற் கொண்ட குறிப்பினை இஃதென்று
 நான்சொல்லும் முன்உணர் வான்; — அன்பர்
கூட்டத்தி லேயிந்தக் கண்ணனைப் போலன்பு
 கொண்டவர் வேறுள ரோ?   4

உள்ளத்தி லேகரு வங்கொண்ட போதினில்
 ஓங்கி யடித்திடு வான்; — நெஞ்சில்
கள்ளத்தைக் கொண்டொரு வார்த்தைசொன் னாலங்கு
 காறி யுமிழ்ந்திடு வான்; — சிறு
பள்ளத்தி லேநெடு நாளழு குங்கெட்ட
 பாசியை யெற்றி விடும் — பெரு
வெள்ளத்தைப் போலருள் வார்த்தைகள் சொல்லி
 மெலிவு தவிர்த்திடு வான்   5

சின்னக் குழந்தைகள் போல்விளை யாடிச்
 சிரித்துக் களித்திடு வான்; — நல்ல
வன்ன மகளிர் வசப்பட வேபல
 மாயங்கள் சூழ்ந்திடு வான்; — அவன்

சொன்ன படிநட வாவிடி லோமிகத்
தொல்லை யிழைத்திடு வான்; — கண்ணன்
தன்னை யிழந்து விடில், ஐயகோ; பின்
சகத்தினில் வாழ்வதி லேன் 6

கோபத்தி லேயொரு சொல்லிற் சிரித்துத்
குலுங்கிடச் செய்திடு வான்; — மனஸ்
தாபத்திலே யொன்று செய்து மகிழ்ச்சி
தளர்த்திடச் செய்திடு வான்; —பெரும்
ஆபத்தி னில்வந்து பக்கத்தி லேநின்று
அதனை விலக்கிடு வான்; — சுடர்த்
தீபத்தி லேவிழும் பூச்சிகள் போல்வரும்
தீமைகள் கொன்றிடு வான் 7

உண்மை தவறி நடப்பவர் தம்மை
உதைத்து நசுக்கிடு வான்; — அருள்
வண்மையி னாலவன் மாத்திரம் பொய்கள்
மலைமலை யாவுரைப் பான்; — நல்ல
பெண்மைக் குணமுடை யான்; — சில நேரத்தில்
பித்தர் குணமுடையான்; மிகத்
தண்மைக் குணமுடையான்; சில நேரம்
தழலின் குணமுடை யான். 8

கொல்லுங் கொலைக்கஞ்சி டாத மறவர்
குணமிகத் தானுடை யான்;— கண்ணன்
சொல்லு மொழிகள் குழந்தைகள் போலொரு
சூதறி யாதுசொல் வான்;— என்றும்
நல்லவ ருக்கொரு தீங்கு நண்ணாது
நயமுறக் காத்திடு வான்; — கண்ணன்
அல்லவ ருக்கு விடத்தினில் நோயில்
அழலினி லுங்கொடி யான். 9

காதல் விளைய மயக்கிடும் பாட்டினில்
  கண்மகிழ் சித்திரத் தில் — பகை
மோதும் படைத்தொழில் யாவினு மேதிறம்
  முற்றிய பண்டிதன் காண்;—உயர்
வேத முணர்ந்த முனிவ ருணர்வினில்
  மேவு பரம்பொருள் காண்;—நல்ல
கீதை யுரைத்தெனை இன்புறச் செய்தவன்
  கீர்த்திகள் வாழ்த்திடு வேன்.   10

2. கண்ணன் - என் தாய்

நொண்டிச் சிந்து

உண்ணஉண்ணத் தெவிட்டாதே — அம்மை
  உயிரெனும் முலையினில் உணர்வெனும் பால்;
வண்ணமுற வைத்தெனக் கே—என்தன்
  வாயினிற்கொண் டூட்டுமோர் வண்மையுடையாள்
கண்ணனெனும் பெயருடை யாள்,—என்னைக்
  கட்டிநிறை வான்எனுந்தன் கையி லணைத்து
மண்ணெனுந்தன் மடியில் வைத்தே — பல
  மாயமுறுங் கதைசொல்லி மனங்களிப் பாள்.   1

இன்பமெனச் சில கதைகள் — எனக்
  கேற்றமென்றும் வெற்றி யென்றும் சில கதைகள்
துன்பமெனச் சில கதைகள் — கெட்ட
  தோல்வியென்றும் வீழ்ச்சியென்றும் சில கதைகள்
என்பருவம் என்தன் விருப்பம் — எனும்
  இவற்றினுக் கிணங்கவென் னுளமறிந்தே
அன்பொடவள் சொல்லிவரு வாள்; — அதில்
  அற்புதமுண் டாய்ப்பர வசமடைவேன்.   2

விந்தைவிந்தை யாக எனக்கே — பல
விதவிதத் தோற்றங்கள் காட்டுவிப் பாள்;
சந்திரனென் றொரு பொம்மை — அதில்
தண்ணமுதம் போலஒளி பரந்தொழுகும்;
மந்தை மந்தையா மேகம் — பல
வண்ணமுறும் பொம்மையது மழைபொழியும்;
முந்தஒரு சூரியனுண்டு—அதன்
முகத்தொளி கூறுதற்கொர் மொழியிலை யே. 3

வானத்து மீன்க ளுண்டு — சிறு
மணிகளைப் போல்மின்னி நிறைந்திருக்கும்;
நானத்தைக் கணக்கிட வே — மனம்
நாடிமிக முயல்கினும் கூடுவதில்லை;
கானத்து மலைக ளுண்டு — எந்தக்
காலமுமொ ரிடம்விட்டு நகர்வதில்லை.
மோனத்தி லேயிருக் கும் — ஒரு
மொழியுரை யாதுவிளை யாடவருங் காண் 4

நல்ல நல்ல நதிகளுண்டு — அவை
நாடெங்கும் ஓடிவிளை யாடி வருங்காண்;
மெல்ல மெல்லப் போயவை தாம் — விழும்
விரிகடற் பொம்மையது மிகப் பெரிதாம்.
எல்லையதிற் காணுவ தில்லை; — அலை
எற்றிநுரை கக்கியொரு பாட்டிசைக்கும்;
ஒல்லெனுமப் பாட்டினிலே — அம்மை
ஓமெனும் பெயரென்றும் ஒலித்திடுங் காண் 5

சோலைகள் காவினங் கள் — அங்கு
சூழ்தரும் பலநிற மணிமலர் கள்
சாலவும் இனியன வாய் — அங்கு
தருக்களில் தூங்கிடும் கனிவகை கள்

ஞாலமுற்றிலும்நிறைந் தே – மிக
	நயந்தரு பொம்மைகள் எனக்கென வே.
கோலமுஞ் சுவையு முற –அவள்
	கோடிபல கோடிகள் குவித்துவைத் தாள்.			6

தின்றிடப் பண்டங்க ளும் – செவி
	தெவிட்டறக் கேட்கநற் பாட்டுக்க ளும்,
ஒன்றுறப் பழகுதற் கே – அறி
	வுடையமெய்த் தோழரும் அவள்கொடுத் தாள்;
கொன்றிடு மென இனி தாய் – இன்பக்
	கொடுநெருப் பாய், அனற் சுவையமு தாய்,
நன்றியல் காதலுக் கே – இந்த
	நாரியர் தமையெனைச் சூழவைத் தாள்.			7

இறகுடைப் பறவைக ளும் – நிலந்
	திரிந்திடும் விலங்குகள் ஊர்வன கள்
அறைகடல் நிறைந்திட வே – எண்ணில்
	அமைத்திடற் கரியபல் வகைப்பட வே
சுறவுகள் மீன்வகை கள் – எனத்
	தோழர்கள் பலருமிங் கெனக்களித் தாள்;
நிறைவுற இன்பம்வைத் தாள்; – அதை
	நினைக்கவும் முழுதிலுங் கூடுதில்லை.			8

சாத்திரம் கோடி வைத்தாள்; – அவை
	தம்மினும் உயர்ந்ததோர் ஞானம் வைத்தாள்;
மீத்திடும் பொழுதினி லே – நான்
	வேடிக்கை யுறக்கண்டு நகைப்பதற் கே
கோத்தபொய் வேதங்க ளும் – மதக்
	கொலைகளும் அரசர்தம் கூத்துக்க ளும்
மூத்தவர் பொய்ந்நடை யும் – இன
	மூடர்தம் கவலையும் அவள் புனைந் தாள்;		9

வேண்டிய கொடுத்திடு வாள்; – அவை
    விரும்புமுன் கொடுத்திட விரைந்திடு வாள்;
ஆண்டருள் புரிந்திடு வாள்; அண்ணன்
    அருச்சுனன் போலெனை ஆக்கிடுவாள்;
யாண்டுமெக் காலத்தி லும் - அவள்
    இன்னருள் பாடுநற் றொழில்புரி வேன்;
நீண்டதொர் புகழ்வாழ் வும் - பிற
    நிகரறு பெருமையும் அவள்கொடுப் பாள்.   10

3. கண்ணன் — என் தந்தை

நொண்டிச் சிந்து

ப்ரதான ரஸம் — அற்புதம்

பூமிக் கெனையனுப்பி னான்; – அந்தப்
    புதுமண்ட லத்திலென் தம்பிக ளுண்டு;
நேமித்த நெறிப்படி யே – இந்த
    நெடுவெளி யெங்கணும் நித்தம் உருண்டே
போமித் தரைகளி லெல்லாம் – மனம்
    போலவிருந் தாளுபவர் எங்க ளினத்தார்
சாமி இவற்றினுக் கெல்லாம் – எங்கள்
    தந்தையவன் சரிதைகள் சிறிதுரைப் பேன்.   1

செல்வத்திற்கோர் குறையில்லை; – எந்தை
    சேமித்து வைத்த பொன்னுக் களவொன்றில்லை;
கல்வியில் மிகச் சிறந்தோன் – அவன்
    கவிதையின் இனிமையொர் கணக்கி லில்லை;
பல்வகை மாண்பி னிடையே – கொஞ்சம்
    பயித்தியம் அடிக்கடி தோன்றுவதுண்டு
நல்வழி செல்லு பவரை – மனம்
    நையும்வரை சோதனைசெய் நடத்தை யுண்டு.   2

நாவு துணிகுவ தில்லை — உண்மை
  நாமத்தை வெளிப்பட உரைப்பதற் கே;
யாவருந் தெரிந்திட வே — எங்கள்
  ஈசனென்றும் கண்ணனென்றும் சொல்லுவதுண்டு
மூவகைப் பெயர் புனைந்தே — அவன்
  முகமறி யாதவர் சண்டைகள்செய் வார்;
தேவர் குலத்தவன் என் றே — அவன்
  செய்திதெரி யாதவர் சிலருரைப் பார்.   3

பிறந்தது மறக் குலத்தில்; — அவன்
  பேதமற வளர்ந்ததும் இடைக்குலத் தில்;
சிறந்தது பார்ப்பன ருள்ளே; — சில
  செட்டிமக்க ளோடுமிகப் பழக்க முண்டு;
நிறந்தனிற் கருமை கொண்டான்; — அவன்
  நேயமுறக் களிப்பது பொன்னிறப் பெண்கள்;
துறந்த நடைக ளுடையான்;—உங்கள்
  சூனியப்பொய்ச் சாத்திரங்கள் கண்டுநகைப்பான். 4

ஏழைகளைத் தோழமைகொள் வான்; — செல்வம்
  ஏறியார் தமைக்கண்டு சீறிவிழு வான்;
தாழவருந் துன்ப மதிலும் –நெஞ்சத்
  தளர்ச்சிகொள் ளாதவர்க்குச் செல்வமளிப் பான்;
நாழிகைக்கொர் புத்தியுடை யான்;— ஒரு
  நாளிருந்த படிமற்றொர் நாளினி லில்லை.
பாழிடத்தை நாடி யிருப்பான்; – பல
  பாட்டினிலும் கதையிலும் நேரமழிப் பான்.   5

இன்பத்தை இனிதென வும் – துன்பம்
  இனிதில்லை யென்றுமவன் எண்ணுவ தில்லை;
அன்பு மிகவு முடையான்;– தெளிந்
  தறிவினில் உயிர்க்குலம் ஏற்ற முறவே.

வன்புகள் பல புரிவான்; — ஒரு
    மந்திரியுண் டெந்தைக்கு விதியென்பவன்;
முன்பு விதித்த தனையே — பின்பு
    முறைப்படி அறிந்துண்ண மூட்டி விடுவான். 6

வேதங்கள் கோத்து வைத்தான்;— அந்த
    வேதங்கள் மனிதர்தம் மொழியி லில்லை;
வேதங்களென்று புவியோர்— சொல்லும்
    வெறுங்கதைத் திரளிலவ் வேதமில்லை;
வேதங்க ளென் றவற் றுள்ளே— அவன்
    வேதத்திற் சிலசில கலந்ததுண்டு;
வேதங்க ளன்றி யொன்றில்லை — இந்த
    மேதினி மாந்தர்சொலும் வார்த்தைக ளெல்லாம் 7

நாலு குலங்கள் அமைத்தான்; — அதை
    நாசமுறப் புரிந்தனர் மூட மனிதர்,
சீலம் அறிவு கருமம் — இவை
    சிறந்தவர் குலத்தினில் சிறந்தவராம்;
மேலவர் கீழவரென் றே — வெறும்
    வேடத்திற் பிறப்பினில் விதிப்பன வாம்
போலிச் சுவடியை யெல்லாம் — இன்று
    பொசுக்கி விட்டாலெவர்க்கும் நன்மையுண்டென்பான்
8

வயது முதிர்ந்து விடினும் — எந்தை
    வாலிபக் களையென்றும் மாறுவதில்லை;
துயரில்லை, மூப்பு மில்லை, — என்றும்
    சோர்வில்லை, நோயொன்று தொடுவ தில்லை;
பயமில்லை, பரிவொன்றில்லை. — எவர்
    பக்கமும்நின் றெதிர்ப்பக்கம் வாட்டுவ தில்லை
நயமிகத் தெரிந்தவன் காண்; — தனி
    நடுநின்று விதிச்செயல் கண்டு மகிழ்வான். 9

துன்பத்தில் நொந்து வருவோர் — தம்மைத்
    தூவென் றிகழ்ந்து சொல்லி வன்புகனி வான்;
அன்பினைக் கைக்கொள் என்பான்;—துன்பம்
    அத்தனையும் அப்பொழுது தீர்ந்திடும் என்பான்;
என்புடை பட்டபொழுதும் - நெஞ்சில்
    ஏக்கமுறப் பொறுப்பவர் தம்மை உகப்பான்;
இன்பத்தை எண்ணுபவர்க்கே - என்றும்
    இன்பமிகத் தருவதில் இன்ப முடையான்.   10

4. கண்ணன் - என் சேவகன்

கூலிமிகக் கேட்பார் கொடுத்ததெலாம் தாம்மறப்பார்;
வேலைமிக வைத்திருந்தால் வீட்டிலே தங்கிடுவார்;
'ஏனடா, நீ நேற்றைக் கிங்குவர வில்லை' யென்றால்,
பானையிலே தேளிருந்து பல்லால் கடித்த தென்பார்;
வீட்டிலே பெண்டாட்டி மேற்பூதம் வந்ததென்பார்;   5

பாட்டியார் செத்துவிட்ட பன்னிரண்டாம் நாளென்பார்;
ஓயாமல் பொய்யுரைப்பார்; ஒன்றுரைக்க வேறுசெய்வார்;
தாயாதி யோடு தனியிடத்தே பேசிடுவார்;
உள்வீட்டுச் செய்தியெல்லாம் ஊரம் பலத்துரைப்பார்;
எள்வீட்டில் இல்லையென்றால் எங்கும் முரசறைவார்;   10

சேவகரால் பட்ட சிரமமிக வுண்டு, கண்டீர்;
சேவகரில் லாவிடிலோ, செய்கை நடக்கவில்லை.
இங்கிதனால் யானும் இடர்மிகுந்து வாடுகையில்,
எங்கிருந்தோ வந்தான் "இடைச் சாதி நான்" என்றான்;
"மாடுகன்று மேய்த்திடுவேன், மக்களை நான்
                            காத்திடுவேன்;   15

வீடு பெருக்கி விளக்கேற்றி வைத்திடுவேன்;
சொன்னபடி கேட்பேன்; துணிமணிகள் காத்திடுவேன்;
சின்னக் குழந்தைக்குச் சிங்காரப் பாட்டிசைத்தே;
ஆட்டங்கள் காட்டி அழாதபடி பார்த்திடுவேன்;
காட்டுவழி யானாலும், கள்ளர்பய மானாலும்,   20

இரவிற் பகலிலே எந்நேர மானாலும்
சிரமத்தைப் பார்ப்பதில்லை, தேவரீர் தம்முடனே
சுற்றுவேன் தங்களுக்கோர் துன்பமுறா மற்காப்பேன்;
கற்ற வித்தை யேதுமில்லை; காட்டு மனிதன்; ஐயே!
ஆன பொழுதுங் கோலடி குத்துப்போர் மற்போர்   25

நானறிவேன்; சற்றும் நயவஞ் சனைபுரியேன்"
என் றுபல சொல்லி நின்றான். "ஏதுபெயர்? சொல்"
                                        (என்றேன்
"ஒன் றுமில்லை; கண்ணனென்பார் ஊரிலுள்ளோர்
                        என்னை" (என்றான்
கட்டுறுதி யுள்ளவுடல் கண்ணிலே நல்லகுணம்,
ஒட்டுறவே நன்றா உரைத்திடுஞ்சொல் - ஈங்கிவற்றால்,
                                        30

தக்கவனென் றுள்ளத்தே சார்ந்த மகிழ்ச்சியுடன்,
"மிக்கவுரை பலசொல்லி விருதுபல சாற்றுகிறாய்;
கூலியென்ன கேட்கின்றாய்? கூறு" கென்றேன். "ஐயனே!
தாலிகட்டும் பெண்டாட்டி சந்ததிக ளேதுமில்லை;
நானோர் தனியாள்; நரைதிரை தோன்றா விடினும்   35

ஆன வயதிற் களவில்லை; தேவரீர்
ஆதரித்தாற் போதும் அடியேனை; நெஞ்சிலுள்ள
காதல் பெரிதெனக்குக் காசுபெரி தில்லை "யென்றான்.
பண்டைக் காலத்துப் பயித்தியத்தில் ஒன்றெனவே
கண்டு மிகவும் களிப்புடனே நானவனை   40

ஆளாகக் கொண்டுவிட்டேன். அன்று முதற்கொண்டு,
நாளாக நாளாக, நம்மிடத்தே கண்ணனுக்குப்
பற்று மிகுந்துவரல் பார்க்கின்றேன்; கண்ணனால்
பெற்றுவரும் நன்மையெலாம் பேசி முடியாது
கண்ணை இமையிரண்டும் காப்பதுபோல், என்குடும்பம் 45

வண்ணமுறக் காக்கின்றான். வாய்முணுத்தல்
                                   கண்டறியேன்
வீதி பெருக்குகிறான்; வீடுசுத்த மாக்குகிறான்;
தாதியர்செய் குற்றமெலாம் தட்டி யடக்குகிறான்;
மக்களுக்கு வாத்தி, வளர்ப்புத்தாய், வைத்தியனாய்
ஒக்கநயங் காட்டுகிறான்; ஒன்றுங் குறைவின்றிப் 50

பண்டமெலாம் சேர்த்துவைத்துப் பால்வாங்கி மோர்
                                       வாங்கிப்
பெண்டுகளைத் தாய்போற் பிரியமுற ஆதரித்து
நண்பனாய் மந்திரியாய், நல்லா சிரியனுமாய்,
பண்பிலே தெய்வமாய்ப் பார்வையிலே சேவகனாய்,
எங்கிருந்தோ வந்தான், இடைச்சாதி யென்று சொன்னான்.

இங்கிவனை யான்பெறவே என்னதவஞ் செய்து
                                   விட்டேன்!
கண்ணன் எனதகத்தே கால்வைத்த நாள்முதலாய்
எண்ணம் விசாரம் எதுவுமவன் பொறுப்பாய்ச்
செல்வம், இளமாண்பு, சீர், சிறப்பு, நற்கீர்த்தி,
கல்வி, அறிவு, கவிதை, சிவயோகம், 60

தெளிவே வடிவாம் சிவஞானம், என்றும்
ஒளிசேர் நலமனைத்தும் ஓங்கிவரு கின்றனகாண்!
கண்ணனைநான் ஆட்கொண்டேன்! கண்கொண்டேன்!
                                   கண்கொண்டேன்!
கண்ணனை யாம்கொள்ளக் காரணமும் உள்ளனவே!

5. கண்ணன் — என் அரசன்*

பகைமை முற்றி முதிர்ந்திடு மட்டிலும்
    பார்த்திருப்ப தல்லா லொன்றுஞ் செய்திடான்;
நகைபுரிந்து பொறுத்துப் பொறுத்தையோ
    நாட்கள் மாதங்கள் ஆண்டுகள் போக்குவான். 1

கண்ணன் வென்று பகைமை யழிந்துநாம்
    கண்ணிற் காண்ப தரிதெனத் தோன்றுமே;
எண்ணமிட் டெண்ண மிட்டுச் சலித்துநாம்
    இழந்த நாட்கள் யுகமெனப் போகுமே. 2

படைகள் சேர்த்த பரிசனம் சேர்த்திடல்
    பணமுண் டாக்கல் எதுவும் புரிந்திடான்;
'இடையன், வீரமி லாதவன், அஞ்சினோன்'
    என்றவர் சொலும் ஏச்சிற்கு நாணிலான். 3

கொல்லப் பூத மனுப்பிடு மாமனே
    கோலு யர்த்துல காண்டு களித்திட,
முல்லை மென்னகை மாதர்க்கும் பாட்டிற்கும்
    மோக முற்றுப் பொழுதுகள் போக்குவான். 4

வான நீர்க்கு வருந்தும் பயிரென
    மாந்தர் மற்றிவண் போர்க்குத் தவிக்கவும்,
தானம் கீர்த்தனை தாளங்கள் கூத்துக்கள்
    தனிமை வேய்ங்குழல் என்றிவை போற்றுவான். 5

காலினைக் கையினால் பற்றிக் கொண்டுநாம்
    கதியெமக் கொன்று காட்டுவை யென்றிட்டால்,
நாலி லொன்று பலித்திடுங் காணென்பான்;
    நாமச் சொல்லின் பொருளெங் குணர்வதே? 6

---

* இக் கவிதை 1917-ஆம் வருஷத்து முதற் பதிப்பில் இல்லை.

நாம வன்வலி நம்பி யிருக்கவும்,
நாண மின்றிப் பதுங்கி வளருவான்;
தீமை தன்னை விலக்கவுஞ் செய்குவான்;
சிறுமை கொண்டொளித் தோடவுஞ் செய்குவான்7

தந்தி ரங்கள் பயிலவுஞ் செய்குவான்;
சவுரி யங்கள் பழகவுஞ் செய்குவான்;
மந்தி ரத்திற னும்பல காட்டுவான்;
வலிமை யின்றிச் சிறுமையில் வாழ்குவான் 8

காலம் வந்துகை கூடுமப் போதிலோர்
கணத்தி லேபுதி தாக விளங்குவான்;
ஆல கால விடத்தினைப் போலவே,
அகில முற்றும் அசைந்திடச் சீறுவான். 9

வேரும் வேரடி மண்ணு மிலாமலே
வெந்து போகப் பகைமை பொசுக்குவான்;
பாரும் வானமும் ஆயிர மாண்டுகள்
பட்ட துன்பங் கணத்திடை மாற்றுவான். 10

சக்க ரத்தை யெடுப்ப தொருகணம்;
தருமம் பாரில் தழைத்தல் மறுகணம்;
இக்க ணத்தில் இடைக்கண மொன்றுண்டோ?
இதனுள் ளேபகை மாய்த்திட வல்லன்காண்1 11

கண்ண னெங்கள் அரசன் புகழினைக்
கவிதை கொண்டெந்தக் காலமும் போற்றுவேன்;
திண்ணை வாயில் பெருக்கவந் தேனெனைத்
தேசம் போற்றத்தன் மந்திரி யாக்கினான். 12

நித்தச் சோற்றினுக் கேவல் செயவந்தேன்;
நிகரி லாப்பெருஞ் செல்வம் உதவினான்,
வித்தை நன்குகல் லாதவன் என்னுள்ளே
வேத நுட்பம் விளங்கிடச் செய்திட்டான். 13

கண்ண னெம்பெரு மானருள் வாழ்கவே!
கலிய ழிந்து புவித்தலம் வாழ்கவே!
அண்ண லின்னருள் நாடிய நாடுதான்
அவலம் நீங்கிப் புகழில் உயர்கவே! **14**

6. கண்ணன் — என் சீடன்

ஆசிரியப்பா

யானே யாகி என்னலாற் பிறவாய்
யானும் அவையுமாய் இரண்டினும் வேறாய்
யாதோ பொருளாம் மாயக் கண்ணன்,
என்னிலும் அறிவினிற் குறைந்தவன் போலவும்,
என்னைத் துணைக்கொண்டு, என்னுடை முயற்சியால் 5

என்னிடை பழகலால் என்மொழி கேட்டலால்
மேம்பா டெய்த வேண்டினோன் போலவும்,
யான்சொலுங் கவிதை என்மதி யளவை
இவற்றினைப் பெருமை யிலங்கின வென்று
கருதுவான் போலவும், கண்ணக் கள்வன் 10

சீடனா வந்தெனைச் சேர்ந்தனன் தெய்வமே!
பேதையேன் அவ்வலைப் பின்னலில் வீழ்ந்து
பட்டன தொல்லை பலபெரும் பாரதம்;
உளத்தினை வென்றிடேன்; உலகினை வெல்லவும்,
தானகஞ் சுடாதேன் பிறர்தமைத் தானெனும் 15

சிறுமையி னகற்றிச் சிவத்திலே நிறுத்தவும்,
தன்னுளே தெளிவும் சலிப்பிலா மகிழ்ச்சியும்
உற்றிடேன்; இந்தச் சகத்திலே யுள்ள
மாந்தர்க் குற்ற துயரெலாம் மாற்றி
இன்பத் திருத்தவும் எண்ணிய பிழைக்கெனைத் 20

தண்டனை புரிந்திடத் தானுளங் கொண்டு,
மாயக் கண்ணன் வலிந்தெனைச் சார்ந்து,
புகழ்ச்சிகள் கூறியும், புலமையை வியந்தும்,
பலவகை யால் அகப் பற்றுறச் செய்தான்;
வெறும்வாய் மெல்லுங் கிழவிக் கிஃதோர்

அவலாய் மூண்டது யானுமங் கவனை
உயர்நிலைப் படுத்தலில் ஊக்கமிக் கவனாய்,
"இன்னது செய்திடேல், இவரொடு பழகேல்,
இவ்வகை மொழிந்திடேல், இனையன விரும்பேல்,
இன்னது கற்றிடேல், இன்ன நூல் கற்பாய்,

இன்னவ ருறவுகொள், இன்னவை விரும்புவாய்"
எனப்பல தருமம் எடுத்தெடுத் தோதி,
ஓய்விலா தவனோ டுயிர்விட லானேன்,
கதையிலே கணவன் சொல்லினுக் கெல்லாம்
எதிர்செயும் மனைவிபோல். இவனும்நான் காட்டும்

நெறியினுக் கெல்லாம் நேரெதிர் நெறியே
நடப்பா னாயினன், நானிலத் தவர்தம்
மதிப்பையும் புகழுறு வாழ்வையும் புகழையும்
தெய்வமாக் கொண்ட சிறுமதி யுடையேன்
கண்ணனாஞ் சீடன், யான் காட்டிய வழியெலாம்

விலகியே நடக்கும் விநோதமிங் கன்றியும்,
உலகினர் வெறுப்புறும் ஒழுக்கமத் தனையும்
தலையாக்கொண்டு சார்பெலாம் பழிச்சொலும்
இகழுமிக் கவனாய் என்மனம் வருந்த
நடந்திடல் கண்டேன்; நாட்பட நாட்படக்

கண்ணனும் தனது கழிபடு நடையில்
மிஞ்சுவா னாகி, வீதியிற் பெரியோர்
கிழவிய ரெல்லாம் கிறுக்கனென் றிவனை
இகழ்ச்சியோ டிரக்கமுற் றேளனம் புரியும்
நிலையும் வந்திட்டான், நெஞ்சிலே யெனக்குத்

தோன்றிய வருத்தஞ் சொல்லிடப் படாது
முத்தனாக் கிடநான் முயன்றதோர் இளைஞன்
பித்தனென் றுலகினர் பேசிய பேச்சென்
நெஞ்சினை அறுத்தது நீதிகள் பலவும்
தந்திரம் பலவும் சாத்திரம் பலவும்

சொல்லிநான் கண்ணனைத் தொளைத்திட லாயினேன்.
தேவ நிலையிலே சேர்த்திடா விடினும்,
மானுடந் தவறி மடிவுறா வண்ணம்,
கண்ணனை நானும் காத்திட விரும்பித்
தீயெனக் கொதித்துச் சினமொழி யுரைத்தும்,

சிரித்துரை கூறியும், செள்ளென விழுந்தும்,
கேலிகள் பேசிக் கிளறியும், இன்னும்
எத்தனை வகையிலோ என்வழிக் கவனைக்
கொணர்ந்திட முயன்றேன்; கொள்பய னொன்றிலை
கண்ணன் பித்தனாய்க் காட்டா ளாகி,

எவ்வகைத் தொழிலிலும் எண்ணமற் றவனாய்,
எவ்வகைப் பயனிலுங் கருத்திழந்தவனாய்,
குரங்காய்க் கரடியாய்க் கொம்புடைப் பிசாசாய்
யாதோ பொருளாய், எங்ஙனோ நின்றான்.
இதனால்,

அகந்தையும் மமதையும் ஆயிரம் புண்ணுற,
யான்கடுஞ் சினமுற்று ‘எவ்வகை யானும்
கண்ணனை நேருறக் கண்டே தீர்ப்பேன்’
எனப்பெருந் தாபம் எய்தினே னாகி
எவ்வா றேனும் இவனையோர் தொழில்

ஓரிடந் தன்னில் ஒருவழி வலிய
நிறுத்துவோ மாயின் நேருற் றிடுவான்’
என்றுளத் தெண்ணி இசைந்திடுஞ் சமயங்
காத்திருந் திட்டேன் ஒருநாள் கண்ணனைத்
தனியே எனது வீட்டினிற் கொண்டு.

"மகனே, என்பால் வரம்பிலா நேசமும்
அன் பும்நீ யுடையை; அதனையான் நம்பி,
நின்னிட மொன்று கேட்பேன்; நீயது
செய்திடல் வேண்டும்; சேர்க்கையின் படியே
மாந்தர்தஞ் செயலெலாம் வகுப்புறல் கண்டாய்.   85

சாத்திர நாட்டமும், தருக்கமும், கவிதையில்
மெய்ப்பொரு ளாய்வதில் மிஞ்சிய விழைவும்
கொண்டோர் தமையே அருகினிற் கொண்டு
பொருளினுக் கலையும் நேரம் போக
மிஞ்சிய பொழுதெலாம் அவருடன் மேவி   90

இருந்திட லாகுமேல், எனக்குநன் றுண்டாம்;
பொழுதெலாம் என்னுடன் போக்கிட விரும்பும்
அறிவுடை மகனிங் குனையலால் அறிந்திடேன்.
ஆதலால்,
என்பயன் கருதி, எனக்கொரு துணையாய்   95

என்னுடன் சிலநாள் இருந்திட நின்னை
வேண்டி நிற்கின்றேன் வேண்டுதல் மறுத்தே
என்னைநீ துன்பம் எய்துவித் திடாமே,
இவ்வுரைக் கிணங்குவாய்" என்றேன். கண்ணனும்
"அங்ஙனே புரிவேன். ஆயின் நின் னிடத்தே   100

தொழிலிலாது யாங்ஙனம் சோம்பரில் இருப்பது?
காரிய மொன்று காட்டுவை யாயின்,
இருப்பேன்" என்றான் இவனுடை இயல்பையும்
திறனையுங் கருதி "என் செய்யுளை யெல்லாம்
நல்லதோர் பிரதியில் நாடொறும் எழுதிக்   105

கொடுந்திடுந் தொழிலினைக் கொள்ளுதி" என்றேன்,
நன்றெனக் கூறியோர் நாழிகை யிருந்தான்;
"செல்வேன்" என்றான்; சினத்தொடு நானும்
பழங்கதை யெழுதிய பகுதியொன் றினையவன்
கையினிற் கொடுத்துக் "கவினுற இதனை   110

எழுதுக" என்றேன்; இணங்குவான் போன்றதைக்
கையிலே கொண்டு கணப்பொழு திருந்தான்;
"செல்வேன்" என்றான் சினந்தீ யாகிநான்
"ஏதடா, சொன்ன சொல் அழித்துரைக் கின்றாய்
பித்தனென் றுன்னை உலகினர் சொல்வது

பிழையிலை போலும்" என்றேன், அதற்கு,
"நாளைவந் திவ்வினை நடத்துவேன்" என்றான்,
"இத்தொழி லிங்கே இப்பொழு தெடுத்துச்
செய்கின் றனையா? செய்குவ தில்லையா?
ஒருரை சொல்" என் றுறுமினேன். கண்ணனும்

"இல்லை"யென் றொருசொல் இமைக்குமுன் கூறினான்.
வெடுக்கெனச் சினத்தீ வெள்ளமாப் பாய்ந்திடக்
கண்சிவந் திதழ்கள் துடித்திடக் கனன்றுநான்
"சீச்சீ பேயே சிறிதுபோழ் தேனும்
இனியென் முகத்தின் எதிர்நின் றிடாதே

என்றுமிவ் வுலகில் என்னிடத் தினிநீ
போந்திடல் வேண்டா போ, போ போ" என்று
இடியுறச் சொன்னேன்; கண்ணனும் எழுந்து
செல்குவ னாயினன். விழிநீர் சேர்ந்திட
மகனே, போகுதி வாழ்கநீ; நின்னைத்

தேவர் காத்திடுக! நின்தனைச் செம்மை
செய்திடக் கருதி ஏதேதோ செய்தேன்.
தோற்றுவிட் டேனடா! சூழ்ச்சிகள் அறிந்தேன்.
மறித்தினி வாராய், செல்லுதி வாழி நீ!"
எனத்துயர் நீக்கி அமைதியோ டிசைத்தேன்

சென்றனன் கண்ணன். திரும்பியோர் கணத்தே
எங்கிருந் தோநல் லெழுதுகோல் கொணர்ந்தான்;
காட்டிய பகுதியைக் கவினுற வரைந்தான்;
"ஐயனே, நின்வழி யனைத்தையுங் கொள்ளுவேன்.
தொழில்பல புரிவேன், துன்பமிங் கென்றும்,   140

இனிநினக் கென்னால் எய்திடா" தெனப்பல
நல்லசொல் லுரைத்து நகைத்தனன் மறைந்தான்.
மறைந்ததோர் கண்ணன் மறுகணத் தென்தன்
நெஞ்சிலே தோன்றி நிகழ்த்துவா னாயினன்;
மகனே ஒன்றை யாக்குதல் மாற்றுதல்   145

அழித்திட லெல்லாம் நின்செய லன்றுகாண்;
தோற்றேன் எனநீ உரைத்திடும் பொழுதிலே
வென்றாய்; உலகினில் வேண்டிய தொழிலெலாம்
ஆசையுந் தாபமும் அகற்றியே புரிந்து
வாழ்க நீ" என்றான். வாழ்கமற் றவனே!   150

7. கண்ணன் — எனது சற்குரு

புன்னாகவராளி — திஸ்ர ஜாதி — ஏகதாளம்

ரசங்கள் : அற்புதம், பக்தி

சாத்திரங் கள்பல தேடினேன் — அங்கு
  சங்கையில் லாதன சங்கையாம் — பழங்
கோத்திரங்கள் சொல்லு மூடர்தம் — பொய்மைக்
  கூடையில் உண்மை கிடைக்குமோ?—நெஞ்சில்
மாத்திரம் எந்த வகையிலும் — சக
  மாயம் உணர்ந்திடல் வேண்டுமே — என்னும்
ஆத்திரம் நின்ற திதனிடை — நித்தம்
  ஆயி ரந் தொல்லைகள் சூழ்ந்தன.   1

நாடு முழுதிலுஞ் சுற்றிநான் — பல
நாட்கள் அலைந்திடும் போதினில் — நிறைந்
தோடும் யமுனைக் கரையிலே — தடி
ஊன்றிச் சென்றாரோர் கிழவனார்; — ஒளி
கூடு முகமும், தெளிவுதான் — குடி
கொண்ட விழியும், சடைகளும், —வெள்ளைத்
தாடியும் கண்டு வணங்கியே — பல
சங்கதி பேசி வருகையில், 2

என்னுளத் தாசை யறிந்தவர் — மிக
இன்புற் றுரைத்திட லாயினர் — "தம்பி.
நின்னுளத் திற்குத் தகுந்தவன் — சுடர்
நித்திய மோனத்திருப்பவன், — உயர்
மன்னர் குலத்தில் பிறந்தவன், —வட
மாமது ரைப்பதி யாள்கின்றான்; — கண்ணன்
தன்னைச் சரணென்று போவையேல் - அவன்
சத்தியங் கூறுவன்" என்றனர். 3

மாமது ரைப்பதி சென்றுநான் — அங்கு
வாழ்கின்ற கண்ணனைப் போற்றியே, — என்தன்
நாமமும் ஊரும் கருத்துமே — சொல்லி
நன்மை தருகென வேண்டினன்; — அவன்
காமனைப் போன்ற வடிவமும் — இளங்
காளையர் நம்பும் பழக்கமும் — கெட்ட
பூமியைக் காக்குந் தொழிலிலே — எந்தப்
போதுஞ் செலுத்திடுஞ் சிந்தையும் 4

ஆடலும் பாடலும் கண்டுநான் — முன்னர்
ஆற்றங் கரையினில் கண்டதோர் — முனி
வேடந் தரித்த கிழவரைக் — கொல்ல
வேண்டு'மென் றுள்ளத்தில் எண்ணினேன் — சிறு

நாடு புரந்திடு மன்னவன் — கண்ணன்
 நாளுங் கவலையில் மூழ்கினோன்; — தவப்
பாடுபட் டோர்க்கும் விளங்கிடா — உண்மை
 பார்த்திவன் எங்ஙனம் கூறுவான்?"   5

என்று கருதி யிருந்திட் டேன்; — பின்னர்
 என்னைத் தனியிடங் கொண்டுபோய், — "நினை
நன்று மருவுக! மைந்தனே! — பர
 ஞான முரைத்திடக் கேட்பைநீ; — நெஞ்சில்
ஒன்றுங் கவலையில் லாமலே — சிந்தை
 ஊன்ற நிறுத்திக் களிப்புற்றே — தன்னை
வென்று மறந்திடும் போழ்தினில் — அங்கு
 விண்ணை யளக்கும் அறிவுதான்!   6

சந்திரன் சோதி யுடையதாம்; — அது
 சத்திய நித்திய வஸ்துவாம்; — அதைச்
சிந்திக்கும் போதினில் வந்துதான் — நினைச்
 சேர்ந்து தழுவி அருள்செயும்; — அதன்
மந்திரத் தாலிவ் வுலகெலாம் — வந்த
 மாயக் களிப்பெருங் கூத்துக்காண்; — இதைச்
சந்ததம் பொய்யென் றுரைத்திடும் — மடச்
 சாத்திரம் பொய்' யென்று தள்ளடா!   7

"ஆதித் தனிப்பொரு ளாகுமோர் — கடல்
 ஆருங் குமிழி உயிர்களாம்; — அந்தச்
சோதி யறிவென்னும் ஞாயிறு — தன்னைச்
 சூழ்ந்த கதிர்கள் உயிர்களாம்; — இங்கு
மீதிப் பொருள்கள் எவையுமே — அதன்
 மேனியில் தோன்றிடும் வண்ணங்கள்; — வண்ண
நீதி யறிந்தின்பம் எய்தியே — ஒரு
 நேர்மைத் தொழிலில் இயங்குவார்;   8

"சித்தத்தி லேசிவம் நாடுவார், — இங்கு
சேர்ந்து களித்துல காளுவார்; — நல்ல
மத்த மதவெங் களிறுபோல் — நடை
வாய்ந்திரு மாந்து திரிகுவார்; — இங்கு
நித்தம் நிகழ்வ தனைத்துமே — எந்தை
நீண்ட திருவரு ளால்வரும் — இன்பம்
சுத்த சுகந்தனி யாநந்தம்' — எனச்
சூழ்ந்து கவலைகள் தள்ளியே. 9

"சோதி அறிவில் விளங்கவும் — உயர்
சூழ்ச்சி மதியில் விளங்கவும் — அற
நீதி முறைவழு வாமலே — எந்த
நேரமும் பூமித் தொழில்செய்து — கலை
ஓதிப் பொருளியல் கண்டுதாம் — பிறர்
உற்றிடுந் தொல்லைகள் மாற்றியே — இன்பம்
மோதி விழிக்கும் விழியினார் — பெண்மை
மோகத்தில், செல்வத்தில், கீர்த்தியில். 10

"ஆடுதல், பாடுதல், சித்திரம் — கவி
யாதி யினைய கலைகளில் — உள்ளம்
ஈடுபட் டென்றும் நடப்பவர் — பிறர்
ஈன நிலைகண்டு துள்ளுவார் — அவர்
நாடும் பொருள்கள் அனைத்தையும் — சில
நாளினில் எய்தப் பெறுகுவார் — அவர்
காடு புதரில் வளரினும் — தெய்வக்
காவனம் என்றதைப் போற்றலாம். 11

"ஞானியர் தம்மியல் கூறினேன் — அந்த
ஞானம் விரைவினில் எய்துவாய்" — எனத்
தேனி லினிய குரலிலே — கண்ணன்
செப்பவும் உண்மை நிலைகண்டேன் — பண்டை

ஈன மனிதக் கனவெலாம் — எங்஗ன்
ஏகி மறைந்தது கண்டிலேன்; — அறி
வான தனிச்சுடர் நான்கண்டேன்! —அதை
ஆட லுலகென நான்கண்டேன்! 12

8. கண்ணம்மா - என் குழந்தை

பராசக்தியைக் குழந்தையாகக் கண்டு சொல்லிய பாட்டு

ராகம் - பைரவி **தாளம் - ரூபகம்**

ஸ ஸ ஸ — ஸா ஸா — பபப
தநீத — பதப — பா
பபப — பதப — பமா — கரிஸா
ரிகம — ரிகரி — ஸா

என்ற ஸ்வர வரிசைகளை மாதிரியாக வைத்துக்கொண்டு மனோபாவப்படி மாற்றிப் பாடுக.

சின்னஞ் சிறு கிளியே — கண்ணம்மா!
செல்வக் களஞ்சியமே!
என்னைக் கலிதீர்த்தே — உலகில்
ஏற்றம் புரிய வந்தாய்! 1

பிள்ளைக் கனியமுதே — கண்ணம்மா!
பேசும்பொற் சித்திரமே!
அள்ளி யணைத்திடவே - என் முன்னே
ஆடி வருந் தேனே! 2

ஓடி வருகையிலே — கண்ணம்மா!
உள்ளங் குளிரு தடீ!
ஆடித்திரிதல் கண்டால் — உன்னைப்போய்
ஆவி தழுவு தடீ! 3

உச்சி தனை முகந்தால் — கருவம்
ஓங்கி வளரு தடீ!
மெச்சி யுனையூரார் — புகழ்ந்தால்
மேனி சிலிர்க்கு தடீ!   4

கன்னத்தில் முத்தமிட்டால் — உள்ளந்தான்
கள்வெறி கொள்ளு தடீ!
உன்னைத் தழுவிடிலோ, — கண்ணம்மா!
உன்மத்த மாகு தடீ!   5

சற்றுன் முகஞ் சிவந்தால் — மனது
சஞ்சல மாகு தடீ!
நெற்றி சுருங்கக் கண்டால் — எனக்கு
நெஞ்சம் பதைக்கு தடீ!   6

உன்கண்ணில் நீர்வழிந்தால் — என்னெஞ்சில்
உதிரங் கொட்டு தடீ!
என்கண்ணிற் பாவையன்றோ? — கண்ணம்மா!
என்னுயிர் நின்ன தன்றோ?   7

சொல்லு மழலையிலே — கண்ணம்மா!
துன்பங்கள் தீர்த்திடு வாய்;
முல்லைச் சிரிப்பாலே — எனது
மூர்க்கந் தவிர்த்திடு வாய்.   8

இன்பக் கதைக ளெல்லாம் — உன்னைப்போல்
ஏடுகள் சொல்வ துண்டோ?
அன்பு தருவதிலே — உனைநேர்
ஆகுமோர் தெய்வ முண்டோ?   9

மார்பில் அணிவதற்கே — உன்னைப்போல்
வைர மணிக ளுண்டோ?
சீர்பெற்று வாழ்வதற்கே — உன்னைப்போல்
செல்வம் பிறிது முண்டோ?   10

9. கண்ணன் — என் விளையாட்டுப் பிள்ளை

கேதாரம் — கண்டஜாதி — ஏகதாளம்

ரசங்கள் — அற்புதம், சிருங்காரம்.

தீராத விளையாட்டுப் பிள்ளை — கண்ணன்
தெருவிலே பெண்களுக் கோயாத தொல்லை.
(தீராத)

1. தின்னப் பழங்கொண்டு தருவான்; — பாதி
தின்கின்ற போதிலே தட்டிப் பறிப்பான்;
என்னப்பன் என்னையன் என்றால் — அதனை
எச்சிற் படுத்திக் கடித்துக் கொடுப்பான். (தீராத)

2. தேனொத்த பண்டங்கள் கொண்டு — என்ன
செய்தாலும் எட்டாத உயரத்தில் வைப்பான்;
மானொத்த பெண்ணடி என்பான் — சற்று
மனமகிழும் நேரத்தி லேகிள்ளி விடுவான். (தீராத)

3. அழகுள்ள மலர்கொண்டு வந்தே — என்னை
அழஅழச் செய்துபின், "கண்ணை மூடிக்கொள்;
குழலிலே சூட்டுவேன்" என்பான் — என்னைக்
குருடாக்கி மலரினைத் தோழிக்கு வைப்பான். (தீராத)

4. பின்னலைப் பின்னின் றிழுப்பான்; — தலை
பின்னே திரும்புமுன் னேசென்று மறைவான்;
வன்னப் புதுச்சேலை தனிலே — புழுதி
வாரிச் சொரிந்தே வருத்திக் குலைப்பான். (தீராத)

5. புல்லாங் குழல்கொண்டு வருவான் — அமுது
பொங்கித் ததும்புநற் கீதம் படிப்பான்,
கள்ளால் மயங்குவது போலே அதைக்
கண்மூடி வாய்திறந் தேகேட் டிருப்போம். (தீராத)

6. அங்காந் திருக்கும்வாய் தனிலே — கண்ணன்
ஆறேழு கட்டெறும் பைப்போட்டு விடுவான்;
எங்காகிலும் பார்த்த துண்டோ? — கண்ணன்
எங்களைச் செய்கின்ற வேடிக்கை யொன்றோ?
(தீராத)

7. விளையாட வாவென் றழைப்பான்; — வீட்டில்
வேலையென் றாலதைக் கேளா திழுப்பான்;
இளையாரொ டாடிக் குதிப்பான்; — எம்மை
இடையிற் பிரிந்துபோய் வீட்டிலே சொல்வான்
(தீராத)

8. அம்மைக்கு நல்லவன், கண்டீர்! — மூளி
அத்தைக்கு நல்லவன், தந்தைக்கு மஃதே,
எம்மைத் துயர்செய்யும் பெரியோர் — வீட்டில்
யாவர்க்கும் நல்லவன் போலே நடப்பான். (தீராத)

9. கோளுக்கு மிகவுஞ் சமர்த்தன்; — பொய்மை
சூத்திரம் பழிசொலக் கூசாச் சழக்கன்;
ஆளுக் கிசைந்தபடி பேசித் — தெருவில்
அத்தனை பெண்களையும் ஆகா தடிப்பான். (தீராத)

10. கண்ணன்—என் காதலன்

செஞ்சுருட்டி — திஸ்ர ஏக தாளம்

சிருங்கார ரசம்

தூண்டிற் புழுவினைப்போல் — வெளியே
சுடர் விளக்கினைப் போல்,
நீண்ட பொழுதாக — எனது
நெஞ்சந் துடித்த தடீ!

கூண்டுக் கிளியினைப் போல் — தனிமை
    கொண்டு மிகவும் நொந்தேன்;
வேண்டும் பொருளை யெல்லாம் — மனது
    வெறுத்து விட்ட தடீ! 1

பாயின் மிசை நானும் — தனியே
    படுத் திருக்கையி லே,
வாயினில் வந்ததெல்லாம் - சகியே!
    தாயினைக் கண்டாலும், — சகியே!
சலிப்பு வந்த தடீ!
    வளர்த்துப் பேசிடு வீர்;
நோயினைப் போலஞ்சி னேன்; — சகியே!
    நுங்க ளுறவையெல் லாம். 2

உணவு செல்லவில்லை; — சகியே1
    உறக்கங் கொள்ளவில்லை,
மணம் விரும்பவில்லை; — சகியே1
    மலர் பிடிக்கவில்லை;
குண முறுதி யில்லை; — எதிலும்
    குழப்பம் வந்த தடீ!
கணமும் உள்ளத்திலே — சுகமே
    காணக் கிடைத்த தில்லை. 3

பாலுங் கசந்ததடீ! — சகியே1
    படுக்கை நொந்த தடீ!
கோலக் கிளி மொழியும் — செவியில்
    குத்த லெடுத்த தடீ!
நாலு வயித்தியரும் — இனிமேல்
    நம்புதற் கில்லை யென்றார்;
பாலத்துச் சோசியனும் — கிரகம்
    படுத்து மென்று விட்டான். 4

கனவு கண்டதிலே — ஒருநாள்
கண்ணுக்குத் தோன்றா மல்,
இனம் விளங்க வில்லை — எவனோ
என்னகந் தொட்டு விட்டான்,
வினவக் கண் விழித்தேன்; — சகியே!
மேனி மறைந்து விட்டான்;
மனதில் மட்டிலுமே — புதிதோர்
மகிழ்ச்சி கண்ட தடீ! 5

உச்சி குளிர்ந்ததடீ; - சகியே!
உடம்பு நேராச்சு
மச்சிலும் வீடுமெல்லாம் - முன்னைப்போல்
மனத்துக் கொத்த தடீ!
இச்சை பிறந்ததடீ - எதிலும்
இன்பம் விளைந்த தடீ;
அச்ச மொழிந்ததடீ! - சகியே!
அழகு வந்த தடீ! 6

எண்ணும் பொழுதி லெல்லாம் - அவன்கை
இட்ட விடத்தினி லே
தண்ணென் றிருந்ததடீ! - புதிதோர்
சாந்தி பிறந்ததடீ!
எண்ணி யெண்ணிப் பார்த்தேன்; -அவன்தான்
யாரெனச் சிந்தை செய்தேன்;
கண்ணன் திருவுருவம் - அங்ஙனே
கண்ணின் முன் நின்ற தடீ! 7

11. கண்ணன் — என் காதலன்

உறக்கமும் விழிப்பும்.

நாத நாமக்கிரியை - ஆதி தாளம்

ரசங்கள் : பீபத்ஸம். சிருங்காரம்

நேரம் மிகுந்ததின்னும் நித்திரையின்றி — உங்கள்
நினைப்புத் தெரியவில்லை, கூத்தடிக்கிறீர்;
சோரன் உறங்கிவிழும் நள்ளி ரவிலே — என்ன
தூளி படுகுதடி, இவ்விடத்திலே?
ஊரை யெழுப்பிவிட நிச்சயங் கொண்டீர் — அன்னை
ஒருத்தியுண் டென்பதையும் மறந்து விட்டீர்;
சாரம் மிகுந்ததென்று வார்த்தை சொல்கிறீர், — மிகச்
சலிப்புத் தருகுதடி சகிப் பெண்களே! 1

நானும் பலதினங்கள் பொறுத்திருந்தேன், — இது
நாளுக்கு நாளதிக மாகிவிட் டதே;
கூன னொருவன் வந்திந் நாணி பின்னலைக்
கொண்டை மலர்சிதற நின்றிழுத்ததும்,
ஆனைமதம் பிடித்திவ் வஞ்சி யம்மையின்
அருகினி லோடஇவள் மூர்ச்சை யுற்றதும்
பானையில் வெண்ணெய் முற்றும் தின்றுவிட்டதால்
பாங்கி யுரோகிணிக்கு நோவு கண்டதும். 2

பத்தினி யாளையொரு பண்ணை வெளியில்
பத்துச் சிறுவர் வந்து முத்தமிட்டதும்,
நத்தி மகளினுக்கோர் சோதிடன் வந்து
நாற்ப தரசர் தம்மை வாக்களித்ததும்
கொத்துக் கனல்விழியக் கோவினிப் பெண்ணைக்
கொங்கத்து மூளிகண்டு கொக்கரித்ததும்,
வித்தைப் பெயருடைய வீணியவளும்
மேற்குத்திசை மொழிகள் கற்று வந்ததும். 3

எத்தனை பொய்களடி! என்ன கதைகள்!
என்னை உறக்கமின்றி இன்னல் செய்கிறீர்;
சத்தமிடுங் குழல்கள் வீணைக ளெல்லாம்
தாளங்க ளோடுகட்டி மூடிவைத் தங்கே;
மெத்த வெளிச்சமின்றி ஒற்றை விளக்கை
மேற்குச் சுவரருகில் வைத்ததன் பின்னர்
நித்திரை கொள்ளஎனைத் தனியில் விட்டே
நீங்களெல் லோருமுங்கள் வீடு செல்லுவீர். 4

பாங்கியர் போன பின்பு தனியிருந்து சொல்லுதல்

கண்கள் உறங்கவொரு காரண முண்டோ,
கண்ணனை இன்றிரவு காண்பதன் முன்னே?
பெண்களெல் லோருமவர் வீடு சென்றிட்டார்;
பிரிய மிகுந்த கண்ணன் காத்திருக்கின்றான்.
வெண்கல வாணிகரின் வீதி முனையில்
வேலிப் புறத்திலெனைக் காணடி யென்றான்;
கண்கள் உறங்கலெனுங் காரிய முண்டோ,
கண்ணனைக் கையிரண்டுங் கட்ட லின்றியே?

12. கண்ணன்—என் காதலன்

காட்டிலே தேடுதல்

ஹிந்துஸ்தானி தோடி—ஆதி தாளம்

ரசங்கள்—பயாநகம், அற்புதம்

திக்குத் தெரியாத காட்டில் — உனைத்
தேடித் தேடி இளைத்தேனே.

1. மிக்க நலமுடைய மரங்கள், — பல
விந்தைச் சுவையுடைய கனிகள், — எந்தப்
பக்கத்தையும் மறைக்கும் வரைகள், — அங்கு
பாடி நகர்ந்து வரு நதிகள், — ஒரு (திக்குத்)

2. நெஞ்சிற் கனல்மணக்கும் பூக்கள், — எங்கும்
நீளக் கிடக்குமலைக் கடல்கள், — மதி
வஞ்சித் திடுமகழிச் சுனைகள், — முட்கள்
மண்டித் துயர்கொடுக்கும் புதர்கள், — ஒரு (திக்குத்)

3. ஆசை பெறவிழிக்கும் மான்கள் — உள்ளம்
அஞ்சக் குரல் பழகும், புலிகள், — நல்ல
நேசக் கவிதைசொல்லும் பறவை, — அங்கு
நீண்டே படுத்திருக்கும் பாம்பு, — ஒரு (திக்குத்)

4. தன்னிச்சை கொண்டலையும் சிங்கம் — அதன்
சத்தத் தினிற்கலங்கும் யானை — அதன்
முன்னின் றோடுமிள மான்கள் — இவை
முட்டா தயல்பதுங்குந் தவளை — ஒரு (திக்குத்)

5. கால்கை சோர்ந்துவிழ லானேன் — இரு
கண்ணும் துயில்படர லானேன் — ஒரு
வேல்கைக் கொண்டுகொலை வேடன் — உள்ளம்
வெட்கங் கொண்டொழிய விழித்தான் — ஒரு (திக்குத்)

6. 'பெண்ணே உனதழகைக் கண்டு — மனம்
பித்தங் கொள்ளு' தென்று நகைத்தான் —" அடி
கண்ணே, எனதிருகண் மணியே — உனைக்
கட்டித் தழுவமனங் கொண்டேன். (திக்குத்)

7. சோர்ந்தே படுத்திருக்க லாமோ? — நல்ல
துண்டக் கறிசமைத்துத் தின்போம் — சுவை
தேர்ந்தே கனிகள்கொண்டு வருவேன் — நல்ல
தேங்கள் ளுண்டினிது களிப்போம்." (திக்குத்)

8. என்றே கொடியவிழி வேடன் — உயிர்
இற்றுப் போகவிழித் துரைத்தான் — தனி
நின்றே இருகரமுங் குவித்து — அந்த
நீசன் முன்னர்இவை சொல்வேன்; (திக்குத்)

9. "அண்ணா உனதடியில் வீழ்வேன் — எனை
அஞ்சக் கொடுமைசொல்ல வேண்டா — பிறன்
கண்ணாலஞ் செய்துவிட்ட பெண்ணை — உன்தன்
கண்ணாற் பார்த்திடவுந் தகுமோ?"

10. "ஏடீ, சாத்திரங்கள் வேண்டேன் — நின
தின்பம் வேண்டுமடி, கனியே! — நின்தன்
மோடி கிறுக்குதடி தலையை, — நல்ல
மொந்தைப் பழையகள்ளைப் போல"

11. காதா லிந்தவுரை கேட்டேன் — 'அட
கண்ணா' வென் றலறி வீழ்ந்தேன் — மிகப்
போதாக வில்லையிதற் குள்ளே — என்தன்
போதந் தெளியநினைக் கண்டேன்.

12. கண்ணா! வேடனெங்கு போனான்? — உனைக்
கண்டே யலறிவிழுந் தானோ? — மணி
வண்ணா! என தபயக் குரலில் — எனை
வாழ்விக்க வந்த அருள் வாழி!

13. கண்ணன் — என் காதலன்

பாங்கியைத் தூது விடுத்தல்

தங்கப் பாட்டு மெட்டு

ரசங்கள்: சிருங்காரம், ரௌத்ரம்

கண்ணன் மனநிலையைத் தங்கமே தங்கம்
(அடி தங்கமே தங்கம்)
கண்டுவர வேணுமடி தங்கமே தங்கம்
எண்ண முரைத்துவிடில் தங்கமே தங்கம் — பின்னர்
ஏதெனிலுஞ் செய்வமடி தங்கமே தங்கம். 1

கன்னிகை யாயிருந்து தங்கமே தங்கம் — நாங்கள்
காலங் கழிப்பமடி தங்கமே தங்கம்;
அன்னிய மன்னர் மக்கள் பூமியிலுண்டாம் — என்னும்
அதனையுஞ் சொல்லிடடி தங்கமே தங்கம். 2

சொன்ன மொழிதவறும் மன்னவ னுக்கே — எங்கும்
தோழமை யில்லையடி தங்கமே தங்கம்;
என்ன பிழைகளிங்கு கண்டிருக்கிறான்? — அவை
யாவும் தெளிவுபெறக் கேட்டு விடடீ 3

மையல் கொடுத்துவிட்டுத் தங்கமே தங்கம் — தலை
மறைந்து திரிபவர்க்கு மானமு முண்டோ?
பொய்யை யுருவமெனக் கொண்டவ னென்றே — கிழப்
பொன்னி யுரைத்ததுண்டு தங்கமே தங்கம். 4

ஆற்றங் கரையதனில் முன்ன மொருநாள் — எனை
அழைத்துத் தனியிடத்தில் பேசிய தெல்லாம்
தூற்றி நகர்முரசு சாற்றுவ னென்றே
சொல்லி வருவையடி தங்கமே தங்கம். 5

சோர மிழைத்திடையர் பெண்களுடனே — அவன்
சூழ்ச்சித் திறமை பல காட்டுவ தெல்லாம்
வீர மறக்குலத்து மாதரிடத்தே
வேண்டிய தில்லையென்று சொல்லி விடடீ! 6

பெண்ணென்று பூமிதனில் பிறந்துவிட்டால் — மிகப்
பீழை யிருக்குதடி தங்கமே தங்கம்;
பண்ணொன்று வேய்ங்குழலில் ஊதிவந்திட்டான்—
அதைப்
பற்றி மறக்குதில்லை பஞ்சை யுள்ளமே 7

நேர முழுதிலுமப் பாவி தன்னையே — உள்ளம்
நினைத்து மறுகுதடி தங்கமே தங்கம்
தீர ஒருசொலின்று கேட்டு வந்திட்டால் — பின்பு
தெய்வ மிருக்குதடி தங்கமே தங்கம். 8

14. கண்ணன் — என் காதலன்

பிரிவாற்றாமை

ராகம் — பிலஹரி

ஆசை முகமறந்து போச்சே — இதை
ஆரிடம் சொல்வேனடி தோழி?
நேச மறக்கவில்லை நெஞ்சம் — எனில்
நினைவு முகமறக்க லாமோ? 1

கண்ணில் தெரியுதொரு தோற்றம் — அதில்
கண்ண னழகுமுழு தில்லை;
நண்ணு முகவடிவு காணில் — அந்த
நல்ல மலர்ச்சிரிப்பைக் காணோம் 2

ஓய்வு மொழிதலுமில்லாமல் — அவன்
உறவை நினைத்திருக்கும் உள்ளம்
வாயு முரைப்பதுண்டு கண்டாய் — அந்த
மாயன் புகழினையெப் போதும். 3

கண்ணன் புரிந்துவிட்ட பாவம் — உயிர்க்
கண்ண னுருமறக்க லாச்சு;
பெண்க ளினத்திலிது போல — ஒரு
பேதையை முன்புகண்ட துண்டோ? 4

தேனை மறந்திருக்கும் வண்டும் — ஒளிச்
சிறப்பை மறந்துவிட்ட பூவும்
வானை மறந்திருக்கும் பயிரும் — இந்த
வையம் முழுதுமில்லை தோழி! 5

கண்ணன் முகமறந்து போனால் — இந்தக்
கண்க ளிருந்துபய னுண்டோ?
வண்ணப் படமுமில்லை கண்டாய் — இனி
வாழும் வழியென்னடி தோழி? **6**

15. கண்ணன் — என் காந்தன்

வராளி - திஸ்ர ஏக தாளம்

சிருங்கார ரசம்

கனிகள் கொண்டுதரும் — கண்ணன்
கற்கண்டு போலினிதாய்;
பனிசெய் சந்தனமும் — பின்னும்
பல்வகை அத்தர்களும்,
குனியும் வாண்முகத்தான் — கண்ணன்
குலவி நெற்றியிலே
இனிய பொட்டிடவே — வண்ணம்
இயன்ற சவ்வாதும். 1

கொண்டை முடிப்பதற்கே — மணங்
கூடு தயிலங்களும்,
வண்டு விழியினுக்கே — கண்ணன்
மையுங் கொண்டுதரும்;
தண்டைப் பதங்களுக்கே — செம்மை
சார்த்துசெம் பஞ்சுதரும்;
பெண்டிர் தமக்கெல்லாம் — கண்ணன்
பேசருந் தெய்வமடி! 2

குங்குமங் கொண்டுவரும் — கண்ணன்
குழைத்து மார்பெழுத;
சங்கையி லாதபணம் — தந்தே
தழுவி மையல் செய்யும்;
பங்கமொன் றில்லாமல் — முகம்
பார்த்திருந் தாற்போதும்;
மங்கள மாகுமடீ! — பின்னோர்
வருத்த மில்லையடீ! 3

16. கண்ணம்மா — என் காதலி

காட்சி வியப்பு

செஞ்சுருட்டி – ஏகதாளம்

ரசங்கள் : சிருங்காரம், அற்புதம்

சுட்டும் விழிச்சுடர் தான், — கண்ணம்மா!
சூரிய சந்திர ரோ?
வட்டக் கரிய விழி, — கண்ணம்மா!
வானக் கருமை கொல்லோ?
பட்டுக் கருநீலப் — புடவை
பதித்த நல் வயிரம்
நட்ட நடு நிசியில் — தெரியும்
நக்ஷத் திரங்க ளடி! 1

சோலை மல ரொளியோ — உனது
சுந்தரப் புன்னகை தான்?
நீலக் கட லலையே — உனது
நெஞ்சி லலைக ளடி!
கோலக் குயி லோசை — உனது
குரலி னிமை யடீ!
வாலைக் குமரி யடீ, — கண்ணம்மா!
மருவக் காதல் கொண்டேன். 2

சாத்திரம் பேசு கிறாய், — கண்ணம்மா!
சாத்திர மேதுக் கடீ!
ஆத்திரங் கொண்டவர்க்கே,-கண்ணம்மா!
சாத்திர முண்டோ டீ!
மூத்தவர் சம்ம தியில் — வதுவை
முறைகள் பின்பு செய்வோம்;
காத்திருப் பேனோ டீ? — இது பார்.
கன்னத்து முத்த மொன்று! 3

17. கண்ணம்மா — என் காதலி

பின்னே வந்து நின்று கண் மறைத்தல்

நாதநாமக்கிரியை — ஆதிதாளம்

சிருங்கார ரசம்

மாலைப் பொழுதிலொரு மேடை மிசையே
வானையும் கடலையும் நோக்கி யிருந்தேன்;
மூலைக் கடலினையவ் வான வளையம்
முத்தமிட் டேதழுவி முகிழ்த்தல் கண்டேன்;
நீல நெருக்கிடையில் நெஞ்சு செலுத்தி,
நேரங் கழிவ திலும் நினைப்பின்றியே
சாலப் பலபலநற் பகற் கனவில்
தன்னை மறந்தலயந் தன்னில் இருந்தேன். 1

ஆங்கப் பொழுதிலென் பின்பு றத்திலே,
ஆள்வந்து நின்றெனது கண்ம றைக்கவே,
பாங்கினிற் கையிரண்டுந் தீண்டி யறிந்தேன்,
பட்டுடை வீசுகமழ் தன்னி லறிந்தேன்;
ஓங்கி வருமுவகை யூற்றி லறிந்தேன்;
ஒட்டு மிரண்டுளத்தின் தட்டி லறிந்தேன்;
'வாங்கி விடடிகையை யேடி கண்ணம்மா!
மாய மெவரிடத்தில்?' என்று மொழிந்தேன். 2

சிரித்த ஒலியிலவள் கைவி லக்கியே.
திருமித் தழுவி " என்ன செய்தி சொல்" என்றேன்;
"நெரித்த திரைக்கடலில் என்ன கண்டிட்டாய்?
நீல விசும்பினிடை என்ன கண்டிட்டாய்?
திரித்த நுரையினிடை என்ன கண்டிட்டாய்?
சின்னக் குமிழிகளில் என்ன கண்டிட்டாய்?
பிரித்துப் பிரித்துநிதம் மேகம் அளந்தே.
பெற்ற நலங்கள் என்ன? பேசுதி" என்றாள். 3

"நெரித்த திரைக்கடலில் நின்முகங் கண்டேன்;
நீல விசும்பினிடை நின்முகங் கண்டேன்;
திரித்த நுரையினிடை நின்முகங் கண்டேன்;
சின்னக் குமிழிகளில் நின்முகங் கண்டேன்;
பிரித்துப் பிரித்துநிதம் மேகம் அளந்தே,
பெற்றதுன் முகமன்றிப் பிறிதொன் றில்லை;
சிரித்த ஒலியினில்நின் கைவி லக்கியே,
திருமித் தழுவியதில் நின்முகங் கண்டேன்." 4

18. கண்ணம்மா — என் காதலி

முகத்திரை களைதல்

நாதநாமக்கிரியை — ஆதி தாளம்

சிருங்கார ரசம்

தில்லித் துருக்கர் செய்த வழக்கமடீ! — பெண்கள்
திரையிட்டு முகமலர் மறைத்து வைத்தல்;
வல்லி யிடையினையும் ஓங்கி முன்னிற்கும் — இந்த
மார்பையும் மூடுவது சாத்திரங் கண்டாய்;
வல்லி யிடையினையும் மார்பி ரண்டையும் — துணி
மறைத்தத னாலழகு மறைந்த தில்லை;
சொல்லித் தெரிவ தில்லை, மன்மதக்கலை — முகச்
சோதி மறைத்துமொரு காதலிங் குண்டோ? 1

ஆரியர் முன்னெறிகள் மேன்மை யென்கிறாய் — பண்டை
ஆரியப் பெண்களுக்குத் திரைகள் உண்டோ
ஓரிரு முறைகண்டு பழகிய பின் — வெறும்
ஒப்புக்குக் காட்டுவதிந் நாண மென்னடீ?
யாரிருந் தென்னை யிங்கு தடுத்திடுவார் — வலு
வாக முகத்திரையை அகற்றி விட்டால்?
காரிய மில்லையடி வீண்ப சப்பிலே — கனி
கண்டவன் தோலுரிக்கக் காத்தி ருப்பேனோ? 2

19. கண்ணம்மா — என் காதலி

நாணிக் கண் புதைத்தல்

நாதநாமக்கிரியை — ஆதிதாளம்

சிருங்கார ரசம்

மன்னர் குலத்தினிடைப் பிறந்தவளை — இவன்
மருவ நிகழ்ந்ததென்று நாண முற்றதோ?
சின்னஞ் சிறுகுழந்தை யென்ற கருத்தோ? — இங்கு
செய்யத் தகாதசெய்கை செய்தவ ருண்டோ?
வன்ன முகத்திரையைக் களைந்தி டென்றேன் — நின்றன்
மதங்கண்டு துகிலினை வலிதுரிந்தேன்.
என்ன கருத்திலடி கண்புதைக்கிறாய்? — எனக்
கெண்ணப் படுவதில்லை யேடி கண்ணம்மா! 1

கன்னி வயதிலுனைக் கண்ட தில்லையோ? — கன்னங்
கன்றிச் சிவக்க முத்த மிட்ட தில்லையோ!
அன்னிய மாகநம்முள் எண்ணுவ தில்லை — இரண்
டாவியுமொன் றாகுமெனக் கொண்ட தில்லையோ?
பன்னிப் பலவுரைகள் சொல்லுவ தென்னே? துகில்
பறித்தவன் கைபறிக்கப் பயங்கொள்வனோ
என்னைப் புறமெனவுங் கருதுவதோ — கண்கள்
இரண்டினில் ஒன்றையொன்று கண்டு வெள்குமோ?
2

நாட்டினிற் பெண்களுக்கு நாயகர் சொல்லும் — சுவை
நைந்த பழங்கதைகள் நானுரைப்பதோ?
பாட்டுஞ் சுதியு மொன்று கலந்திடுங்கால் — தம்முள்
பன்னி உபசரணை பேசுவ துண்டோ?

நீட்டுங் கதிர்களொடு நிலவு வந்தே — விண்ணை
நின்று புகழ்ந்துவிட்டுப் பின்மருவுமோ?
மூட்டும் விறகினையச் சோதி கவ்வுங்கால் — அவை
முன்னுப சாரவகை மொழிந்திடுமோ? 3

சாத்திரக் காரரிடம் கேட்டு வந்திட்டேன்; — அவர்
சாத்திரஞ் சொல்லியதை நினக்குரைப்பேன்;
நேற்று முன்னாளில் வந்த உறவன் றடீ! — மிக
நெடும்பண்டைக் காலமுதல் சேர்ந்து வந்ததாம்.
போற்றுமி ராமனென முன்புதித்தனை, — அங்கு
பொன்மிதிலைக் கரசன் பூமடந்தை நான்;
ஊற்றமு தென்னவொரு வேய்ங்குழல் கொண்டோன்— கண்ணன்
உருவம் நினக்கமையப் பார்த்தன் அங்குநான். 4

முன்னை மிகப்பழமை இரணியனாம் — எந்தை
மூர்க்கந் தவிர்க்க வந்த நரசிங்கன் நீ;
பின்னையொர் புத்தனென நான் வளர்ந்திட்டேன்— ஒளிப்
பெண்மை அசோதரையென் றுன்னை யெய்தினேன்.
சொன்னவர் சாத்திரத்தில் மிகவல்லர் காண் ;— அவர்
சொல்லிற் பழுதிருக்கக் காரண மில்லை;
இன்னுங் கடைசிவரை ஒட்டிருக்குமாம்;—இதில்
ஏதுக்கு நாண முற்றுக் கண்புதைப்பதே? **5**

20. கண்ணம்மா-என் காதலி

குறிப்பிடம் தவறியது

செஞ்சுருட்டி—ஆதிதாளம்

சிருங்கார ரசம்

தீர்த்தக் கரையினிலே — தெற்கு மூலையில்
செண்பகத் தோட்டத்திலே,
பார்த்திருந்தால் வருவேன் — வெண்ணிலாவிலே
பாங்கியோ டென்று சொன்னாய்
வார்த்தை தவறிவிட்டாய் — அடி கண்ணம்மா !
மார்பு துடிக்கு தடீ!
பார்த்த விடத்திலெல்லாம் — உன்னைப்போலவே
பாவை தெரியு தடி! 1

மேனி கொதிக்கு தடி!— தலை சுற்றியே
வேதனை செய்கு தடீ!
வானி லிடத்தை யெல்லாம் — இந்த வெண்ணிலா
வந்து தழுவுது பார் !
மோனத் திருக்குதடீ! இந்த வையகம்
மூழ்கித் துயிலினிலே,
நானொருவன் மட்டிலும்-பிரி வென்பதோர்
நரகத் துழலுவதோ? 2

கடுமை யுடைய தடீ! எந்த நேரமும்
காவலுன் மாளிகையில்;
அடிமை புகுந்த பின்னும் —எண்ணும்போது நான்
அங்கு வருதற் கில்லை;
கொடுமை பொறுக்க வில்லை — கட்டுங் காவலும்
கூடிக் கிடக்கு தங்கே;
நடுமை யரசி யவள் — எதற் காகவோ
நாணிக் குலைந்திடுவாள். 3

கூடிப் பிரியாமலே ஓரி – ராவெலாம்
கொஞ்சிக் குலவி யங்கே
ஆடி விளை யாடியே,-உன்றன் மேனியை
ஆயிரங் கோடி முறை
நாடித் தழுவி மனக்-குறை தீர்ந்து நான்
நல்ல களி யெய்தியே
பாடிப் பரவசமாய்-நிற்கவே தவம்
பண்ணிய தில்லை யடி ! **4**

21. கண்ணம்மா - என் காதலி

யோகம்

பாயு மொளி நீ யெனக்கு, பார்க்கும் விழி நானுனக்கு,
தோயும் மது நீ யெனக்கு, தும்பியடி நானுனக்கு.
வாயுரைக்க வருகுதில்லை, வாழி நின்றன் மேன்மை
(யெல்லாம்;
தூயசுடர் வானொளியே ! சூறையமுதே ! கண்ணம்மா! 1

வீணையடி நீ யெனக்கு, மேவும் விரல் நானுனக்கு;
பூணும் வடம் நீ யெனக்கு, புது வயிரம் நானுனக்கு;
காணுமிடந்தோறு நின்றன் கண்ணி னொளி வீசுதடீ
மாணுடைய பேர ரசே! வாழ்வு நிலையே! கண்ணம்மா! 2

வான மழை நீ யெனக்கு வண்ண மயில் நானுனக்கு;
பான மடி நீ யெனக்கு, பாண்டமடி நானுனக்கு;
ஞான வொளி வீசுதடி, நங்கை நின் றன் சோதிமுகம்,
ஊனமறு நல்லழகே! ஊறு சுவையே! கண்ணம்மா! 3

வெண்ணிலவு நீ யெனக்கு, மேவு கடல் நானுனக்கு;
பண்ணு சுதி நீ யெனக்கு, பாட்டினிமை நானுனக்கு;
எண்ணியெண்ணிப் பார்த்திடிலோர் எண்ணமிலை
(நின்சுவைக்கே;
கண்ணின் மணி போன்றவளே! கட்டியமுதே! கண்ணம்மா!
4

வீசு கமழ் நீ யெனக்கு, விரியுமலர் நானுனக்கு;
பேசுபொருள் நீ யெனக்கு, பேணுமொழி நானுனக்கு;
நேசமுள்ள வான்சுடரே! நின்னழகை யேதுரைப்பேன்?
ஆசை மதுவே! கனியே! அள்ளூ சுவையே கண்ணம்மா! 5

காதலடி நீ யெனக்கு, காந்தமடி நானுனக்கு;
வேதமடி நீ யெனக்கு, வித்தையடி நானுனக்கு;
போதமுற்ற போதினிலே பொங்கி வருந் தீஞ்சுவையே!
நாதவடி வானவளே! நல்லஉயிரே கண்ணம்மா! 6

நல்லவுயிர் நீ யெனக்கு, நாடியடி நானுனக்கு;
செல்வமடி நீ யெனக்கு, சேமநிதி நானுனக்கு;
எல்லையற்ற பேரழகே! எங்கும் நிறை பொற்சுடரே!
முல்லை நிகர் புன்னகையாய்! மோதுமின்பமே! கண்ணம்மா! 7

தாரையடி நீ யெனக்கு, தண்மதியம் நானுனக்கு;
வீரமடி நீ யெனக்கு. வெற்றியடி நானுனக்கு;
தாரணியில் வானுலகில் சார்ந்திருக்கும் இன்பமெல்லாம்
ஒருருவமாய்ச் சமைந்தாய்! உள்ளமுதமே! கண்ணம்மா! 8

22. கண்ணன் — என் ஆண்டான்

புன்னாகவராளி — திஸ்ர ஏகதாளம்

ரசங்கள் : அற்புதம். கருணை

தஞ்ச முலகினில் எங்கணு மின்றித்
தவித்துத் தடுமாறி
பஞ்சைப் பறையன் அடிமை புகுந்தேன்,
பார முனக் காண்டே!
ஆண்டே! — பாரமுனக் காண்டே! 1

துன்பமும் நோயும் மிடிமையுந் தீர்த்துச்
சுகமருளல் வேண்டும்;
அன்புடன் நின்புகழ் பாடிக்குறித்து நின்
ஆணை வழி நடப்பேன்;
ஆண்டே – ஆணைவழி நடப்பேன். 2

சேரிமுழுதும் பறையடித் தேயருட்
சீர்த்திகள் பாடிடுவேன்?
பேரிகை கொட்டித் திசைக ளதிர நின்
பெயர் முழக்கிடுவேன்;
ஆண்டே! – பெயர் முழக்கிடுவேன். 3

பண்ணைப் பறையர்தங் கூட்டத்தி லேயிவன்
பாக்கிய மோங்கி விட்டான்;
கண்ணனடிமை யிவனெனுங் கீர்த்தியில்
காதலுற் றிங்கு வந்தேன்;
ஆண்டே! காதலுற் றிங்கு வந்தேன்; 4

காடு கழனிகள் காத்திடுவேன், நின்றன்
காலிகள் மேய்த்திடுவேன்;
பாடுபடச் சொல்லிப் பார்த்ததன் பின்னரென்
பக்குவஞ் சொல்லாண்டே!
ஆண்டே! – பக்குவஞ் சொல்லாண்டே! 5

தோட்டங்கள் மொத்திச் செடி வளர்க்கச் சொல்லிச்
சோதனை போடாண்டே!
காட்டு மழைக்குறி தப்பிச்சொன்னா லெனைக்
கட்டியடி யாண்டே!
ஆண்டே! – கட்டியடி யாண்டே! 6

பெண்டு குழந்தைகள் கஞ்சி குடித்துப்
பிழைத்திட வேண்டுமையே!
அண்டை யயலுக்கென் னாலுப காரங்கள்
ஆகிட வேண்டுமையே?
உபகாரங்கள் – ஆகிட வேண்டுமையே! 7

மானத்தைக் காக்கவோர் நாலு முழத்துணி
    வாங்கித் தரவேணும்;
தானத்துக்குச் சில வேட்டிகள் வாங்கித்
    தரவுங் கடனாண்டே!
சில வேட்டி — தரவுங் கடனாண்டே!   8

ஒன்பது வாயிற் குடிலினைச் சுற்றி
    யொரு சில பேய்கள் வந்தே
துன்பப் படுத்துது மந்திரஞ் செய்து
    தொலைத்திட வேண்டுமையே!
பகையாவுந் — தொலைத்திட வேண்டுமையே!   9

பேயும் பிசாசுந் திருடரு மென்றன்
    பெயரினைக் கேட்டளவில்,
வாயுங் கையுங்கட்டி அஞ்சி நடக்க
    வழி செய்ய வேண்டுமையே!
தொல்லைதீரும் — வழிசெய்ய வேண்டுமையே! 10

23. கண்ணம்மா — எனது குல தெய்வம்

ராகம் — புன்னாக வராளி

பல்லவி

நின்னைச் சரணடைந்தேன் — கண்ணம்மா!
நின்னைச் சரணடைந்தேன்!

சரணங்கள்

1. பொன்னை உயர்வைப் புகழை விரும்பிடும்
    என்னைக் கவலைகள் தின்னத் தகாதென்று   (நின்)

2. மிடிமையும் அச்சமும் மேவியென் நெஞ்சில்
   குடிமை புகுந்தன, கொன்றவை போக்கென்று   (நின்)

3. தன்செய லெண்ணித் தவிப்பது தீர்ந்திங்கு
   நின்செயல் செய்து நிறைவு பெறும்வணம்   (நின்)

4. துன்ப மினியில்லை. சோர்வில்லை, தோற்பில்லை,
   அன்பு நெறியில் அறங்கள் வளர்ந்திட   (நின்)

5. நல்லது தீயது நாமறியோம் அன்னை1
   நல்லது நாட்டுக! தீமையை ஓட்டுக!   (நின்)

2. பாஞ்சாலி சபதம்

(முதற் பாகம்)

துரியோதனன் சூழ்ச்சிச் சருக்கம்

1. பிரம ஸ்துதி

நொண்டிச் சிந்து

ஓ மெனப் பெரியோர் கள் — என்றும்
    ஓதுவ தாய் வினை மோதுவ தாய்,
தீமைகள் மாய்ப்பது வாய்,— துயர்
    தேய்ப்பது வாய், நலம் வாய்ப்பது வாய்,
நாமமும் உருவும் அற்றே — மனம்
    நாடரி தாய்ப்புந்தி தேடரி தாய்,
ஆமெனும் பொருளனைத் தாய், — வெறும்
    அறிவுடன் ஆனந்த இயல்புடைத் தாய்;   1

நின்றிடும் பிரமம்என் பார்; — அந்த
    நிர்மலப் பொருளினை நினைத்திடு வேன்;
நன்றுசெய் தவம் யோகம் — சிவ
    ஞானமும் பக்தியும் நணுகிட வே
வென்றி கொள்சிவ சக்தி — எனை
    மேவுற வே, இருள் சாவுறவே,
இன்தமிழ் நூலிது தான் — புகழ்
    ஏய்ந்தினி தாயென்றும் இலகிட வே.   2

2. சரஸ்வதி வணக்கம்

வெள்ளைக் கமலத் திலே — அவள்
    வீற்றிருப் பாள் புக ழேற்றிருப் பாள்,
கொள்ளைக் கனியிசை தான் — நன்கு
    கொட்டுநல் யாழினைக் கொண்டிருப் பாள்,

கள்ளைக் கடலமு தை – நிகர்
  கண்டதொர் பூந்தமிழ்க் கவிசொல வே
பிள்ளைப் பருவத் திலே – எனைப்
  பேணவந் தாளருள் பூணவந் தாள்.   3

வேதத் திருவிழி யாள் – அதில்
  மிக்கபல் லுரையெனுங் கருமையிட் டாள்,
சீதக் கதிர்மதி யே – நுதல்
  சிந்தனையே குழ லென்றுடை யாள்,
வாதத் தருக்க மெனுஞ் – செவி
  வாய்ந்தநற் றுணிவெனுந் தோடணிந் தாள்,
போதமென் நாசியி னாள், – நலம்
  பொங்குபல் சாத்திர வாயுடை யாள்.   4

கற்பனைத் தேனித ழாள், – சுவைக்
  காவிய மெனுமணிக் கொங்கையி னாள்,
சிற்ப முதற்கலை கள் – பல
  தேமலர்க் கரமெனத் திகழ்ந்திருப் பாள்,
சொற்படு நயமறி வார் – அசை
  தோய்ந்திடத் தொகுப்பதின் சுவையறி வார்
விற்பனத் தமிழ்ப்புல வோர் – அந்த
  மேலவர் நாவெனும் மலர்ப்பதத் தாள்.   5

வாணியைச் சரண்புகுந் தேன்; – அருள்
  வாக்களிப் பாளெனத் திடமிகுந் தேன்;
பேணிய பெருந்தவத் தாள், – நிலம்
  பெயரள வும்பெயர் பெயரா தாள்,
பூணியல் மார்பகத் தாள் – ஐவர்
  பூவை; திரௌபதி புகழ்க் கதையை
மாணியல் தமிழ்ப்பாட் டால் – நான்
  வகுத்திடக் கலைமகள் வாழ்த்துக வே!   6

3. ஹஸ்தினாபுரம்

அத்தின புரமுண் டாம்; — இவ்
    அவனியி லேயதற் கிணையிலை யாம்;
பத்தியில் வீதிக ளாம்; — வெள்ளைப்
    பனிவரை போற்பல மாளிகை யாம்;
முத்தொளிர் மாடங்க ளாம்; — எங்கும்
    மொய்த்தளி சூழ்மலர்ச் சோலைக ளாம்;
நத்தியல் வாவிக ளாம்; — அங்கு;
    நாடு மிரதிநிகர் தேவிக ளாம்.   7

அந்தணர் வீதிக ளாம்; — மறை
    யாதிக ளாம்கலைச் சோதிக ளாம்;
செந்தழல் வேள்விக ளாம்; — மிகச்
    சீர்பெருஞ் சாத்திரக் கேள்விக ளாம்;
மந்திர கீதங்க ளாம்; — தர்க்க
    வாதங்க ளாம்; தவ நீதங்க ளாம்;
சிந்தையி லறமுண் டாம்; — எனிற்
    சேர்ந்திடுங் கலிசெயும் மறமுமுண் டாம்.   8

மெய்த்தவர் பலருண் டாம்; — வெறும்
    வேடங்கள் பூண்டவர் பலருமுண் டாம்;
உய்த்திடு சிவஞா னம் — கனிந்
    தோர்ந்திடும் மேலவர் பலருண் டாம்;
பொய்த்த விந்திரசா லம் — நிகர்
    பூசையும் கிரியையும் புலைநடை யும்
கைத்திடு பொய்ம்மொழி யும் — கொண்டு
    கண்மயக் காற்பிழைப் போர்பல ராம்.   9

மாலைகள் புரண்டசை யும் — பெரு
    வரையெனத் திரண்டவன் தோளுடை யார்,
வேலையும் வாளினை யும் — நெடு
    வில்லையுந் தண்டையும் விரும்பிடு வார்,

காலையும் மாலையி லும் — பகை
  காய்ந்திடு தொழில்பல பழகிவெம் போர்
நூலையும் தேர்ச்சிகொள்வோர், — கரி
  நூறினைத் தனிநின்று நொறுக்கவல் லார்.   10

ஆரிய வேல்மற வர், — புவி
  யாளுமொர் கடுந்தொழில் இனிதுணர்ந் தோர்,
சீரியல் மதிமுகத் தார் — மணித்
  தேனித ழமுதென நுகர்ந்திடு வார்,
வேரியங் கள்ளருந் தி — எங்கும்
  வெம்மத யானைகள் எனத்திரி வார்
பாரினில் இந்திரர் போல் — வளர்
  பார்த்திவர் வீதிகள் பாடுவ மே   11

நல்லிசை முழக்கங்க ளாம்; — பல
  நாட்டிய மாதர்தம் பழக்கங்க ளாம்;
தொல்லிசைக் காவியங் கள் — அருந்
  தொழிலுணர் சிற்பர்செய் ஓவியங் கள்
கொல்லிசை வாரணங் கள் — கடுங்
  குதிரைக ளொடுபெருந் தேர்களுண் டாம்;
மல்லிசை போர்களுண் டாம்; — திரள்
  வாய்ந்திவை பார்த்திடு வோர்களுண் டாம்.   12

எண்ணரு கனிவகை யும் — இவை
  இலகிநல் லொளிதரும் பணிவகை யும்,
தண்ணுறுஞ் சாந்தங்க ளும் — மலர்த்
  தார்களும் மலர்விழிக் காந்தங்க ளும்
சுண்ணமும் நறும்புகையும் — சுரர்
  துய்ப்பதற் குரியபல் பண்டங்க ளும்
உண்ணநற் கனிவகை யும் — களி
  யுவகையும் கேளியும் ஓங்கின வே,   13

சிவனுடை நண்பன்என் பார், — வட
    திசைக்கதி பதியள கேசன் என் பார்;
அவனுடைப் பெருஞ்செல் வம் — இவர்
    ஆவணந் தொறும்புகுந் திருப்பது வாம்;
தவனுடை வணிகர்க ளும் — பல
    தரனுடைத் தொழில்செயும் மாசன மும்
எவனுடைப் பயமு மிலா — தினிது
    இருந்திடுந் தன்மையது எழில்நக ரே. 14

4. துரியோதனன் சபை

கன்னங் கரியது வாய் — அகல்
    காட்சிய தாய்மிகு மாட்சிய தாய்,
துன்னற் கினியது வாய் — நல்ல
    சுவைதரும் நீருடை யமுனை யெனும்
வன்னத் திருநதி யின் — பொன்
    மருங்கிடைத் திகழ்ந்த அம் மணிநக ரில்,
மன்னவர் தங்கோ மான் — புகழ்
    வாளர வக்கொடி யுயர்த்துநின் றான். 15

துரியோ தனப்பெய ரான், — நெஞ்சத்
    துணிவுடை யான், முடி பணிவறி யான்.
கரியோ ராயிரத் தின் — வலி
    காட்டிடு வோன்' என்றக் கவிஞர் பிரான்
பெரியோன் வேத முனி — அன்று
    பேசிடும் படிதிகழ் தோள்வலி யோன்,
உரியோர் தாமெனி னும் — பகைக்
    குரியோர் தமக்குவெந் தீயனை யான். 16

தந்தைசொல் நெறிப்படி யே — இந்தத்
    தடந்தோள் மன்னவன் அரசிருந் தான்,
மந்திர முணர்பெரி யோர் — பலர்
    வாய்த்திருந் தார்அவன் சபைதனி லே,

அந்தமில் புகழுடை யான். — அந்த
ஆரிய வீட்டுமன், அறம்அறிந் தோன்,
வந்தனை பெருங்குர வோர் — பழ
மறைக்குல மறவர்கள் இருவரொடே. 17

மெய்ந்நெறி யுணர்விது ரன் — இனி
வேறுபல் அமைச்சரும் விளங்கிநின் றார்;
பொய்ந்நெறித் தம்பிய ரும் — அந்தப்
புலைநடைச் சகுனியும் புறமிருந் தார்?
மைந்நெறி வான்கொடை யான் — உயர்
மானமும் வீரமும் மதியுமு ளோன்,
உய்ந்நெறி யறியா தான் — இறைக்கு
உயிர்நிகர் கன்னனும் உடனிருந் தான். 18

5. துரியோதனன் பொறாமை

வேறு

எண்ணிலாத பொருளின் குவையும்
யாங்க ணுஞ்செலுஞ் சக்கர மாண்பும்
மண்ணி லார்க்கும் பெறலரி தாமோர்
வார்க டற்பெருஞ் சேனையு மாங்கே
விண்ணி லிந்திரன் துய்ப்பன போன்று
வேண்டு மின்பமும் பெற்றவ னேனும்
கண்ணி லாத்திரி தாட்டிரன் மைந்தன்
காய்ந்த நெஞ்சுடன் எண்ணுவ கேளீர். 19

வேறு

'பாண்டவர் முடியுயர்த்தே — இந்தப்
பார்மிசை யுலவிடு நாள்வரை நான்
ஆண்டதொர் அரசா மோ? — எனது
ஆண்மையும் புகழுமொர் பொருளா மோ?

காண்டகு வில்லுடை யோன் — அந்தக்
காளை யருச்சுனன் கண்களி லும்
மாண்டகு திறல்வீ மன் — தட
மார்பிலும் எனதிகழ் வரைந்துள தே! 20

'பாரத நாட்டி லுள்ள — முடிப்
பார்த்திவர் யார்க்குமொர் பதியென்றே
நாரதன் முதன்முனி வோர் — வந்து
நாட்டிடத் தருமன் அவ் வேள்விசெய் தான்;
சோரனவ் வெதுகுலத் தான் — சொலும்
சூழ்ச்சியும் தம்பியர் தோள்வலியும்
வீரமி லாத்தரு மன் — தனை
வேந்தர் தம் முதலென விதித்தன வே. 21

'ஆயிரம் முடிவேந் தர் — பதி
னாயிர மாயிரங் குறுநிலத் தார்
மாயிருந் திறைகொணர்ந் தே — அங்கு
வைத்ததொர் வரிசையை மறந்திட வோ?
தூயிழை யாடைக ளும் — மணித்
தொடையலும் பொன்னுமொர் தொகைப்படு மோ?
சேயிழை மடவா ரும் — பரித்
தேர்களுங் கொடுத்தவர் சிறுதொகை யோ? 22

'ஆணிப்பொற் கலசங்க ளும் — ரவி
யன்னநல் வயிரத்தின் மகுடங்களும்
மாணிக்கக் குவியல்க ளும் — பச்சை
மரகதத் திரளும்நன் முத்துக்க ளும்
பூணிட்ட திருமணி தாம் — பல
புதுப்புது வகைகளிற் பொலிவன வும்
காணிக்கை யாக்கொணர்ந் தார்; — அந்தக்
காட்சியை மறப்பதும் எளிதா மோ? 23

'நால்வகைப் பசும்பொன் னும் — ஒரு
நாலா யிரவகைப் பணக்குவை யும்
வேல்வகை வில்வகை யும் — அம்பு
விதங்களும் தூணியும் வாள்வகை யும்
சூல்வகை தடிவகை யும் — பல
தொனிசெய்யும் பறைகளும் கொணர்ந்துவைத் தே
பால்வகை மன்னவர் தாம் — அங்குப்
பணிந்ததை என்னுளம் மறந்திடு மோ? 24

'கிழவியர் தபசியர் போல் — பழங்
கிளிக்கதை படிப்பவன், பொறுமையென்றும்
பழவினை முடிவென்றும் — சொலிப்
பதுங்கிநிற் போன் மறத் தன்மையி லான்,
வழவழத் தருமனுக்கோ — இந்த
மாநில மன்னவர் தலைமைதந் தார்!
முழவினைக் கொடிகொண் டான் — புவி
முழுதையுந் தனியே குடிகொண் டான். 25

'தம்பியர் தோள்வலி யால் — இவன்
சக்கர வர்த்தியென் றுயர்ந்தது வும்,
வெம்பிடு மதகரி யான் — புகழ்
வேள்விசெய் தந்நிலை முழக்கிய தும்,
அம்புவி மன்னரெ லாம் — இவன்
ஆணைதம் சிரத்தினில் அணிந்தவ ராய்
நம்பரும் பெருஞ்செல் வம் — இவன்
நலங்கிளர் சபையினில் மொழிந்தது வும். 26

'எப்படிப் பொறுத்திடு வேன்? — இவன்
இளமையின் வளமைகள் அறியே னோ?
குப்பை கொ லோமுத்தும் — அந்தக்
குரைகடல் நிலத்தவர் கொணர்ந்து பெய்தார்;

சிப்பியும் பவளங்க ளும் — ஒளி
திரண்டவெண் சங்கத்தின் குவியல்க ளும்
ஒப்பில்வை டூரிய மும் — கொடுத்து
ஒதுங்கி நின்றார் இவன் ஒருவனுக் கே. 27

'மலைநா டுடையமன் னர் — பல
மான்கொணர்ந் தார் புதுத் தேன்கொணர்ந் தார்,
கொலைநால் வாய்கொணர்ந் தார் — மலைக்
குதிரையும் பன்றியும் கொணர்ந்துதந் தார்;
கலைமான் கொம்புக ளும் — பெருங்
களிறுடைத் தந்தமும் கவரிக ளும்
விலையார் தோல்வகை யும் — கொண்டு
மேலும்பொன் வைத்தங்கு வணங்கிநின் றார், 28

செந்நிறத் தோல், கருந் தோல், — அந்தத்
திருவளர் கதலியின் தோலுட னே
வெந்நிறப் புலித்தோல் கள், — பல
வேழங்கள் ஆடுகள் இவற்றுடைத் தோல்,
பன்னிற மயிருடை கள், — விலை
பகரரும் பறவைகள் விலங்கினங் கள்,
பொன்னிறப் பாஞ்சாலி — மகிழ்
பூத்திடும் சந்தனம் அகில்வகை கள். 29

'ஏலம் கருப்பூ ரம் — நறும்
இலவங்கம் பாக்குநற் சாதி வகை,
கோலம் பெறக்கொணர்ந்தே — அவர்
கொட்டி நின்றார் கரம் கட்டிநின் றார்;
மேலுந் தலத்திலு ளார் — பல
வேந்தர் அப்பாண்டவர் விழைந்திட வே
ஓலந் தரக்கொணர்ந் தே — வைத்த
தொவ்வொன்றும் என்மனத் துறைந்தது வே. 30

'மாலைகள் பொன்னும்முத் தும் — மணி
  வகைகளிற் புனைந்தவும் கொணர்ந்துபெய் தார்;
சேலைகள் நூறுவன் னம் — பல
  சித்திரத் தொழில்வகை சேர்ந்தன வாய்,
சாலவும் பொன்னிழைத் தே - தெய்வத்
  தையலர் விழைவன பலர்கொணர்ந் தார்,
கோலநற் பட்டுக்க ளின் — வகை
  கூறுவதோ? எண்ணில் ஏறுவ தோ   31

'சுழல்களும் கடகங்க ளும் — மணிக்
  கவசமும் மகுடமும் கணக்கில வாம்
நிழல்நிறப் பரிபல வும் — செந்
  நிறத்தன பலவும்வெண் ணிறம்பல வும்
தழல்நிறம் மேக நிறம் — விண்ணில்
  சாரும் இந்திர வில்லை நேரும் நிறம்
அழகிய கிளிவயிற் றின் — வண்ணம்
  ஆர்ந்தன வாய்ப்பணி சேர்ந்தன வாய்.   32

'காற்றெனச் செல்வன வாய்' — இவை
  கடிதுகைத் திடுந்திறம்மறவ ரொடே,
போற்றிய கையின ராய்ப் — பல
  புரவலர் கொணர்ந்து, அவன் சபைபுகுந் தார்.
சீற்ற வன்போர் யானை — மன்னர்
  சேர்த்தவை பலபல மந்தையுண் டாம்;
ஆற்றல் மிலேச்சமன் னர் — தொலை
  அரபியர் ஒட்டைகள் கொணர்ந்துதந் தார்.   33

'தென்றிசைச் சாவக மாம் — பெருந்
  தீவு தொட்டேவட திசையத னில்
நின்றிடும் புகழ்சீ னம் — வரை
  நேர்ந்திடும் பலபல நாட்டின ரும்,

வென்றிகொள் தருமனுக் கே, — அவன்
    வேள்வியில் பெரும்புகழ் விளையும்வண் ணம்,
நன்றுபல் பொருள் கொணர்ந் தார் — புவி
    நாயகன் யுதிட்டிரன் எனவுணர்ந் தார்.   34

'ஆடுகள் சிலர்கொணர்ந் தார்; — பலர்
    ஆயிர மாயிரம் பசுக்கொணர்ந் தார்;
மாடுகள் பூட்டின வாய்ப் — பல
    வகைப்படு தானியம் சுமந்தன வாய்
ஈடுறு வண்டி கொண்டே — பலர்
    எய்தினர்; கரும்புகள் பல கொணர்ந் தார்;
நாடுறு தயில வகை — நறு
    நானத்தின் பொருள்பலர் கொணர்ந்துதந் தார்.   35

"நெய்க்குடம் கொண்டுவந் தார் — மறை
    நியமங்கொள் பார்ப்பனர் மகத்தினுக்கே;
மொய்க்குமின் கள்வகை கள் — கொண்டு
    மோதினர் அரசினம் மகிழ்வுற வே;
தைக்குநற் குப்பா யம். — செம்பொற்
    சால்வைகள், போர்வைகள், கம்பளங் கள்,
கைக்குமட் டினுந்தா னோ — அவை
    காண்பவர் விழிகட்கும் அடங்குப வோ?   36

"தந்தத்தில் கட்டில்க ளும், — நல்ல
    தந்தத்தின் பல்லக்கும், வாகன மும்,
தந்தத்தின் பிடிவா ளும் — அந்தத்
    தந்தத்திலே சிற்பத் தொழில்வகை யும்,
தந்தத்தி லாதன மும் — பின்னும்
    தமனிய மணிகளில் இவையனைத் தும்
தந்தத்தைக் கணக்கிட வோ? — முழுத்
    தரணியின் திருவும் இத் தருமனுக் கோ?"   37

வேறு

என்றிவ் வாறு பலபல எண்ணி
ஏழை யாகி இரங்குத லுற்றான்.
வன்றி றத்தொரு கல்லெனும் நெஞ்சன்,
வானம் வீழினும் அஞ்சுதல் இல்லான்,
குன்ற மொன்று குழைவுற் றிளகிக்
குழம்பு பட்டழி வெய்திடும் வண்ணம்
கன்று பூதலத் துள்ளுறை வெம்மை
காய்ந்தெழுந்து வெளிப்படல் போல. 38

நெஞ்சத் துள்ளோர் பொறாமை யெனுந்தீ
நீள்வதால் உள்ளம் நெக்குரு கிப்போய்,
மஞ்சன் ஆண்மை மறந்திண்மை மானம்
வன்மை யாவும் மறந்தன னாகிப்
பஞ்சை யாமொரு பெண்மகள் போலும்
பாலர் போலும் பரிதவிப் பானாய்க்
கொஞ்ச நேரத்திற் பாதகத் தோடு
கூடி யேஉற வெய்திநின் றானால். 39

யாது நேரினும் எவ்வகை யானும்
யாது போயினும் பாண்டவர் வாழ்வைத்
தீது செய்து மடித்திட எண்ணிச்
செய்கை யொன்றறி யான்திகைப் பெய்திச்
சூதும் பொய்யும் உருவெனக் கொண்ட
துட்ட மாமனைத் தான்சர ணெய்தி,
'ஏது செய்வம்' எனச்சொல்லி நைந்தான்,
எண்ணத் துள்ளன யாவும் உரைத்தே. 40

மன்னர் மன்னன் யுதிட்டிரன் செய்த
மாம கத்தினில் வந்து பொழிந்த
சொன்னம் பூண்மணி முத்திவை கண்டும்,
தோற்றங் கண்டும் மதிப்பினைக் கண்டும்,

என்ன பட்டது தன்னுளம் என்றே
 ஈன மாமன் அறிந்திடும் வண்ணம்
முன்னம் தான் நெஞ்சிற் கூறிய வெல்லாம்
 மூடன் பின்னும் எடுத்து மொழிந்தான்.   41

6. துரியோதனன் சகுனியிடம் சொல்வது

வேறு

'உலகு தொடங்கிய நாள்முத லாகநம் சாதியில் —புகழ்
ஓங்கி நின்றாரித் தருமனைப் போலெவர்? மாமனே!
இலகு புகழ்மனு வாதி முதுவர்க்கும், மாம னே! —பொருள்
ஏற்றமும் மாட்சியும் இப்படி யுண்டுகொல்? மாமனே?
கலைக ளுணர்ந்தநல் வேதியப் பாவலர் செய்தவாம் —பழங்
கற்பனைக் காவியம் பற்பல கற்றனை மாம னே!
பலகடல் நாட்டையும் இப்படி வென்றதை எங்கணும்—
 சொல்லப்
பார்த்ததுண்டோ? கதை கேட்டதுண்டோ? புகல்
 மாமனே!   42

'எதனை யுலகில் மறப்பினும், யானினி, மாம னே! —இவர்
யாகத்தை என்றும் மறந்திட லென்பதொன் றேது காண்?
விதமுறச் சொன்ன பொருட்குவை யும்பெரி தில்லைகாண்;
 —அந்த
வேள்வியில் என்னை வெதுப்பின வேறு பலவுண் டே;
இதனை யெலாமவ் விழியற்ற தந்தையின் பாற்சென்றே
 —சொல்லி,
இங்கிவர் மீதவ னும்பகை எய்திடச் செய்கு வாய்
மிதமிகு மன்பவர் மீதுகொண் டானவன் கேட்கவே— அந்த
வேள்விகண் டென்னுயிர் புண்படுஞ் செய்தி விளம்பு
 வாய்.   43

‘கண்ணைப் பறிக்கும் அழகுடை யாரிள மங்கையர் —பல
காமரு பொன்மணிப் பூண்க ளணிந்தவர் தம்மை யே
மண்ணைப் புரக்கும் புரவலர் தாமந்த வேள்வியில்—கொண்டு
வாழ்த்தி யளித்தனர் பாண்டவர்க் கே, எங்கள் மாமனே!
எண்ணைப் பழிக்குந் தொகையுடை யாரிள மஞ்சரைப்
பலர்
ஈந்தனர் மன்ன ரிவர்தமக் குத்தொண் டியற்ற வே!
விண்ணைப் பிளக்குந் தொனியுடைச் சங்குகள் ஊதினார்;
— தெய்வ
வேதியர் மந்திரத் தோடுபல் வாழ்த்துக்கள் ஓதி னார். 44

‘நாரதன் தானும் அவ்வேத வியாசனும் ஆங்ஙனே — பலர்
நானிங் குரைத்தற் கரிய பெருமை முனிவரும்,
மாரத வீரர், அப் பாண்டவர் வேள்விக்கு வந்ததும்,—வந்து
மாமறை யாசிகள் கூறிப் பெரும்புகழ் தந்த தும்,
வீரர்தம் போரின் அரியநற் சாத்திர வாதங்கள் — பல
விப்பிரர் தம்முள் விளைத்திட உண்மைகள் வீச வே,
சார மறிந்த யுதிட்டிரன் கேட்டு வியந்ததும், — நல்ல
தங்க மழைபொழிந் தாங்கவர்க் கேமகிழ் தந்த தும். 45

‘விப்பிர ராதிய நால்வரு ணத்தவர் துய்ப்பவே — நல்
விருந்து செயலில் அளவற்ற பொன்செல விட்டதும்
இப்பிற விக்குள் இவையொத்த வேள்வி விருந்துகள் — புவி
எங்கணும் நான்கண்ட தில்லை’ எனத்தொனி பட்டதும்,
தப்பின்றி யேநல் விருந்தினர் யாருக்குந் தகுதிகள் — கண்டு
தக்கசன் மானம் அளித்து வரிசைகள் இட்டதும்,
செப்புக நீயவ் விழியற்ற தந்தைக்கு; “நின்மகன் — இந்தச்
செல்வம் பெறாவிடில் செத்திடு வான்” என்றும்
செப்புவாய். 46

“அண்ணனை மைந்தன் அவனிக் குரியவன் யானன்றோ?
— அவர்
அடியவ ராகி யெமைப்பற்றி நிற்றல் விதியன் றோ?
பண்ணும் வேள்வியில் யார்க்கு முதன்மை அவர்தந்தார்?
—அந்தப்
பாண்ட வர்நமைப் புல்லென எண்ணுதல் பார்த்தை யோ?

கண்ண னுக்கு முதல்உப சாரங்கள் காட்டினார்; — சென்று
கண்ணி லாத்தந்தைக் கிச்செய லின்பொருள் காட்டு வாய்;
மண்ணில் வேந்தருள் கண்ணன் எவ்வாறு முதற்பட்டான்?
— என்றன்

மாமனே! அவன் நம்மில் உயர்ந்த வகைசொல் வாய்! 47

‘சந்தி ரன்குலத் தேபிறந் தோர்தந் தலைவன்யான் — என்று
சகமெ லாஞ்சொலும் வார்த்தைமெய் யோவெறுஞ்
சாலமோ?
தந்தி ரத்தொழில் ஒன்றுண ரும்சிறு வேந்தனை — இவர்
தரணி மன்னருள் முற்பட வைத்திடல் சாலு மோ?
மூந்தி ரத்திலச் சேதியர் மன்னனை மாய்த்திட்டார்; — ஐய!
மாம கத்தில் அதிதியைக் கொல்ல மரபுண்டோ?
இந்திரத்துவம் பெற்றிவர் வாழும் நெறிநன்றே! — இதை
எண்ணி எண்ணி என் நெஞ்சு கொதிக்குது மாமனே!— 48
சதிசெய் தார்க்குச் சதிசெயல் வேண்டும்என் மாமனே!-இவர்
தாமென் அன்பன் சராசந் தனுக்குமுன் எவ்வ கை
விதிசெய் தார்? அதை என்றும் உள்ளம் மறக்குமோ?—இந்த
மேதினி யோர்கள் மறந்து விட்டார். இஃதோர்விந்தை யே?
நிதிசெய் தாரைப் பணிகுவர் மானிடர், மாமனே! — எந்த
நெறியி னாலது செய்யினும், நாயென நீள்பு வி
துதிசெய் தேயடி நக்குதல் கண்டனை மாமனே! — வெறுஞ்
சொல்லுக் கேயற நூல்கள் உரைக்கும் துணிவெலாம். 49

வேறு

“பொற்றடந் தேரொன்று வாலிகன்
கொண்டு விடுத்ததும் — அதில்
பொற்கொடி சேதியர் கோமகன்
வந்து தொடுத்ததும்,
உற்றதோர் தம்பிக்குத் தென்னவன்
மார்பணி தந்ததும்; — ஒளி
யோங்கிய மாலையம் மாகதன்
தான்கொண்டு வந்ததும்,

பற்றல ரஞ்சும் பெரும்புக
 ழேக லவியனே — செம்பொற்
பாதுகை கொண்டு யுதிட்டிரன்
 தாளினில் ஆர்த்ததும்,
முற்றிடு மஞ்சனத் திற்குப் பல
 பலதீர்த்தங்கள் — மிகு
மொய்ம்புடை யான் அவ் அவந்தியர்
 மன்னவன் சேர்த்ததும்.   50

"மஞ்சன நீர்தவ வேத
 வியாசன் பொழிந்ததும், — பல
வைதிகர் கூடிநன் மந்திர
 வாழ்த்து மொழிந்ததும்,
குஞ்சரச் சாத்தகி வெண்குடை
 தாங்கிட, வீமனும் — இளங்
கொற்றவ னும்பொற் சிவிறிகள்
 வீச, இரட்டையர்

அஞ்சுவர் போலங்கு நின்று
 கவரி இரட்டவே — கடல்
ஆளு மொருவன் கொடுத்ததொர்
 தெய்விகச் சங்கினில்
வஞ்சகன் கண்ணன் புனிதமுறுங்
 கங்கை நீர்க்கொண்டு — திரு
மஞ்சன மாட்டும்அப் போதில்
 எவரும் மகிழ்ந்ததும்   51

"மூச்சை யடைத்த தடா! சபை
 தன்னில் விழுந்துநான் — அங்கு
மூர்ச்சை யடைந்தது கண்டனையே!
 என்றன் மாமனே!
ஏச்சையும் அங்கவர் கொண்ட
 நகைப்பையும் எண்ணுவாய்; — அந்த
ஏந்திழை யாளும் எனைச்சிரித்
 தாளிதை எண்ணுவாய்;

பேச்சை வளர்த்துப் பயனொன்று
 மில்லை, என் மாமனே! — அவர்
பேற்றை அழிக்க உபாயஞ்சொல்வாய்,
 என்றன் மாமனே!
தீச்செயல் நற்செயல் ஏதெனினும்
 ஒன்று செய்து, நாம் — அவர்
செல்வங் கவர்ந்த வரைவிட
 வேண்டும் தெருவிலே.'   52

7. சகுனியின் சதி

வேறு

என்று சுயோதனன் கூறியே — நெஞ்சம்
 ஈர்ந்திடக் கண்ட சகுனி தான் — அட!
இன்று தருகுவன் வெற்றியே; — இதற்கு
 இத்தனை வீண்சொல் வளர்ப்ப தேன்? — இனி
ஒன்றுரைப் பேன்நல் உபாயந்தான்; — அதை
 ஊன்றிக் கருத்தொடு கேட்பையால்; — ஒரு
மன்று புனைந்திடச் செய்தி நீ, — தெய்வ
 மண்டப மொத்த நலங்கொண்டே   53

"மண்டபங் காண வருவி ரென் — றந்த
 மன்னவர் தம்மை வரவழைத் — தங்கு
கொண்ட கருத்தை முடிப்ப வே — மெல்லக்
 கூட்டிவன் சூது பொரச் செய்வோம் — அந்த
வண்டரை நாழிகை யொன்றிலே — தங்கள்
 வான்பொருள் யாவையும் தோற்றுனைப் — பணி
தொண்ட ரெனச்செய் திடுவன் யான், — என்றன்
 சூதின் வலிமை அறிவை நீ.   54

"வெஞ்சமர் செய்திடு வோமெனில் — அதில்
வெற்றியும் தோல்வியும் யார்கண்டார்? — அந்தப்
பஞ்சவர் வீரம் பெரிது காண் — ஒரு
பார்த்தன்கை வில்லுக் கெதிருண்டோ? — உன்றன்
நெஞ்சத்திற் சூதை யிகழ்ச்சியாக் — கொள்ள
நீத மில்லை முன்னைப் பார்த்திவர் — தொகை
கொஞ்ச மிலைப்பெருஞ் சூதினால் — வெற்றி
கொண்டு பகையை அழித்துளோர். 55

"நாடும் குடிகளும் செல்வமும் — எண்ணி,
நானிலத் தோர்கொடும் போர் செய்வார்; —அன்றி
ஓடுங் குருதியைத் தேக்கவோ? — தமர்
ஊன்குவை கண்டு களிக்கவோ? — அந்த
நாடும் குடிகளும் செல்வமும் — ஒரு
நாழிகைப் போதினில் சூதினால் — வெல்லக்
கூடு மெனிற்பிறி தெண்ணலேன்? — என்றன்
கொள்கை இது"வெனக் கூறினான். 56

இங்கிது கேட்ட சுயோதனன் — மிக
இங்கிதம் சொல்லினை, மாமனே!' என்று
சங்கிலிப் பொன்னின் மணியிட்ட, — ஒளித்
தாமம் சகுனிக்குச் சூட்டினான்; — பின்னர்
எங்கும் புவிமிசை உன்னைப் போல் — எனக்
கில்லை இனியது சொல்லுவோர்' — என்று
பொங்கும் உவகையின் மார்புறக் — கட்டிப்
பூரித்து விம்மித் தழுவினான். 57

8. சகுனி திரிதராட்டிரனிடம் சொல்லுதல்

மற்றதன் பின்னர் இருவரும் — அரு
மந்திரக் கேள்வி உடையவன் — பெருங்
கொற்றவர் கோன்திரி தராட்டிரன் — சபை
கூடி வணங்கி இருந்தனர்; — அருள்

அற்ற சகுனியும் சொல்லுவான்; — 'ஐய!,
ஆண்டகை நின்மகன் செய்திகேள்! — உடல்
வற்றித் துரும்பொத் திருக்கின்றான்; — உயிர்
வாழ்வை முழுதும் வெறுக்கின்றான். 58

'உண்ப சுவையின்றி உண்கின்றான்; — பின்
உடுப்ப திகழ உடுக்கின்றான்; — பழ
நண்பர்க ளோடுற வெய்திடான்; — இள
நாரியரைச் சிந்தை செய்திடான்; — பிள்ளை
கண்பசலை கொண்டு போயினான்; — இதன்
காரணம் யாதென்று கேட்பையால்; — உயர்
திண்ப ருமத்தடந் தோளினாய்!' — என்று
தீய சகுனியும் செப்பினான். 59

தந்தையும் இவ்வுரை கேட்டதால் — உளம்
சாலவும் குன்றி வருந்தியே, — 'என்றன்
மைந்த! நினக்கு வருத்தமேன்? — இவன்
வார்த்தையி லேதும் பொருளுண்டோ? நினக்கு
எந்த விதத்துங் குறையுண்டோ? — நினை
யாரும் எதிர்த்திடு வாருண்டோ? — நின்றன்
சிந்தையில் எண்ணும் பொருளெலாம் — கணந்
தேடிக் கொடுப்பவர் இல்லையோ? 60

'இன்னமு தொத்த உணவுகள் — அந்த
இந்திரன் வெஃகுறும் ஆடைகள், — பலர்
சொன்ன பணிசெயும் மன்னவர், — வருந்
துன்பந் தவிர்க்கும் அமைச்சர்கள், — மிக
நன்னலங் கொண்ட குடி படை — இந்த
நானில மெங்கும் பெரும்புகழ் — மிஞ்சி
மன்னும்அப் பாண்டவச் சோதரர் — இவை
வாய்ந்தும் உனக்குத் துயருண்டோ? 61

தந்தை வசனஞ் செவியுற்றே — கொடி
சர்ப்பத்தைக் கொண்டதொர் கோமகன்
வெந்தழல் போலச் சினங்கொண்டே — தன்னை
மீறிப் பலசொல் விளம்பினான்; — இவன்
மந்த மதிகொண்டு சொல்வதை — அந்த
மாமன் மதித்துரை செய்குவான்; — 'ஐய;
சிந்தை வெதுப்பத்தி னாலிவன் — சொலும்
சீற்ற மொழிகள் பொறுப்பையால். 62

'தன்னுளத் துள்ள குறையெலாம் — நின்றன்
சந்நிதி யிற்சென்று சொல்லிட — முதல்
என்னைப் பணித்தனன்; யானிவன் — றனை
இங்கு வலியக் கொணர்ந்திட்டேன்;
நன்னய மேசிந்தை செய்கின்றான்; — எனில்
நன்கு மொழிவ தறிந்திலன்; — நெஞ்சைத்
தின்னுங் கொடுந்தழல் கொண்டவர் — சொல்லுஞ்
செய்தி தெளிய உரைப்பரோ? 63

நீ பெற்ற புத்திர னேயன்றோ? — மன்னர்
நீதி யியல்பில் அறிகின்றான் — ஒரு
தீபத்தில் சென்று கொளுத்திய — பந்தம்
தேசு குறைய எரியுமோ? — செல்வத்
தாபத்தை நெஞ்சில் வளர்த்திடல் — மன்னர்
சாத்திரத் தேமுதற் சூத்திரம்; — பின்னும்
ஆபத் தரசர்க்கு வேறுண்டோ — தம்மில்
அன்னியர் செல்வம் மிகுதல்போல்? 64

வேள்வியில் அன்றந்தப் பாண்டவர் — நமை
வேண்டுமட் டுங்குறை செய்தனர்; — ஒரு
வேள்வி யிலாதுன் மகன்றனைப் — பலர்
கேலிசெய் தேநகைத் தார், கண்டாய்! — புவி
ஆள்வினை முன்னவர்க் கின்றியே — புகழ்
ஆர்ந்திளை யோரது கொள்வதைப் — பற்றி
வாள்விழி மாதரும் நம்மையே — கய
மக்களென் றெண்ணி நகைத்திட்டார். 65

ஆயிரம் யானை வலிகொண்டான் — உன்றன்
ஆண்டகை மைந்த னிவன் கண்டாய்! — இந்த
மாயிரு ஞாலத் துயர்ந்ததாம் — மதி
வான்குலத் திற்கு முதல்வனாம்; — ஒளி
ஞாயிறு நிற்பவும் மின்மினி — தன்னை
நாடித் தொழுதிடுந் தன்மைபோல், — அவர்
வேயிருந் தூதுமோர் கண்ணனை — அந்த
வேள்வியில் சால உயர்த்தினார். 66

ஐய! நின் மைந்தனுக் கில்லைகாண் — அவர்
அர்க்கியம் முற்படத் தந்ததே; — இந்த
வையகத் தார்வியப் பெய்தவே, — புவி
மன்னவர் சேர்ந்த சபைதனில் — மிக
நொய்யதோர் கண்ணனுக் காற்றினார்; — மன்னர்
நொந்து மனங்குன்றிப் போயினர்; — பணி
செய்யவும் கேலிகள் கேட்கவும் — உன்றன்
சேயினை வைத்தனர் பாண்டவர். 67

'பாண்டவர் செல்வம் விழைகின்றான்; — புவிப்
பாரத்தை வேண்டிக் குழைகின்றான்; — மிக
நீண்டமகிதலம் முற்றிலும் — உங்கள்
நேமி செலும்புகழ் கேட்கின்றான்; — குலம்
பூண்ட பெருமை கெடாதவா - றெண்ணிப்
பொங்குகின் றான்நலம் வேட்கின்றான்; — மைந்தன்
ஆண்டகைக் கிஃது தகுமன்றோ? — இல்லை
யாமெனில் வையம் நகுமன்றோ? 68

'நித்தங் கடலினிற் கொண்டுபோய் — நல்ல
நீரை அளவின்றிக் கொட்டுமாம் — உயர்
வித்தகர் போற்றிடுங் கங்கையா — றது
வீணிற் பொருளை யழிப்பதோ? — ஒரு

சத்த மிலாநெடுங் காட்டினில் — புனல்
தங்கிநிற் குங்குளம் ஒன்றுண்டாம், — அது
வைத்ததன் நீரைப் பிறர்கொளா — வகை
வாரடைப் பாசியில் மூடியே. 69

'சூரிய வெப்பம் படாமலே — மரம்
சூழ்ந்த மலையடிக் கீழ்ப்பட்டே — முடை
நீரின் நித்தலும் காக்குமாம்; — இந்த
நீள்சுனை போல்வர் பலருண்டே? — எனில்
ஆரியர் செல்வம் வளர்தற்கே — நெறி
ஆயிரம் நித்தம் புதியன — கண்டு
வாரிப் பழம்பொருள் எற்றுவார்; — இந்த
வண்மையும் நீயறி யாததோ?'' 70

9. திரிதராட்டிரன் பதில் கூறுதல்

கள்ளச் சகுனியும் இங்ஙனே பல
கற்பனை சொல்லித்தன் உள்ளத்தின் — பொருள்
கொள்ளப் பகட்டுதல் கேட்டபின் — பெருங்
கோபத் தொடேதிரி தாட்டிரன், — ' அட!
பிள்ளையை நாசம் புரியவே — ஒரு
பேயென நீ வந்து தோன்றினாய்; — பெரு
வெள்ளத்தைப் புல்லொன் றெதிர்க்குமோ: — இள
வேந்தரை நாம்வெல்ல லாகுமோ? 71

'சோதரர் தம்முட் பகையுண்டோ? — ஒரு
சுற்றத்தி லேபெருஞ் செற்றமோ? — நம்மில்
ஆதரங் கொண்டவ ரல்லரோ? — முன்னர்
ஆயிரஞ் சூழ்ச்சி இவன்செய்தும் — அந்தச்
சீதரன் தண்ணரு ளாலுமோர் — பெருஞ்
சீலத்தி னாலும் புயவலி — கொண்டும்
யாதொரு தீங்கும் இலாமலே — பிழைத்
தெண்ணருங் கீர்த்திபெற் றாரன்றோ? 72

'பிள்ளைப் பருவந் தொடங்கியே — இந்தப்
பிச்சன் அவர்க்குப் பெரும்பகை — செய்து
கொள்ளப் படாத பெரும்பழி — யன்றிக்
கொண்டதொர் நன்மை சிறிதுண்டோ? — நெஞ்சில்

எள்ளத் தகுந்த பகைமையோ? — அவர்
யார்க்கும் இளைத்த வகையுண்டோ? — வெறும்
நொள்ளைக் கதைகள் கதைக்கிறாய், — பழ
நூலின் பொருளைச் சிதைக்கிறாய், 73

'மன்னவர் நீதி சொலவந்தாய் — பகை
மாமலை யைச்சிறு மட்குடம் — கொள்ளச்
சொன்னதொர் நூல்சற்றுக் காட்டுவாய்! — விண்ணில்
சூரியன் போல்நிக ரின்றியே — புகழ்
துன்னப் புவிச்சக்க ராதிபம் — உடற்
சோதரர் தாங்கொண் டிருப்பவும் — தந்தை
என்னக் கருதி அவரெனைப் — பணிந்து
என்சொற் கடங்கி நடப்பவும், 74

'முன்னை இவன்செய்த தீதெலாம் — அவர்
முற்றும் மறந்தவ ராகியே — தன்னைத்
தின்ன வருமொர் தவளையைக் — கண்டு
சிங்கஞ் சிரித்தருள் செய்தல்போல் — துணை
யென்ன இவனை மதிப்பவும் — அவர்
ஏற்றத்தைக் கண்டும் அஞ்சாமலே — நின்றன்
சின்ன மதியினை என்சொல்வேன் — பகை
செய்திட எண்ணிப் பிதற்றினாய், 75

'ஒப்பில் வலிமை யுடையதாந் — துணை
யோடு பகைத்தல் உறுதியோ — நம்மைத்
தப்பிழைத் தாரந்த வேள்வியில் — என்று
சாலம் எவரிடஞ் செய்கிறாய்? — மயல்
அப்பி விழிதடு மாறியே — இவன்
அங்கு மிங்கும் விழுந் தாடல் கண்டு — அந்தத்
துப்பிதழ் மைத்துனி தான்சிரித் — திடில்
தோஷ மிதில்மிக வந்ததோ? 76

'தவறி விழுபவர் தம்மையே — பெற்ற
தாயுஞ் சிரித்தல் மரபன்றோ? — எனில்
இவனைத் துணைவர் சிரித்ததோர் — செயல்
எண்ணரும் பாதக மாகுமோ? — மனக்

கவலை வளர்த்திடல் வேண்டுவோர் — ஒரு
காரணங் காணுதல் கஷ்டமோ? — வெறும்
அவல மொழிகள் அளப்பதேன்? — தொழில்
ஆயிர முண்டவை செய்குவீர். 77

'சின்னஞ் சிறிய வயதிலே — இவன்
தீமை அவர்க்குத் தொடங்கினான் — அவர்
என்னரும் புத்திரன் என்றெண்ணித் — தங்கள்
யாகத் திவனைத் தலைக்கொண்டு — பசும்
பொன்னை நிறைத்ததொர் பையினை — மனம்
போலச் செலவிடு வாய்' என்றே — தந்து
மன்னவர் காண இவனுக்கே — தம்முள்
மாண்பு கொடுத்தன ரல்லரோ? 78

கண்ணனுக் கேமுதல் அர்க்கியம் — அவர்
காட்டினர் என்று பழித்தனை! — எனில்,
நண்ணும் விருந்தினர்க் கன்றியே — நம்முள்
நாமுப சாரங்கள் செய்வதோ? — உறவு
அண்ணனும் தம்பியும் ஆதலால் — அவர்
அன்னிய மாநமைக் கொண்டிலர்; — முகில்
வண்ணன் அதிதியர் தம்முளே — முதல்
மாண்புடை யானெனக் கொண்டனர். 79

'கண்ணனுக் கேயது சாலுமென்று — உயர்
கங்கை மகன்சொலச் செய்தனர் — இதைப்
பண்ணரும் பாவமென் றெண்ணினால் — அதன்
பார மவர்தமைச் சாருமோ? — பின்னும்,
கண்ணனை ஏதெனக் கொண்டனை — அவன்
காலிற் சிறிதுக ளொப்பவர் — நிலத்
தெண்ணரும் மன்னவர் தம்முளே — பிறர்
யாரு மிலையெனல் காணுவாய். 80

'ஆதிப் பரம்பொருள் நாரணன் — தெளி
வாகிய பொற்கடல் மீதிலே — நல்ல
சோதிப் பணாமுடி யாயிரம் — கொண்ட
தொல்லறி வென்னுமோர் பாம்பின்மேல் — ஒரு

போதத் துயில்கொளும் நாயகன், — கலை
 போந்து புவிமிசைத் தோன்றினான் — இந்தச்
சீதக் குவளை விழியினான்' — என்று
 செப்புவர் உண்மை தெளிந்தவர். 81

'நானெனும் ஆணவந் தள்ளலும் — இந்த
 ஞாலத்தைத் தானெனக் கொள்ளலும் — பர
மோன நிலையின் நடத்தலும் — ஒரு
 மூவகைக் காலங் கடத்தலும் நடு
வான கருமங்கள் செய்தலும் — உயிர்
 யாவிற்கும் நல்லருள் பெய்தலும் — பிறர்
ஊனைச் சிதைத்திடும் போதினும் — தனது
 உள்ளம் அருளின் நெகுதலும், 82

'ஆயிரங் கால முயற்சியால் — பெற
 லாவர் இப்பேறுகள் ஞானியர்; — இவை
தாயின் வயிற்றில் பிறந்தன்றே — தம்மைச்
 சார்ந்து விளங்கப் பெறுவரேல், — இந்த
மாயிரு ஞாலம் அவர்தமைத் — தெய்வ
 மாண்புடை யாரென்று போற்றுங்காண்! — ஒரு
பேயினை வேதம் உணர்த்தல்போல், — கண்ணன்
 பெற்றி உனக்கெவர் பேசுவார்? 83

10. துரியோதனன் சினங் கொள்ளுதல்
வேறு

வெற்றி வேற்கைப் பரதர்தங் கோமான்,
 மேன்மை கொண்ட விழியகத் துள்ளோன்,
பெற்றி மிக்க விதுர னறிவைப்
 பின்னும் மற்றொரு கண்ணெனக் கொண்டோன்,
முற்று ணர்திரி தாட்டிரன் என்போன்
 மூடப் பிள்ளைக்கு மாமன் சொல் வார்த்தை
எற்றி நல்ல வழக்குரை செய்தே
 ஏன்ற வாறு நயங்கள் புகட்ட, 84

கொல்லும் நோய்க்கு மருந்துசெய் போழ்தில்
 கூடும் வெம்மைய தாய்ப்பிணக் குற்றே
தொல்லு ணர்வின் மருத்துவன் தன்னைச்
 சோர்வு றுத்துதல் போல், ஒரு தந்தை
சொல்லும் வார்த்தையி லோதெரு ளாதரன்
 தோமி ழைப்பதி லோர்மதி யுள்ளான்,
கல்லும் ஒப்பிடத் தந்தை விளக்கும்
 கட்டு ரைக்குக் கடுஞ்சின முற்றான் 85

11. துரியோதனன் தீ மொழி

வேறு

பாம்பைக் கொடியென் றுயர்த்தவன் - அந்தப்
 பாம்பெனச் சீறி மொழிகுவான்; - 'அட!
தாம்பெற்ற மைந்தர்க்குத் தீதுசெய் - திடும்
 தந்தையர் பார்மிசை உண்டுகொல்? - கெட்ட
வேம்பு நிகரிவ னுக்குநான்; - சுவை
 மிக்க சருக்கரை பாண்டவர்; - அவர்
தீம்பு செய்தாலும் புகழ்கின்றான், - திருத்
 தேடினும் என்னை இகழ்கின்றான். 86

"மன்னர்க்கு நீதி யொருவகை; — பிற
 மாந்தர்க்கு நீதிமற் றோர்வகை" — என்று
சொன்ன வியாழ முனிவனை - இவன்
 சுத்த மடையனென் றெண்ணியே, — மற்றும்
என்னென்ன வோகதை சொல்கிறான், — உற
 வென்றும் நட்பென்றும் கதைக்கிறான், — அவர்
சின்ன முறச்செய வேதிறங் — கெட்ட
 செத்தையென் றென்னை நினைக்கிறான்; 87

'இந்திர போகங்கள் என்கிறான், — உண
 வின்பமும் மாதரின் இன்பமும் — இவன்
மந்திர மும்படை மாட்சியும் - கொண்டு
 வாழ்வதை விட்டிங்கு வீணிலே — பிறர்

செந்திருவைக் கண்டு வெம்பியே — உளம்
 தேம்புதல் பேதைமை என்கிறான்; — மன்னர்
தந்திரந் தேர்ந்தவர் தம்மிலே — எங்கள்
 தந்தையை ஒப்பவர் இல்லைகாண்! 88

'மாதர் தம் இன்பம் எனக்கென்றான், — புவி
 மண்டலத் தாட்சி அவர்க்கென்றான் — நல்ல
சாதமும் நெய்யும் எனக் கென்றான், — எங்கும்
 சாற்றிடுங் கீர்த்தி அவர்க்கென்றான்; — அட!
ஆதர விங்ஙனம் பிள்ளைமேல் — வைக்கும்
 அப்பன் உலகினில் வேறுண்டோ? — உயிர்ச்
சோதரர் பாண்டவர் தந்தை நீ — குறை
 சொல்ல இனியிட மேதையா! 89

'சொல்லின் நயங்கள் அறிந்திலேன், — உனைச்
 சொல்லினில் வெல்ல விரும்பிலேன்; — கருங்
கல்லிடை நாருரிப் பாருண்டோ? — நினைக்
 காரணங் காட்டுத லாகுமோ? — என்னைக்
கொல்லினும் வேறெது செய்யினும், — நெஞ்சில்
 கொண்ட கருத்தை விடுகிறேன்; — அந்தப்
புல்லிய பாண்டவர் மேம்படக் — கண்டு
 போற்றி உயிர்கொண்டு வாழ்கிலேன்; 90

'வாது நின்னோடு தொடுக்கிலேன்; — ஒரு
 வார்த்தை மட்டுஞ்சொலக் கேட்பையால்; ஒரு
தீது நமக்கு வராமலே - வெற்றி
 சேர்வதற் கோர்வழி யுண்டு, காண்! — களிச்
சூதுக் கவரை யழைத்தெல்லாம் — அதில்
 தோற்றிடு மாறு புரியலாம்; — இதற்
கேதுந் தடைகள் சொல்லாமலே — என
 தெண்ணத்தை நீகொளல் வேண்டுமால்' 91

12. திரிதராட்டிரன் பதில்

வேறு

திரிதாட் டிரன் செவியில் — இந்தத்
தீமொழி புகுதலுந் திகைத்து விட்டான்!
'பெரிதாத் துயர் கொணர்ந்தாய்; — கொடும்
பேயெனப் பிள்ளைகள் பெற்று விட்டேன்;
அரிதாக் குதல்போல — அமர்
ஆங்கவ ரொடுபொரல் அவலம் என்றேன்;
நரிதாக் குதல்போலாம் — இந்த
நாணமில் செயலினை நாடுவ னோ? 92

'ஆரியர் செய்வாரோ?— இந்த
ஆண்மையி லாச்செயல் எண்ணுவரோ?
பாரினில் பிறருடைமை — வெஃகும்
பதரினைப் போலொரு பதருண்டோ?
பேரியற் செல்வங்களும் — இசைப்
பெருமையும் எய்திட விரும்புதியேல்,
காரியம் இதுவாமோ? — என்றன்
காளை யன்றோ இது கருத லடா! 93

'வீரனுக் கேயிசை வார் — திரு,
மேதினி எனுமிரு மனைவியர் தாம்,
ஆரமர் தமரல் லார் — மிசை
ஆற்றிநல் வெற்றியில் ஓங்குதி யேல்,
பாரத நாட்டினிலே — அந்தப்
பாண்டவ ரெனப்புகழ் படைத்திடு வாய்;
சோரர்தம் மகனோ நீ? — உயர்
சோமன்ற னொருகுலத் தோன்ற லன்றோ? 94

'தம்மொரு கருமத்திலே — நித்தம்
தளர்வறு முயற்சி மற்றோர்பொருளை
இம்மியுங் கருதாமை, — சார்ந்
திருப்பவர் தமைநன்கு காத்திடுதல்:

இம்மையில் இவற்றினையே — செல்வத்
    திலக்கணம் என் றனர் மூதறிஞர்.
அம்ம, இங் கிதனை யெலாம் நீ
    அறிந்திலையோ? பிழையாற்றல் நன்றோ? 95

'நின்னுடைத் தோளனை யார் — இள
    நிருபரைச் சிதைத்திட நினைப்பாயோ?
என்னுடை யுயிரன்றோ? — எனை
    எண்ணிஇக் கொள்கையை நீக்குதியால்!
பொன்னுடை மார்பகத் தார் — இளம்
    பொற்கொடி மாதரைக் களிப்பதினும்
இன்னும்பல் இன்பத்தினும் — உளம்
    இசையவிட் டேஇதை மறந்தி டடா!' 96

13. துரியோதனன் பதில்

வேறு

தந்தை இஃது மொழிந்திடல் கேட்டே,
    தாரி சைந்த நெடுவரைத் தோளான்;
எந்தை, நின்னொடு வாதிடல் வேண்டேன்
    என்று பன்முறை கூறியும் கேளாய்;
வந்த காரியங் கேட்டி மற் றங்குன்
    வார்த்தை யின்றிஅப் பாண்டவர் வாரார்;
இந்த வார்த்தை உரைத்து விடாயேல்
    இங்கு நின்முன் என் ஆவி இறுப்பேன். 97

'மதித மக்கென் றிலாதவர் கோடி
    வண்மைச் சாத்திரக் கேள்விகள் கேட்டும்
பதியுஞ் சாத்திரத் துள்ளுறை காணார்,
    பானைத் தேனில் அகப்பையைப் போல்வார்

துதிகள் சொல்லும் விதுரன் மொழியைச்
சுருதி யாமெனக் கொண்டனை நீ தான்;
அதிக மோகம் அவனுளங் கொண்டான்
ஐவர் மீதில், இங் கெம்மை வெறுப்பான். 98

'தலைவன் ஆங்குப் பிறர்கையில் பொம்மை;
சார்ந்து நிற்பவர்க் குய்ந்நெறி உண்டோ?
உலைவ லால் திரி தாட்டிர வர்க்கத்
துள்ள வர்க்கு நலமென்ப தில்லை;
நிலையி லாதன செல்வமும் மாண்பும்
நித்தம் தேடி வருந்த லிலாமே
விலையி லாநிதி கொண்டனம்' என்றே
மெய்கு ழைந்து துயில்பவர் மூடர். 99

'பழைய வானிதி போதுமென் றெண்ணிப்
பாங்கு காத்திடு மன்னவர் வாழ்வை
விழையும் அன்னியர் ஓர்கணத் துற்றே
வென்ற ழிக்கும் விதி அறி யாயோ?
குழைத லென்பது மன்னவர்க் கில்லை;
கூடக் கூடப்பின் கூட்டுதல் வேண்டும்;
பிழைஒன் றேஅர சர்க்குண்டு, கண்டாய்;
பிறரைத் தாழ்த்து வதிற்சலிப் பெய்தல். 100

வேறு

'வெல்வதெங் குலத்தொழி லாம்; — அந்த
விதத்தினில் இசையினும் தவறிலை காண்!
நல்வழி தீய வழி — என
நாமதிற் சோதனை செயத்தகு மோ?
செல்வழி யாவினு மே — பகை
தீர்த்திடல் சாலுமென் றனர்பெரி யோர்;
கொல்வது தான் படையோ? — பகை
குமைப்பன யாவும்நற் படையல வோ? 101

வேறு

'சுற்றத் தாரிவர் என்றனை ஐயா!
    தோற்றத் தாலும் பிறவியி னாலும்,
பற்றல ரென்றும் நண்பர்க ளென்றும்
    பார்ப்ப தில்லை உலகினில் யாரும்;
மற்றெத் தாலும் பகையுறல் இல்லை;
    வடிவினில் இல்லை அளவினில் இல்லை;
உற்ற துன்பத்தி னாற்பகை உண்டாம்,
    ஓர்தொ ழில்பயில் வார்தமக் குள்ளே   .   102

'பூமித் தெய்வம் விழுங்கிடும் கண்டாய்
    புரவ லர்பகை காய்கிலர் தம்மை;
நாமிப் பூதலத் தேகுறை வெய்த
    நாளும் பாண்டவர் ஏறுகின் றாரால்;
நேமி மன்னர் பகைசிறி தென்றே
    நினைவ யர்ந்திருப் பாரெனில், நோய்போல்,
சாமி, அந்தப் பகைமிக லுற்றே
    சடிதி மாய்த்திடும் என்பதும் காணாய்.   103

'போர்செய் வோமெனில் நீதடுக் கின்றாய்;
    புவியி னோரும் பழிபல சொல்வார்,
தார்செய் தோளிளம் பாண்டவர் தம்மைச்
    சமரில் வெல்வதும் ஆங்கெளி தன்றாம்;
யார்செய் புண்ணியத் தோநமக் குற்றான்
    எங்க ளாருயிர் போன்றஇம் மாமன்;
நேர்செய் சூதினில் வென்று தருவான்;
    நீதித் தர்மனும் சூதில்அன் புள்ளோன்.   104

'பகைவர் வாழ்வினில் இன்புறு வாயோ?
    பார தர்க்கு முடிமணி யன்னாய்!
புகையும் என்றன் உளத்தினை வீறில்
    புன்சொற் கூறி அவித்திட லாமோ?

நகைசெய் தார்தமை நாளை நகைப்போம்;
நமரிப் பாண்டவர் என்னில் இஃதாலே
மிகையு றுந்துன்ப மேது? நம் மோடு
வேறு றாதெமைச் சார்ந்துநன் குய்வார். 105

'ஐய சூதிற் கவரை அழைத்தால்,
ஆடி உய்குதும், அஃதியற் றாயேல்,
பொய்யன் றென்னுரை; என்னியல் போர்வாய்;
பொய்மை வீறென்றுஞ் சொல்லிய துண்டோ?
நைய நின்முனர் என்சிரங் கொய்தே
நானிங் காவி இறுத்திடு வேனால்;
செய்ய லாவது செய்குதி' என்றான்;
திரித ராட்டிரன் நெஞ்ச முடைந்தான். 106

14. திரிதராட்டிரன் சம்மதித்தல்

வேறு

'விதிசெயும் விளைவி னுக்கே — இங்கு
வேறு செய்வார் புவிமீ துளரோ?
மதிசெறி விதுரன் அன்றே — இது
வருந்திறன் அறிந்துமுன் எனக்குரைத்தான்.
"அதிசயக் கொடுங் கோலம் — விளைந்
தரசர்தங் குலத்தினை அழிக்கும்" என்றான்;
சதிசெயத் தொடங்கி விட்டாய் — "நின்றன்
சதியினிற்றானது விளையும்" என்றான். 107

'விதி! விதி! விதி! மகனே! — இனி
வேறெது சொல்லுவன் அட மகனே!
கதியுறுங் கால னன்றோ — இந்தக்
கயமக னெனநினைச் சார்ந்து விட்டான்?
கொதியுறு முளம் வேண்டா; — நின்றன்
கொள்கையின் படிஅவர் தமை அழைப்பேன்;
வதியுறு மனை செல்வாய்.' — என்று
வழியுங்கண் ணீரொடு விடை கொடுத்தான். 108

15. சபா நிர்மாணம்

வேறு

மஞ்சனும் மாமனும் போயின பின்னர்,
மன்னன் வினைஞர் பலரை அழைத்தே,
'பஞ்சவர் வேள்வியிற் கண்டது போலப்
பாங்கி னுயர்ந்ததொர் மண்டபஞ் செய்வீர்!
மிஞ்சு பொருளதற் காற்றுவன்' என்றான்;
மிக்க உவகையொ டாங்கவர் சென்றே
கஞ்ச மலரிற் கடவுள் வியப்பக்
கட்டி நிறுத்தினர் பொற்சபை ஒன்றை. 109

வேறு

வல்லவன் ஆக்கிய சித்திரம் போலும்,
வண்மைக் கவிஞர் கனவினைப் போலும்,
நல்ல தொழிலுணர்ந் தார்செய லென்றே
நாடு முழுதும் புகழ்ச்சிகள் கூறக்
கல்லையும் மண்ணையும் பொன்னையும் கொண்டு
காமர் மணிகள் சிலசில சேர்த்துச்
சொல்லை யிசைத்துப் பிறர்செயு மாறே
சுந்தர மாமொரு காப்பியஞ் செய்தார். 110

16. விதுரனைத் தூதுவிடல்

தம்பி விதுரனை மன்னன் அழைத்தான்;
தக்க பரிசுகள் கொண்டினி தேகி,
எம்பியின் மக்கள் இருந்தர சாளும்
இந்திர மாநகர் சார்ந்தவர் தம்பால்,
"கொம்பினை யொத்த மடப்பிடி யோடும்
கூடிஇங் கெய்தி விருந்து களிக்க
நம்பி அழைத்தனன் கௌரவர் கோமான்
நல்லதொர் நுந்தை" எனஉரை செய்வாய். 111

நாடு முழுதும் புகழ்ச்சிகள் கூறும்
நன்மணி மண்டபம் செய்ததும் சொல்வாய்;
"நீடு புகழ்பெரு வேள்வியில் அந்நாள்
நேயமொ டேகித் திரும்பிய பின்னர்
பீடுறு மக்களை ஓர்முறை இங்கே
பேணி அழைத்து விருந்துக ளாற்றக்
கூடும் வயதிற் கிழவன் விரும்பிக்
கூறினன் இஃதெ"னச் சொல்லுவை கண்டாய்! 112

'பேச்சி னிடையிற் "சகுனிசொற் கேட்டே
பேயெனும் பிள்ளை கருத்தினிற் கொண்ட
தீச்செயல் இஃதெ"ன் றதையுங் குறிப்பாற்
செப்பிடு வாய்என மன்னவன் கூறப்
'போச்சுது! போச்சுது பாரத நாடு!
போச்சுது நல்லறம்! போச்சுது வேதம்!
ஆச்சரி யக்கொடுங் கோலங்கள் காண்போம்;
ஐய இதனைத் தடுத்தல் அரிதோ?' 113

என்று விதுரன் பெருந்துயர் கொண்டே
ஏங்கிப் பலசொல் இயம்பிய பின்னர்
'சென்று வருகுதி, தம்பி, இனிமேல்
சிந்தனை ஏதும் இதிற்செய மாட்டேன்
வென்று படுத்தனன் வெவ்விதி என்னை;
மேலை விளைவுகள் நீஅறி யாயோ?
அன்று விதித்ததை இன்று தடுத்தல்
யார்க்கெளி' தென்றுமெய் சோர்ந்து விழுந்தான். 114

17. விதுரன் தூது செல்லுதல்
வேறு

அண்ணனிடம் விடைபெற்று விதுரன் சென்றான்;
அடவிமலை ஆறெல்லாம் கடந்து போகித்
திண்ணமுறு தடந்தோளும் உளமுங் கொண்டு
திருமலியப் பாண்டவர் தாம் அரசு செய்யும்

வண்ணமுயர் மணிநகரின் மருங்கு செல்வான்
வழியிடையே நாட்டினுறு வளங்கள் நோக்கி
எண்ணமுற லாகித்தன் இதயத் துள்ளே
இனையபல மொழிகூறி இரங்கு வானால். 115

'நீலமுடி தரித்தபல மலைசேர் நாடு,
நீரமுதம் எனப்பாய்ந்து நிரம்பும் நாடு,
கோலமுறு பயன்மரங்கள் செறிந்து வாழுங்
குளிர்காவுஞ் சோலைகளுங் குலவு நாடு,

ஞாலமெலாம் பசியின்றிக் காத்தல் வல்ல
நன்செய்யும் புன்செய்யும் நலமிக் கோங்கப்
பாலடையும் நறுநெய்யும் தேனு முண்டு
பண்ணவர்போல் மக்களெலாம் பயிலும் நாடு, 116

'அன்னங்கள் பொற்கமலத் தடத்தின் ஊர
அளிமுரலக் கிளிமழலை அரற்றக் கேட்போர்
கன்னங்கள் அமுதூறக் குயில்கள் பாடும்
காவினத்து நறுமலரின் கமழைத் தென்றல்
பொன்னங்க மணிமடவார் மாட மீது
புலவிசெயும் போழ்தினிலே போந்து வீச,
வன்னங்கொள் வரைத்தோளார் மகிழ, மாதர்
மையல்விழி தோற்றுவிக்கும் வண்மை நாடு. 117

'பேறறமும் பெருந்தொழிலிலும் பிறங்கு நாடு,
பெண்க ளெல்லாம் அரம்பையர்போல் ஒளிரும் நாடு,
வீரமொடு மெய்ஞ்ஞானம் தவங்கள் கல்வி
வேள்விஎனும் இவையெல்லாம் விளங்கும் நாடு,
சோரமுதற் புன்மையெதுந் தோன்றா நாடு,
தொல்லுலகின் முடிமணிபோல் தோன்றும் நாடு
பாரதர்தந் நாட்டினிலே நாச மெய்தப்
பாவியேன் துணைபுரியும் பான்மை என்னே!' 118

18. விதுரனை வரவேற்றல்

வேறு

விதுரன் வருஞ்செய்தி தாஞ்செவி யுற்றே,
வீறுடை ஐவர் உளமகிழ் பூத்துச்
சதுரங்க சேனை யுடன்பல பரிசும்
தாளமும் மேளமும் தாங்கொண்டு சென்றே
எதிர்கொண் டழைத்து, மணிமுடி தாழ்த்தி,
ஏந்தல் விதுரன் பதமலர் போற்றி,
மதுரமொழியிற் குசலங்கள் பேசி,
மன்ன னொடுந்திரு மாளிகை சேர்ந்தார். 119

குந்தி எனும்பெயர்த் தெய்வதந் தன்னைக்
கோமகன் கண்டு வணங்கிய பின்னர்,
வெந்திறல் கொண்ட துருபதன் செல்வம்
வெள்கித் தலைகுனிந் தாங்குவந் தெய்தி.
அந்தி மயங்க விசும்பிடைத் தோன்றும்
ஆசைக் கதிர்மதி யன்ன முகத்தை
மந்திரந் தேர்ந்தொர் மாமன் அடிக்கண்
வைத்து வணங்கி வனப்புற நின்றான், 120

தங்கப் பதுமை எனவந்து நின்ற
தையலுக் கையன், நல் லாசிகள் கூறி
அங்கங் குளிர்ந்திட வாழ்த்திய பின்னர்
ஆங்குவந் துற்ற உறவினர் நண்பர்
சிங்க மெனத்திகழ் வீரர் புலவர்
சேவகர் யாரொடுஞ் செய்திகள் பேசிப்
பொங்கு திருவின் நகர்வ லம்வந்து
போழ்து கழிந்திர வாகிய பின்னர். 121

19. விதுரன் அழைத்தல்

ஐவர் தமையுந் தனிக்கொண்டு போகி,
 ஆங்கொரு செம்பொன் னரங்கில் இருந்தே:-
'மைவரைத் தோளன், பெரும்புக ழாளன்,
 மாமகள் பூமகட் கோர்மண வாளன்,
மெய்வரு கேள்வி மிகுந்த புலவன்,
 வேந்தர் பிரான், திரி தாட்டிரக் கோமான்
தெய்வ நலங்கள் சிறந்திட நும்மைச்
 சீரொடு நித்தலும் வாழ்கென வாழ்த்தி,   122

'உங்களுக் கென்னிடம் சொல்லி விடுத்தான்
 ஓர்செய்தி; மற்றஃ துரைத்திடக் கேளீர்!
மங்களம் வாய்ந்தநல் அத்தி புரத்தே
 வையக மீதில் இணையற்ற தாகத்
தங்கும் எழிற்பெரு மண்டபம் ஒன்று
 தம்பியர் சூழ்ந்து சமைத்தனர் கண்டீர்!
அங்கதன் விந்தை அழகினைக் காண
 அன்பொடு நும்மை அழைத்தனன் வேந்தன்.   123

'வேள்விக்கு நாங்கள் அனைவரும் வந்து
 மீண்டு பலதின மாயின வேனும்,
வாள்வைக்கும் நல்விழி மங்கையோ டேநீர்
 வந்தெங்க ளூரில் மறுவிருந் தாட
நாள்வைக்குஞ் சோதிட ராலிது மட்டும்
 நாயகன் நும்மை அழைத்திட வில்லை;
கேள்விக் கொருமி திலாதிப னொத்தோன்
 கேடற்ற மாதம் இதுவெனக் கண்டே,   124

'வந்து விருந்து களித்திட நும்மை
 வாழ்த்தி அழைத்தனன் என்னரு மக்காள்;
சந்துகண் டேஅச் சகுனிசொற் கேட்டுத்
 தன்மை இழந்த சுயோதன மூடன்

விந்தை பொருந்திய மண்டபத் தும்மை
வெய்யபுன் சூது களித்திடச் செய்யும்
மந்திர மொன்றும் மனத்திடைக் கொண்டான்;
வன்ம மிதுவும் நுமக்கறி வித்தேன்' 125

20. தருமபுத்திரன் பதில்

என்று விதுரன் இயம்பத் தருமன்
எண்ணங் கலங்கிச் சிலசொல் உரைப்பான்;
'மன்று புனைந்தது கேட்டுமிச் சூதின்
வார்த்தையைக் கேட்டுமிங் கென்தன் மனத்தே
சென்று வருத்தம் உளைகின்ற தையா!
சிந்தையில் ஐயம் விளைகின்ற தையா!
நன்று நமக்கு நினைப்பவ னல்லன்;
நம்ப லரிது சுயோதனன் றன்னை. 126

'கொல்லக் கருதிச் சுயோதனன் முன்பு
குத்திர மான சதிபல செய்தான்;
சொல்லப் படாதவ னாலெமக் கான
துன்ப மனைத்தையும் நீ அறி யாயோ?
வெல்லக் கடவர் எவரென்ற போதும்
வேந்தர்கள் சூதை விரும்பிட லாமோ?
தொல்லைப் படுமென் மனந்தெளி வெய்தச்
சொல்லுதி நீஒரு சூழ்ச்சிஇங்' கென்றான். 127

21. விதுரன் பதில்

வேறு

விதுரனும் சொல்லு கிறான்; — இதை
விடமெனச் சான்றவர் வெகுளுவர் காண்;
சதுரெனக் கொள்ளுவ ரோ? — இதன்
தாழ்மை யெலாமவர்க் குரைத்து விட்டேன்;

இதுமிகத் தீதென் றே — அண்ணன்
எத்தனை சொல்லியும் இள வரசன்
மதுமிகுத் துண்டவன் போல் — ஒரு
வார்த்தையை யேபற்றிப் பிதற்றுகிறான். 128

'கல்லெனில் இணங்கி விடும் — அண்ணன்
காட்டிய நீதிகள் கணக்கில வாம்;
புல்லனிங் கவற்றை யெலாம் — உளம்
புகுதலொட் டாதுதன் மடமையினால்
சல்லியச் சூதினி லே — மனம்
தளர்வற நின்றிடுந் தகைமை சொன்னேன்;
சொல்லிய குறிப்பறிந் தே — நலந்
தோன்றிய வழியினைத் தொடர்க' என்றான். 129

22. தருமபுத்திரன் தீர்மானம்

தருமனும் இவ்வள வில் — உளத்
தளர்ச்சியை நீக்கியோர் உறுதி கொண்டே
பருமங்கொள் குரலின னாய் — மொழி
பதைத்திட லின்றிஇங் கிவைஉரைப் பான்;
மருமங்கள் எவைசெயி னும் — மதி
மருண்டவர் விருந்தறஞ் சிதைத்திடி னும்,
கருமமொன் றேஉள தாம் — நங்கள்
கடன்; அதை நெறிப்பட புரிந்திடு வோம். 130

'தந்தையும் வரப்பணித் தான்; — சிறு
தந்தையும் தூதுவந் ததைஉரைத் தான்;
சிந்தை யொன்றினி இல்லை, — எது
சேரினும் நலமெனத் தெளிந்துவிட் டேன்;
முந்தையச் சிலைரா மன் — செய்த
முடிவினை நம்மவர் மறப்பது வோ?
நொந்தது செயமாட் டோம்; — பழ
நூலினுக் கிணங்கிய நெறிசெல் வோம். 131

'ஐம்பெருங் குரவோர் தாம்; — தரும்
  ஆணையைக் கடப்பதும் அறநெறி யோ?
வெம்பொரு மத யானை — பரி
  வியன்தேர் ஆளுடன் இருதினத் தில்
பைம்பொழில் அத்தி நகர் — செல்லும்
  பயணத்திற் குரியன புரிந்திடு வாய்,
மொய்ம்புடை விறல் வீமா!' — என
  மொழிந்தனன் அறநெறி முழுதுணர்ந் தான்.   132

23. வீமனுடைய வீரப்பேச்சு

வீமனும் திகைத்துவிட் டான்; — இள
  விசயனை நோக்கிஇங் கிதுசொலு வான்;
'மாமனும் மருகனு மா — நமை
  மழித்திடக் கருதிஇவ் வழிதொடர்ந் தார்;
தாமதஞ் செய்வோ மோ? — செலத்
  தகுந்தகு மெனஇடி யுறநகைத் தான்;
கோமகன் உரைப்படியே — படை
  கொண்டுசெல் வோமொரு தடையிலை காண்!   133

நெடுநாட் பகைகண் டாய்! — இந்த
  நினைவினில் யான்கழித் தனபல நாள்;
கெடுநாள் வருமள வும் — ஒரு
  கிருமியை அழிப்பவர் உலகிலுண்டோ?
படுநாட் குறி அன் றோ — இந்தப்
  பாதகம் நினைப்பவர் நினைத்தது தான்?
விடுநாண் கோத்திட டா! தம்பி!
  வில்லினுக் கிரைமிக விளையு தடா!   134

'போரிடச் செல்வ மடா! — மகன்
  புலைமையும் தந்தையின் புலமைக ளும்
யாரிடம் அவிழ்க்கின் றார்? — இதை
  எத்தனை நாள்வரை பொறுத்திருப் போம்?

பாரிடத் திவரொடு நாம் — எனப்
 பகுதியிவ் விரண்டிற்கும் காலமொன் றில்
நேரிட வாழ்வுண் டோ? — இரு
 நெருப்பினுக் கிடையினில் ஒருவிற கோ?' 135

24. தருமபுத்திரன் முடிவுரை

வேறு

வீமன் உரைத்தது போலவே — உளம்
 வெம்பி நெடுவில் விசயனும் — அங்கு
காமனும் சாமனும் ஒப்பவே — நின்ற
 காளை இளைஞர் இருவரும் — செய்ய
தாமரைக் கண்ணன் யுதிட்டிரன் — சொல்லைத்
 தட்டிப் பணிவொடு பேசினார்; தவ
நேமந் தவறலும் உண்டுகாண், — நரர்
 நெஞ்சம் கொதித்திடு போழ்திலே. 136

அன்பும் பணிவும் உருக்கொண்டோர் — அணு
 வாயினும் தன்சொல் வழாதவர் — அங்கு
வன்பு மொழிசொல்லக் கேட்டனன்; — அற
 மன்னவன் புன்னகை பூத்தனன்; — அட!
முன்பு சுயோதனன் செய்ததும் — இன்று
 மூண்டிருக் குங்கொடுங்கோல மும் — இதன்
பின்பு விளைவதும் தேர்ந்துளேன்; — என்னைப்
 பித்தனென் றெண்ணி உரைத்திட்டீர்! 137

'கைப்பிடி கொண்டு சுழற்றுவோன் — தன்
 கணக்கிற் சுழன் றிடும் சக்கரம் — அது
தப்பி மிகையுங் குறையுமாச் — சுற்றும்
 தன்மை அதற்குள தாகுமோ? — இதை
ஒப்பிட லாகும் புவியின்மேல் — என்றும்
 உள்ள உயிர்களின் வாழ்விற்கே, — ஒரு
செப்பிடு வித்தையைப் போலவே — புவிச்
 செய்திகள் தோன்றிடு மாயினும், 138

'இங்கிவை யாவுந் தவறிலா — விதி
ஏற்று நடக்குஞ் செயல்களாம்; — முடி
வெங்கணு மின்றி எவற்றினும் — என்றும்
ஏறி இடையின்றிச் செல்வதாம் — ஒரு
சங்கிலி யொக்கும் விதி கண்டீர்; — வெறுஞ்
சாத்திர மன்றிது சத்தியம்; — நின்று
மங்கியொர் நாளில் அழிவதாம் — நங்கள்
வாழ்க்கை இதனைக் கடந்ததோ? 139

“தோன்றி அழிவது வாழ்க்கைதான்; — இங்குத்
துன்பத்தொ டின்பம் வெறுமையாம் — இவை
மூன்றில் எதுவரு மாயினும். — களி,
மூழ்கி நடத்தல் முறைகண்டீர்! — நெஞ்சில்
ஊன்றிய கொள்கை தழைப்பரோ, — துன்பம்
உற்றிடு மென்பதொர் அச்சத்தால்? — விதி
போன்று நடக்கும் உலகென்றே — கடன்
போற்றி ஒழுகுவர் சான்றவர். 140

'சேற்றில் உழலும் புழுவிற்கும், — புவிச்
செல்வ முடைய அரசர்க்கும். — பிச்சை
ஏற்றுடல் காத்திடும் ஏழைக்கும், — உயிர்
எத்தனை உண்டவை யாவிற்கும், — நித்தம்
ஆற்றுதற் குள்ள கடமைதான் — முன்வந்து
அவ்வக் கணந்தொறும் நிற்குமால் — அது
தோற்றும் பொழுதிற் புரிகுவார் — பல
சூழ்ந்து கடமை அழிப்பரோ? 141

'யாவருக் கும்பொது வாயினும் — சிறப்
பென்பர் அரசர் குலத்திற்கே — உயர்
தேவரை யொப்ப முன்னோர் தமைத் — தங்கள்
சிந்தையிற் கொண்டு பணிகுதல்; — தந்தை

ஏவலை மைந்தர் புரிதற்கே — வில்
    இராமன் கதையையும் காட்டினேன்; — புவிக்
காவலர் தம்மிற் சிறந்தநீர் — இன்று
    கர்மம் பிழைத்திடு வீர்கொலோ?' 142

25. நால்வரும் சம்மதித்தல்

வேறு

என்றினைய நீதிபல தரும ராசன்
    எடுத்துரைப்ப, இளைஞர்களுந் தங்கை கூப்பிக்
'குன்றினிலே ஏற்றிவைத்த விளக்கைப் போலக்
    குவலயத்திற் கறங்காட்டத் தோன்றி னாய் நீ!
வென் றிபெருந் திருவடியாய்! நினது சொல்லை
    மீறிஒரு செயலுண்டோ? ஆண்டான் ஆணை
யன்றி அடி யார்தமக்குக் கடன்வே றுண்டோ?
    ஐயனே! பாண்டவர்தம் ஆவி நீயே! 143

'துன்பமுறும் எமக்கென்றே எண்ணி நின்வாய்ச்
    சொல்லைமறுத் துரைத்தோமோ? நின்பா லுள்ள
அன்புமிகை யாலன்றே திருவு ளத்தின்
    ஆக்கினையை எதிர்த்துரைத்தோம் அறிவில்லாமல்
மன்பதையின் உளச்செயல்கள் தெளியக் காணும்
    மன்னவனே! மற்றதுநீ அறியா தொன்றோ?
வன்புமொழி பொறுத்தருள்வாய், வாழி! நின்சொல்
    வழிச்செல்வோம், 'எனக்கூறிவணங்கிச் சென்றார் 144

26. பாண்டவர் பயணமாதல்

ஆங்கதன்பின் மூன்றாம்நாள் இளைஞ ரோடும்
    அணியிழையப் பாஞ்சாலர் விளக்கி னோடும்
பாங்கினுறு பரிசனங்கள் பலவி னோடும்
    படையினொடும் இசையினொடும் பயண மாகித்

தீங்கதனைக் கருதாத தருமக் கோமான்
திருநகர்விட் டகல்கின்றான் தீயோர் ஊர்க்கே!
நீங்கி அகன் றிடலாகுந் தன்மை உண்டோ.
நெடுங்கரத்து விதிகாட்டும் நெறியில் நின்றே? 145

நரிவகுத்த வலையினிலே தெரிந்து சிங்கம்
நழுவிவிழும்; சிற்றெறும்பால் யானை சாகும்;
வரிவகுத்த உடற்புலியைப் புழுவுங் கொல்லும்;
வருங்கால முணர்வோரும் மயங்கி நிற்பார்;
கிரிவகுத்த ஓடையிலே மிதந்து செல்லும்;
கீழ்மேலாம், மேல் கீழாம்; கிழக்கு மேற்காம்;
புரிவகுத்த முந்நூலார் புலையர் தம்மைப்
போற்றிடுவார் விதிவகுத்த போழ்தி னன்றே. 146

27. மாலை வருணனை

மாலைப்போ தாதலுமே, மன்னன் சேனை
வழியிடைஓர் பூம்பொழிலின் அமர்ந்த காலை,
சேலைப்போல் விழியாளைப் பார்த்தன் கொண்டு
சென்றாங்கோர் தனியிடத்தே பசும்புல் மேட்டில்
மேலைப்போம் பரிதியினைத் தொழுது கண்டான்
மெல்லியலும் அவன்தொடைமேல் மெல்லச் சாய்ந்து
பாலைப்போல் மொழிபிதற்ற அவளை நோக்கிப்
பார்த்தனும்அப் பரிதிஎழில் விளக்கு கின்றான். 147

'பாரடியோ! வானத்திற் புதுமை யெல்லாம்,
பண்மொழீ! கணந்தோறும் மாறி மாறி
ஓரடிமற் றோரடியோ டொத்த லின்றி
உவகையுற நவநவமாத் தோன் றுங் காட்சி;
யாரடிஇங் கிவைபோலப் புவியின் மீதே
எண்ணரிய பொருள்கொடுத்தும் இயற்ற வல்லார்!
சீரடியால் பழவேத முனிவர் போற்றுஞ்
செழுஞ்சோதி வனப்பையெலாம் சேரக் காண்பாய்.

'கணந்தோறும் வியப்புக்கள் புதிய தோன்றும்;
கணந்தோறும் வெவ்வேறு கனவு தோன்றும்;
கணந்தோறும் நவநவமாம் களிப்புத் தோன்றும்;
கருதிடவும் சொல்லிடவும் எளிதோ? ஆங்கே,
கணந்தோறும் ஒருபுதிய வண்ணங் காட்டிக்
காளிபரா சக்திஅவள் களிக்குங் கோலம்
கணந்தோறும் அவள்பிறப்பாள் என்று மேலோர்
கருதுவதன் விளக்கத்தை இங்குக் காண்பாய். 149

'அடிவானத் தேஅங்கு பரிதிக் கோளம்
அளப்பரிய விரைவினொடு சுழலக் காண்பாய்;
இடிவானத் தொளிமின்னல் பத்துக் கோடி
எடுத்தவற்றை ஒன்றுபட உருக்கி வார்த்து,
முடிவான வட்டத்தைக் காளி ஆங்கே,
மொய்குழலாய், சுற்றுவதன் மொய்ம்பு காணாய்!
வடிவான தொன்றாகத் தகடி ரண்டு
வட்டமுறச் சுழலுவதை வளைந்து காண்பாய். 150

'அமைதியோடு பார்த்திடுவாய் மின்னே! பின்னே
அசைவுறுமோர் மின்செய்த வட்டு; முன்னே,
சமையுமொரு பச்சைநிற வட்டங் காண்பாய்;
தரணியிலிங் கிதுபோலோர் பசுமை உண்டோ?
இமைகுவிய மின்வட்டின் வயிரக் கால்கள்
எண்ணில்லா திடையிடையே எழுதல் காண்பாய்;
உமை கவிதை செய்கின்றாள், எழுந்து நின்றே
உரைத்திடுவோம், "பல்லாண்டு வாழ்க!" என்றே. 151

வேறு

'பார்; சுடர்ப்பரிதியைச் சூழவே படர்முகில்
எத்தனை தீப்பட் டெரிவன! ஓகோ!
என்னடீ! இந்த வன்னத் தியல்புகள்!
எத்தனை வடிவம்! எத்தனை கலவை!
தீயின் குழம்புகள்! – செழும்பொன் காய்ச்சி

விட்ட ஓடைகள்! — வெம்மை தோன்றாமே
எரிந்திடுந் தங்கத் தீவுகள்! — பாரடீ!
நீலப் பொய்கைகள்! — அடடா, நீல
வன்ன மொன்றில் எத்தனை வகையடீ!
எத்தனை செம்மை! பசுமையுங் கருமையும்

எத்தனை! — கரிய பெரும்பெரும் பூதம்!
நீலப் பொய்கையின் மிதந்திடுந் தங்கத்
தோணிகள் சுடரொளிப் பொற்கரை யிட்ட
கருஞ்சிக ரங்கள்! — காண்டி, ஆங்கு
தங்கத் திமிங்கிலம் தாம்பல மிதக்கும்

இருட் கடல்! — ஆஹா! எங்கு நோக்கிடினும்
ஒளித்திரள்! ஒளித்திரள்! வன்னக் களஞ்சியம்!'

வேறு

'செங்கதிர்த் தேவன் சிறந்த ஒளியினைத் தேர்கின்றோம் — அவன்
எங்க ளறிவினைத் தூண்டி நடத்துக' என்பதோர் — நல்ல
மங்களம் வாய்ந்த சுருதி மொழிகொண்டு வாழ்த்தியே — இவர்
தங்க ளினங்க ளிருந்த பொழி லிடைச்சார்ந்தனர் — பின்னர்
அங்கவ் விரவு கழிந்திட, வைகறை யாதலும் — மன்னர்
பொங்கு கடலொத்த சேனைக ளோடு புறப்பட்டே, — வழி
எங்குந் திகழும் இயற்கையின் காட்சியில் இன்புற்றே,— கதிர்
மங்கிடு முன்னொளி மங்கு நகரிடை வந்துற்றார்.

துரியோதனன் சூழ்ச்சிச் சருக்கம் முற்றும்

சூதாட்டச் சருக்கம்

28. வாணியை வேண்டுதல்

தெளிவுறவே அறிந்திடுதல்; தெளிவுதர
மொழிந்திடுதல்; சிந்திப் பார்க்கே
களிவளர உள்ளத்தில் ஆநந்தக் கனவுபல
காட்டல், கண்ணீர்த்
துளிவரஉள் ளுருக்குதல், இங் கிவையெல்லாம்
நீ அருளும் தொழில்க ளன்றோ?
ஒளிவளருந் தமிழ்வாணீ1 அடியனேற்
கிவையனைத்தும் உதவு வாயே. 154

29. பாண்டவர் வரவேற்பு

அத்தின மாநக ரத்தினில் வந்தனர்
ஆரியப் பாண்டவர் என் றது கேட்டலும்,
தத்தி எழுந்தன எண்ணருங் கூட்டங்கள்;
சந்திகள், வீதிகள், சாலைகள், சோலைகள்;
எத்திசை நோக்கினும் மாந்தர் நிறைந்தனர்;
இத்தனை மக்களும் எங்கண் இருந்தனர்
இத்தின மட்டும் எனவியப் பெய்துற
எள்ளும் விழற்கிட மின்றி யிருந்தார். 155

மந்திர கீதம் முழக்கினர் பார்ப்பனர்;
வன்தடந் தோள்கொட்டி ஆர்த்தனர் மன்னவர்;
வெந்திறல் யானையும் தேரும் குதிரையும்
வீதிகள் தோறும் ஒலிமிகச் செய்தன;
வந்தியர் பாடினர், வேசையர் ஆடினர்;
வாத்தியங் கோடி வகையின் ஒலித்தன;
செந்திரு வாழும் நகரினில் அத்தினஞ்
சேர்ந்த ஒலியைச் சிறிதென லாமோ! 156

வாலிகன் தந்ததொர் தேர்மிசை ஏறி, அம்
    மன்னன் யுதிட்டிரன் தம்பியர் மாதர்கள்
நாலிய லாம்படை யோடு நகரிடை
    நல்ல பவனி எழுந்த பொழுதினில்,
சேலியல் கண்ணியர் பொன்விளக் கேந்திடச்
    சீரிய பார்ப்பனர் கும்பங்கள் ஏந்திடக்
கோலிய பூமழை பெய்திடத் தோரணம்
    கொஞ்ச நகரெழில் கூடிய தன்றே.   157

வேறு

மன்னவன் கோயிலி லே — இவர்
    வந்து புகுந்தனர் வரிசை யொடே
பொன்ன ரங் கினிலிருந் தான் — கண்ணில்
    புலவனைப் போய்நின்று போற்றியபின்
அன்னவன் ஆசிகொண் டே, — உயர்
    ஆரிய வீட்டுமன் அடி வணங்கி,
வின்னய முணர் கிருபன் — புகழ்
    வீரத் துரோணன் அங்கவன் புதல்வன் .   158

மற்றுள பெரியோர் கள் — தமை
    வாழ்த்தி உள்ளன்பொடு வணங்கிநின் றார்;
கொற்றமிக் குயர்கன் னன் — பணிக்
    கொடியோன் இளையவர் சகுனியொ டும்
பொற்றடந் தோள் சருவப் — பெரும்
    புகழினர் தழுவினர், மகிழ்ச்சிகொண் டார்;
நற்றவக் காந்தா ரி — முதல்
    நாரியர் தமைமுறைப் படிதொழு தார்.   159

குந்தியும் இளங்கொடி யும் — வந்து
    கூடிய மாதர் தம்மொடு குலவி
முந்திய கதைகள் சொல்லி — அன்பு
    மூண்டுரை யாடிப்பின் பிரிந்து விட்டார்;

அந்தியும் புகுந்தது வால்; — பின்னர்
    ஐவரும் உடல்வலித் தொழில் முடித்தே
சந்தியுஞ் சபங்களுஞ் செய் — தங்கு
    சாருமின் னுணவமு துண்டதன் பின்.   160

சந்தன மலர்புனைந் தே, — இளந்
    தையலர் வீணைகொண் டுயிருருக்கி
விந்தைகொள் பாட்டிசைப் ப, — அதை
    விழைவொடு கேட்டனர் துயில்புரிந் தார்;
வந்ததொர் துன்பத் தினை — அங்கு
    மடித்திட லன்றிப் பின்வருந் துயர்க்கே
சிந்தனை உழல்வா ரோ? — உளச்
    சிதைவின்மை ஆரியர் சிறப்பன் றோ?   161

30. பாண்டவர் சபைக்கு வருதல்

பாணர்கள் துதிகூ ற — இளம்
    பகலவன் எழுமுனர்த் துயிலெழுந் தார்;
தோணலத் திணையில் லார் — தெய்வந்
    துதித்தனர்; செய்யபொற் பட்டணிந்து
பூணணிந் தாயுதங் கள் — பல
    பூண்டுபொற் சபையிடைப் போந்தன ரால்;
நாண மில் கவுரவ ரும் — தங்கள்
    நாயக னொடுமங்கு வீற்றிருந் தார்.   162

வீட்டுமன் தானிருந் தான்; — அற
    விதுரனும், பார்ப்பனக் குரவர்களும்,
நாட்டுமந் திரிமா ரும், பிற
    நாட்டினர் பலபல மன்னர்க ளும்,
கேட்டினுக் கிரையா வான் — மதி
    கெடுந்துரி யோதனன் கிளையின ரும்,
மாட்டுறு நண்பர்களும் — அந்த
    வான்பெருஞ் சபையிடை வணங்கிநின் றார்.   163

31. சூதுக்கு அழைத்தல்

புன்தொழிற் கவறத னில் — இந்தப்
புவிமிசை இணையிலை எனும்புக ழான்
நன்றறி யாச்சகு னி, — சபை
நடுவினில் ஏறெனக் களித்திருந் தான்;
வென்றிகொள் பெருஞ்சூ தர் — அந்த
விவிஞ்சதி சித்திர சேனனு டன்
குன்றுசத் தியவிர தன் — இதழ்
கூர்புரு மித்திரன் சய னென்பார். 164

சாலவும் அஞ்சு தரும் — கெட்ட
சதிக்குணத் தார்பல மாயம் வல்லோர்
கோலநற் சபைதனி லே — வந்து
கொக்கரித் தார்ப்பரித் திருந்தனரால்,
மேலவர் தமை வணங்கி — அந்த
வெந்திறற் பாண்டவர் இளைஞர் தமை
ஆல முற்றிடத் தழுவிச் — செம்பொன்
ஆதனத் தமர்ந்தவப் பொழுதினி லே. 165

சொல்லுகின் றான்சகு னி:— ‘அறத்
தோன்றல்! உன் வரவினைக் காத்துளர் காண்
மல்லுறு தடந் தோளார் இந்த
மன்னவ ரனைவரும் நெடும்பொழு தா;
வில்லுறு போர்த்தொழி லாற் — புவி
வென்றுதங் குலத்தினை மேம்படுத் தீர்!
வல்லுறு சூதெனும் போர் — தனில்
வலிமைகள் பார்க்குதும் வருதி’ என்றான் 166

32. தருமன் மறுத்தல்

தருமனங் கிவைசொல் வான் — ‘ஐய!
சதியுறு சூதினுக் கெனை அழைத் தாய்;
பெருமைஇங் கிதிலுண்டோ? — அறப்
பெற்றிஉண் டோ? மறப் பீடுள தோ?

வருமம் நின் மனத்துடை யாய்! – எங்கள்
    வாழ்வினை உகந்திலை என லறிவேன்;
இருமையுங் கெடுப்பது வாம் – இந்த
    இழிதொழி லாலெமை அழித்த லுற் றாய்.'   167

33. சகுனியின் ஏச்சு

கலகல வெனச்சிரித் தான் – பழிக்
    கவற்றையொர் சாத்திர மெனப்பயின் றோன்;
பலபல மொழிகுவ தேன்? – உனைப்
    பார்த்திவன் என்றெணி அழைத்துவிட்டேன்,
"நிலமுழு தாட்கொண் டாய் – தனி
    நீ" எனப் பலர்சொலக் கேட்டதனால்,
சிலபொருள் விளையாட் டிற் – செலுஞ்
    செலவினுக் கழிகலை எனநினைத் தேன்.   168

'பாரத மண்டலத் தார் – தங்கள்
    பதிஒரு பிசுனனென் றறிவே னோ?
சோரமிங் கிதிலுண் டோ? – தொழில்
    சூதெனி லாடுநர் அரசரன் றோ?
மாரத வீரர்முன் னே, – நடு
    மண்டபத் தே, பட்டப் பகலினி லே,
சூரசி காமணி யே, – நின்றன்
    சொத்தினைத் திருடுவ மெனுங்கருத் தோ?   169

'அச்சமிங் கிதில்வேண் டா, – விரைந்
    தாடுவம் நெடும்பொழு தாயின தால்;
கச்சையொர் நாழிகை யா – நல்ல
    காயுடன் விரித்திங்கு கிடந்திடல் காண்?
நிச்சயம் நீவெல் வாய்; – வெற்றி
    நினக் கியல் பாயின தறியா யோ?
நிச்சயம் நீவெல் வாய்; – பல
    நினைகுவ தேன்? களி தொடங்கு' கென்றான்.   170

34. தருமனின் பதில்

வேறு

தோல் விலைக்குப் பசுவினைக் கொல்லும்
துட்டன் இவ்வுரை கூறுதல் கேட்டே,
நூல்வி லக்கிய செய்கைக ளஞ்சும்
நோன்பி னோனுளம் நொந்திவை கூறும்;
'தேவ லப்பெயர் மாமுனி வோனும்
செய்ய கேள்வி அசிதனும் முன்னர்
காவ லர்க்கு விதித்த தந்நூலிற்
கவறும் நஞ்செனக் கூறினர், கண்டாய்! 171

"வஞ்ச கத்தினில் வெற்றியை வேண்டார்.
மாயச் சூதைப் பழியெனக் கொள்வார்,
அஞ்ச லின்றிச் சமர்க்களத் தேறி
ஆக்கும் வெற்றி அதனை மதிப்பார்.
துஞ்ச நேரினுந் தூயசொல் லன்றிச்
சொல்மி லேச்சரைப் போலென்றுஞ் சொல்லார்,
மிஞ்சு சீர்த்திகொள் பாரத நாட்டில்
மேவு மாரியர் என்றனர் மேலோர் 172

'ஆத லாலிந்தச் சூதினை வேண்டேன்1
ஐய, செல்வம் பெருமை இவற்றின்
காத லாலர சாற்றுவ னல்லேன்;
காழ்த்த நல்லறம் ஓங்கவும் ஆங்கே
ஓத லானும் உணர்த்துத லானும்
உண்மை சான்ற கலைத்தொகை யாவும்
சாத லின்றி வளர்ந்திடு மாறும்,
சகுனி யானர சாளுதல், கண்டாய்! 173

'என்னை வஞ்சித்தென் செல்வத்தைக் கொள்வோர்
என்ற னக் கிடர் செய்பவ ரல்லர்
முன்னை நின்றதொர் நான்மறை கொல்வார்
மூது ணர்விற் கலைத்தொகை மாய்ப்பார்,

பின்னை என்னுயிர்ப் பாரத நாட்டில்
 பீடை செய்யுங் கலியை அழைப்பார்;
நின்னை மிக்க பணிவோடு கேட்பேன்;
 நெஞ்சிற் கொள்கையை நீக்குதி' என்றான். 174

35. சகுனி வல்லுக்கு அழைத்தல்

வேறு

'சாத்திரம் பேசுகின் றாய்' — எனத்
 தழல்படு விழியொடு சகுனிசொல் வான்;
'கோத்திரக் குலமன் னர் — பிறர்
 குறைபடத் தம்புகழ் கூறுவ ரோ?
நாத்திறன் மிகஉடை யாய்! — எனில்
 நம்மவர் காத்திடும் பழவழக் கை
மாத்திரம் மறந்துவிட் டாய்; — மன்னர்
 வல்லினுக் கழைத்திடில் மறுப்பதுண்டோ' 175

'தேர்ந்தவன் வென்றிடு வான்; — தொழில்
 தேர்ச்சி இல் லாதவன் தோற்றிடு வான்;
நேர்ந்திடும் வாட்போரில் — குத்து
 நெறி அறிந் தவன்வெலப் பிறனழி வான்;
ஓர்ந்திடு சாத்திரப் போர் தனில்
 உணர்ந்தவன் வென்றிட, உணரா தான்
சோர்ந்தழி வெய்திடு வான்; இவை
 சூதென்றும் சதிஎன்றும் சொல்வா ரோ? 176

'வல்லவன் வென்றிடு வான்:— தொழில்
 வன்மை இலாதவன் தோற்றிடு வான்;
நல்லவ னல்லா தான் — என
 நாண மிலார்சொலுங் கதைவேண் டா;
வல்லமர் செய்திட வே — இந்த
 மன்னர் முன்னேநினை அழைத்துவிட் டேன்;
சொல்லுக வருவதுண் டேல் — மனத்
 துணி விலை யேலதுஞ் சொல்லு' கென் றான். 177

36. தருமன் இணங்குதல்

வேறு

வெய்ய தான விதியை நினைந்தான்
விலக்கொ ணாதறம் என்ப துணர்ந்தோன்;
பொய்ய தாகுஞ் சிறுவழக் கொன்றைப்
புலனி லாதவர் தம்முடம் பாட்டை
ஐயன் நெஞ்சில் அறமெனக் கொண்டான்
ஐயகோ! அந்த நாள்முத லாகத்
துய்ய சிந்தைய ரெத்தனை மக்கள்
துன்பம் இவ்வகை எய்தினர் அம்மா! 178

முன்பி ருந்ததொர் காரணத் தாலே,
மூடரே, பொய்யை மெய்என லாமோ?
முன்பெனச் சொலுங் கால மதற்கு,
மூடரே, ஓர் வரையறை உண்டோ?
முன்பெனச் சொலின் நேற்றுமுன் பேயாம்;
மூன்று கோடி வருடமும் முன்பே
முன்பிருந் தெண்ணி லாது புவிமேல்
மொய்த்த மக்க ளெலாம்முனி வோரோ? 179

நீர்பி றக்குமுன் பார்மிசை மூடர்
நேர்ந்த தில்லை எனநினைந் தீரோ?
பார்பி றந்தது தொட்டின்று மட்டும்,
பலப லப்பல பற்பல கோடி
கார்பி றக்கும் மழைத்துளி போலே
கண்ட மக்க ளனைவருள் ளேயும்,
நீர்பி றப்பதன் முன்பு, மடமை
நீசத் தன்மை இருந்தன வன்றோ? 180

பொய்யொ ழுக்கை அறமென்று கொண்டும்,
பொய்யர் கேலியைச் சாத்திர மென்றும்,
ஐயகோ, நங்கள் பாரத நாட்டில்
அறிவி லாரறப் பற்றுமிக் குள்ளோர்

நொய்ய ராகி அழிந்தவர் கோடி,
    நூல்வ கைபல தேர்ந்து தெளிந்தோன்,
மெய்ய றிந்தவர் தம்மு ளுயர்ந்தோன்
    விதியி னாலத் தருமனும் வீழ்ந்தான்.   181

மதியி னும்விதி தான்பெரி தன்றோ?
    வைய மீதுள வாகு மவற்றுள்
விதியி னும்பெரி தோர்பொரு ளுண்டோ?
    மேலை நாம்செய்யுங் கர்மமல் லாதே,
நதியி லுள்ள சிறுகுழி தன்னில்
    நான்கு திக்கி லிருந்தும் பல்மாசு
பதியு மாறு, பிறர்செய்யுங் கர்மப்
    பயனும் நம்மை அடைவ துண்டன்றோ?   182

37. சூதாடல்

வேறு

மாயச் சூதி னுக்கே — ஐயன், மன மிணங்கி விட்டான்;
தாய முருட்ட லானார்; — அங்கே சகுனி ஆர்ப்ப ரித்தான்!
நேய முற்ற விதுரன் — போலே, நெறியு ளோர்க ளெல்லாம்
வாயை மூடி விட்டார்; — தங்கள், மதி மயங்கி
                                       விட்டார்.   183

அந்த வேளை யதனில் — ஐவர்க் கதிபன் இஃதுரைப்பான்;
'பந்த யங்கள் சொல்வாய்; — சகுனி பரபரத் திடாதே!
விந்தை யான செல்வம் — கொண்ட, வேந்த ரோடு நீ தான்
வந்தெ திர்த்து விட்டாய்; — எதிரே, வைக்க நிதியமுண்
                                       டோ?" 184

தருமன் வார்த்தை கேட்டே — துரியோதன னெழுந்து
                                       சொல்வான்
'அருமையான செல்வம் — என்பால், அளவிலாத துண்டு
ஒரு மடங்கு வைத்தால் — எதிரே, ஒன்ப தாக வைப்பேன்;
பெருமை சொல்ல வேண்டா, — ஐயா! பின் னடக்கு'
                                       கென்றான்.   185

'ஒருவ னாடப் பணயம்-வேறே, ஒருவன் வைப்ப துண்டோ?
தரும மாகு மோடா! — சொல்வாய், தம்பி இந்த வார்த்தை?
வருும மில்லை ஐயா; — இங்கு, மாம னாடப் பணயம்
மருகன் வைக் கொணாதோ? —இதிலே வந்த குற்றமேதோ?' 186

பொழுதுபோக்கு தற்கே - சூதுப் போர் தொடங்குகின்றோம்;
அழுத லேனிதற்கே?' — என்றே, அங்கர் கோன் நகைத்தான்.
பழு திருப்ப தெல்லாம் — இங்கே பார்த்திவர்க் குரைத்தேன்;
முழுது மிங் கிதற்கே — பின்னர், முடிவு காண்பிர்'என்றான். 187

ஒளி சிறந்த மணியின் — மாலை, ஒன்றை அங்கு வைத்தான்;
களி மிகுந்த பகைவன் — எதிரே, கன தனங்கள் சொன்னான்;
விழி இமைக்கு முன்னே — மாமன், வென்று தீர்த்து விட்டான்;
பழி இலாத தருமன் — பின்னும், பந்தயங்கள் சொல்வான்; 188

'ஆயிரங் குடம்பொன் — வைத்தே, ஆடுவோ' மிதென்றான்;
மாயம் வல்ல மாமன் — அதனை, வசம தாக்கி விட்டான்;
'பாயுமா வொரெட்டில் — செல்லும். பார மான பொற்றேர்;'
தாய முருட்ட லானார்; — அங்கே, சகுனி வென்று விட்டான். 189

"இளைய ரான மாதர், — செம்பொன், எழி லிணைந்த வடிவும்
வளை அணிந்த தோளும் — மாலை, மணி குலுங்கு மார்பும்
விளையு மின்ப நூல்கள் — தம்மில், மிக்க தேர்ச்சி யோடு
களை இலங்கு முகமும் —சாயற், கவினும் நன்கு கொண்டோர், 190

ஆயிரக் கணக்கா — ஐவர்க், கடிமை செய்து வாழ்வோர்;'
தாய முருட்டலானார்; — அந்தச், சகுனி வென்று விட்டான்.
ஆயிரங்க ளாவார் — செம்பொன், னணிகள் பூண்டிருப்பார்
தூயிழைப் பொனாடை — சுற்றுந், தொண்டர் தம்மை
வைத்தான்; 191

சோரனங் கவற்றை — வார்த்தை, சொல்லு முன்னர் வென்றான்.
'தீர மிக்க தருமன் — உள்ளத், திட னழிந் திடாதே',
நீரை யுண்ட மேகம் - போலே நிற்கு மாயிரங்கள்
வாரணங்கள் கண்டாய் —போரில், மறலி யொத்து மோதும் 192

என்று வைத்த பணயந் — தன்னை, இழிஞன் வென்று விட்டான்;
வெற்றி மிக்க படைகள் — பின்னர், வேந்தன் வைத் திழந்தான்;
நன்றிழைத்த தேர்கள் — போரின், நடை யுணர்ந்த பாகர்
என் றிவற்றை யெல்லாம் — தருமன், ஈடு வைத் திழந்தான். 193

எண் ணிலாத, கண்டீர், — புவியில், இணை யிலாத வாகும்
வண்ண முள்ள பரிகள் — தம்மை, வைத் திழந்து விட்டான்;
நண்ணு பொற் கடாரந் — தம்மில், நாலு கோடி வைத்தான்;
கண்ணி ழப்பவன் போல் — அவையோர், கண மிழந்து விட்டான் 194

மாடி ழந்து விட்டான்,— தருமன், மந்தை மந்தை யாக;
ஆடி ழந்து விட்டான் - தருமன், ஆளிழந்து விட்டான்;
பீடிழந்த சகுனி — அங்கு, பின்னுஞ் சொல்லுகின்றான்;
நாடிழக்க வில்லை, — தருமா! நாட்டை வைத்தி'டென்றான்.

38. நாட்டை வைத்தாடுதல்

வேறு

'ஐய கோஇதை யாதெனச் சொல்வோம்?
அரச ரானவர் செய்குவ தொன்றோ?
மெய்ய தாகவோர் மண்டலத் தாட்சி
வென்று சூதினி லாளுங் கருத்தோ?
வைய மிஃது பொறுத்திடு மோ, மேல்
வான் பொறுத் திடுமோ' பழி மக்காள்!
துய்ய சீர்த்தி மதிக்குல மோ நாம்?
தூ!' வென் றெள்ளி விதுரனும் சொல்வான். 196

'பாண்ட வர்பொறை கொள்ளுவ ரேனும்,
பைந்து ழாயனும் பாஞ்சாலத் தானும்
மூண்ட வெஞ்சினத் தோடுநஞ் சூழல்
முற்றும் வேர றச் செய்குவ ரன்றோ?

ஈண்டி ருக்குங் குருகுல வேந்தர்
 யார்க்கு மிஃதுரைப் பேன், குறிக் கொண்மின்;
'மாண்டு போரில் மடிந்து நரகில்
 மாழ்கு தற்கு வகைசெயல் வேண்டா''.   197

'குலமெ லாமழி வெய்திடற் கன்றோ
 குத்தி ரத்துரி யோதனன் றன்னை
நலமி லாவிதி நம்மிடை வைத்தான்;
 ஞால மீதி லவன் பிறந் தன்றே
அலறி யோர்நரி போற்குரைத் திட்டான்;
 அஃது ணர்ந்த நிமித்திகர் வெய்ய
கலகந் தோன் றுமிப் பாலக னாலே
 காணு வீரெனச் சொல்லிடக் கேட்டோம்.   198

'சூதிற் பிள்ளை கெலித்திடல் கொண்டு
 சொர்க்க போகம் பெறுபவன் போலப்
பேதை நீயு முகமலர் வெய்திப்
 பெட்பு மிக்குற வீற்றிருக் கின்றாய்;
மீது சென்று மலையிடைத் தேனில்
 மிக்க மோகத்தி னாலொரு வேடன்
பாத மாங்கு நழுவிட மாயும்
 படும லைச்சரி வுள்ளது காணான்.   199

'மற்று நீருமிச் சூதெனுங் கள்ளால்
 மதிம யங்கி வருஞ்செயல் காணீர்1
முற்றுஞ் சாதி சுயோதன னாமோர்
 மூடற் காக முழுகிட லாமோ?
பற்றுமிக்க இப்பாண்டவர் தம்மைப்
 பாத கத்தி லழித்திடு கின்றாய்;
கற்ற கல்வியும் கேள்வியும் அண்ணே1
 கடலிற் காயங் கரைத்ததொப் பாமே?   200

‘வீட்டு ளேநரி யைவிடப் பாம்பை
      வேண்டிப் பிள்ளை எனவளர்த் திட்டோம்;
நாட்டு ளேபுக ழோங்கிடு மாறிந்
      நரியை விற்றுப் புலிகளைக் கொள்வாய்;
மோட்டுக் கூகையைக் காக்கையை விற்று
      மொய்ம்பு சான்ற மயில்களைக் கொள்வாய்;
கேட்டி லேகளி யோடுசெல் வாயோ?
      கேட்குங் காதும் இழந்துவிட் டாயோ? 201

தம்பி மக்கள் பொருள் வெஃகு வாயோ
      சாதற் கான வயதினில் அண்ணே?
நம்பி நின்னை அடைந்தவ ரன்றோ?
      நாத னென்றுனைக் கொண்டவ ரன்றோ?
எம்பி ரானுளங் கொள்ளுதி யாயின்
      யாவுந் தான மெனக்கொடுப் பாரே;
கும்பி மாநரக கத்தினி லாழ்த்துங்
      கொடிய செய்கை தொடர்வதும் என்னே? 202

‘குருகு லத்தலை வன்சபைக் கண்ணே,
      கொற்ற மிக்க துரோணன் கிருபன்
பெருகு சீர்த்தி அக் கங்கையின் மைந்தன்
      பேதை நானும் மதிப்பிழந் தேகத்
திருகு நெஞ்சச் சகுனி ஒருவன்
      செப்பு மந்திரஞ் சொல்லுதல் நன்றே!
அருகு வைக்கத் தகுதியுள் ளானோ?
      அவனை வெற்பிடைப் போக்குதி அண்ணே! 203

‘நெறி இழந்தபின் வாழ்வதி லின்பம்
      நேரு மென்று நினைத்திடல் வேண்டா,
பொறி இழந்த சகுனியின் சூதால்
      புண்ணி யர்தமை மாற்றல ராக்கிச்

சிறியர் பாதகர் என்றுல கெல்லாம்
சீஎன் றேச உகந்தர சாளும்
வறிய வாழ்வை விரும்பிட லாமோ?
வாழி, சூதை நிறுத்துதி' என்றான். 204

சூதாட்டச் சருக்கம் முற்றும்

முதற்பாகம் முற்றிற்று

பாஞ்சாலி சபதம்

(இரண்டாம் பாகம்)

அடிமைச் சருக்கம்

39. பராசக்தி வணக்கம்

ஆங்கொரு கல்லை வாயிலிற் படிஎன்
றமைத்தனன் சிற்பி, மற் றொன்றை
ஓங்கிய பெருமைக் கடவுளின் வடிவென்
றுயர்த்தினான்; உலகினோர் தாய்நீ!
யாங்க ணே, எவரை, எங்ஙனஞ் சமைத்தற்
கெண்ணமோ, அங்ஙனம் சமைப்பாய்.
ஈங்குனைச் சரணென் றெய்தினேன்; என்னை
இருங்கலைப் புலவனாக் குதியே. 205

40. சரஸ்வதி வணக்கம்

இடையின்றி அணுக்களெலாம் சுழலுமென
இயல் நூலார் இசைத்தல் கேட்டோம்;
இடையின்றிக் கதிர்களெலாஞ் சுழலுமென
வானூலார் இயம்பு கின்றார்.
இடையின்றித் தொழில்புரிதல் உலகி னிடைப்
பொருட்கெல்லாம் இயற்கை யாயின்
இடையின்றிக் கலைமகளே! நினதருளில்
எனதுள்ளம் இயங்கொ ணாதோ? 206

41. விதுரன் சொல்லியதற்குத் துரியோதனன்

மறுமொழி சொல்லுதல்

வேறு

அறிவு சான்ற விதுரன்சொற் கேட்டான்
அழலு நெஞ்சின் அரவை உயர்த்தான்,
நெறிஉ ரைத்திடும் மேலவர் வாய்ச்சொல்
நீச ரானவர் கொள்ளுவ துண்டோ?
பொறிப றக்க விழிக ளிரண்டும்
புருவ மாங்குத் துடிக்கச் சினத்தின்
வெறித லைக்க, மதிம ழுங்கிப் போய்
வேந்தன் இஃது விளம்புத லுற்றான். 207

வேறு

'நன்றி கெட்ட விதுரா! – சிறிதும் நாண மற்ற விதுரா1
தின்ற உப்பி னுக்கே – நாசந் தேடுகின்ற விதுரா1
அன்று தொட்டு நீயும் – எங்கள் அழிவு நாடுகின்றாய்;
மன்றி லுன்னை வைத்தான் – எந்தை மதியை என்னுரைப்பேன்! 208

'ஐவருக்கு நெஞ்சும் – எங்கள் அரண்மனைக்கு வயிறும்,
தெய்வமன் றுனக்கே – விதுரா! செய்து விட்டதேயோ?
மெய்வகுப் பவன்போல், – பொதுவாம் விதி உணர்ந்தவன்போல்,
ஐவர் பக்கம் நின்றே, – எங்கள் அழிவு தேடுகின்றாய். 209

'மன்னர் சூழ்ந்த சபையில் – எங்கள் மாற்றலார் களோடு
முன்னர் நாங்கள் பணயம் – வைத்தே முறையில் வெல்லுகின்றோம்,
என்ன குற்றங் கண்டாய்? – தருமம் யார்க் குரைக்க வந்தாய்?
கன்னம் வைக்கி றோமோ? – பல்லைக் காட்டி ஏய்க்கிறோமோ? 210

'பொய்யுரைத்து வாழ்வார், —இதழிற் புகழுரைத்து
வாழ்வார்.
வைய மீதி லுள்ளார், —அவர்தம் வழியில் வந்ததுண்டோ?
செய்யொணாத செய்வார் —தம்மைச் சீருறுத்த நாடி,
ஐயா! நீ எழுந்தால் - அறிஞர் அவல மெய்தி டாரோ?   211

'அன்பிலாத பெண்ணுக்கு —இதமே ஆயிரங்கள் செய்தும்,
முன்பின் எண்ணு வாளோ? —தருணம் மூண்ட போது
கழிவாள்;
வன்பு ரைத்தல் வேண்டா, —எங்கள் வலி பொறுத்தல்
வேண்டா,
இன்ப மெங்க ணுண்டோ, —அங்கே ஏகி' டென் றுரைத்
தான்.   212

42. விதுரன் சொல்லுவது

வேறு

நன்றாகும் நெறியறியா மன்னன், அங்கு
    நான்குதிசை அரசர்சபை நடுவே, தன்னைக்
கொன்றாலும் ஒப்பாகா வடுச்சொற் கூறிக்
    குமைவதனில் அணுவளவுங் குழப்ப மெய்தான்;
'சென்றாலும் இருந்தாலும் இனிஎன் னேடா?
    செய்கைநெறி அறியாத சிறியாய், நின்னைப்
பொன்றாத வழிசெய்ய முயன்று பார்த்தேன்;
    பொல்லாத விதிஎன்னைப் புறங்கண் டானால்!   213

'கடுஞ்சொற்கள் பொறுக்காத மென்மைக் காதும்
    கருங்கல்லில் விடந்தோய்ந்த நெஞ்சுங் கொண்டோர்
படுஞ்செய்தி தோன்றுமுனே படுவர் கண்டாய்.
    "பால்போலும் தேன்போலும் இனிய சொல்லோர்

இடும்பைக்கு வழிசொல்வார்; நன்மை காண்பார்
இளகுமொழி கூறார்” என நினைத்தே தானும்,
நெடும்பச்சை மரம்போலே வளர்ந்து விட்டாய்-
நினக்கெவரும் கூறியவ ரில்லை கொல்லோ? 214

‘நலங்கூறி இடித்துரைப்பார் மொழிகள் கேளா
நரபதி! நின் அவைக்களத்தே அமைச்ச ராக
வலங்கொண்ட மன்னரொடு பார்ப்பார் தம்மை
வைத்திருத்தல் சிறிதேனுந் தகாது கண்டாய்.
சிலங்கைப் பொற் கச்சணிந்த வேசை மாதர்
சிறுமைக்குத் தலைகொடுத்த தொண்டர், மற்றுங்
குலங்கெட்ட புலைநீசர், முடவர், பித்தர்,
கோமகனே! நினக்குரிய அமைச்சர் கண்டாய்! 215

‘சென்றாலும் நின்றாலும் இனிஎன் னேடா?
செப்புவன நினக்கெனநான் செப்பி னேனோ?
மன்றார நிறைந்திருக்கும் மன்னர், பார்ப்பார்
மதியில்லா மூத்தோனும் அறியச் சொன்னேன்.
இன்றோடு முடிகுவதோ? வருவ தெல்லாம்
யானறிவேன், வீட்டுமனும் அறிவான் கண்டாய்.
வென்றான் உள் ஆசையெலாம் யோகி யாகி
வீட்டுமனும் ஒன்றுரையா திருக்கின் றானே. 216

‘விதிவழிநன் குணர்ந்திடினும், பேதை யேன்யான்,
வெள்ளைமன முடைமையினால், மகனே, நின்றன்
சதிவழியைத் தடுத்துரைகள் சொல்லப் போந்தேன்
சரி, சரி இங் கேதுரைத்தும் பயனொன் றில்லை,
மதிவழியே செல்லு கென விதுரன் கூறி
வாய்மூடித் தலைகுனிந்தே இருக்கைகொண்டான்.
பதிவுறுவோம் புவியிலெனக் கலிம கிழ்ந்தான்,
பாரதப்போர் வருமென்று தேவ ரார்த்தார். 217

43. சூது மீட்டும் தொடங்குதல்

வேறு

காயு ருட்ட லானார் – சூதுக் களி தொடங்க லானார்.
மாய முள்ள சகுனி – பின்னும் வார்த்தை சொல்லுகின்றான்:
'நீ அழித்த தெல்லாம் – பின்னும் நின் னிடத்து மீளும்,
ஓய் வடைந்திடாதே – தருமா! ஊக்க மெய்து' கென்றான்.
                                                                218

கோயிற் பூசை செய்வோர் – சிலையைக் கொண்டு விற்றல்
                                                        போலும்,
வாயில் காத்து நிற்போன் – வீட்டை வைத் திழத்தல் போலும்
ஆயிரங்க ளான – நீதி யவை உணர்ந்த தருமன்
தேயம் வைத் திழந்தான்; – சிச்சீ! சிறியர் செய்கை
                                                    செய்தான்.   219

'நாட்டு மாந்த ரெல்லாம் – தம்போல் நரர்க ளென்று கருதார்;
ஆட்டு மந்தை யா மென்' – றுலகை அரச ரெண்ணி விட்டார்.
காட்டு முண்மை நூல்கள் – பல தாங் காட்டினார்களேனும்.
நாட்டு ராஜ நீதி மனிதர் நன்கு செய்யவில்லை   220

ஓரஞ் செய்திடாமே தருமத் துறுதி கொன் றிடாமே,
சோரஞ் செய்திடாமே – பிறரைத் துயரில் வீழ்த் திடாமே
ஊரை யாளு முறைமை – உலகில் ஓர் புறத்து மில்லை
சார மற்ற வார்த்தை! – மேலே சரிதை சொல்லுகின்றோம்.

44. சகுனி சொல்வது

வேறு

'செல்வம்முற் றிழந்து விட்டாய்! — தருமா
  தேசமுங் குடிகளுஞ் சேர்த்திழந் தாய்.
பல்வளம் நிறை புவிக்கே — தருமன்
  பார்த்திவன் என்ப தினிப்பழங் கதைகாண்!
சொல்வதோர் பொருள் கேளாய்; — இன்னுஞ்
  சூழ்ந்தொரு பணயம்வைத் தாடுதி யேல்,
வெல்வதற் கிடமுண் டாம்; — ஆங்கவ்
  வெற்றியி லனைத்தையும் மீட்டலாம்.   222

'எல்லா மிழந்த பின்னர் — நின்றன்
  இளைஞரும் நீரும் மற்றெதிற் பிழைப்பீர்?
பொல்லா விளையாட்டில் — பிச்சை
  புகநினை விடுவதை விரும்புகிலோம்.
வல்லார் நினதிளை ஞர் — சூதில்
  வைத்திடத் தகுந்தவர் பணய மென்றே;
சொல்லால் உளம்வருந் தேல்; — வைத்துத்
  தோற்றதை மீட்'டென்று சகுனி சொன்னான்.   223

வேறு

கருணனும். சிரித்தான்: — சபையோர்
  கண்ணின் நீருதிர்த் தார்.
இருள்நிறைந்த நெஞ்சன், — களவே
  இன்ப மென்று கொண்டான்
அரவு யர்த்த வேந்தன் — உவகை
  ஆர்த்தெழுந்து சொல்வான்;
'பரவு நாட்டை யெல்லாம் — எதிரே
  பணய மாக வைப்போம்.   224

'தம்பிமாரை வைத்தே — ஆடித்
 தருமன் வென்று விட்டால்,
முன்பு மாமன் வென்ற — பொருளை
 முழுதும் மீண் டளிப்போம்.
நம்பி வேலை செய்வோம்; — தருமா!
 நாடிழந்த பின்னர்
அம்பி னொத்த விழியாள் — உங்கள்
 ஐவருக்கு முரியாள்   225

'அவள் இகழ்ந்திடாளோ? — அந்த
 ஆயன் பேசுவானோ?
கவலை தீர்த்து வைப்போம்; — மேலே
 களி நடக்கு' கென்றான்.
இவள வான பின்னும் — இளைஞர்
 ஏதும் வார்த்தை சொல்லார்.
துவளும் நெஞ்சினா ராய் — வதனம்
 தொங்க வீற் றிருந்தார்.   226

வீமன் மூச்சு விட்டான் — முழையில்
 வெய்ய நாகம் போலே;
காம னொத்த பார்த்தன் — வதனக்
 களை இழந்து விட்டான்;
நேம மிக்க நகுலன் — ஐயோ!
 நினை வயர்ந்து விட்டான்
ஊமை போலிருந் தான் — பின்னோன்
 உண்மை முற்றுணர்ந் தான்.   227

கங்கை மைந்த னங்கே — நெஞ்சம்
 கன லுறத் துடித்தான்;
பொங்கு வெஞ் சினத்தால் — அரசர்
 புகை யுயிர்த் திருந்தார்;

அங்கம் நொந்து விட்டான், — விதுரன்
அவல மெய்தி விட்டான்,
சிங்க மைந்தை நாய்கள் கொல்லுஞ்
செய்தி காண லுற்றே. **228**

45. சஹாதேவனைப் பந்தயம் கூறுதல்

வேறு

எப்பொழு தும்பிர மத்திலே சிந்தை
ஏற்றி உலகமொ ராடல் போல் — எண்ணித்
தப்பின்றி இன்பங்கள் துய்த்திடும் — வகை
தானுணர்ந் தான்சஹ தேவனாம் — எங்கும்
ஒப்பில் புலவனை ஆட்டத்தில் — வைத்தல்
உன்னித் தருமன் பணயமென்று — அங்குச்
செப்பினன் காயை உருட்டினார் — அங்குத்
தீய சகுனி கெலித்திட்டான். 229

46. நகுலனை இழத்தல்

நகுலனை வைத்தும் இழந்திட்டான்; — அங்கு
நள்ளிருட் கண்ணொரு சிற்றொளி — வந்து
புகுவது போலவன் புந்தியில் ‘என்ன
புன்மை செய்தோம்?’ என எண்ணினான் — அவ்
வெண்ணம்
மிகுவதன் முன்பு சகுனியும் — ஐய!
வேறொரு தாயிற் பிறந்தவர் — வைக்கத்
தகுவ ரென்றிந்தச் சிறுவரை — வைத்துத்
தாயத்தி லேஇழந் திட்டனை’. 230

‘திண்ணிய வீமனும் பார்த்தனும் — குந்தி
தேவியின் மக்களுனை யொத்தே — நின்னிற்
கண்ணியம் மிக்கவர் என்றவர் — தமைக்
காட்டுதற் கஞ்சினை போலும் நீ?” — என்று

புண்ணியம் மிக்க தருமனை — அந்தப்
புல்லன் வினவிய போதினில், — தர்மன்
துண்ணென வெஞ்சின மெய்தியே, — அட!
சூதில் அரசிழந் தேகினும். 231

47. பார்த்தனை இழத்தல்

'எங்களில் ஒற்றுமை தீர்ந்திடோம்; — ஐவர்
எண்ணத்தில், ஆவியில் ஒன்றுகாண், — இவர்
பங்கமுற் றேபிரி வெய்துவார் — என்று
பாதகச் சிந்தனை கொள்கிறாய்; — அட!
சிங்க மறவர் தமக்குள்ளே — வில்லுத்
தேர்ச்சியி லேநிக ரற்றவன், — எண்ணில்
இங்குப் புவித்தலம் ஏழையும் — விலை
யீடெனக் கொள்ளத் தகாதவன். 232

'கண்ணனுக் காருயிர்த் தோழனாம் — எங்கள்
கண்ணிலுஞ் சால இனியவன்,
வண்ணமும் திண்மையும் சோதியும் — பெற்று
வானத் தமரரைப் போன்றவன் — அவன்
எண்ணரு நற்குணஞ் சான்றவன்,— புக
ழேறும் விஜயன் பணயங் காண்! — பொய்யில்
பண்ணிய காயை உருட்டுவாய்' — என்று
பார்த்திவன் விம்மி உரைத்திட்டான். 233

மாயத்தை யேஉரு வாக்கிய — அந்த
மாமனும் நெஞ்சில் மகிழ்வுற்றே கெட்ட
தாயத்தைக் கையினில் பற்றினான்; — பின்பு
சாற்றி விருத்தமங் கொன்றையே — கையில்
தாய முருட்டி விழுத்தினான்; — அவன்
சாற்றிய தேவந்து வீழ்ந்ததால், — வெறும்
ஈயத்தைப் பொன்னென்று காட்டுவார் — மன்னர்
இப்புவி மீதுள ராமன்றோ? 234

48. வீமனை இழத்தல்

கொக்கரித் தார்த்து முழங்கியே — களி
    கூடிச் சகுனியுஞ் சொல்லுவான், — 'எட்டுத்
திக்கனைத்தும் வென்ற பார்த்தனை — வென்று
    தீர்த்தனம் வீமனைக் கூ'றென்றான். — தர்மன்
தக்கது செய்தல் மறந்தனன், — உளஞ்
    சார்ந்திடு வெஞ்சின வெள்ளத்தில் — எங்கும்
அக்கரை இக்கரை காண்கிலன், — அறத்
    தண்ணல் இதனை உரைக்கின்றான்;   235

'ஐவர் தமக்கொர் தலைவனை — எங்கள்
    ஆட்சிக்கு வேர்வலி அஃதினை, — ஒரு
தெய்வம்முன் னேநின் றெதிர்ப்பினும் — நின்று
    சீறி அடிக்குந் திறலனை. — நெடுங்
கைவளர் யானை பலவற்றின் வலி
    காட்டும் பெரும்புகழ் வீமனை — உங்கள்
பொய்வளர் சூதினில் வைத்திட்டேன் — வென்று
    போ' என் றுரைத்தனன் பொங்கியே.   236

போரினில் யானை விழக்கண்ட பல
    பூதங்கள் நாய்நரி காகங்கள் — புலை
ஓரி கழுகென் றிவையெலாம் — தம
    துள்ளங் களிகொண்டு விம்மல்போல், — மிகச்
சீரிய வீமனைச் சூதினில் அந்தத்
    தீயர் விழுந்திடக் காணலும் — நின்று
மார்பிலுந் தோளிலுங் கொட்டினார் — களி
    மண்டிக் குதித்தெழுந் தாடுவார்.   237

49. தருமன் தன்னைத்தானே பணயம் வைத்திழத்தல்

மன்னவர், தம்மை மறந்துபோய், — வெறி
 வாய்ந்த திருடரை யொத்தனர், — அங்குச்
சின்னச் சகுனி சிரிப்புடன் — இன்னும்
 செப்புக பந்தயம் வே' றென்றான் — இவன்
தன்னை மறந்தவ னாதலால் — தன்னைத்
 தான்பண யமென வைத்தனன், — பின்பு
முன்னைக் கதையன்றி வேறுண்டோ? — அந்த
 மோசச் சகுனி கெலித்தனன்.   238

50. துரியோதனன் சொல்வது

பொங்கி யெழுந்து சுயோதனன் — அங்கு
 பூதல மன்னர்க்குச் சொல்லுவான்; — ஒளி
மங்கி யழிந்தனர் பாண்டவர்; — புவி
 மண்டலம் நம்ம தினிக்கண்டீர், — இவர்
சங்கை யிலாத நிதியெல்லாம் — நம்மைச்
 சார்ந்தது வாழ்த்துதிர் மன்னர்காள்! — இதை
எங்கும் பறையறை வாயடா — தம்பி!'
 என்றது கேட்டுச் சகுனி தான்.   239

51. சகுனி சொல்வது

'புண்ணிடைக் கோல்கொண்டு குத்துதல் — நின்னைப்
 போன் றவர் செய்யத் தகுவதோ? — இரு
கண்ணி லினியவ ராமென்ற — இந்தக்
 காளையர் தம்மைஇங் குந்தைதான் — நெஞ்சில்

எண்ணி யிருப்ப தறிகுவாய்; — இவர்
 யார்? நின்றன்சோதர ரல்லரோ? களி
நண்ணித் தொடங்கிய சூதன்றோ? — இவர்
 நாணுறச் செய்வது நேர்மையோ? 240

'இன்னும் பணயம்வைத் தாடுவோம்? — வெற்றி
 இன்னும் இவர் பெற லாகுங்காண்,
பொன்னுங் குடிகளுந் தேசமும் — பெற்றுப்
 பொற்பொடு போதற் கிடமுண்டாம்; — ஒளி
மின்னும் அமுதமும் போன்றவள் — இவர்
 மேவிடு தேவியை வைத்திட்டால், — (அவள்)
துன்னும் அதிட்ட முடையவள் இவர்
 தோற்ற தனைத்தையும் மீட்டலாம்' 241

'என்றந்த மாமன் உரைப்பவே வளர்
 இன்பம் மனத்தி லுடையனாய் — மிக
நன்றுநன் 'றென்று சுயோதனன் — சிறு
 நாயொன்று தேன்கல சத்தினை — எண்ணித்
துன்று முவகையில் வெற்றுநா — வினைத்
 தோய்த்துச் சுவைத்து மகிழ்தல்போல் — அவன்
ஒன்றுரை யாம லிருந்திட்டான் — அழி
 வுற்ற துலகத் தறமெலாம். 242

அடிமைச் சருக்கம் முற்றும்

திரௌபதியைச் சபைக்கு அழைத்த சருக்கம்

52. திரௌபதியை இழத்தல்

பாவியர் சபைதனி லே, – புகழ்ப்
  பாஞ்சால நாட்டினர் தவப்பயனை,
ஆவியில் இனியவ ளை, – உயிர்த்து
  அணிசுமந் துலவிடு செய்யமு தை,
ஓவியம் நிகர்த்தவ ளை, – அரு
  ளொளியினைக் கற்பனைக் குயிரதனைத்
தேவியை, நிலத்திரு வை – எங்குந்
  தேடினுங் கிடைப்பருந் திரவியத் தை,   243

படிமிசை இசையுற வே – நடை
  பயின் றிடுந் தெய்விக மலர்க்கொடி யைக்
கடிகமழ் மின்னுரு வை, – ஒரு
  கமனியக் கனவினைக் காதலினை,
வடிவுறு பேரழ கை – இன்ப
  வளத்தினைச் சூதினில் பணயம் என்றே
கொடியவர் அவைக்களத் தில் – அறக்
  கோமகன் வைத்திடல் குறித்துவிட்டான்.   244

வேறு

வேள்விப் பொருளினை யே – புலை நாயின் முன்
  மென்றிட வைப்பவர் போல்,
நீள்விட்டப் பொன் மாளி கை – கட்டிப் பேயினை
  நேர்ந்து குடியேற்றல் போல்,

ஆள்விற்றுப் பொன்வாங்கி யே — செய்த பூணை யோர்
    ஆந்தைக்குப் பூட்டுதல் போல்,
கேள்விக் கொருவரில் லை — உயிர்த் தேவியைக்
    கீழ்மக்கட் காளாக்கி னான்.   245

செருப்புக்குத் தோல்வேண்டி யே — இங்குக் கொல்வரோ
    செல்வக் குழந்தையி னை?
விருப்புற்ற சூதினுக் கே — ஒத்த பந்தயம்
    மெய்த் தவப் பாஞ்சாலியோ?
ஒருப்பட்டுப் போன வுடன் — கெட்ட மாமனும்
    உன்னியத் தாயங்கொண் டே
இருப்பகடை போடென்றான் — பொம்மைக் காய்களும்
    இருப்பகடை போட்டவே.   246

53. திரௌபதி சூதில் வசமானது பற்றிக் கௌரவர் கொண்ட மகிழ்ச்சி

திக்குக் குலுங்கிடவே — எழுந் தாடுமாம்
    தீயவர் கூட்டமெல் லாம்.
தக்குத்தக் கென்றே அவர் — குதித் தாடுவார்
    தம்மிரு தோள்கொட்டு வார்,
ஒக்குந் தருமனுக் கே — இஃதென்பர், 'ஓ!
    ஓ!'வென் றிரைந்திடு வார்;
கக்கக்கென் றேநகைப் பார் — துரியோ தனா
    கட்டிக் கொள் எம்மை' என் பார்.   247

மாமனைத் 'தூக்கா'யென் பார்–அந்த மாமன் மேல்
    மாலை பலவீசு வார்,
சேமத் திரவியங் கள் — பல நாடுகள்
    சேர்ந்ததி லொன்று மில்லை;

காமத் திரவிய மாம் — இந்தப் பெண்ணையும்
கைவச மாகச் செய் தான்;
மாமனொர் தெய்வ'மென்பார்; — துரியோ 'தனன்
வாழ்க' வென் றார்த்திடு வார். 248

54. துரியோதனன் சொல்வது

நின்று துரியோத னன் — அந்த மாமனை
நெஞ்சொடு சேரக் கட்டி,
'என்துயர் தீர்த்தா யடா! — உயிர் மாமனே!
ஏளனந் தீர்த்துவிட் டாய்.
அன்று நகைத்தா ளடா! — உயிர் மாமனே!
அவளைஎன் ஆளாக்கி னாய்.
என்றும் மறவே னடா! — உயிர் மாமனே!
என்ன கைம்மாறுசெய் வேன்? 249

'ஆசை தணித்தா யடா! — உயிர் மாமனே!
ஆவியைக் காத்தா யடா1
பூசை புரிவோ மடா! — உயிர் மாமனே!
பொங்க லுனக்கிடு வோம்!
நாச மடைந்த தடா! — நெடு நாட் பகை,
நாமினி வாழ்ந்தோ மடா!
பேசவுந் தோன்று தில்லை; — உயிர் மாமனே1
பேரின்பங் கூட்டிவிட் டாய்' 250

என்று பலசொல்லு வான், — துரியோ தனன்
எண்ணி எண்ணிக்குதிப் பான்;
குன்று குதிப்பது போல் — துரியோ தனன்
கொட்டிக் குதித்தாடு வான்.
மன்று குழப்பமுற் றே, — அவர் யாவரும்
வகைதொகை யொன்று மின்றி
அன்று புரிந்ததெல் லாம் — என்தன் பாட்டிலே
ஆக்கல் எளிதாகு மோ? 251

55. திரௌபதியைத் துரியோதனன் மன்றுக்கு அழைத்து வரச்சொல்லியதுபற்றி ஜகத்தில் உண்டான அதர்மக் குழப்பம்

வேறு

தருமம் அழிவெய்தச் சத்தியமும் பொய்யாக,
பெருமைத் தவங்கள் பெயர்கெட்டு மண்ணாக,
வானத்துத் தேவர் வயிற்றிலே தீப்பாய,
மோன முனிவர் முறைகெட்டுத் தாமயங்க,
வேதம் பொருளின்றி வெற்றுரையே யாகிவிட,

நாதங் குலைந்து நடுமையின்றிப் பாழாக,
கந்தருவ ரெல்லாங் களையிழக்கச் சித்தர்முதல்
அந்தரத்து வாழ்வோ ரனைவோரும் பித்துறவே,
நான்முகனார் நாவடைக்க, நாமகட்குப் புத்திகெட,
வான்முகிலைப் போன்றதொரு வண்ணத்திருமாலும்

அறிதுயில்போய் மற்றாங்கே ஆழ்ந்ததுயி லெய்திவிட
செறிதருநற் சீரழகு செல்வமெலாந் தானாகுஞ்
சீதேவி தன்வதனம் செம்மைபோய்க் காரடைய,
மாதேவன் யோகம் மதிமயக்க மாகிவிட -
வாலை, உமா தேவி மாகாளி, வீறுடையாள்.

மூலமா சக்தி, ஒரு மூவிலைவேல் கையேற்றாள்,
மாயை தொலைக்கும் மஹாமாயை தானாவாள்,
பேயைக் கொலையைப் பிணக்குவையைக் கண்டுவப்
பாள்.

சிங்கத்தி லேறிச் சிரித்தெவையுங் காத்திடுவாள்,
நோவுங் கொலையும் நுவலொணாப் பீடைகளும்

சாவுஞ் சலிப்புமெனத் தான்பல் கணமுடையாள்,
கடாவெருமை ஏறுங் கருநிறத்துக் காலனார்
இடாது பணிசெய்ய இலங்குமஹா ராணி,
மங்களம் செல்வம் வளர்வாழ்நாள் நற்கீர்த்தி
துங்கமுறு கல்வியெனச் சூழும் பலகணத்தாள்.

ஆக்கந் தானாவாள், அழிவுநிலை யாவாள்
போக்கு வரவெய்தும் புதுமையெலாந் தானாவாள்,
மாறிமாறிப் பின்னும் மாறிமாறிப் பின்னும்
மாறிமா றிப்போம் வழக்கமே தானாவாள்
ஆதி பராசக்தி – அவள்நெஞ்சம் வன்மையுறச்   30

சோதிக் கதிர்விடுக்கும் சூரியனாந் தெய்வத்தின்
முகத்தே இருள் படர –

56. துரியோதனன் விதுரனை நோக்கி உரைப்பது

மூடப் புலைமையினோன்

அகத்தே இருளுடையான், ஆரியரின் வேறானோன்,
துரியோ தனனும் சுறுக்கெனவே தான்திரும்பி
அரியோன் விதுர னவனுக் குரைசெய்வான்: –   35

'செல்வாய், விதுரா! நீ சிந்தித் திருப்பதேன்?
வில்வா ணுதலினாள், மிக்க எழி லுடையாள்,
முன்னே பாஞ்சாலர் முடிவேந்தன் ஆவிமகள்,
இன்னேநாம் சூதில் எடுத்த விலைமகள்பால்
சென்றுவிளை வெல்லாஞ் செவ்வனே தானுணர்த்தி,   40

"மன்றினிடை யுள்ளான்நின் மைத்துனன்நின் ஓர்
                                        தலைவன்
நின்னை அழைக்கிறான் நீள்மனையில் ஏவலுக்கே"
என்ன உரைத்தவளை இங்கு கொணர் வாய்' என்றான்.

57. விதுரன் சொல்வது

துரியோ தனன் இச் சுடுசொற்கள் கூறிடவும்
பெரியோன் விதுரன் பெரிதுஞ் சினங்கொண்டு,   45

'மூட மகனே! மொழியொணா வார்த்தையினைக்
கேடுவரல் அறியாய், கீழ்மையினாற் சொல்லிவிட்டாய்,
புள்ளிச் சிறுமான் புலியைப்போய்ப் பாய்வதுபோல்
பிள்ளைத் தவளை பெரும்பாம்பை மோதுதல்போல்,
ஐவர் சினத்தின் அழலை வளர்க்கின்றாய்,

தெய்வத் தவத்தியைச் சீர்குலையப் பேசுகிறாய்;
நின்னுடைய நன்மைக்கிந் நீதியெலாஞ் சொல்லுகிறேன்;
என்னுடைய சொல், வேறு எவர்பொருட்டும் இல்லையடா?
பாண்டவர்தாம் நாளைப் பழியிதனைத் தீர்த்திடுவார்,
மாண்டு தரைமேல், மகனே! கிடப்பாய் நீ,

தன்னழிவு நாடுந் தறுகண்மை என்னேடா?
முன்னமொரு வேனன் முடிந்தகதை கேட்டிலையோ?
நல்லோர் தமதுள்ளம் நையச் செயல்செய்தான்
பொல்லாத வேனன், புழுவைப்போல் மாய்ந்திட்டான்.
நெஞ்சஞ் சுடவுரைத்தல் நேர்மைஎனக் கொண்டாயோ?

மஞ்சனே, அச்சொல் மருமத்தே பாய்வதன்றோ?
கெட்டார்தம் வாயில் எளிதே கிளைத்து விடும்;
பட்டார்தம் நெஞ்சில் பலநாள் அகலாது
வெந்நரகு சேர்த்துவிடும், வித்தை தடுத்துவிடும்,
மன்னவனே, நொந்தார் மனஞ்சுடவே சொல்லுஞ்சொல்.

சொல்லிவிட்டேன்; பின்னொருகால் சொல்லேன், கவுரவர்காள்!
புல்லியர்கட் கின்பம் புவித்தலத்தில் வாராது.
பேராசை கொண்டு பிழைச்செயல்கள் செய்கின்றீர்!
வாராத வன்கொடுமை மாவிபத்து வந்துவிடும்.
பாண்டவர்தம் பாதம் பணிந்தவர்பாற் கொண்டதெலாம்.
மீண்டவர்க்கே ஈந்து விட்டு, விநயமுடன்
"ஆண்டவரே! யாங்கள் அறியாமை யால்செய்த
நீண்ட பழிஇதனை நீர்பொறுப்பீர்" என்றுரைத்து,
மற்றவரைத் தங்கள் வளநகர்க்கே செல்லவிடீர்
குற்றந் தவிர்க்கும் நெறிஇதனைக் கொள்ளீரேல்,

மாபா ரதப்போர் வரும்; நீர் அழிந்திடுவீர்,
பூபால ரே' என்றப் புண்ணியனும் கூறினான்.
சொல்லிதனைக் கேட்டுத் துரியோதன மூடன்,
வல்லிடிபோல் 'சீச்சீ! மடையா, கெடுக நீ
எப்போதும் எம்மைச் சபித்தல் இயல்புனக்கே,

இப்போதுன் சொல்லை எவருஞ் செவிக்கொள்ளார்,
யாரடா, தேர்ப்பாகன்! நீபோய்க் கணமிரண்டில்
"பாரதர்க்கு வேந்தன் பணித்தான்' எனக்கூறிப்
பாண்டவர்தந் தேவிதனைப் பார்வேந்தர் மன்றினிலே
ஈண்டழைத்து வாஎன்' றியம்பினான். ஆங்கே தேர்ப்

பாகன் விரைந்துபோய்ப் பாஞ்சாலி வாழ்மனையில்
சோகம் ததும்பித் துடித்த குரலுடனே,
'அம்மனே போற்றி! அறங்காப்பாய், தாள் போற்றி!
வெம்மை யுடைய விதியால் யுதிட்டிரனார்
மாமன் சகுனியொடு மாயச்சூ தாடியதில்,

பூமி யிழந்து பொருளிழந்து தம்பியரைத்
தோற்றுத் தமது சுதந்திரமும் வைத்திழந்தார்.
சாற்றிப் பணயமெனத் தாயேஉனை வைத்தார்.
சொல்லவுமே நாவு துணியவில்லை; தோற்றிட்டார்
எல்லாருங் கூடி யிருக்கும் சபைதனிலே,

நின்னை அழைத்துவர நேமித்தான் எம்மரசன்'
என்ன உரைத்திடலும், 'யார்சொன்ன வார்த்தையடா!
சூதர் சபைதனிலே தொல்சீர் மறக்குலத்து
மாதர் வருதல் மரபோடா? யார் பணியால்
என்னை அழைக்கின்றாய்?' என்றாள் அதற்கவனும்.

'மன்னன் சுயோதனன்றன் வார்த்தையினால்.'
(என்றிட்டான்.

'நல்லது; நீ சென்று நடந்தகதை கேட்டுவா
வல்ல சகுனிக்கு மாண்பிழந்த நாயகர்தாம்
என்னை முன்னே கூறி இழந்தாரா? தம்மையே
முன்ன மிழந்து முடித்தென்னைத் தோற்றாரா?

சென்று சபையில்இச் செய்தி தெரிந்து வா'
என்றவளுங் கூறி இவன்போ கியபின்னர்,
தன்னந் தனியே தவிக்கும் மனத்தாளாய்
வன்னங் குலைந்து மலர்விழிகள் நீர்சொரிய.
உள்ளத்தை அச்சம் உலைவுறுத்தப் பேய்கண்ட 110

பிள்ளையென வீற்றிருந்தாள் பின்னந்தத் தேர்ப்பாகன்
மன்னன் சபைசென்று, வாள் வேந்தே! ஆங்கந்தப்
பொன்னரசி தாள்பணிந்து போதருவீர்" என்றிட்டேன்.
என்னை முதல்வைத் திழந்தபின்பு தன்னையென்
மன்னர் இழந்தாரா? மாறித் தமைத்தோற்ற 115

பின்னரெனைத் தோற்றாரா?" என்றேனும் பேரவையை
மின்னற் கொடியார் வினவிவரத் தாம் பணித்தார்
வந்துவிட்டேன்' என்றுரைத்தான் மாண்புயர்ந்த
                             பாண்டவர்தாம்
நொந்துபோ யொன்றும் நுவலா திருந்துவிட்டார்.
மற்றும் சபைதனிலே வந்திருந்த மன்ன ரெலாம் 120
முற்றும் உரையிழந்து மூங்கையர்போல் வீற்றிருந்தார்

58. துரியோதனன் சொல்வது

வேறு

உள்ளந் துடித்துச் சுயோ தனன் — சினம்
    ஓங்கி வெறிகொண்டு சொல்லு வான்; — 'அட!
பிள்ளைக் கதைகள் விரிக்கி றாய். — என்றன்
    பெற்றி யறிந்திலை போலும், நீ! — அந்தக்
கள்ளக் கரிய விழியி னாள் — அவள்
    கல்லிகள் கொண்டிங்கு வந்த னை! — அவள்
கிள்ளை மொழியின் நலத்தை யே - இங்குக் கேட்க
    விரும்புமென் னுள்ள மே

253

'வேண்டிய கேள்விகள் கேட்க லாம். — சொல்ல
வேண்டிய வார்த்தைகள் சொல்ல லாம் — மன்னர்
நீண்ட பெருஞ்சபை தன்னி லே — அவள்
நேரிடவே வந்த பின்பு தான், — சிறு
கூண்டிற் பறவையு மல்ல ளே! — ஐவர்
கூட்டு மனைவிக்கு நாண மே — சினம்
மூண்டு கடுஞ்செயல் செய்யு முன் — அந்த
மொய்குழ லாளைஇங் கிட்டு வா. 254

'மன்னன் அழைத்தனன் என்று நீ — சொல்ல
மாறி யவளொன்று சொல்வ தோ? — உன்னைச்
சின்னமுறச் செய்குவே னடா! — கணஞ்
சென்றவளைக் கொணர்வாய்' என்றான் — அவன்
சொன்ன மொழியினைப் பாகன் போய் — அந்தத்
தோகைமுன் கூறி வணங்கி னன் — அவள்
இன்னல் விளைந்திவை கூறு வாள் — 'தம்பி,
என்றனை வீணில் அழைப்ப தேன்? 255

59. திரௌபதி சொல்லுதல்

நாயகர் தாந்தம்மைத் தோற்ற பின் — என்னை
நல்கும் உரிமை அவர்க்கில்லை — புலைத்
தாயத்தி லேவிலைப் பட்டபின் — என்ன
சாத்திரத் தாலெனைத் தோற்றிட் டார்? — அவர்
தாயத்தி லேவிலைப் பட்டவர்; — புவி
தாங்குந் துருபதன் கன்னி நான் — நிலை
சாயப் புலைத்தொண்டு சார்ந்திட் டால், — பின்பு
தார முடைமை அவர்க்குண் டோ? 256

'கௌரவ வேந்தர் சபைதன் னில் — அறங்
கண்டவர் யாவரும் இல்லை யோ? — மன்னர்
சௌரியம் வீழ்ந்திடும் முன்ன ரே — அங்கு
சாத்திரஞ் செத்துக் கிடக்கு மோ? — புகழ்

ஒவ்வுற வாய்ந்த குருக்க ளும் — கல்வி
ஓங்கிய மன்னருஞ் சூதி லே — செல்வம்
வவ்வுறத் தாங்கண் டிருந்த னர்! — என்றன்
மான மழிவதும் காண்ப ரோ? 257

'இன்பமுந் துன்பமும் பூமியின் — மிசை
யார்க்கும் வருவது கண்ட னம்; — எனில்
மன்பதை காக்கும் அரசர் தாம் — அற
மாட்சியைக் கொன்று களிப்ப ரோ? — அதை
அன்புந் தவமுஞ் சிறந்து ளார் — தலை
யந்தணர் கண்டு களிப்பரோ? — அவர்
முன்பென் வினாவினை மீட்டும் போய்ச் — சொல்லி
முற்றுந் தெளிவுறக் கேட்டு வா' 258

என் றந்தப் பாண்டவர் தேவி யும் — சொல்ல,
என்செய்வன் ஏழையப் பாகனே? — என்னைக்
கொன்றுவிட் டாலும் பெரிதில்லை — இவள்
கூறும் வினாவிற் கவர் விடை — தரி
னன்றி இவளை மறுமுறை — வந்து
அழைத்திட நானங் கிசைந்திடேன்'— (என)
நன்று மனத்திடைக் கொண்டவன் சபை
நண்ணி நிகழ்ந்தது கூறி னான். 259

'மாத விடாயி லிருக்கி றாள் — அந்த
மாதர சென்பதும் கூறினான் — கெட்ட
பாதகன் நெஞ்சம் இளகி டான் — நின்ற
பாண்டவர் தம்முகம் நோக்கி னான் — அவர்
பேதுற்று நிற்பது கண்ட னன் — மற்றும்
பேரவை தன்னில் ஒருவரும் — இவன்
தீதுற்ற சிந்தை தடுக்க வே — உள்ளத்
திண்மையி லாதங் கிருந்த னர். 260

பாகனை மீட்டுஞ் சினத்துடன் — அவன்
பார்த்திடி போலுரை செய்கின் றான்; — 'பின்னும்
ஏகி நமதுளங் கூற டா — அவள்
ஏழு கணத்தில் வரச்செய் வாய்? — உன்னைச்

சாக மிதித்துடு வேன டா!' — என்று
 தார்மன்னன் சொல்லிடப் பாக னும் — மன்னன்
வேகந் தனைப்பொருள் செய்திடான் — அங்கு
 வீற்றிருந் தோர்தமை நோக்கியே.   261

"சீறும் அரசனுக் கேழை யேன் — பிழை
 செய்த துண்டோ? அங்குத் தேவி யார் — தமை
நூறு தரஞ்சென் றழைப்பி னும், — அவர்
 நுங்களைக் கேட்கத் திருப்பு வார்; — அவர்
ஆறுதல் கொள்ள ஒருமொழி — சொல்லில்
 அக்கண மேசென் றழைக்கி றேன்; — மன்னன்
கூறும் பணிசெய வல்லன் யான்; — அந்தக்
 கோதை வராவிடில் என்செய் வேன்?'   262

60. துரியோதனன் சொல்வது

பாகன் உரைத்தது கேட்ட னன் — பெரும்
 பாம்புக் கொடியவன் சொல்கி றான்; — 'அவள்
பாகன் அழைக்க வருகிலள்; — இந்தப்
 பையலும் வீமனை அஞ்சி யே — பல
வாகத் திகைப் புற்று நின்றனன்; — இவன்
 அச்சத்தைப் பின்பு குறைக்கி றேன் — 'தம்பீ!
போகக் கடவை இப்போ தங்கே; — இங்கப்
 பொற்றொடி யோடும் வருக நீ!'   263

திரௌபதியைச் சபைக்கு அழைத்த
சருக்கம் முற்றும்

சபதச் சருக்கம்

61. துச்சாதனன் திரௌபதியைச் சபைக்குக் கொணர்தல்

இவ்வுரை கேட்டதுச் சாதனன் — அண்ணன்
இச்சையை மெச்சி எழுந்தனன் — இவன்
செவ்வி சிறிது புகலு வோம்; — இவன்
தீமையில் அண்ணனை வென்றவன்; — கல்வி
எவ்வள வேனுமி லாதவன்; — கள்ளும்
ஈரக் கறியும் விரும்பு வோன்; — பிற
தெவ்வர் இவன்றனை அஞ்சு வார்; — தன்னைச்
சேர்ந்தவர் பேயென் றொதுங்கு வார்; 264

புத்தி விவேக மில்லாத வன்; — புலி
போல உடல்வலி கொண்டவன்; — கரை
தத்தி வழியுஞ் செருக்கி னால் — கள்ளின்
சார்பின் றியேவெறி சான்ற வன்; — அவ
சக்தி வழிபற்றி நின்ற வன்; — சிவ
சக்தி நெறிஉண ராத வன்; — இன்பம்
நத்தி மறங்கள் இழைப்ப வன்; — என்றும்
நல்லவர் கேண்மை விலக்கி னோன்; 265

அண்ண னொருவனை யன்றி யே — புவி
அத்தனைக் குந்தலை யாயி னோம் — என்னும்
எண்ணந் தனதிடைக் கொண்டவன்; — அண்ணன்
ஏது சொன்னாலும் மறுத்தி டான்; — அருட்
கண்ணழி வெய்திய பாத கன்; — அந்தக்
காரிகை தன்னை அழைத்து வா' — என் றவ்
அண்ண னுரைத்திடல் கேட்ட னன்; — நல்ல
தாமென் றுறுமி எழுந்த னன். 266

பாண்டவர் தேவி யிருந்த தோர் — மணிப்
 பைங்கதிர் மாளிகை சார்ந்த னன்; — அங்கு
நீண்ட துயரில் குலைந்துபோய் — நின்ற
 நேரிழை மாதினைக் கண்ட னன்; — அவள்
தீண்டலை யெண்ணி ஒதுங்கி னாள்; — 'அடி!
 செல்வ தெங்கே' யென் றிரைந்திட்டான்; — 'இவன்
ஆண்டகை யற்ற புலைய' னென்று — அவள்
 அச்ச மிலா தெதிர் நோக்கி யே 267

62. திரௌபதிக்கும் துச்சாதனனுக்கும்

சம்வாதம்

'தேவர் புவிமிசைப் பாண்ட வர்; — அவர்
 தேவி, துருபதன் கன்னி நான்; — இதை
யாவரும் இற்றை வரையி னும், — தம்பி,
 என்முன் மறந்தவ ரில்லை காண்; — தம்பி,
காவ லிழந்த மதிகொண் டாய்; — இங்குக்
 கட்டுத் தவறி மொழி கிறாய்; — தம்பி
நீ வந்த செய்தி விரைவி லே — சொல்லி
 நீங்குக' என்றனள் பெண்கொடி. 268

'பாண்டவர் தேவியு மல்லை நீ; — புகழ்ப்
 பாஞ்சாலத் தான்மக ளல்லை நீ; — புவி
யாண்டருள் வேந்தர் தலைவ னாம் — எங்கள்
 அண்ணனுக் கேயடி மைச்சி நீ; — மன்னர்
நீண்ட சபைதனிற் சூதிலே — எங்கள்
 நேசச் சகுனியோ டாடியங்கு — உன்னைத்
தூண்டும் பணய மெனவைத் தான் — இன்று
 தோற்று விட்டான் தருமேந்திரன். 269

'ஆடி விலைப்பட்ட தாதி நீ; — உன்னை
 ஆள்பவன் அண்ணன் சுயோத னன்; —' மன்னர்
கூடி யிருக்குஞ் சபையிலே — உன்னைக்
 கூட்டி வரு'கென்று மன்ன வன் சொல்ல

ஓடி வந்தேனிது செய்திகாண்; — இனி
ஒன்றுஞ் சொலா தென்னோ டேகுவாய் — அந்தப்
பேடி மகனொரு பாகன் பாற் — சொன்ன
பேச்சுக்கள் வேண்டிலன் கேட்க வே'

வேறு

துச்சா தனனிதனைச் சொல்லினான், பாஞ்சாலி; —
'அச்சா, கேள் மாதவிலக் காதலா லோராடை
தன்னி லிருக்கின்றேன். தார்வேந்தர் பொற்சபைமுன்
என்னை யழைத்தல் இயல்பில்லை, அன்றியுமே,
சோதரர்தந் தேவிதனைச் சூதில் வசமாக்கி,

ஆதரவு நீக்கி, அருமை குலைத்திடுதல்,
மன்னர் குலத்து மரபோகாண்? அண்ணன்பால்
என்னிலைமை கூறிடுவாய், ஏகுக நீ' என்றிட்டாள்.
கக்கக் கவென்று கனைத்தே பெருமூடன்
பக்கத்தில் வந்தேயப் பாஞ்சாலி கூந்தலினைக்

கையினாற் பற்றிக் கரகரெனத் தானிழுத்தான்,
'ஐயகோ' வென்றே யலறி யுணர்வற்றுப்
பாண்டவர்தந் தேவியவள் பாதியுயிர் கொண்டுவர
நீண்ட கருங்குழலை நீசன் கரம்பற்றி
முன்னிழுத்துச் சென்றான். வழிநெடுக. மொய்த்தவராய்.

என்ன கொடுமை யிது' வென்று பார்த்திருந்தார்,
ஊரவர்தங் கீழ்மை உரைக்குந் தரமாமோ?
வீரமிலா நாய்கள், விலங்காம் இளவரசன்
தன்னை மிதித்துத் தராதலத்திற் போக்கியே,
பொன்னையவள் அந்தப் புரத்தினிலே சேர்க்காமல்,

நெட்டை மரங்களென நின்று புலம்பினார்,
பெட்டைப் புலம்பல் பிறர்க்குத் துணையாமோ?
பேரழகு கொண்ட பெருந்தவத்து நாயகியைச்
சீரழியக் கூந்தல் சிதையக் கவர்ந்துபோய்க்
கேடுற்ற மன்னரறங் கெட்ட சபைதனிலே
கூடுதலும் அங்கேபோய்க் கோ' வென்றலறினாள்.

63. சபையில் திரௌபதி நீதி கேட்டழுதல்

விம்மி யழுதாள்; — 'விதியோ கணவரே!
அம்மி மிதித்தே அருந்ததியைக் காட்டியெனை
வேதச் சுடர்த்தீமுன் வேண்டி மணஞ்செய்து
பாதகர்முன் இந்நாள் பரிசழிதல் காண்பீரோ?'   30
என்றாள், விஜயனுடன் ஏறுதிறல் வீமனுமே
குன்றா மணித்தோள் குறிப்புடனே நோக்கினார்,
தருமனும்மற் றாங்கே தலைகுனிந்து நின்றிட்டான்
பொருமி யவள்பின்னும் புலம்புவாள்: — 'வான் சபையில்

கேள்விபல வுடையோர் கேடிலா நல்லிசையோர்.   35
வேள்வி தவங்கள் மிகப் புரிந்த வேதியர்கள்
மேலோ ரிருக்கின்றார், வெஞ்சினமேன் கொள்கிலரோ?
வேலோ ரெனையுடைய வேந்தர் பிணிப்புண்டார்,
இங்கிவர்மேற் குற்றம் இயம்ப வழியில்லை,
மங்கியதோர் புன்மதியாய்! மன்னர் சபைதனிலே   40
என்னைப் பிடித்திழுத்தே ஏச்சுக்கள் சொல்லுகிறாய்,
நின்னை யெவரும் "நிறுத் தடா" என்பதிலர்,

என்செய்கேன்?' என்றே இரைந்தழுதாள், பாண்டவரை
மின்செய் கதிர் விழியால் வெந்நோக்கு நோக்கினாள்.
மற்றவர்தாம் முன்போல் வாயிழந்து சீர்குன்றிப்   45
பற்றைகள்போல் நிற்பதனைப் பார்த்து, வெறிகொண்டு
'தாதியடி தாதி;' யெனத் துச்சாதனன் அவளைத்
தீதுரைகள் கூறினான் கர்ணன் சிரித்திட்டான்;
சகுனி புகழ்ந்தான். சபையினோர் வீற்றிருந்தார்!
தகுதியுயர் வீட்டுமனுஞ் சொல்லுகிறான்; தையலே   50

64. வீட்டுமாசார்யன் சொல்வது

சூதாடிநின்னையுதிட்டிரனே தோற்று விட்டான்
வாதாடி நீயவன்றன் செய்கை மறுக்கின்றாய்,
சூதிலே வல்லான் சகுனி தொழில்வலியால்,
மாதரசே, நின்னுடைய மன்னவனை வீழ்த்திவிட்டான்,
மற்றிதனி லுன்னையொரு பந்தயமா வைத்ததே   55
குற்றமென்று சொல்லுகிறாய், கோமகளே, பண்டையுக
வேத முனிவர் விதிப்படி, நீ சொல்லுவது
நீதமெனக் கூடும்; நெடுங்காலச் செய்தியது!

ஆணொடுபெண் முற்றும் நிகரெனவே அந்நாளில்
பேணிவந்தார்; பின்னாளில் இஃது பெயர்ந்துபோய்   60
இப்பொழுதை நூல்களினை யெண்ணுங்கால், ஆடவருக்
கொப்பில்லை மாதர். ஒருவன்தன் தாரத்தை
விற்றிடலாம்; தானமென வேற்றுவர்க்குத் தந்திடலாம்
முற்றும் விலங்கு முறைமையன்றி வேறில்லை
தன்னை யடிமையென விற்றபின் னுந்தருமன்   65
நின்னை யடிமையெனக் கொள்வதற்கு நீதியுண்டு.

செல்லு நெறியார் செய்கையிங்கு பார்த்திடிலோ
கல்லும் நடுங்கும் விலங்குகளும் கண்புதைக்கும்.
செய்கை அநீதியென்று தேர்ந்தாலும், சாத்திரந்தான்
வைகும் நெறியும் வழக்கமும் நீ கேட்பதனால்.   70
ஆங்கவையும் நின்சார்பி லாகா வகையுரைத்தேன்.
தீங்கு தடுக்குந் திறமிலேன்' என்றந்த
மேலோன் தலைகவிழ்ந்தான். மெல்லியளுஞ்
                                    சொல்லுகிறாள்:-

65. திரௌபதி சொல்வது

'சாலநன்கு கூறினீர்! ஐயா! தருமநெறி
பண்டோர் இராவணனும் சீதைதன்னைப் பாதகத்தால்
கொண்டோர் வனத்திடையே வைத்துப்பின், கூட்டமுற
மந்திரிகள் சாத்திரிமார் தம்மை வரவழைத்தே,
செந்திருவைப் பற்றிவந்த செய்தி யுரைத்திடுங்கால்
"தக்கது நீர் செய்தீர்; தருமத்துக் கிச்செய்கை
ஒக்கும்" என்று, கூறி உகந்தனராம் சாத்திரிமார்!

பேயரசு செய்தால், பிணந்தின்னும் சாத்திரங்கள்!
மாய முணராத மன்னவனைச் சூதாட
வற்புறுத்திக் கேட்டதுதான் வஞ்சனையோ? நேர்மையோ?
முற்படவே சூழ்ந்து முடித்ததொரு செய்கையன்றோ?
மண்டபம்நீர் கட்டியது மாநிலத்தைக் கொள்ளவன்றோ?
பெண்டிர் தமையுடையீர் பெண்க ளுடன்பிறந்தீர்!
பெண்பாவ மன்றோ? பெரியவசை கொள்வீரோ?
கண்பார்க்க வேண்டும்!' என்று கையெடுத்துக் கும்பிட்டாள்

அம்புபட்ட மான்போல் அழுது துடி துடித்தாள்.
வம்புமலர்க் கூந்தல் மண்மேற் புரண்டுவிழத்
தேவி கரைந்திடுதல் கண்டே, சில மொழிகள்
பாவிதுச் சாதனனும் பாங்கிழந்து கூறினான்,

வேறு

ஆடை குலைவுற்று நிற்கிறாள்; — அவள்
ஆவென் றழுது துடிக்கிறாள் — வெறும்
மாடு நிகர்த்த துச்சாதனன் — அவள்
மைக்குழல் பற்றி யிழுக்கிறான் — இந்தப்

பீடையை நோக்கினன் வீமனும் — கரை
மீறி எழுந்தது வெஞ்சினம்; — துயர்
கூடித் தருமனை நோக்கியே, — அவன்
கூறிய வார்த்தைகள் கேட்டிரோ? 272

66. வீமன் சொல்வது

வேறு

'சூதர் மனைகளி லே — அண்ணே!
தொண்டு மகளி ருண்டு,
சூதிற் பணயமென் றே — அங்கோர்
தொண்டச்சி போவ தில்லை. 273

'ஏது கருதி வைத்தாய்? — அண்ணே
யாரைப் பணயம் வைத்தாய்?
மாதர் குல விளக்கை — அன்பே
வாய்ந்த வடி வழகை. 274

'பூமி யரச ரெல்லாங் — கண்டே
போற்ற விளங்குகிறான்,
சாமி, புகழினுக்கே — வெம்போர்ச்
சண்டனப் பாஞ்சாலன், 275

'அவன் சுடர் மகளை — அண்ணே!
ஆடி யிழந்து விட்டாய்.
தவறு செய்து விட்டாய் — அண்ணே!
தருமங் கொன்று விட்டாய். 276

'சோரத்திற் கொண்ட தில்லை; — அண்ணே!
சூதிற் படைத்த தில்லை.
வீரத்தினாற் படைத்தோம்; — வெம் போர்
வெற்றியினாற் படைத்தோம்; 277

'சக்கரவர்த்தி யென்றே — மேலாந்
  தன்மை படைத் திருந்தோம்;
பொக்கென ஓர்கணத்தே — எல்லாம்
  போகத் தொலைத்து விட்டாய். 278

'நாட்டை யெல்லாந் தொலைத்தாய்; — அண்ணே!
  நாங்கள் பொறுத் திருந்தோம்.
மீட்டும் எமை யடிமை — செய்தாய்,
  மேலும் பொறுத் திருந்தோம் 279

'துருபதன் மகளைத் — திட்டத்
  துய்ம னுடற் பிறப்பை,
இரு பகடை யென்றாய், — ஐயோ!
  இவர்க் கடிமை யென்றாய்!
"இது பொறுப்ப தில்லை, — தம்பி!
  எரி தழல் கொண்டு வா.
கதிரை வைத் திழந்தான் — அண்ணன்
  கையை எரித்திடுவோம்.' 281

67. அர்ஜுனன் சொல்வது

வேறு

எனவீமன் சகதேவ னிடத்தே சொன்னான்
  இதைக் கேட்டு வில்விஜயன் எதிர்த்துச் சொல்வான்;
மனமாரச் சொன்னாயோ? வீமா! என்ன
  வார்த்தை சொன்னாய்? எங்குசொன்னாய்? யாவர்
                                      முன்னே?
கனமாருந் துருபதனார் மகளைச் சூதுக்
  களியிலே இழந்திடுதல் குற்ற மென்றாய்;
சினமான தீ அறிவைப் புகைத்த லாலே
  திரிலோக நாயகனைச் சினந்து சொன்னாய். 282

"தருமத்தின் வாழ்வதனைச் சூது கவ்வும்;
தருமம் மறுபடி வெல்லும்" எனு மியற்கை
மருமத்தை நம்மாலே உலகங் கற்கும்
வழிதேடி விதிஇந்தச் செய்கை செய்தான்.
கருமத்தை மேன்மேலுங் காண்போம்; இன்று
கட்டுண்டோம், பொறுத்திருப்போம்; காலம் மாறும்
தருமத்தை அப்போது வெல்லக் காண்போம்.
தனுஉண்டு காண்டீவம் அதன் பேர்' என்றான். 283

68. விகர்ணன் சொல்வது

அண்ணனுக்குத் திறல்வீமன் வணங்கி நின்றான்.
அப்போது விகர்ணனெழுந் தவைமுன் சொல்வான்;
'பெண்ணரசி கேள்விக்குப் பாட்டன் சொன்ன
பேச்சதனை நான்கொள்ளேன். பெண்டிர் தம்மை
எண்ணமதில் விலங்கெனவே கணவ ரெண்ணி
ஏதெனிலுஞ் செய்திடலாம் என்றான் பாட்டன்,
வண்ணமுயர் வேதநெறி மாறிப் பின்னாள்
வழங்குவதிந் நெறி என்றான்; வழுவே சொன்னான்.284

'எந்தையர்தம் மனைவியரை விற்ப துண்டோ?
இதுகாறும் அரசியரைச் சூதிற் தோற்ற
விந்தையைநீர் கேட்ட துண்டோ' விலைமாதர்க்கு
விதித்ததையே பிற்கால நீதிக் காரர்
சொந்தமெனச் சாத்திரத்தில் புகுத்தி விட்டார்!
சொல்லளவே தானாலும் வழக்கந் தன்னில்
இந்தவிதஞ் செய்வதில்லை, சூதர் வீட்டில்
ஏவற்பெண் பணயமில்லை என்றுங் கேட்டோம்.285

"தன்னையிவன் இழந்தடிமை யான பின்னர்த்
தாரமெது? வீடேது? தாத னான
பின்னையுமோர் உடைமை உண்டோ? என்று நம்மைப்
பெண்ணரசு கேட்கின்றார் பெண்மை வாயால்.

மன்னர்களே! களிப்பதுதான் சூதென் றாலும்
மனுநீதி துறந்திங்கே வலிய பாவந்
தன்னைஇரு விழிபார்க்க வாய்பே சீரோ?
தாத்தனே நீதிஇது தகுமோ?' என்றான். 286

இவ்வாறு விகர்ணனும் உரைத்தல் கேட்டார்;
எழுந்திட்டார் சிலவேந்தர்; இரைச்ச லிட்டார்,
'ஒவ்வாது சகுனிசெயுங் கொடுமை' என்பார்;
ஒருநாளும் உலகிதனை மறக்கா' தென்பார்;
'எவ்வாறு புகைந்தாலும் புகைந்து போவீர்;
ஏந்திழையை அவைக்களத்தே இகழ்தல் வேண்டா,
செவ்வானம் படர்ந்தாற்போல் இரத்தம் பாயச்
செருக்களத்தே தீருமடா பழியிஃ' தென்பார். 287

69. கர்ணன் பதில்

வேறு

விகருணன் சொல்லைக் கேட்டு
வில்லிசைக் கர்ணன் சொல்வான்:-
'தகுமடா சிறியாய் நின்சொல்
தாரணி வேந்தர் யாரும்
புகுவது நன்றென் றெண்ணி
வாய்புதைத் திருந்தார் நீ தான்
மிகு முறை சொல்லி விட்டாய்.
விரகிலாய்! புலனு மில்லாய்! 288

'பெண்ணிவள் தூண்ட லெண்ணிப்
பசுமையால் பிதற்று கின்றாய்;
எண்ணிலா துரைக்க லுற்றாய்;
இவளைநாம் வென்ற தாலே
நண்ணிடும் பாவ மென்றாய்.
நாணிலாய்! பொறையு மில்லாய்!
கண்ணிய நிலைமை யோராய்;
நீதிநீ காண்ப துண்டோ? 289

‘மார்பிலே துணியைத் தாங்கும்
வழக்கங்கீ ழடியார்க் கில்லை
சீரிய மகளு மல்லள்;
ஐவரைக் கலந்த தேவி
யாரடா பணியாள்! வாராய்;
பாண்டவர் மார்பி லேந்தும்
சீரையுங் களைவாய்; தையல்
சேலையுங் களைவாய்’ என்றான். 290

இவ்வுரை கேட்டா ரைவர்;
பணிமக்க ளேவா முன்னர்
தெவ்வர்கண் டஞ்சு மார்பைத்
திறந்தனர், துணியைப் போட்டார்.
நவ்வியைப் போன்ற கண்ணாள்,
ஞான சுந்தரி, பாஞ்சாலி
‘எவ்வழி உய்வோ’ மென்றே
தியங்கினாள், இணைக்கை கோத்தாள். 291

70. திரௌபதி கண்ணனுக்குச் செய்யும் பிரார்த்தனை

வேறு

துச்சா தனன்எழுந்தே — அன்னை
துகிலினை மன்றிடை யுரித லுற்றான்.
‘அச்சோ, தேவர்க ளே!’ — என்று
அலறி அவ் விதுரனுந் தரைசாய்ந் தான்.
பிச்சே றியவனைப் போல் — அந்தப்
பேயனுந் துகிலினை உரிகையி லே,
உட்சோ தியிற் கலந்தாள் — அன்னை
உலகத்தை மறந்தாள் ஒருமை யுற்றாள். 292

"ஹரி, ஹரி, ஹரி என்றாள்; — கண்ணா!
அபய மபயமுனக் கபய மென் றாள்.
கரியினுக் கருள்புரிந் தே — அன்று
கயத்திடை முதலையின் உயிர்மடித் தாய்!
கரிய நன்னிற முடையாய்! — அன்று
காளிங்கன் தலைமிசை நடம்புரிந் தாய்!
பெரியதொர் பொருளா வாய்1 — கண்ணா!
பேசரும் பழமறைப் பொருளா வாய்! 293

'சக்கர மேந்தி நின்றாய்! — கண்ணா!
சாரங்கமென் றொருவில்லைக் கரத்துடையாய்!
அட்சரப் பொருளா வாய்! — கண்ணா!
அக்கார அமுதுண்ணும் பசுங் குழந்தாய்!
துக்கங்கள் அழித்திடு வாய்! — கண்ணா!
தொண்டர்கண் ணீர்களைத் துடைத்திடு வாய்!
தக்கவர் தமைக்காப் பாய், — அந்தச்
சதுர்முக வேதனைப் படைத்துவிட் டாய். 294

'வானத்துள் வானா வாய், — தீ
மண், நீர், காற்றினில் அவையா வாய்;
மோனத்துள் வீழ்ந்திருப் பார் — தவ
முனிவர்தம் அகத்தினி லொளிர்தரு வாய்;
கானத்துப் பொய்கையி லே — தனிக்
கமலமென் பூமிசை வீற்றிருப்பாள்,
தானத்து ஸ்ரீ தேவி, — அவள்
தாளிணை கைக்கொண்டு மகிழ்ந்திருப் பாய்! 295

"ஆதியி லாதி யப்பா! — கண்ணா!
அறிவினைக் கடந்தவிண் ணகப்பொரு ளே!
சோதிக்குஞ் சோதி யப்பா! — என்றன்
சொல்லினைக் கேட்டருள் செய்திடு வாய்!
மாதிக்கு வெளியினி லே — நடு
வானத்திற் பறந்திடும் கருடன் மிசை
சோதிக்குள் ஊர்ந்திடு வாய், — கண்ணா!
சுடர்ப் பொருளே பே ரடற்பொரு ளே! 296

"கம்பத்தி லுள்ளா னோ — அடா!
காட்டுன் றன் கடவுளைத் தூணிடத் தே!
வம்புரை செயு மூடா" — என்று
மகன்மிசை யுறுமியத் தூணுதைத் தான்
செம்பவிர் குழலுடை யான்; — அந்தத்
தீயவல் லிரணிய னுடல்பிளந்தாய்!
நம்பிநின் னடிதொழு தேன்; — என்னை
நாணழி யாதிங்கு காத்தருள் வாய். 297

'வாக்கினுக் சீசனை யும் — நின்றன்
வாக்கினிலசைத்திடும் வலிமையி னாய்,
ஆக்கினை கரத்துடை யாய் — என்றன்
அன்புடை எந்தை! என் னருட்கடலே!
நோக்கினிற் கதிருடை யாய்! — இங்கு
நூற்றுவர் கொடுமையைத் தவிர்த்தருள் வாய்!
தேக்குநல் வானமு தே! — இங்குச்
சிற்றிடை யாய்ச்சி யில் வெண்ணெ யுண்டாய்! 298

'வையகம் காத்திடு வாய்!; — கண்ணா!
மணிவண் ணா, என்றன் மனச் சுடரே!
ஐய, நின் பதமல ரே — சரண்.
ஹரி, ஹரி, ஹரி, ஹரி, ஹரி!' என்றாள்.
பொய்யர்தந் துயரினைப் போல், — நல்ல
புண்ணிய வாணர்தம் புகழினைப் போல்,
தையலர் கருணையைப் போல், — கடல்
சலசலத் தெறிந்திடும் அலைகளைப் போல். 299

பெண்ணொளி வாழ்த்திடு வார் — அந்தப்
பெருமக்கள் செல்வத்திற் பெருகுதல் போல்,
கண்ண பிரானரு ளால், — தம்பி
கழற்றிடக் கழற்றிடத் துணிபுதி தாய்
வண்ணப்பொற் சேலைக ளாம் — அவை
வளர்ந்தன, வளர்ந்தன, வளர்ந்தன வே!
எண்ணத்தி லடங்கா வே; — அவை
எத்தனை எத்தனை நிறத்தன வோ! 300

பொன்னிழை பட்டிழை யும் – பல
 புதுப்புதுப் புதுப்புதுப் புதுமைக ளாய்
சென்னியிற் கைகுவித் தாள் – அவள்
 செவ்விய மேனியைச் சார்ந்துநின் றே
முன்னிய ஹரிநா மம் – தன்னில்
 மூளுநற் பயனுல கறிந்திட வே,
துன்னிய துகிற்கூட் டம் – கண்டு
 தொழும்பத் துச்சாதனன் வீழ்ந்துவிட் டான்.   301

தேவர்கள் பூச்சொரிந் தார் – 'ஓம்
 ஜெயஜெய பாரத சக்தி' என்றே.
ஆவலோ டெழுந்து நின்று – முன்னை
 ஆரிய வீட்டுமன் கைதொழு தான்.
சாவடி மறவரெல் லாம் – 'ஓம்
 சக்திசக்தி சக்தி' என்று கரங்குவித் தார்.
காவலின் நெறிபிழைத் தான் – கொடி
 கடியர வுடையவன் தலைகவிழ்ந் தான்.   302

71. வீமன் செய்த சபதம்

வேறு

வீமனெழுந் துரைசெய் வான்: – 'இங்கு
 விண்ணவ ராணை, பரா சக்தி யாணை;
தாமரைப் பூவினில் வந்தான் – மறை
 சாற்றிய தேவன் திருக்கழ லாணை;
மாமகளைக் கொண்ட தேவன் எங்கள்
 மரபுக்குத் தேவன் கண்ணன் பதத்தாணை
காமனைக் கண்ணழ லாலே – சுட்டுக்
 காலனை வென்றவன் பொன்னடிமீதில்   303

ஆணையிட் டிஃதுரை செய்வேன்:— இந்த
ஆண்மை யிலாத்துரி யோதனன் றன்னை,
பேணும் பெருங்கன லொத்தாள் — எங்கள்
பெண்டு திரௌபதியைத் தொடைமீதில்
நாணின்றி 'வந்திரு' என்றான் — இந்த
நாய்மக னாந்துரி யோதனன் றன்னை,
மாணற்ற மன்னர்கண் முன்னே, — என்றன்
வன்மையி னால்யுத்த ரங்கத்தின் கண்ணே, 304

'தொடையைப் பிளந் துயிர் மாய்ப்பேன் — தம்பி
சூரத் துச்சாதனன் தன்னையு மாங்கே
கடைபட்ட தோள்களைப் பிய்ப்பேன்; — அங்கு
கள்ளென ஊறு மிரத்தங் குடிப்பேன்,
நடைபெறுங் காண்பி ருலகீர்! — இது
நான்சொல்லும் வார்த்தைஎன் றெண்ணிடல்
(வேண்டா)
தடையற்ற தெய்வத்தின் வார்த்தை — இது
சாதனை செய்க, பராசக்தி1' என்றான். 305

72. அர்ஜுனன் சபதம்

பார்த்தனெழுந்துரை செய்வான்: — 'இந்தப்
பாதகக் கர்ணனைப் போரில் மடிப்பேன்.
தீர்த்தன் பெரும்புகழ் விஷ்ணு — எங்கள்
சீரிய நண்பன் கண்ணன் கழ லாணை;
கார்த்தடங் கண்ணி எந்தேவி — அவள்
கண்ணிலும் காண்டிவ வில்லினும் ஆணை;
போர்த்தொழில் விந்தைகள் காண்பாய், — ஹே!
பூதலமே! அந்தப் போதினில்' என்றான். 306

73. பாஞ்சாலி சபதம்

தேவி திரௌபதி சொல்வாள் — 'ஓம்,
தேவி பராசக்தி ஆணை யுரைத்தேன்;
பாவி துச்சாதனன் செந்நீர், — அந்தப்
பாழ்த்துரி யோதனன் ஆக்கை இரத்தம்,
மேவி இரண்டுங் கலந்து — குழல்
மீதினிற் பூசி நறுநெய் குளித்தே
சீவிக் குழல்முடிப் பேன் யான்; — இது
செய்யு முன்னே முடியே' னென் றுரைத்தாள். 307

ஓமென் றுரைத்தனர் தேவர்; — ஓம்
ஓமென்று சொல்லி உறுமிற்று வானம்.
பூமி யதிர்ச்சி உண்டாச்சு — விண்ணைப்
பூழிப் படுத்திய தாஞ்சுழற் காற்று.
சாமி தருமன் புவிக்கே — என்று
சாட்சி யுரைத்தன பூதங்க ளைந்தும்!
நாமுங் கதையை முடித்தோம் — இந்த
நானில முற்றும் நல் லின்பத்தில் வாழ்க! 308

சபதச் சருக்கம் முற்றும்

பாஞ்சாலி சபதம் இரண்டாம் பாகம் முற்றிற்று

3. குயில் பாட்டு

1. குயில்

காலை யிளம்பரிதி வீசுங் கதிர்களிலே
நீலக் கடலோர் நெருப்பெதிரே சேர்மணிபோல்
மோகனமாஞ் சோதி பொருந்தி முறைதவறா
வேகத் திரைகளினால் வேதப் பொருள்பாடி
வந்து தழுவும் வளஞ்சார் கரையுடைய
செந்தமிழ்த் தென்புதுவை யென்னுந் திருநகரின்
மேற்கே, சிறுதொலையில் மேவுமொரு மாஞ்சோலை,
நாற்கோணத் துள்ளபல நத்தத்து வேடர்களும்
வந்து பறவைகூட வாய்ந்த பெருஞ்சோலை; -
அந்தமாஞ் சோலை யதனிலோர் காலையிலே,

வேடர் வாராத விருந்துத் திருநாளில்,
பேடைக் குயிலொன்று பெட்புறவோர் வான்கிளையில்
வீற்றிருந்தே, ஆண்குயில்கள் மேனி புளகமுற,
ஆற்ற லழிவுபெற, உள்ளத் தனல் பெருக,
சோலைப் பறவையெலாம் சூழ்ந்து பரவசமாய்க்
காலைக் கடனிற் கருத்தின்றிக் கேட்டிருக்க,
இன்னமுதைக் காற்றினிடை எங்குங் கலந்ததுபோல்,
மின்னற் சுவைதான் மெலிதாய் மிகவினிதாய்
வந்து பரவுதல்போல், வானத்து மோகினியாள்
இந்தவுரு வெய்தித்தன் ஏற்றம் விளங்குதல்போல்,

இன்னிசைத் தீம்பாடல் இசைத்திருக்கும் விந்தைதனை -
முன்னிக் கவிதைவெறி மூண்டே நனவழியப்
பட்டப் பகலிலே பாவலர்க்குத் தோன்றுவதாம்
நெட்டைக் கனவின் நிகழ்ச்சியிலே - கண்டேன் யான்.
கன்னிக் குயிலன்று காவிடத்தே, பாடியதோர்

இன்னிசைப் பாட்டினிலே யானும் பரவசமாய்,
"மனிதவுரு நீங்கிக் குயிலுருவம் வாராதோ?
இனிதிக் குயிற்பேட்டை என்றும் பிரியாமல்,
காதலித்துக் கூடிக் களியுடனே வாழோமோ?
நாதக் கனலிலே நம்முயிரைப் போக்கோமோ?" 30

என்றுபல வெண்ணி ஏக்கமுறப் பாடிற்றால்.
அன்றுநான் கேட்டது அமரர்தாங் கேட்பாரோ?
குக்குக்கூ வென்று குயில்பாடும் பாட்டினிலே
தொக்க பொருளெல்லாம் தோன்றியதென் சிந்தைக்கே;
அந்தப் பொருளை அவனிக் குரைத்திடுவேன்; 35

விந்தைக் குரலுக்கு, மேதினியீர், என்செய்கேன்!

2. குயிலின் பாட்டு

ராகம் — சங்கராபரணம்   ஏக —தாளம் ஸ்வரம்

"ஸகா — ரிமா — காரீ
பாபாபாபா — மாமாமாமா
ரீகா - ரிகமா — மாமா"

சந்த பேதங்களுக்குத் தக்கபடி மாற்றிக்கொள்க

காதல், காதல், காதல்,
காதல் போயிற் காதல் போயிற்
சாதல், சாதல், சாதல்.   (காதல்)

1. அருளே யாநல் லொளியே;
   ஒளிபோ மாயின், ஒளிபோ மாயின்.
   இருளே, இருளே, இருளே.   (காதல்)

2. இன்பம், இன்பம், இன்பம்;
   இன்பத் திற்கோ ரெல்லை காணில்,
   துன்பம், துன்பம், துன்பம்.   (காதல்)

3. நாதம், நாதம், நாதம்;
   நாதத் தேயோர் நலிவுண் டாயின்,
   சேதம், சேதம், சேதம்.   (காதல்)
4. தாளம், தாளம், தாளம்;
   தாளத் திற்கோர் தடையுண் டாயின்,
   கூளம், கூளம், கூளம்.   (காதல்)

5. பண்ணே, பண்ணே, பண்ணே;
   பண்ணிற் கேயோர் பழுதுண் டாயின்,
   மண்ணே, மண்ணே, மண்ணே.   (காதல்)

6. புகழே, புகழே, புகழே;
   புகழுக் கேயோர் புரையுண்டாயின்,
   இகழே, இகழே, இகழே.   (காதல்)

7. உறுதி, உறுதி, உறுதி;
   உறுதிக் கேயோர் உடைவுண் டாயின்,
   இறுதி, இறுதி, இறுதி.   (காதல்)

8. கூடல், கூடல், கூடல்;
   கூடிப் பின்னே குமரர் போயின்,
   வாடல், வாடல், வாடல்.   (காதல்)

9. குழலே, குழலே, குழலே;
   குழலிற் கீறல் கூடுங் காலை.
   விழலே, விழலே, விழலே.   (காதல்)

3. குயிலின் காதற் கதை

மோகனப் பாட்டு முடிவுபெறப் பாரெங்கும்
ஏக மவுன மியன்றதுகாண்: மற்றதிலோர்
இன்ப வெறியுந் துயரும் இணைந்தனவால்,
பின்புநான் பார்க்கப் பெடைக்குயிலஃ தொன்றல்லால்
மற்றைப் பறவை மறைந்தெங்கோ போகவுமிவ் 5

ஒற்றைக் குயில் சோக முற்றுத் தலைகுனிந்து
வாடுவது கண்டேன். மரத்தருகே போய்நின்று
“பேடே! திரவியமே! பேரின்பப் பாட்டுடையாய்!
ஏழுலகும் இன்பத்தீ ஏற்றுந் திறனுடையாய்!
பீழையுனக் கெய்தியதென் பேசாய்!” எனக்கேட்டேன்.

மாயக் குயிலதுதான் மானுடவர் பேச்சினிலோர்
மாயச்சொல் கூற மனந்தீயுற நின்றேன்
“காதலை வேண்டிக் கரைகின்றேன், இல்லையெனில்
சாதலை வேண்டித் தவிக்கின்றேன்” என்றதுவால்
“வானத்துப் புள்ளெல்லாம் மையலுறப் பாடுகிறாய்
ஞானத்திற் புட்களிலும் நன்கு சிறந்துள்ளாய்
காதலர்நீ யெய்துகிலாக் காரணந்தான் யா” தென்றேன்.
வேதனையும் நாணும் மிகுந்த குரலினிலே
கானக் குயிலி கதைசொல்ல லாயிற்று:-
“மானக் குலைவும் வருத்தமுநான் பார்க்காமல்,

உண்மை முழுதும் உரைத்திடுவேன் மேற்குலத்தீர்!
பெண்மைக் கிரங்கிப் பிழைபொறுத்தல் கேட்கின்றேன்.
அறிவும் வடிவுங் குறுகி, அவனியிலே
சிறியதொரு புள்ளாய்ச் சிறியேன் பிறந்திடினும்,
தேவர் கருணையிலோ தெய்வச் சினத்தாலோ,
யாவர் மொழியும் எளிதுணரும் பேறுபெற்றேன்;
மானுடவர் நெஞ்ச வழக்கெல்லாந் தேர்ந்திட்டேன்;
கானப் பறவை கலகலெனும் ஓசையிலும்,
காற்று மரங்களிடைக் காட்டும் இசைகளிலும்,
ஆற்றுநீ ரோசை அருவி யொலியினிலும்,

நீலப் பெருங்கடலெந் நேரமுமே தானிசைக்கும்
ஓலத் திடையே உதிக்கும் இசையினிலும்,
மானுடப் பெண்கள் வளருமொரு காதலினால்
ஊனுருகப் பாடுவதில் ஊறிடுந்தேன் வாரியிலும்,
ஏற்றநீர்ப் பாட்டின் இசையினிலும், நெல்லிடிக்குங்

கோற்றொடியார் குக்குவெனக் கொஞ்சும் ஒலியினிலும்
சுண்ண மிடிப்பார்தஞ் சுவைமிகுந்த பண்களிலும்
பண்ணை மடவார் பழகுபல பாட்டினிலும்
வட்டமிட்டுப் பெண்கள் வளைக்கரங்கள் தாமொலிக்கக்
கொட்டி யிசைத்திடுமோர் கூட்டமுதப் பாட்டினிலும்.

வேயின் குழலோடு வீணைமுதலா மனிதர்
வாயினிலுங் கையாலும் வாசிக்கும் பல்கருவி
நாட்டினிலுங் காட்டினிலும் நாளெல்லாம் நன்றொலிக்கும்
பாட்டினிலும் நெஞ்சைப் பறிகொடுத்தேன் பாவியேன்.
நாவும் மொழிய நடுக்கமுறும் வார்த்தைகளைப்
பாவிமனந் தானிறுகப் பற்றிநிற்ப தென்னேயோ?
நெஞ்சத்தே தைக்க நெடுநோக்கு நோக்கிடுவீர்
மஞ்சரே; என்றன் மனநிகழ்ச்சி காணீரோ?
காதலை வேண்டிக் கரைகின்றேன், இல்லையெனில்,
சாதலை வேண்டித் தவிக்கின்றேன்" என்றதுவே,
சின்னக் குயிலதனைச் செப்பியவப் போழ்தினிலே,
என்னைப் புதியதோர் இன்பச் சுரங்கவர,
உள்ளத் திடையும் உயிரிடையும் ஆங்கந்தப்
பிள்ளைக் குயிலினதோர் பேச்சன்றி வேறற்றேன்;
"காதலோ காதலினிக் காதல் கிடைத்திலதேல்
சாதலோ சாதல்" எனச் சாற்றுமொரு பல்லவியென்
உள்ளமாம் வீணைதனில், உள்ளவீ டத்தனையும்
விள்ள ஒலிப்பதலால் வேறோர் ஒலியில்லை,
சித்தம் மயங்கித் திகைப்பொடுநான் நின்றிடவும்,
அத்தருணத் தே பறவை யத்தனையுந் தாந்திரும்பிச்

சோலைக் கிளியிலெலாந் தோன்றி யொலித்தனவால்,
நீலக் குயிலும் நெடிதுயிர்த்தாங் கிஃதுரைக்கும்;
"காதல் வழிதான் கரடுமுர டாமென்பர்;
சோதித் திருவிழியீர்! துன்பக் கடலினிலே
நல்லுறுதி கொண்டதோர் நாவாய்போல் வந்திட்டீர்;

அல்லலற நும்மோ டளவளாய் நான்பெறுமிவ்
வின்பத் தினுக்கும் இடையூறு மூண்டதுவே;
அன்பொடு நீரிங்கே அடுத்தநான் காநாளில்
வந்தருளல் வேண்டும். மறவாதீர், மேற்குலத்தீர்!
சிந்தை பறிகொண்டு செல்கின்றீர் வாரீரேல்,   70

ஆவி தரியேன். அறிந்திடுவீர் நான்காநாள்,
பாவியிந்த நான்குநாள் பத்துயுகமாக் கழிப்பேன்;
சென்று வருவீர், என் சிந்தைகொடு போகின்றீர்,
சென்று வருவீர்'' எனத் தேறாப் பெருந்துயரங்
கொண்டு சிறுகுயிலுங்கூறி மறைந்ததுகாண்.   75

4. காதலோ காதல்

கண்டதொரு காட்சி கனவுன வென்றறியேன்,
எண்ணுதலுஞ் செய்யேன், இருபது பேய் கொண்ட வன்போல்
கண்ணும் முகமும் களியேறிக் காமனார்
அம்பு நுனிகள் அகத்தே அமிழ்ந்திருக்க,
கொம்புக் குயிலுருவங் கோடிபல கோடியாய்   5
ஒன்றே யதுவாய் உலகமெலாந் தோற்றமுற,
சென்றே மனைபோந்து சித்தந் தனதின்றி,
நாளொன்று போவதற்கு நான்பட்ட பாடனைத்தும்
தாளம் படுமோ? தறிபடுமோ? யார் படுவார்'
நாளொன்று போயினது நானு மெனதுயிரும்.   10

நீளச்சிலை கொண்டு நின்றதொரு மன்மதனும்,
மாயக் குயிலுமதன் மாமாயத் தீம்பாட்டும்,
சாயைபோ லிந்திரமா சாலம்போல் வையமுமா
மிஞ்சி நின்றோம். ஆங்கு, மறுநாள் விடிந்தவுடன்,
(வஞ்சனைநான் கூறவில்லை) மன்மதனார் விந்தையால், 15
புத்திமனஞ் சித்தம் புலனொன் னறியாமல்,
வித்தைசெயுஞ் சூத்திரத்தின் மேவுமொரு பொம்மையென
காலிரண்டுங் கொண்டு கடுகவுநான் சோலையிலே

நீலிதனைக் காண வந்தேன், நீண்ட வழியினிலே
நின்றபொருள் கண்ட நினைவில்லை. சோலையிடைச்
சென்றுநான் பார்க்கையிலே, செஞ்ஞாயிற் றொண்கதிரால்
பச்சைமர மெல்லாம் பளபளென என்னுளத்தின்
இச்சை யுணர்ந்தனபோல் ஈண்டும் பறவையெலாம்
வேறெங்கோ போயிருப்ப, வெம்மைக் கொடுங்காதல்
மீறவெனைத் தான்புரிந்த விந்தைச் சிறுகுயிலைக்
காணநான் வேண்டிக் கரைகடந்த வேட்கையுடன்
கோணமெலாஞ் சுற்றிமரக் கொம்பையெலாம் நோக்கி
வந்தேன்.

5. குயிலும் குரங்கும்

மற்றைநாட் கண்ட மரத்தே குயிலில்லை.
சுற்றுமுற்றும் பார்த்தும் துடித்து வருகையிலே -
வஞ்சனையே! பெண்மையே! மன்மதனாம் பொய்த்தேவே!
நெஞ்சகமே! தொல்விதியின் நீதியே! பாழுலகே! -
கண்ணாலே நான்கண்ட காட்சிதனை என்னுரைப்பேன்!
பெண்ணால் அறிவிழக்கும் பித்தரெலாங் கேண்மினோ!
காதலினைப் போற்றுங் கவிஞரெலாங் கேண்மினோ!
மாதரெலாங் கேண்மினோ! வல்விதியே கேளாய் நீ!
மாயக் குயிலோர் மரக்கிளையில் வீற்றிருந்தே
பாயும் விழிநீர் பதைக்குஞ் சிறியவுடல்

விம்மிப் பரிந்துசொலும் வெந்துயர்ச்சொல் கொண்டதுவாய்,
அம்மவோ! மற்றாங்கோர் ஆண்குரங்கு தன்னுடனே
ஏதேதோ கூறி இரங்கும் நிலைகண்டேன்,
தீதேது? நன்றேது? செய்கைத் தெளிவேது?
அந்தக் கணமே அதையுங் குரங்கினையும்
சிந்தக் கருதி உடைவாளிற் கைசேர்த்தேன்.
கொன்றுவிடு முன்னே குயிலுரைக்கும் வார்த்தைகளை
நின்று சற்றே கேட்பதற்கென் நெஞ்சம் விரும்பிடவும்,
ஆங்கவற்றின் கண்ணில் அகப்படா வாறருகே
ஓங்கு மரத்தின்பால் ஒளிந்துநின்று கேட்கையிலே,

பேடைக் குயிலிதனைப் பேசியது; - "வானரரே!
ஈடறியா மேன்மையழ கேய்ந்தவரே! பெண்மைதான்
எப்பிறப்புக் கொண்டாலும், ஏந்தலே! நின்னழகைத்
தப்புமோ? மையல் தடுக்குந் தரமாமோ?
மண்ணிலுயிர்க் கெல்லாந் தலைவரென மானிடரே,   25
எண்ணிநின்றார் தம்மை; எனிலொருகால், ஊர்வகுத்தல்
கோயில் அரசு, குடிவகுப்புப் போன் றசில
வாயிலிலே, அந்த மனிதர் உயர்வெனலாம்.
மேனி யழகினிலும் விண்டுரைக்கும் வார்த்தையிலும்
கூனி யிருக்கும் கொலுநேர்த்தி தன்னிலுமே,   30

வானரர்தஞ் சாதிக்கு மாந்தர்நிக ராவாரோ?
ஆன வரையும் அவர்முயன்று பார்த்தாலும்,
பட்டுமயிர் மூடப் படாத தமதுடலை
எட்டுடையால் மூடி எதிருமக்கு வந்தாலும்,
மீசையையும் தாடி யையும் விந்தைசெய்து வானரர்தம்   35
ஆசை முகத்தினைப்போ லாக்க முயன்றிடினும்
ஆடிக் குதிக்கும் அழகிலுமை நேர்வதற்கே
கூடிக் குடித்துக் குதித்தாலும், கோபுரத்தில்
ஏறத் தெரியாமல் ஏணிவைத்துச் சென்றாலும்,
வேறெத்தைச் செய்தாலும், வேகமுறப் பாய்வதிலே   40

வான ரர்போ லாவரோ? வாலுக்குப் போவதெங்கே?
ஈனமுறுங் கச்சை இதற்கு நிகராமோ?
பாகையிலே வாலிருக்கப் பார்த்ததுண்டு, கந்தைபோல்;
வேகமுறத் தாவுகையில் வீசி எழுவதற்கே
தெய்வங் கொடுத்த திருவாலைப் போலாமோ?   45
சைவசுத்த போசனமும் சாதுரியப் பார்வைகளும் -
வானரர்போற் சாதியொன்று மண்ணுலகின் மீதுளதோ?
வானரர் தம்முள்ளே மணிபோல் உமையடைந்தேன்.
பிச்சைப் பறவைப் பிறப்பிலே தோன்றிடினும்,
நிச்சயமா முன்புரிந்த நேமத் தவங்களினால்   50

தேவரீர் காதல்பெறுஞ் சீர்த்தி கொண்டேன் தம்மிடத்தே
ஆவலினாற் பாடுகின்றேன், ஆரியரே கேட்டருள்வீர்."
(வானரப் பேச்சினிலே மைக்குயிலி பேசியதை
யானறிந்து கொண்டுவிட்டேன், யாதோ ஒருதிறத்தால்)

> காதல், காதல், காதல்;
> காதல் போயிற் காதல் போயிற்
> சாதல், சாதல், சாதல்
> முதலியன   (குயிலின் பாட்டு)

நீசக் குயிலும் நெருப்புச் சுவைக்குரலில்   55
ஆசை ததும்பி அமுதூறப் பாடியதே:-
காட்டில் விலங்கறியும் கைக்குழந்தை தானறியும்,
பாட்டின் சவையதனைப் பாம்பறியும் என்றுரைப்பார்.
வற்றற் குரங்கு மதிமயங்கிக் கள்ளினிலே
முற்றும் வெறிபோல் முழுவெறிகொண் டாங்ஙனே,   60

தாவிக் குதிப்பதுவுந் தாளங்கள் போடுவதும்
"ஆவி யுருகுதடி, ஆஹாஹா!" என்பதுவும்,
கண்ணைச் சிமிட்டுவதும், காலாலுங் கையாலும்
மண்ணைப் பிறாண்டியெங்கும் வாரி யிறைப்பதுவும்,
"ஆசைக் குயிலே! அரும் பொருளே! தெய்வதமே!   65
பேச முடியாப் பெருங்காதல் கொண்டுவிட்டேன்,
காதலில்லை யானாற் கணத்திலே சாதலென்றாய்;
காதலினால் சாகுங் கதியினிலே என்னை வைத்தாய்,
எப்பொழுதும் நின்னை இனிப்பிரிவ தாற்றுகிலேன்,
இப்பொழுதே நின்னைமுத்த மிட்டுக் களியுறுவேன்"   70

என்றுபல பேசுவதும் என்னுயிரைப் புண்செயவே,
கொன்றுவிட எண்ணிக் குரங்கின்மேல் வீசினேன்
கைவாளை யாங்கே: கனவோ? நனவுகொலோ?
தெய்வ வலியோ? சிறுகுரங்கென் வாளுக்குத்
தப்பி, முகஞ்சுளித்துத் தாவி யொளித்திடவும்,   75

ஒப்பிலா மாயத் தொருகுயிலுந் தான்மறைய,
சோலைப் பறவை தொகைதொகையாத் தாமொலிக்க
மேலைச் செயலறியா வெள்ள றிவிற் பேதையேன்
தட்டித் தடுமாறிச் சார்பனைத்துந் தேடியுமே
குட்டிப் பிசாசக் குயிலையெங்கும் காணவில்லை.

6. இருளும் ஒளியும்

வான நடுவிலே மாட்சியுற ஞாயிறுதான்
மோனவொளி சூழ்ந்திடவும் மொய்ம்பிற் கொலுவிருந்தான்.
மெய்யெல்லாஞ் சோர்வு விழியில் மயக்கமுற,
உய்யும் வழியுணரா துள்ளம் பதைபதைக்க,
நாணுந் துயரும் நலிவுறுத்த நான்மீண்டு
பேணும்மனை வந்தேன்; பிரக்கினைபோய் வீழ்ந்துவிட்டேன்,
மாலையிலே மூர்ச்சைநிலை மாறித் தெளிவடைந்தேன்;
நாலுபுறமுமெனை நண்பர்வந்து சூழ்ந்துநின்றார்.
"ஏனடா மூர்ச்சையுற்றாய்? எங்குசென்றாய்? ஏதுசெய்தாய்?
வானம் வெளிறுமுன்னே வைகறையி லேதனித்துச்
சென்றனை என்கின்றாரச் செய்தி என்னே? ஊணின்றி
நின்றதென்னே?" என்று நெரித்துவிட்டார் கேள்விகளை.
இன்னார்க் கிதுசொல்வ தென்று தெரியாமல்
"என்னாற் பலவுரைத்தல் இப்பொழுது கூடாதாம்.
நாளை வருவீரேல் நடந்ததெலாஞ் சொல்வேன்இவ்
வேளை எனைத்தனியே விட்டகல்வீர்" என்றுரைத்தேன்.
நண்பரெல்லாஞ் சென்றுவிட்டார் நைந்து நின்றதாயார் தாம்
உண்பதற்குப் பண்டம் உதவிநல்ல பால்கொணர்ந்தார்
சற்று விடாய்தீர்ந்து தனியே படுத்திருந்தேன்;
முற்றும் மறந்து முழுத்துயிலில் ஆழ்ந்து விட்டேன்.

பண்டு நடந்ததனைப் பாடுகின்ற இப்பொழுதும்,
மண்டு துயரெனது மார்பையெலாங் கவ்வுவதே!
ஓடித் தவறி உடைவனவாம் சொற்களெலாம்;
கூடி மதியிற் குவிந்திடுமாம் செய்தியெலாம்.
நாசக் கதையை நடுவே நிறுத்திவிட்டுப் 25
பேசு மிடைப்பொருளின் பின்னே மதிபோக்கிக்
கற்பனையும் வர்ணனையுங் காட்டிக் கதைவளர்க்கும்
விற்பனர்தஞ் செய்கை விதமுந் தெரிகிலன்யான்
மேலைக் கதையுரைக்க வெள்கிக் குலையுமனம்.
காலைக் கதிரழகின் கற்பனைகள் பாடுகிறேன். 30

தங்க முருக்கித் தழல்குறைத்துத் தேனாக்கி
எங்கும் பரப்பியதோர் இங்கிதமோ? வான்வெளியைச்
சோதி கவர்ந்து சுடர்மயமாம் விந்தையினை
ஓதிப் புகழ்வார் உவமையொன்று காண்பாரோ?
கண்ணையினி தென்றுரைப்பார்; கண்ணுக்குக் கண்ணாகி 35
விண்ணை அளக்குமொளி மேம்படுமோர் இன்பமன்றோ?
மூலத் தனிப்பொருளை மோனத்தே சிந்தை செய்யும்
மேலவரும் அஃதோர் விரியுமொளி என்பாரேல்
நல்லொளிக்கு வேறுபொருள் ஞாலமிசை யொப்புளதோ?
புல்லை நகையுறுத்திப் பூவை வியப்பாக்கி 40

மண்ணைத் தெளிவாக்கி, நீரில் மலர்ச்சிதந்து
விண்ணை வெளியாக்கி விந்தைசெயுஞ் சோதியினைக்
காலைப் பொழுதினிலே கண்விழித்து நான்தொழுதேன்.
நாலு புறத்துமுயிர் நாதங்க ளோங்கிடவும்,
இன்பக் களியில் இயங்கும் புவிகண்டேன், 45
துன்பக் கதையின் தொடருரைப்பேன், கேளீரோ!

7. குயிலும் மாடும்

காலைத் துயிலெழுந்து, காலிரண்டு முன்போலே
சோலைக் கிழுத்திட, நான் சொந்தவுணர் வில்லாமே
சோலையினில் வந்துநின்று, சுற்றுமுற்றுந் தேடினேன்,
கோலப் பறவைகளின் கூட்டமெல்லாங் காணவில்லை.
மூலையிலோர் மாமரத்தின் மோட்டுக் கிளையினிலே
நீலக் குயிலிருந்து நீண்டகதை சொல்லுவதும்,
கீழே யிருந்தோர் கிழக்காளை மாடதனை
ஆழ மதியுடனே ஆவலுறக் கேட்பதுவும்,
கண்டேன், வெகுண்டேன், கலக்கமுற்றேன்; நெஞ்சிலனல்
கொண்டேன், குமைந்தேன், குமுறினேன், மெய்வெயர்த்தேன்;
கொல்லவாள் வீசல் குறித்தேன். 'இப் பொய்ப்பறவை
சொல்லுமொழி கேட்டதன்பின் கொல்லுதலே சூழ்ச்சி' யென
முன்போல் மறைந்துநின்றேன்; மோகப் பழங்கதையைப்
பொன்போற் குரலும் புதுமின்போல் வார்த்தைகளும்
கொண்டு, குயிலாங்கே கூறுவதாம்; "நந்தியே,
பெண்டிர் மனத்தைப் பிடித்திழுக்கும் காந்தமே!
காமனே! மாடாகக் காட்சிதரும் மூர்த்தியே!
பூமியிலே மாடுபோற் பொற்புடைய சாதியுண்டோ?
மானுடருந் தம்முள் வலிமிகுந்த மைந்தர் தமை
மேனியுறுங் காளையென்று மேம்பா டுறப்புகழ்வார்.
காளையர்தம் முள்ளே கனமிகுந்தீர், ஆரியரே!
நீள முகமும், நிமிர்ந்திருக்குங் கொம்புகளும்,
பஞ்சுப் பொதிபோல் படர்ந்த திருவடிவும்,
மிஞ்சுப் புறச்சுமையும், வீரத் திருவாலும்,
வானத் திடிபோல 'மா' வென் றுறுமுவதும்,

ஈனப் பறவை முதுகின்மிசை ஏறிவிட்டால்
வாலைக் குழைத்து வளைத்தடிக்கும் நேர்மையும், பல்
காலம்நான் கண்டு கடுமோக மாய்விட்டேன்.
பார வடிவும் பயிலு முடல்வலியும்
தீர நடையும் சிறப்புமே இல்லாத 30
சல்லித் துளிப்பறவைச் சாதியிலே நான் பிறந்தேன்.
அல்லும் பகலுநிதம் அற்ப வயிற்றினுக்கே
காடெல்லாஞ் சுற்றிவந்து காற்றிலே எற்றுண்டு,
மூட மனிதர் முடைவயிற்றுக் கோருணவாம்
சின்னக் குயிலின் சிறுகுலத்தி லேதோன்றி 35
என்னபயன் பெற்றேன்? எனைப்போலோர்
                                        பாவியுண்டோ?
சேற்றிலே தாமரையும் சீழுடைய மீன்வயிற்றில்
போற்றுமொளி முத்தும் புறப்படுதல் கேட்டிலிரோ?
நீசப் பிறப்பொருவர் நெஞ்சிலே தோன்றிவரும்
ஆசை தடுக்கவல்ல தாகுமோ? காமனுக்கே 40
சாதிப் பிறப்புத் தராதரங்கள் தோன்றிடுமோ?
வாதித்துப் பேச்சை வளர்த்தோர் பயனுமில்லை.
மூட மதியாலோ, முன்னைத் தவத்தாலோ,
ஆடவர்தம் முள்ளே அடியாளுமைத் தெரிந்தேன்!
மானுடராம் பேய்கள் வயிற்றுக்குச் சோறிடவும் 45
கூனர்தமை ஊர்களிலே கொண்டு விடுவதற்கும்
தெய்வமென நீருதவி செய்தபின்னர், மேனிவிடாய்
எய்தி யிருக்கு மிடையினிலே, பாவியேன்
வந்துமது காதில் மதுரவிசை பாடுவேன்;
வந்து முதுகில் ஒதுங்கிப் படுத்திருப்பேன், 50

வாலிலடி பட்டு மனமகிழ்வேன், 'மா' வென்றே
ஒலிடு நும் பேரொலியோ டொன்று படக் கத்துவேன்
மேனியுளே உண்ணிகளை மேவாது கொன்றிடுவேன்,
கானிடையே சுற்றிக் கழனியெல்லாம் மேய்ந்து, நீர்
மிக்கவுண வுண்டுவாய் மென்றசைதான் போடுகையில்
பக்கத் திருந்து பலகதைகள் சொல்லிடுவேன்.
காளை யெருதரே! காட்டிலுயர் வீரரே!
தாளைச் சரணடைந்தேன் தையலெனைக் காத்தருள்வீர்.
காதலுற்று வாடுகின்றேன் காதலுற்ற செய்தியினை
மாத ருரைத்தல் வழக்கமில்லை என்றறிவேன்.   60

ஆனாலும் என்போல் அபூர்வமாங் காதல்கொண்டால்,
தானா வுரைத்தலன்றிச் சாரும் வழியுளதோ?
ஒத்த குலத்தவர்பால் உண்டாகும் வெட்கமெலாம்.
இத்தரையில் மேலோர்முன் ஏழையர்க்கு நாணமுண்டோ?
தேவர் முன்னே அன்புரைக்கச் சிந்தை வெட்கங்
                                  கொள்வதுண்டோ?   65
காவலர்க்குத் தங்குறைகள் காட்டாரோ கீழடியார்?
ஆசைதான் வெட்கம் அறியுமோ?" என்றுபல
நேசவுரை கூறி நெடிதுயிர்த்துப் பொய்க்குயிலி
பண்டுபோ லேதனது பாழடைந்த பொய்ப்பாட்டை
எண்டிசையும் இன்பக் களியேறப் பாடியதே.   70

    காதல், காதல், காதல்;
    காதல் போயிற் காதல் போயிற்,
    சாதல், சாதல், சாதல்
        முதலியன   (குயிலின் பாட்டு)

பாட்டு முடியும்வரை பாரறியேன், விண்ணறியேன்;
கோட்டுப் பெருமரங்கள் கூடிநின்ற காவறியேன்!
தன்னை யறியேன், தனைப்போல் எருதறியேன்;
பொன்னை நிகர்த்தகுரல் பொங்கிவரும் இன்பமொன்றே
கண்டேன், படைப்புக் கடவுளே! நான்முகனே!   75

பண்டே யுலகு படைத்தனைநீ என்கின்றார்.
நீரைப் படைத்து நிலத்தைத் திரட்டிவைத்தாய்
நீரைப் பழைய நெருப்பிற் குளிர்வித்தாய்,
காற்றைமுன்னே ஊதினாய் காணரிய வானவெளி
தோற்றுவித்தாய், நின்றன், தொழில்வலிமை யாரறிவார்
உள்ளந்தான் கவ்வ ஒருசிறிதுங் கூடாத
கொள்ளைப் பெரியவுருக் கொண்ட பலகோடி
வட்ட வுருளைகள் போல் வானத்தில் அண்டங்கள்
எட்ட நிரப்பியவை எப்போதும் ஓட்டுகின்றாய்;
எல்லா மசைவில் இருப்பதற்கே சக்திகளைப்
பொல்லாப் பிரமா, புகுத்தி விட்டாய், அம்மாவோ!
காலம் படைத்தாய், கடப்பதிலாத் திக்கமைத்தாய்;
ஞாலம் பலவினிலும் நாடோறுந் தாம்பிறந்து
தோன்றி மறையும் தொடர்பாப் பல அனந்தம்;
சான்ற உயிர்கள் சமைத்துவிட்டாய் நான் முகனே!
சால மிகப்பெரிய சாதனைகாண் இஃதெல்லாம்!
தாலமிசை நின்றன் சமர்த்துரைக்க வல்லார் யார்?
ஆனாலும் நின்றன் அதிசயங்கள் யாவினுமே,
கானா முதம்படைத்த காட்சிமிக விந்தையடா!
காட்டுநெடு வானம், கடலெல்லாம் விந்தையெனில்
பாட்டினைப்போல் ஆச்சரியம் பாரின்மிசை இல்லையடா!
பூதங்க ளொத்துப் புதுமைதரல் விந்தையெனில்
நாதங்கள் சேரும் நயத்தினுக்கு நேராமோ?
ஆசைதருங் கோடி அதிசயங்கள் கண்டதிலே,
ஓசைதரும் இன்பம் உவமையிலா இன்பமன்றோ?
செத்தைக் குயில்புரிந்த தெய்விகத்தீம் பாட்டெனுமோர்
வித்தை முடிந்தவுடன், மீட்டுமறி வெய்திநான்
கையினில் வாளெடுத்துக் காளையின்மேல் வீசினேன்
மெய்யிற் படுமுன் விரைந்ததுதான் ஓடிவிட,
வன்னக் குயில் மறையப் பறவையெலாம்
முன்னைப்போற் கொம்பு முனைகளிலே வந்தொலிக்க,
நாணமில்லாக் காதல்கொண்ட நானுஞ் சிறுகுயிலை

வீணிலே, தேடியபின், வீடுவந்து சேர்ந்துவிட்டேன்.
எண்ணியெண்ணிப் பார்த்தேன் எதுவும் விளங்கவில்லை;
கண்ணிலே நீர்ததும்பக் கானக் குயிலெனக்கே 110
காதற் கதையுரைத்து நெஞ்சங் கரைத்ததையும்,
பேதைநா னங்கு பெரியமயல் கொண்டதையும்,
இன்பக் கதையின் இடையே தடையாகப்
புன்பறவை யெல்லாம் புகுந்த வியப்பினையும்
ஒன்றைப் பொருள்செய்யா உள்ளத்தைக் காமவனல் 115
தின்றெனது சித்தம் திகைப்புறவே செய்ததையும்,
சொற்றைக் குரங்கும் தொழுமாடும் வந்தெனக்கு
முற்றும் வயிரிகளா மூண்ட கொடுமையையும்,
இத்தனைகோ லத்தினுக்கும் யான்வேட்கை தீராமல்
பித்தம் பிடித்த பெரிய கொடுமையையும் -
எண்ணியெண்ணிப் பார்த்தேன் எதுவும் விளங்கவில்லை;
கண்ணிரண்டும் மூடக் கடுந்துயிலில் ஆழ்ந்துவிட்டேன்.

8. நான்காம் நாள்

நான்காம்நாள் என்னை நயவஞ் சனைபுரிந்து
வான்காதல் காட்டி மயக்கிச் சதிசெய்த
பொய்ம்மைக் குயிலென்னைப் போந்திடவே கூறியநாள்
மெய்மை யறிவிழந்தேன், வீட்டிலே மாடமிசை
சித்தந் திகைப்புற்றோர் செய்கை யறியாமல். 5
எத்துக் குயிலென்னை எய்துவித்த தாழ்ச்சியெலாம்
மீட்டும் நினைத்தங்கு வீற்றிருக்கும் போழ்தினிலே,
காட்டுத் திசையினிலென் கண்ணிரண்டும் நாடியவால்
வானத்தே ஆங்கோர் கரும்பறவை வந்திடவும்
யானதனைக் கண்டே, 'இது நமது பொய்க்குயிலோ?' 10

என்று திகைத்தேன்: இருந்தொலைக்கே நின்றதனால்
நன்று வடிவம் துலங்கவில்லை; நாடுமனம்
ஆங்கதனை விட்டுப் பிரிவதற்கு மாகவில்லை.
ஓங்குந் திகைப்பில் உயர்மாடம் விட்டுநான்
வீதியிலே வந்துநின்றேன். மேற்றிசையில் அவ்வுருவம் 15

சோதிக் கடலிலே தோன்றுகரும் புள்ளியெனக்
காணுதலும், சற்றே கடுகி யருகேபோய்,
‘நாணமிலாப் பொய்க்குயிலோ’ என்பதனை நன்கறிவோம்
என்ற கருத்துடனே யான்விரைந்து சென்றிடுங்கால்.

யான்நின்றால் தான்நிற்கும் சென்றால் தான்செல்லும்;
மேனிநன்கு தோன்ற அருகினிலே மேவாது
வானி லதுதான் வழிகாட்டிச் சென்றிடவும்.
யான்நிலத்தே சென்றேன் இறுதியிலே முன்புநாம்
கூறியுள்ள மாஞ்சோலை தன்னைக் குறுகியந்த
ஊரிலாப் புள்ளுமத னுள்ளே மறைந்ததுவால்.
மாஞ்சோலைக் குள்ளே மதியிலிநான் சென்றாங்கே
ஆஞ்சோதி வெள்ளம் அலையுமொரு கொம்பரின்மேல்
சின்னக் கருங்குயிலி செவ்வனே வீற்றிருந்து,
பொன்னங் குழலின் புதிய ஒலிதனிலே

பண்டைப் பொய்க்காதற் பழம்பாட்டைத் தான்பாடிக்
கொண்டிருத்தல் கண்டேன். குமைந்தேன்; எதிரேபோய்,
“நீசக் குயிலே, நிலையறியாப் பொய்மையே,
ஆசைக் குரங்கினையும் அன்பார் எருதினையும்
எண்ணிநீ பாடும் இழிந்த புலைப்பாட்டை
நண்ணியிங்கு கேட்க நடத்திவந்தாய் போலுமெனை”
என்று சினம்பெருகி ஏதேதோ சொல்லுரைத்தேன்,
கொன்றுவிட நெஞ்சிற் குறித்தேன்; மறுபடியும்
நெஞ்ச மிளகி நிறுத்திவிட்டேன் ஈங்கிதற்குள்,
வஞ்சக் குயிலி மனத்தை இரும்பாக்கிக்

கண்ணிலே பொய்ந்நீர் கடகடெனத் தானூற்றப்
பண்ணிசைபோ லின்குரலாற் பாவியது கூறிடுமால்;
ஐயனே, என்னுயிரின் ஆசையே ஏழையெனை
வையமிசை வைக்கத் திருவுளமோ? மற்றெனையே
கொன்று விடச் சித்தமோ? கூறீர் ஒருமொழியில்!

அன்றிற் சிறுபறவை ஆண்பிரிய வாழாது,
ஞாயிறுதான் வெம்மைசெயில், நாண்மலர்க்கு வாழ்வுளதோ?
தாயிருந்து கொன்றால், சரண்மதலைக் கொன்றுளதோ?
தேவர் சினந்துவிட்டால், சிற்றுயிர்கள் என்னாகும்?
ஆவற் பொருளே! அரசே! என் ஆரியரே!

சிந்தையில் நீர் என்மேற்சினங்கொண்டால் மாய்ந்திடுவேன்
வெந்தழலில் வீழ்வேன், விலங்குகளின் வாய்ப்படுவேன்.
குற்றம் நீர் என்மேற் கொணர்ந்ததனை யானறிவேன்.
குற்றநுமைக் கூறுகிலேன் குற்றமிலேன் யானம்ம!
புன்மைக் குரங்கைப் பொதிமாட்டை நான்கண்டு
மென்மையுறக் காதல் விளையாடினேன் என்றீர்;
என்சொல்கேன்! எங்ஙனுய்வேன்! ஏதுசெய்கேன், ஐயனே!
நின்சொல் மறக்க நெறியில்லை; ஆயிடினும்
என்மேல் பிழையில்லை; யாரிதனை நம்பிடுவார்?
நின்மேல் சுமைமுழுதும் நேராகப் போட்டுவிட்டேன்,

வெவ்விதியே! நீ என்னை மேம்பாடுறச் செய்து
செவ்விதினிங் கென்னை என்றன் வேந்தனொடு சேர்த்திடினும்,
அல்லாதென் வார்த்தை அவர்சிறிதும் நம்பாமே
புல்லாக எண்ணிப் புறக்கணித்துப் போய்விட, நான்
அக்கணத்தே தீயில் அழிந்துவிழ நேரிடினும்,
எக்கதிக்கும் ஆளாவேன்; என்செய்கேன்? வெவ்விதியே!

9. குயில் தனது பூர்வ ஜன்மக் கதையுரைத்தல்

"தேவனே! என்னருமைச் செல்வமே! என்னுயிரே!
போவதன் முன்னொன்று புகல்வதனைக் கேட்டருள்வீர்!
முன்னம் ஒருநாள் முடிநீள் பொதியமலை
தன்னருகே நானும் தனியேயோர் சோலைதனில்
மாங்கிளையி லேதோ மனதிலெண்ணி வீற்றிருந்தேன். 5
ஆங்குவந்தார் ஓர்முனிவர், ஆரோ பெரியரென்று
பாதத்தில் வீழ்ந்து பரவினேன்; ஐயரெனை
ஆதரித்து வாழ்த்தி யருளினார், மற்றதன்பின்,
வேத முனிவரே, மேதினியில் கீழ்ப்பறவைச்
சாதியிலே நான் பிறந்தேன், சாதிக் குயில்களைப்போல் 10
இல்லாமல், என்தன் இயற்கை பிரிவாகி,
எல்லார் மொழியும் எனக்கு விளங்குவதேன்?
மானுடர்போற் சித்தநிலை வாய்த்திருக்குஞ் செய்தியேன்?
யானுணரச் சொல்வீர்' என வணங்கிக் கேட்கையிலே
கூறுகின்றார் ஐயர்; 'குயிலே கேள். முற்பிறப்பில் 15
வீறுடைய வெந்தொழிலார் வேடர் குலத்தலைவன்
வீர முருகனெனும் வேடன் மகளாகச்
சேர வளநாட்டில் தென்புறத்தே ஓர் மலையில்
வந்து பிறந்து வளர்ந்தாய் நீ, நல்லிளமை
முந்து மழகினிலே மூன்றுதமிழ் நாட்டில் 20
யாரும் நினக்கோர் இணையில்லை என்றிடவே
சீருயர நின்றாய்; செழுங்கான வேடரிலுன்
மாமன் மகனொருவன் மாடனெனும் பேர்கொண்டான்;
காமன் கணைக்கிரையாய், நின்னழகைக் கண்டுருகி,
நின்னை மணக்க நெடுநாள் விரும்பி, அவன் 25

பொன்னை மலரைப் புதுத்தேனைக் கொண்டுனக்கு
நித்தம் கொடுத்து, நினைவெல்லாம் நீயாகச்
சித்தம் வருந்துகையில், தேமொழியே, நீ யவனை
மாலையிட வாக்களித்தாய்; மையலினா லில்லை; அவன்
சால வருந்தல் சகிக்காமல் சொல்லிவிட்டாய்;   30

ஆயிடையே, நின்றன் அழகின் பெருங்கீர்த்தி
தேயமெங்குந் தான்பரவத் தேன்மலையின் சார்பினிலோர்
வேடர்கோன், செல்வமும் நல் வீ ரமுமே தானுடையான்;
நாடனைத்தும் அஞ்சி நடுங்குஞ் செயலுடையான்,
மொட்டைப் புலியனுந்தன் மூத்த மகனான   35
நெட்டைக் குரங்கனுக்கு நேரான பெண்வேண்டி,
நின்னை மணம்புரிய நிச்சயித்து, நின்னப்பன்
தன்னை யணுகி, "நின்னோர்தையலையென் பிள்ளைக்குக்
கண்ணாலஞ் செய்யும் கருத்துடையேன்" என்றிடலும்,
எண்ணாப் பெருமகிழ்ச்சி எய்தியே, நின்தந்தை   40

ஆங்கே உடம்பட்டான்; ஆறிரண்டு நாட்களிலே
பாங்கா மணம்புரியத் தாமுறுதி பண்ணிவிட்டார்.
பன்னிரண்டு நாட்களிலே பாவையுனைத் தேன்மலையில்
அன்னியன்கொண் டேகிடுவான் என்னும் அதுகேட்டு,
மாடன் மனம்புகைந்து மற்றைநாள் உன்னை வந்து   45
நாடிச் சினத்துடனே நானா மொழிகூற,
நீயும் அவனிடத்தே நீண்ட கருணையினால்,
"காயுஞ் சினந்தவிர்ப்பாய் மாடா, கடுமையினால்
நெட்டைக் குரங்கனுக்குப் பெண்டாக நேர்ந்தாலும்,
கட்டுப் படிஅவர்தங் காவலிற்போய் வாழ்ந்தாலும்   50

மாதமொரு மூன்றில் மருமம் சிலசெய்து
பேதம் விளைவித்துப் பின்னிங்கே வந்திடுவேன்;
தாலிதனை மீட்டுமவர் தங்களிட மேகொடுத்து
நாலிரண்டு மாதத்தே நாயகனா நின்றனையே
பெற்றிடுவேன்; நின்னிடத்தே பேச்சுத் தவறுவனோ?   55

மற்றிதனை நம்பிடுவாய் மாடப்பா" என்றுரைத்தாய்;
காதலினா லில்லை கருணையினால் இஃதுரைத்தாய்
(மாதரசாய், வேடன் மகளான முற்பிறப்பில்,
சின்னக் குயிலியென்று செப்பிடுவார் நின்நாமம்).
பின்னர்ச் சிலதினங்கள் சென்றதன்பின், பெண்குயிலி,

நின்னொத்த தோழியரும் நீயுமொரு மாலையிலே
மின்னற் கொடிகள் விளையாடு தல்போலே
காட்டி னிடையே களித்தாடி நிற்கையிலே,
வேட்டைக் கெனவந்தான் வெல்வேந்தன் சேரமான்
தன்னருமை மைந்தன்; தனியே, துணைபிரிந்து,
மன்னவன்றன் மைந்தனொரு மானைத் தொடர்ந்துவரத்
தோழியரும் நீயும் தொகுத்துநின்றே ஆடுவதை
வாழியவன் கண்டுவிட்டான், மையல் கரைகடந்து
நின்னைத் தனக்காக நிச்சயித்தான், மாதுநீ
மன்னவனைக் கண்டவுடன் மாமோகங் கொண்டுவிட்டாய்.

நின்னையவன் நோக்கினான்; நீயவனை நோக்கி நின்றாய்;
அன்னதொரு நோக்கினிலே ஆவி கலந்துவிட்டீர்,
தோழியரும் வேந்தன் சுடர்க்கோலந் தான்கண்டே
ஆழியரசன் அரும்புதல்வன் போலு மென்றே
அஞ்சி மறைந்து விட்டார். ஆங்கவனும் நின்னிடத்தே.
"வஞ்சித் தலைவன் மகன்யான்" எனவுரைத்து,
"வேடர் தவமகளே. விந்தை யழகுடையாய்!
ஆடவனாத் தோன்றி யதன்பயனை இன்று பெற்றேன்;
கண்டதுமே நின்மிசைநான் காதல்கொண்டேன்" என்றிசைக்க,
மண்டு பெருங்காதல் மனத்தடக்கி நீ மொழிவாய்.

"ஐயனே! உங்கள் அரண்மனையில் ஐந்நூறு
தையலருண் டாம்; அழகில் தன்னிகரில் லாதவராம்;
கல்வி தெரிந்தவராம்; கல்லுருகப் பாடுவராம்;
அன்னவரைச் சேர்ந்தேநீர் அன்புடனே வாழ்ந்திருப்பீர்,

மன்னவரை வேண்டேன் மலைக்குறவர் தம்மகள்யான்;
கொல்லு மடற்சிங்கம் குழிமுயலை வேட்பதுண்டோ?
வெல்லுதிறல் மாவேந்தர் வேடருள்ளோ பெண்ணெடுப்பார்?
பத்தினியா வாழ்வதல்லால் பார்வேந்தர் தாமெனினும்
நத்தி விலைமகளா நாங்கள்குடி போவதில்லை,
பொன்னடியைப் போற்றுகின்றேன், போய் வருவீர் தோழியரும்
என்னைவிட்டுப் போயினரே, என்செய்கேன்?'' என்று நீ
நெஞ்சங் கலக்கமெய்தி நிற்கையிலே, வேந்தன் மகன்
விஞ்சிநினிறன் காதல் விழிக்குறிப்பி னாலறிந்தே,
பக்கத்தில் வந்து பளிச்சென் றுனது கன்னஞ்
செக்கச் சிவக்க முத்தமிட்டான், சினங்காட்டி
நீ விலகிச் சென்றாய் - நெறியேது காமியர்க்கே?-
தாவி நின்னைவந்து தழுவினான் மார்பிறுக,
"நின்னையன்றி ஓர்பெண் நிலத்திலுண்டோ என்றனுக்கே
பொன்னே, ஒளிர்மணியே புத்தமுதே, இன்பமே,
நீயே மனையாட்டி, நீயே அரசாணி,
நீயே துணைஎனக்கு, நீயே குலதெய்வம்.
நின்னையன்றிப் பெண்ணை நினைப்பேனோ? வீணிலே
என்னை நீ ஐயுறுதல் ஏதுக்காம்? இப்பொழுதே
நின்மனைக்குச் சென்றிடுவோம்; நின்வீட்டி லுள்ளோர் பால்
என்மனத்தைச் சொல்வேன், எனதுநிலை யுரைப்பேன்.
வேத நெறியில் விவாகமுனைச் செய்துகொள்வேன்
மாதரசே!' என்று வலக்கைதட்டி வாக்களித்தான்.
பூரிப்புக் கொண்டாய் புளகம்நீ எய்திவிட்டாய்.
வாரிப் பெருந்திரை போல் வந்த மகிழ்ச்சியிலே
நாணந் தவிர்த்தாய்; நனவே தவிர்ந்தவளாய்,

காணத் தெவிட்டாதோர் இன்பக் கனவினிலே
சேர்ந்துவிட்டாய், மன்னன்றன் திண்டோளை நீயுவகை
ஆர்ந்து தழுவி அவனிதழில் தேன்பருகச்
சிந்தை கொண்டாய், வேந்தன்மகன், தேனில் விழும்
                              வண்டினைப்போல்.
விந்தையுறு காந்தமிசை வீழும் இரும்பினைப்போல்,   115
ஆவலுடன் நின்னை யறத்தழுவி, ஆங்குனது
கோவை யிதழ்பருகிக் கொண்டிருக்கும் வேளையிலே;
சற்றுமுன்னே ஊரினின்று தான்வந் திறங்கியவன்,
மற்றுநீ வீட்டைவிட்டு மாதருடன் காட்டினிலே
கூத்தினுக்குச் சென்றதனைக் கேட்டுக் குதூகலமாய்   120

ஆத்திரந்தான் மிஞ்சிநின்னை ஆங்கெய்திக்
                              காணவந்தோன்,-
நெட்டைக் குரங்கன் நெருங்கிவந்து பார்த்துவிட்டான்.
"பட்டப் பகலிலே! பாவிமகள் செய்தியைப் பார்!
கண்ணாலங் கூடஇன்னுங் கட்டி முடியவில்லை.
மண்ணாக்கி விட்டாள்! என் மானந்தொலைத்து விட்டாள்!   125
'நிச்சிய தாம்பூலம்' நிலையா நடந்திருக்கப்
பிச்சைச் சிறுக்கிசெய்த பேதகத்தைப் பார்த்தாயே?!'
என்று மனதில் எழுகின்ற தீயுடனே
நின்று கலங்கினான் நெட்டைக் குரங்கனங்கே
மாப்பிளைதான் ஊருக்கு வந்ததையும், பெண்குயிலி   130

தோப்பிலே தானுந்தன் தோழிகளு மாச்சென்று
பாடி விளையாடும் பண் புகேட் டேகுரங்கன்
ஓடி யிருப்பதோர் உண்மையையும் மாடனிடம்
யாரோ உரைத்துவிட்டார்; ஈரிரண்டு பாய்ச்சலிலே
நீரோடும் மேனி நெருப்போடுங் கண்ணுடனே   135

மாடனங்கு வந்துநின்றான். மற்றிதனைத் தேன்மலையின்
வேடர்கோன் மைந்தன் விழிகொண்டு பார்க்கவில்லை
நெட்டைக் குரங்கனங்கு நீண்ட மரம்போலே
எட்டி நிற்குஞ் செய்தி இவன் பார்க்க நேரமில்லை.
அன்னியனைப் பெண்குயிலி ஆர்ந்திருக்குஞ் செய்தியொன்று 140

தன்னையே இவ்விருவர் தாங்கண்டார், வேறறியார்,
மாடனதைத் தான்கண்டான், மற்றவனும் அங்ஙனமே
மாடன் வெறிகொண்டான் மற்றவனும் அவ்வாறே
காவலன் றன் மைந்தனுமக் கன்னிகையுந் தானுமங்கு
தேவசுகங் கொண்டு விழியே திறக்கவில்லை. 145

ஆவிக் கலப்பின் அமுத சுகந்தனிலே
மேவியங்கு மூடி யிருந்த விழிநான்கு.
ஆங்கவற்றைக் கண்டமையால் ஆவியிலே தீப்பற்றி
ஓங்கும் பொறிகள் உதிர்க்கும் விழிநான்கு
மாடனுந்தன் வாளுருவி மன்னவனைக் கொன்றிடவே 150

ஓடி வந்தான்; நெட்டைக் குரங்கனும் வாளோங்கி வந்தான்
வெட்டிரண்டு வீழ்ந்தனகாண் வேந்தன் முதுகினிலே
சட்டெனவே மன்னவனும் தான் திரும்பி வாளுருவி
வீச்சிரண்டில் ஆங்கவரை வீழ்த்தினான்; வீழ்ந்தவர் தாம்
பேச்சிழந்தே அங்கு பிணமாகக் கிடந்துவிட்டார். 155

மன்னவனும் சோர்வெய்தி மண்மேல் விழுந்து விட்டான்,
பின்னவனை நீயும் பெருந்துயர்கொண் டேமடியில்
வாரி யெடுத்துவைத்து வாய்ப்புலம்பக் கண்ணிரண்டும்
மாரி பொழிய மனமிழந்து நிற்கையிலே
கண்ணை விழித்துனது காவலனும் கூறுகின்றான்; 160

"பெண்ணே, இனிநான் பிழைத்திடேன்; சில்கணத்தே
ஆவி துறப்பேன், அழுதோர் பயனில்லை.
சாவிலே துன்பமில்லை; தையலே, இன்னமும் நாம்
பூமியிலே தோன்றிடுவோம், பொன்னே, நினைக்கண்டு,
காமுறுவேன்; நின்னைக் கலந்தினிது வாழ்ந்திடுவேன்;   165

இன்னும் பிறவியுண்டு; மாதரசே இன்பமுண்டு,
நின்னுடனே வாழ்வனினி நேரும் பிறப்பினிலே"
என்று சொல்லிக் கண்மூடி, இன்பமுறு புன்னகைதான்
நின்று முகத்தே நிலவுதர, மாண்டனன் காண்.
மாடனிங்கு செய்ததோர் மாயத்தால் இப்பொழுது   170

பீடையுறு புள்வடிவம் பேதையுனக் கெய்தியது,
வாழிநின்றன் மன்னவனும் தொண்டை வளநாட்டில்
ஆழிக் கரையின் அருகேயோர் பட்டினத்தில்
மானிடனாத் தோன்றி வளருகின்றான் நின்னையொரு
கானிடத்தே காண்பான். கனிந்துநீ பாடும்நல்ல   175

பாட்டினைத்தான் கேட்பான். பழவினையின் கட்டினால்
மீட்டு நின்மேற் காதல்கொள்வான் மென்குயிலே! என்றந்தத்
தென்பொதியை மாமுனிவர் செப்பினார். 'சாமீ,
குயிலுருவங் கொண்டேன் யான், மோமானோ மேன்மை
பயிலு மனிதவுருப் பற்றிநின்றான், எம்முள்ளே   180

காதலிசைந் தாலுங் கடிமணந்தான் கூடாதாம்.
சாதற் பொழுதிலே தார்வேந்தன் கூறியசொல்
பொய்யாய் முடியாதோ?'என்றிசைத்தேன் புன்னகையில்
ஐயர் உரைப்பார்-' அடி பேதாய், இப்பிறவி
தன்னிலும் நீ விந்தகிரிச் சார்பினிலோர் வேடனுக்குக்   185

கன்னியெனத் தான் பிறந்தாய் கர்ம வசத்தினால்,
மாடன் குரங்கன் இருவருமே வன்பேயாக்
காடுமலை சுற்றி வருகையிலே கண்டுகொண்டார்
நின்னையங்கே. இப்பிறப்பில் நீயும் பழமைபோல்
மன்னனையே சேர்வையென்று தாஞ்சூழ்ந்து மற்றவரும்

நின்னைக் குயிலாக்கி நீ செல்லுந் திக்கிலெலாம்
நின்னுடனே சுற்றுகின்றார். நீயிதனைத் தேர்கிலையோ?'
என்றார் விதியே! இறந்தவர்தாம் வாழ்வாரை
நின்று துயருறுத்தல் நீதியோ பேய்களெனைப்
பேதைப் படுத்திப் பிறப்பை மறப்புறுத்தி

வாதைப் படுத்தி வருமாயில், யாதெனது
காதலனைக் காணுங்கால், காய்சினத்தால் ஏதேனும்
தீதிழைத்தால் என்செய்வேன்? தேவரே, மற்றிதற்கோர்
மாற்றிலையோ? என்று மறுகி நான் கேட்கையிலே,
தேற்றமுறு மாமுனிவர் செப்புகின்றார்: -' பெண்குயிலே!

தொண்டைவள நாட்டிலோர் சோலையிலே வேந்தன்மகன்
கண்டுனது பாட்டில் கருத்திளகிக் காதல்கொண்டு
நேசம் மிகுதியுற்று நிற்கையிலே, பேயிரண்டும்
மோசம் மிகுந்த முழுமாயச் செய்கை பல
செய்துபல பொய்த்தோற்றங் காட்டித் திறல் வேந்தன்

ஐயமுறச் செய்துவிடும், ஆங்கவனும் நின்றனையே
வஞ்சகியென் றெண்ணி மதிமருண்டு நின்மீது
வெஞ்சினந்தான் எய்திநினை விட்டுவிட நிச்சயிப்பான்.
பிந்தி விளைவதெல்லாம் பின்னேநீ கண்டு கொள்வாய்,
சந்தி ஜபம் செய்யுஞ் சமயமாய் விட்ட' தென்றே

காற்றில் மறைந்து சென்றார் மாமுனிவர் காதலரே1
மாற்றி உரைக்கவில்லை. மாமுனிவர் சொன்னதெல்லாம்
அப்படியே சொல்லிவிட்டேன் ஐயோ! திருவுளத்தில்
எப்படிநீர் கொள்வீரோ யானறியேன். ஆரியரே!
காத லருள்புரிவீர் காதலில்லை யென்றிடிலோர்,
சாத லருளித் தமது கையால் கொன்றிடுவீர்!"
என்று குயிலும் எனதுகையில் வீழ்ந்ததுகாண்,
கொன்றுவிட மனந்தான் கொள்ளுமோ பெண்ணென்றால்
பேயு மிரங்காதோ? பேய்கள் இரக்கமின்றி
மாயமிழைத் தாலதனை மானிடனுங் கொள்ளுவதோ?

காதலிலே ஐயம் கலந்தாலும் நிற்பதுண்டோ?
மாதரன்பு கூறில் மனமிளகார் இங்குளரோ?
அன்புடனே யானும் அருங்குயிலைக் கைக்கொண்டு
முன்புவைத்து நோக்கியபின் மூண்டுவரும் இன்பவெறி
கொண்டதனை முத்தமிட்டேன். கோகிலத்தைக் காணவில்லை.

விண்டுரைக்க மாட்டாத விந்தையடா! விந்தையடா!
ஆசைக் கடலின் அமுதடா! அற்புதத்தின்
தேசமடா! பெண்மைதான் தெய்விகமாம் காட்சியடா!
பெண்ணொருத்தி அங்குநின்றாள்; பேருவகை கொண்டுதான்
கண்ணெடுக்கா தென்னைக்கணப்பொழுது நோக்கினாள்,

சற்றே தலைகுனிந்தாள் சாமீ! இவளழகை
எற்றே தமிழில் இசைத்திடுவேன்? கண்ணிரண்டும்
ஆளை விழுங்கும் அதிசயத்தைக் கூறுவனோ?
மீள விழியில் மிதந்த கவிதையெலாம்
சொல்லில் அகப்படுமோ? தூயசுடர் முத்தையொப்பாம்
பல்லில் கனியிதழில் பாய்ந்த நிலவினை யான்
என்றும் மறத்தல் இயலுமோ? பாரின்மிசை
நின்றதொரு மின்கொடிபோல் நேர்ந்தமணிப் பெண்ணரசின்
மேனி நலத்தினையும் வெட்டினையுங் கட்டினையும்
தேனி லினியாள் திருத்த நிலையினையும்

மற்றவர்க்குச் சொல்ல வசமாமோ? ஓர் வார்த்தை
கற்றவர்க்குச் சொல்வேன், கவிதைக் கனிபிழிந்த
சாற்றினிலே, பண்கூத் தெனுமிவற்றின் சாரமெலாம்
ஏற்றி அதனோடே இன்னமுதைத் தான் கலந்து,
காதல் வெயிலிலே காயவைத்த கட்டியினால்   245
மாதவளின் மேனி வகுத்தான் பிரமனென்பேன்.
பெண்ணவளைக் கண்டு பெருங்களிகொண் டாங்ஙனே
நண்ணித் தழுவி நறுங்கள் ளிதழினையே
முத்தமிட்டு முத்தமிட்டு மோகப் பெருமயக்கில்
சித்தம் மயங்கிச் சிலபோழ் திருந்த பின்னே,   250

பக்கத் திருந்தமணிப் பாவையுடன் சோலையெலாம்
ஒக்க மறைந்திடலும், ஓஹோ! எனக்கதறி
வீழ்ந்தேன். பிறகு விழிதிறந்து பார்க்கையிலே
சூழ்ந்திருக்கும் பண்மைச் சுவடி, எழுதுகோல்,
பத்திரிகைக் கூட்டம், பழம்பாய் - வரிசையெல்லாம்   255
ஒத்திருக்க 'நாம் வீட்டில் உள்ளோம்' எனவுணர்ந்தேன்.
சோலை, குயில், காதல், சொன்னகதை யத்தனையும்,
மாலை யழகின் மயக்கத்தால் உள்ளத்தே
தோன்றியதோர் கற்பனையின் சூழ்ச்சியென்றே கண்டு
                                  கொண்டேன். 260

ஆன்ற தமிழ்ப் புலவீர், கற்பனையே யானாலும்,
வேதாந்த மாக விரித்துப் பொருளுரைக்க
யாதானுஞ் சற்றே இடமிருந்தாற் கூறீரோ?

உயிர் பெற்ற தமிழர் பாட்டு

(புதிதாகச் சேர்க்கப்பெற்ற பாடல்கள்)

பல்லவி

இனிஒரு தொல்லையும் இல்லை – பிரி
வில்லை, குறையும் கவலையும் இல்லை (இனி)

ஜாதி

மனிதரில் ஆயிரம் ஜாதி – என்ற
வஞ்சக வார்த்தையை ஒப்புவதில்லை;
கனிதரும் மாமரம் ஒன்று – அதில்
காய்களும் பிஞ்சுக் கனிகளும் உண்டு. 1

பூவில் உதிர்வதும் உண்டு – பிஞ்சைப்
பூச்சி அரித்துக் கெடுவதும் உண்டு
நாவிற் கினியதைத் தின்பார் – அதில்
நாற்பதி னாயிரம் சாதிகள் சொல்வார். 2

ஒன்றுண்டு மானிட சாதி – பயின்று
உண்மைகள் கண்டவர் இன்பங்கள் சேர்வார்;
இன்று படுத்தது நாளை – உயர்ந்
தேற்றம் அடையும் உயர்ந்த திழியும். 3

நந்தனைப் போல்ஒரு பார்ப்பான் – இந்த
நாட்டினில் இல்லை; குணம் நல்லதாயின்,
எந்தக் குலத்தின ரேனும் – உணர்
வின்பம் அடைதல் எளிதெனக் கண்டோம், 4

இன்பத்திற்கு வழி

ஐந்து புலனை அடக்கி – அரசு
ஆண்டு மதியைப் பழகித் தெளிந்து,
நொந்து சலிக்கும் மனதை – மதி
நோக்கத்திற் செல்ல விடும்வகை கண்டோம். 5

புராணங்கள்

உண்மையின் பேர்தெய்வம் என்போம் — அன்றி
    ஓதிடும் தெய்வங்கள் பொய்யெனக் கண்டோம்
உண்மைகள் வேதங்கள் என்போம் — பிறிது
    உள்ள மறைகள் கதையெனக் கண்டோம்.   6

கடலினைத் தாவும் குரங்கும் — வெங்
    கனலிற் பிறந்ததோர் செவ்விதழ்ப் பெண்ணும்,
வடமலை தாழ்ந்தத னாலே — தெற்கில்
    வந்து சமன்செயும் குட்டை முனியும்,   7

நதியி னுள்ளேமுழு கிப்போய் — அந்த
    நாகர் உலகிலோர் பாம்பின் மகளை
விதியுற வேமணம் செய்த — திறல்
    வீமனும் கற்பனை என்பது கண்டோம்.   8

ஒன்றுமற் றொன்றைப் பழிக்கும் — ஒன்றில்
    உண்மையென் றோதிமற் றொன்றுபொய் யென்னும்
நன்று புராணங்கள் செய்தார் — அதில்
    நல்ல கவிதை பலபல தந்தார்.   9

கவிதை மிகநல்ல தேனும் — அக்
    கதைகள் பொய்யென்று தெளிவுறக் கண்டோம்;
புவிதனில் வாழ்நெறி காட்டி — நன்மை
    போதிக்கும் கட்டுக் கதைகள் அவைதாம்.   10

ஸ்மிருதிகள்

பின்னும் (ஸ்)மிருதிகள் செய்தார் — அவை
    பேணும் மனிதர் உலகினில் இல்லை;
மன்னும் இயல்பின வல்ல — இவை
    மாறிப் பயிலும் இயல்பின ஆகும்.   11

காலத்திற் கேற்ற வகைகள் – அவ்வக்
    காலத்திற் கேற்ற ஒழுக்கமும் நூலும்
ஞால முழுமைக்கும் ஒன்றாய் – எந்த
    நாளும் நிலைத்திடும் நூலொன்றும் இல்லை   12

சூத்திர னுக்கொரு நீதி – தண்டச்
    சோறுண்ணும் பார்ப்புக்கு வேறொரு நீதி;
சாத்திரம் சொல்லிடு மாயின் – அது
    சாத்திரம் அன்று சதியென்று கண்டோம்.   13

மேற்குலத்தார் எவர்?

வையகம் காப்பவ ரேனும் – சிறு
    வாழைப் பழக்கடை வைப்பவ ரேனும்,
பொய்யக லத்தொழில் செய்தே – பிறர்
    போற்றிட வாழ்பவர் எங்கணும் மேலோர்.   14

தவமும் யோகமும்

உற்றவர் நாட்டவர் ஊரார் – இவர்க்கு
    உண்மைகள் கூறி இனியன செய்தல்
நற்றவம் ஆவது கண்டோம் – இதில்
    நல்ல பெருந்தவம் யாதொன்றும் இல்லை.
பக்கத் திருப்பவர் துன்பம் – தன்னைப்
    பார்க்கப் பொறாதவன் புண்ணிய மூர்த்தி;
ஒக்கத் திருந்தி உலகோர் – நலம்
    உற்றிடும் வண்ணம் உழைப்பவன் யோகி.   16

யோகம், யாகம், ஞானம்

ஊருக் குழைத்திடல் யோகம்; – நலம்
    ஓங்கிடு மாறு வருந்துதல் யாகம்
போருக்கு நின்றிடும் போதும் – உளம்
    பொங்கல் இல்லாத அமைதிமெய்ஞ் ஞானம்.   17

பரம்பொருள்

எல்லையில் லாத உலகில் — இருந்
 தெல்லையில் காலம் இயங்கிடும் தோற்றம்
எல்லையில் லாதன வாகும் — இவை
 யாவையு மாயிவற் றுள்ளுயி ராகி, 18

எல்லையில் லாப்பொருள் ஒன்று — தான்
 இயல்பறி வாகி இருப்பதுண் டென்றே,
சொல்லுவர் உண்மை தெளிந்தார் — இதைத்
 தூவெளி யென்று தொழுவர் பெரியோர். 19

நீயும் அதனுடைத் தோற்றம் — இந்த
 நீல நிறங்கொண்ட வானமும் ஆங்கே,
ஓயுதல் இன்றிச் சுழலும் — ஒளி
 ஓங்குபல் கோடிக் கதிர்களும் அஃதே, 20

சக்திகள் யாவும் அதுவே — பல்
 சலனம் இறத்தல் பிறத்தலும் அஃதே
நித்திய மாமிவ் வுலகில் — கடல்
 நீரில் சிறுதுளி போலும்இப் பூமி, 21

இன்பமும் ஓர்கணத் தோற்றம் — இங்கு
 இளமையும் செல்வமும் ஓர்கணத் தோற்றம்;
துன்பமும் ஓர்கணத் தோற்றம் — இங்கு
 தோல்வி முதுமை ஒருகணத் தோற்றம். 22

முக்தி

தோற்றி அழிவது வாழ்க்கை — இதில்
 துன்பத்தோ டின்பம் வெறுமையென் றோதும்
மூன்றில் எதுவரு மேனும் — களி
 மூழ்கி நடத்தல் பரசிவ முக்தி.   (இனி) 23

*இளசை ஒருபா ஒருபஃது

காப்பு

நித்தரெனும் தென்னிளசை நின்மலனார் தாம்பயந்த
அத்திமுகத் தெங்கோ னடியிணையே — சித்திதரும்
என்தமிழி லேது மிழுக்கிலா மேயஃது
நன்றாகு வென்றருளும் நன்கு.

நூல்

தேனிருந்த சோலைசூழ் தென்னிளசை நன்னகரின்
மானிருந்த கையன் மலரடியே — வானிற்
சுரர்தம னியன்மால் தொழுங்காற் கிரீடத்
தரதனங்கள் சிந்து மகம். 1

அகவிடத்திற் கோர்திலக மாமென் னிளசைப்
பகவனென் னெட்டீசன் பதமே — திகிரி
பொருந்துகரத் தானன்றோர் போத்திரியாய்த் தேடி
வருந்தியுமே காணாச்செல் வம். 2

செல்வ மிரண்டுஞ் செழித்தோங்குந் தென்னிளசை
யில்வளரும் ஈசன் எழிற்பதமே — வெல்வயிரம்
ஏந்துகரத் தான்கரியன் எண்கணன்தம் உள்ளத்துப்
போந்துவளர் கின்ற பொருள். 3

பொருளாள ரீய வேற்போ ரிளசை
மருளாள ரீச ரடியே — தெருள்சேர்
தமனா மறையவன்மேற் றன்பாச மிட்ட
சமனாவி வாங்கும்பா சம் 4

---

* இந்தப் பாடல் இதுவரை அச்சேறாதது. இதனைப் பாதுகாத்து வைத்திருந்த அன்பர், பாரதியாரின் பள்ளித் தோழரான காந்திமதிநாதபிள்ளை அவர்களின் புதல்வர் 'இசைமணி' கா. சங்கரனார்.

சங்கந் தவழ்கழனி தண்இளசை நன்னகரில்
எங்கள் சிவனார் எழிற்பதமே — துங்கமிகும்
வேத முடியின் மிசையே விளங்குறுநற்
சோதியென நெஞ்சே துணி 5

துணிநிலவார் செஞ்சடையன் தோள்இளசை ஊரன்
மணிகண்டன் பாத மலரே — பிணிநரகில்
வீழச்செய் யாது விரும்பியஈந் தேஅடியர்
வாழச்செய் கின்ற மருந்து. 6

மருளறக் கற்றோர்கண் மருவிளசை ஊரில்
வருமிறைவன் பாத மலரே — திருவன்
விரைமலரா விட்ட விழியாம் வியன்றா
மரைபூத்த செந்தா மரை. 7

தாமரையின் முத்தெங்குந் தான்சிதறுந் தென்னிளசைக்
கோமானெட் டீசன்மலர் கொள்பதமே — நாமவேல்
வல்லரக்கன் கைலை வரையெடுத்த காலவனை
அல்லற் படவடர்த்த தால் **8**

ஆல விழியா ரவர்முலைநேர் தண்வரைசூழ்
கோல மணிஇளசைக் கோன்பதமே — சீல
முனிவர் விடுத்த முயலகன் மீதேறித்
தனிநடனஞ் செய்ததுவே தான் 9

தானே பரம்பொருளாந் தண்ணிளசை யெட்டீசன்
தேனேய் கமலமலர்ச் சீரடியே — யானேமுன்
செய்தவினை தீர்த்துச் சிவாநந்தம் பொங்கியருள்
எய்திடவுஞ் செய்யும் எனை. 10

தனி

கன்னனெனும் எங்கள் கருணைவெங்க டேசுரெட்ட
மன்னவன் போற்றுசிவ மாணடியே — அன்னவனும்
இந்நூலுந் தென்னா ரிளசையெனும் நன்னகரும்
எந்நாளும் வாழவைக்கு மே.

அனுபந்தங்கள்

1

*ஜாதீய கீதம்

பங்கிம் சந்திர சட்டோபாத்யாயர் வங்காளியில் இயற்றிய "வந்தே மாதரம்" கீதம்.*

ஸுஜலாம், ஸுபலாம் மலயஜ சீதலாம்
ஸஸ்ய ஸ்யாமளாம் மாதரம். — வந்தேமாதரம்

1. ஸுப்ர ஜ்யோத்ஸ்நா புளகித யாமிநீம்
புல்ல குஸுமித த்ருமதள ஸோபிநீம்
ஸுஹாஸிநீம், ஸுமதுர பாஷிணீம்
ஸுகதாம், வரதாம், மாதரம். — வந்தேமாதரம்

2. ஸப்த கோடி கண்ட கலகல நிநாத கராலே
த்விஸப்த கோடி புஜைர் த்ருதகர கரவாலே
கே போலே, மா துமி அபலே
பஹுபல தாரிணீம், நமாமி தாரிணீம் — வந்தேமாதரம்

3. துமி வித்யா, துமி தர்ம,
துமி ஹ்ருதி, துமி மர்ம,
த்வம்ஹி ப்ராணா: சரீரே
பாஹுதே துமி மா சக்தி
தொமா ரேயி ப்ரதிமா கடிமந்திரே மந்திரே.
— வந்தேமாதரம்

---

*இதனைப் பாரதியார் தமிழில் கவிதையாக மொழி பெயர்த்துள்ளார். இதற்கு இரண்டு மொழிபெயர்ப்புகள் உள்ளன. அவை 'தேசிய கீதங்கள்' அடங்கிய முதல் தொகுதியில், பாரத நாடு என்ற பகுதியில் 18, 19-ம் எண்ணுள்ள கவிதைகளாகத் தரப்பட்டுள்ளன.

4. த்வம்ஹி துர்கா தசப்ரஹரண தாரிணீ
கமலா கமலதள விஹாரிணீ
வாணீ வித்யா தாயிநீ, நமாமித்வாம். — வந்தேமாதரம்

5. நமாமி, கமலாம், அமலாம், அதுலாம்,
ஸுஜலாம், ஸுபலாம் மாதரம்
ஸ்யாமளாம், ஸரளாம், ஸுஸ்மிதாம், பூஷிதாம்,
பரணீம், தரணீம், மாதரம். —வந்தேமாதரம்

2

பாரதியாரின் சமர்ப்பணமும் முகவுரையும்

பாரதியார் தம் வாழ்நாளில் அவ்வப்போது வெளியிட்ட கவிதைத் தொகுதிகளுக்கு எழுதியுள்ள சமர்ப்பணமும், முகவுரையும் இங்குத் தரப்பட்டுள்ளன.

1

“**ஸ்வதேச கீதங்கள்**” என்னும் நூல் 1908-ல் முதன் முதல் வெளியாயிற்று. இது பின்வரும் சமர்ப்பணத்தோடும் முகவுரையோடும் கூடியது.

சமர்ப்பணம்

ஸ்ரீகிருஷ்ணன் அர்ஜுனனுக்கு விசுவரூபம்காட்டி ஆத்தும நிலை விளக்கியதொப்ப, எனக்குப் பாரத தேவியின் சம்பூர்ண ரூபத்தைக்காட்டி, ஸ்வதேச பக்தி யுபதேசம் புரிந்தருளிய குருவின் சரண மலர்களில் இச்சிறு நூலைச் சமர்ப்பிக்கின்றேன்.

ஆசிரியன்.

முகவுரை

ஒருமையும் யௌவனத் தன்மையும் பெற்று விளங்கும் பாரத தேவியின் சரணங்களிலே யான் பின்வரும் மலர்கள் கொண்டு சூட்டத் துணிந்தது எனக்குப் பிழையென்று தோன்றவில்லை. யான் சூட்டியிருக்கும் மலர்கள் மணமற்றன என்பதனை நன்கறிவேன். தேவலோகத்துப் பாரிஜாத மலர்கள் சூடத் தகுதிகொண்ட திருவடிகளுக்கு எனது மணமற்ற முருக்கம் பூக்கள் அணிக் குறைவை விளைக்கும் என்பதையும் யான் தெரிந்துள்ளேன். ஆயினும் உள்ளன்பு மிகுதியால் இச் செய்கையிலே துணிவு கொண்டுவிட்டேன். சாக்கியன் எறிந்த கற்களையும் சிவபிரான் மலர்களாகக் கருதி அங்கீகரிக்கவில்லையா? அதனையொப்ப, எனது குணமற்ற பூக்களையும் பாரத மாதா கருணையுடன் ஏற்றருளுக!

மயிலாப்பூர்,   சி. சுப்பிரமணிய பாரதி
1908-ம் வருடம் ஜனவரி 10உ

குறிப்பு: இந்தப் பாடல்களைப் பிரசுரிக்குமாறு என்னைத் தூண்டி, இவை வெளிப்படுவதில் மிகுந்த ஆவல்காட்டி உதவிகள் இயற்றிய மித்திரர்களிடம் மிக்கநன்றி பாராட்டுகின்றேன்.

2

1909-ல் 'ஜன்ம பூமி' (ஸ்வதேச கீதங்கள் - இரண்டாம் பாகம்) வெளியிடப்பட்டது. அதிலுள்ள சமர்ப்பணமும் முகவுரையும் வருமாறு:

சமர்ப்பணம்

எனக்கு ஒரு கடிகையிலே, மாதாவினது மெய்த்தொண்டின் தன்மையையும், துறவுப் பெருமையையும், சொல்லாமலுணர்த்திய குருமணியும் பகவான்

விவேகானந்தருடைய தர்ம புத்திரியும் ஆகிய ஸ்ரீமதி நீவேதிதா தேவிக்கு இந்நூலைச் சமர்ப்பிக்கின்றேன்.

சி. சுப்பிரமணிய பாரதி

முகவுரை

இனிய நிலவின் ஒளியால் விழுங்கப்பட்டு உலகம் அவாங்கமன கோசரமாகிய சௌந்தர்யத்தைப் பெற்றிருக்கும் சமயத்தில் ஒவ்வொரு கவிஞனுடைய உள்ளமும் தன்னையறியாது குதூகலமடைகின்றது. சூரியன் உதித்தவுடனே சேதனப்பிரகிருதி மட்டுமேயன்றி அசேதனப் பிரகிருதியும், புதிய ஜீவனையும் உற்சாகத்தையும் பெற்றுத் திகழ்கின்றது. இவற்றினை யொப்பவே, நாட்டில் ஓர்புதிய ஆதர்சம் —ஓர் கிளர்ச்சி —ஓர் மார்க்கம் —தோன்றுமேயானால் மேன்மக்களின் நெஞ்சமனைத்தும், இரவியை நோக்கித் திரும்பும் சூரியகாந்த மலர்போல, அவ்வாதர்சத்தை நோக்கித் திரும்புகின்றன. சென்ற சுபகிருது வருஷத்திலே பாரத நாட்டில், சர்வ சுபங்களுக்கும் மூலாதாரமாகிய "தேசபக்தி" என்ற நவீன மார்க்கம் தோன்றியது. நல்லோர்களின் சிந்தையெல்லாம் உடனே புளகிதமாயின. நல்லோருடைய குணங்களிலே குறைவுடையவனாகிய யானும் தேவியினது கிருபையால் அப்புதிய சுடரினிடத்து அன்பு பூண்டேன். அவ்வன்பு காரணமாகச் சென்ற வருஷம் சில கவிதை மலர் புனைந்து மாதாவின் திருவடிக்குப் புனைந்தேன்.

நான் எதிர்பார்த்திராத வண்ணமாக மெய்த் தொண்டர்கள் பலர் "இம் மலர்கள் மிக நல்லன" என்று பாராட்டி மகிழ்ச்சியறிவித்தார்கள். மாதாவும் அதனை அங்கீகாரம் செய்து கொண்டாள், இதனால், துணிவு மிகுதியுறப் பெற்றேனாகி, மறுபடியும் தாயின் பதமலர்க்குச் சில

புதிய மலர்கள் கொணர்ந்திருக்கிறேன். இவை மாதாவின் திருவுள்ளத்திற்கு மகிழ்ச்சியளிக்குமென்றே நினைக்கின்றேன்.

> 'குழலினிது யாழினி தென்பதம் மக்கள்
> மழலைச்சொற் கேளா தவர்"

என்பது வேதமாதலின்.

இங்ஙனம்

சி. சுப்பிரமணிய பாரதி

குறிப்பு: முதற் பகுதியிலிருந்த ஓரிரண்டு பாடல்கள், இதனிடையே பொருத்தம் நோக்கிச் சேர்க்கப் பட்டிருக்கின்றன.

3

1910-ம் வருடம் நவம்பருக்குச் சரியான சாதாரண வருஷம் கார்த்திகை மாதத்தில் பாரதியார் ஒரு பாடல் தொகுதியை வெளியிட்டார். அதன் முகவுரை வருமாறு:

முகவுரை

இச்சிறிய செய்யுள் – நூல் விநோதார்த்தமாக எழுதப்பட்டது. ஒரு சில பாட்டுக்கள் இன்பமளிக்கக் கூடியவானாலும் பதர் மிகுதியாகக் கலந்திருக்கக்கூடும். இதன் இயல்பு தன் கூற்றெனப்படும். அதாவது, கதாநாயகன் தன் சரிதையைத்தான் நேராகவே சொல்லும் நடை. இக் காவிய முறை நவீனமானது. இஃது தமிழறிந்த நூலோர்கள் அங்கீகரிக்கத் தக்கதுதானா என்று பார்த்திடும் பொருட்டுச் சிறிய நூலொன்றை முதலில் பதிப்பிடுகிறேன். இதனைப் பதம் பார்த்து மேலோர் நன்றென்பாராயின் இவ்வழியிலே வேறு பல வெளியாக்குவேன். அனுபவக்குறைவினாலும் ஆற்றற் குறைவினாலும் நேரும் பிழைகளைப் பொறுத்தருள் செய்க.

சாதாரண வருஷம் கார்த்திகை மாதம்   ஆசிரியன்
புதுச்சேரி

3

பதிப்பாசிரியர்களின் குறிப்புக்கள்

பாரதியாரின் பாடல்களடங்கிய சிறு தொகுதிகள் வேறு சிலராலும் பதிப்பிட்டு வெளியிடப்பட்டன. தேசீய கீதங்களும் பிற பாடல்களும் அடங்கிய ஒரு தொகுதி 1914-ல் தென் ஆப்பிரிக்காவில் வெளியாயிற்று. பின்னர், ஸ்ரீ பரலி சு. நெல்லையப்ப பிள்ளையவர்களும் மற்றொரு தொகுதி வெளியிட்டிருந்தனர். இறுதியாகப் பாரதியாரின் காலத்திற்குப் பின் 'பாரதி பிரசுராலயத்தார்' அவருடைய கவிதைகள் அனைத்தையும், வசன இலக்கியங்களையும் சிறு சிறு தொகுதிகளாகவும், மூன்று பெருந் தொகுதிகளாகவும் (காவியங்கள், வசனங்கள், கட்டுரைகள்) பற்பல பதிப்புக்கள் வெளியிட்டுள்ளனர். இப்பதிப்புக்களில் பதிப்பாசிரியர்கள் எழுதியுள்ள முகவுரை முதலிய குறிப்புக்கள் இங்குக் குறிக்கப்பட்டுள்ளன.

'நாட்டுப் பாட்டு' என்னும் பாடல் - தொகுதியை ஸ்ரீ பரலி சு. நெல்லையப்ப பிள்ளையவர்கள் வெளியிட்டார்கள். அதன் இரண்டாம் பதிப்பு 1919-ல் வெளியாயிற்று. அப்பதிப்பின் முகவுரை வருமாறு:

முகவுரை

இது முன்னர் யான் வெளியிட்ட 'நாட்டுப் பாட்டின்' இரண்டாம் பதிப்பு. இதில் பல புதிய பாடல்கள் சேர்க்கப்பட்டிருக்கின்றன.

பாரதியாரின் பாடல்களைப்பற்றி ஒரு சிறிய ஆராய்ச்சி எழுதுவதென்றாலும், அது பெரிதாக விரியும். எனவே, அந்தக் கடமையை நான் இங்குச் செய்யவில்லை.

பாரதியாரின் பாடல்கள் தமிழர்களுக்குப் புதிய உயிர் அளிப்பன. அவரது பாடல்களெல்லாம் மேலான தேச பக்தியையும் தெய்வ பக்தியையும் உண்மையான கவிகள் விளைக்கும் ஒப்பற்ற இன்பத்தையும் விளைக்கின்றன. அவர் பாடல்களைப் படித்த காசிவாசியான எனது நண்பர் ஒருவர் "அவரது அரிய கவிகளைப் படித்து உடம்பு சிலிர்த்தேன்; இத்தகைய சிறந்த கவி வல்லோர்கள் இன்னும் இருந்து பாரத நாட்டைச் சிறப்பித்து வருவதால்தான் தமிழ் மாது விருத்தாப்பிய தசை அடையவில்லை; அடைய மாட்டாள் என மகிழ்ந்தேன்" என்று எழுதினார். ஆயினும், இத்தகைய புலவர்களின் பெருமையை அறிந்து, அவர்களை ஆதரித்து, அவர்கள் அறிவும் திறமையும் தமிழ் நாட்டாருக்கு மிகவும் பயன்படும் வண்ணம் செய்யக்கூடிய தமிழர்கள் மிகச் சிலர்கூட இல்லாதிருப்பதை நோக்கும்பொழுது எனக்கு அளவற்ற விசனமும் உண்டாகிறது.

இந்த 'நாட்டுப் பாட்டின்' பெருமையைத் தமிழர்கள் நன்றாய் அறிவார்கள். எனது தாய்த் திருநாட்டைப் புகழும் இத்தகைய பாடல்களைப் பாடி மகிழுமாறு, யான் இந்த நாட்டிலே கோடிகோடிப் பிறப்பு பிறக்கவேண்டுமென்று விரும்புகிறேன். அண்ட சராசரங்கள் அனைத்தையும் ஆக்கியும், காத்தும், மாய்த்தும் வரும் பரம்பொருளின் பெரும் புகழை ஒருவன் எவ்வளவு காலந்தான் புகழ்ந்து போற்றினும் ஆவல் தீருமா? அதுபோல, இந்தத் தெய்வீகத்திருநாட்டின் பெருமைகளை ஒருவன் எவ்வளவு காலந்தான் புகழ்ந்து பாடினும் ஆவல் தீராது.

எந்தாய் வாழ்க. வந்தே மாதரம்.

சித்தார்த்தி வருஷம் ஆனி மாதம் நெ.
சிந்தாதிரிப்பேட்டை, சென்னை.

4

பல்வகைப் பாடல்கள்

102. கற்பனையூர் என்ற பாடலுக்குப் பாரதியார் குறிப்பு: 'ஜான்ஸ்கர்' என்ற ஆங்கிலப் புலவன் 'நக்ஷத்ர தூதன்' என்ற பத்திரிகையில் பிரசுரித்த 'The Town of Let's Pretend' என்ற பாட்டின் மொழிபெயர்ப்பாக அமைந்தது இக்கவிதை.

இதன் பொருள்: கற்பனை நகரமென்பது சித்தத்தில் குழந்தை நிலை பெறுவதை இங்குக் குறிப்பிடுகிறது. 'யோவான்' என்பது குமார தேவனுடைய பெயர். 'அக்கடவுள் மனிதனுக்குள்ளே நிலைபெற்று, மனிதன் மோக்ஷமடைவதற்கு முன்னர் குழந்தைப் பருவத்தை அடைய வேண்டும்' என்று யேசுகிறிஸ்து சொல்லியிருக்கும் பொருளை இப் பாடல் குறிப்பிடுகிறது. கவலைகளை முற்றும் துறந்துவிட்டு உலகத்தை வெறுமே லீலையாகக் கருதினாலன்றி மோக்ஷம் எய்தப்படாது.

கற்பனையூர் 'The Town of 'Let's Pretend,' என்னும் ஆங்கிலப் பாடல் 'The Herald of the Star' என்னும் பத்திரிகையில் 1918-ம் வருஷம் ஜூன் மாதம் வெளியான 7-வது வால்யூம் 1-ம் நம்பரில் 'John Scurr' என்பவர் எழுதியது. அது வருமாறு:

Now this is the town of : Let's Pretend,
    Where the fairies live and play;
'Tis the gorgeous land of 'Make Believe'
    Where everyone is gay.

This chair has become a pirate ship
    That sails the Spanish Main -
Full many a man must walk the plank
    Ere we come home again.

'Tis here the young prince will welcome us
 With kiss that awoke his wife;
For happy they are, for ever and aye,
 Free from all care and strife.

We'll drink our tea from dolly's cup,
 Sweet nectar it will be.
We must hide away from the giant ogre
 Till Jack can set us free.

The children dwell in this pleasant town
 Where the toys all pulse with life;
Each doll is a queen in a golden Crown
 Or else's a prince's wife.

Each firewood stick is a dagger ornate
 To destroy the Red Skin Chief,
And with cards or bricks we build a house
 Which never shall shelter a thief.

O would that we of the elder breed
 Whose youth has passed away
Could dream again as we dreamt of yore
 As the children dream at their play.

But the deer sweet Land of 'Make Believe'
 We never can enter again;
We have grown too old and cannot pretend
 Nor castle build in Spain.

5

தெய்வப் பாடல்கள்

90. பொய்யோ மெய்யோ என்ற பாடலுக்கு முன்னுரை! எல்லா சாஸ்திரங்களும் ஏறக்குறைய உண்மைதான். ஆனால் எல்லோருக்கும், எப்போதும் ஒரே சாஸ்திரம் ஒத்துவராது. சின்ன திருஷ்டாந்தம் சொல்லுகிறேன்.

ஒரு செல்வர், கிழவனார்; ஒரு வேளை ஆகாரம் செய்துகொண்டு, லௌகிக விஷயங்களைத் தான் கவனியாமல், பிள்ளைகள் கையிலே கொடுத்துவிட்டு, நியம நிஷ்டைகள் ஜபதபங்களுடன் சுந்தர காண்டத்தையும் கடோபநிஷத்தையும் பாராயணம் செய்துகொண்டு வீட்டைவிட்டு வெளியேறாமலிருப்பதே மேலான வழி என்ற கொள்கை இந்தக் கிழவனாருக்குச் சரிப்பட்டுவரும்.

ஒரு 16 வயது ஏழைப்பிள்ளை; தகப்பனில்லை; வீட்டிலே தாயாருக்கும் தங்கைக்கும் தனக்குமாக எங்கேனும் போய் நாலு பணம் கொண்டுவந்தால்தான் அன்றன்று அடுப்பு மூட்டலாம். இவன் மேற்படி சுந்தரகாண்ட வழியைப்போய்ப் பிடித்தால் நியாயமாகுமா?

'இந்த உலகமே பொய்' என்று நமது தேசத்தில் ஒரு சாஸ்திரம் வழங்கிவருகிறது. சந்நியாசிகள் இதை ஓயாமல் சொல்லிக்கொண்டிருக்கட்டும். அதைப்பற்றி இந்த நிமிஷம் எனக்கு வருத்தமில்லை. குடும்பத்திலிருப்போருக்கு அந்த வார்த்தை பொருந்துமா? நடுவீட்டில் உச்சரிக்கலாமா? அவச் சொல்லன்றோ? நமக்குத் தந்தை வைத்துவிட்டுப்போன வீடும் வயலும் பொய்யா? தங்கச் சிலைபோல நிற்கிறாள் மனைவி: நமது துயரத்துக்கெல்லாம் கண்ணீர்விட்டுக் கரைந்தாள்; நமது மகிழ்ச்சியின்போதெல்லாம் உடல் பூரித்தாள்; நமது

குழந்தைகளை வளர்த்தாள்; அவள் பொய்யா? குழந்தைகளும் பொய்தானா? பெற்றவரிடம் கேட்கிறேன். குழந்தைகள் பொய்யா? நமது வீட்டில் வைத்துக் கும்பிடும் குலதெய்வம் பொய்யா?

வீடு கட்டிக் குடித்தனம் பண்ணுவோருக்கு மேற்படி சாஸ்திரம் பயன்படாது. நமக்கு இவ்வுலகத்தில் வேண்டியவை நீண்ட வயது, நோயில்லாமை, அறிவு, செல்வம் என்ற நான்குமாம். இவற்றைத் தரும்படி தத்தம் குலதெய்வங்களை மன்றாடிக் கேட்கவேண்டும். எல்லாத் தெய்வங்களும் ஒன்று. அறம், பொருள், இன்பம் என்ற மூன்றிலும் தெய்வ ஒளி காணவேண்டும். தெய்வத்தின் ஒளி கண்டால் நான்காம் நிலையாகிய வீடுதானே கிடைக்கும்.

பின்னுரை: முதற்பாட்டிலே 'நிற்பது' 'நடப்பது' முதலியன உலகத்தில் தோன்றும் வடிவங்கள்; 'கற்பது' 'கேட்பது' முதலியன செய்கைகள்; மூன்றாம் பாட்டிலே, 'கோலமும் பொய்களோ, அந்தக் குணங்களும் பொய்களோ' என்பது தெளிவாகச் சொன்னால் 'தேளின் உருவம் மாத்திரம் பொய்யோ? அது கொட்டுவதும் பொய்தானோ?' என்ற கேள்வி.

6

பல்வகைப் பாடல்கள் பற்றிய விளக்கக் குறிப்புகள்*

7. 'சியூசீன்' என்பாள் சீன பாஷையில் பாடிய பாட்டின் மொழி பெயர்ப்பு. பாரதி கட்டுரைகளில் 'சியூசீன் செய்த பிரசங்கம்' என்ற பகுதியில் இப்பாடல் உள்ளது.

---

* பின்குறிப்பு எதுவுமின்றித் தரப்பட்டுள்ளவை இப்பதிப்பில் புதிதாகச் சேர்க்கப்பட்டனவாம்.

11. பாரதி வசனங்களில் 'கதைக் கொத்து' என்ற பகுதியிலுள்ள 'புதிய கோணங்கி' என்ற கதையினிடையே இப்பாடல் தரப்பட்டுள்ளது.

16. நள வருஷம் கார்த்திகை மாதம் 8-ம் தேதி புதன்கிழமை இரவு ஒரு கணவனும் மனைவியும். இது புதுவையில் வீசிய புயற் காற்றைக் குறிப்பதாகும். இங்குக் குறித்த நள வருஷம் என்பது 1916-17-ம் வருஷத்தைக் குறிப்பதாகும்.

19. சாதாரண வருஷத்துத் தூமகேது. இது 1910-11-ல் நிகழ்ந்த நிகழ்ச்சியாகும்.

26. 'சந்திரமதி' என்பது காதல் கொண்டவளாகிய பெண்ணைக் குறிப்பது; சந்திரன் காதலுக்கு அதி தேவதையாதலால்

(பாரதியார் குறிப்பு)

31. ஸ்ரீ சுப்பராம தீக்ஷிதர் தென்னிந்தியாவின் பிரபல சங்கீதவித்வான் ஸ்ரீ முத்துசாமி தீக்ஷிதரவர்களின் புதல்வரும் எட்டயபுரம் சமஸ்தானப் பாகவதரும் ஆவர். இவர் 1906-ம் வருடம் நவம்பர் மாதம் 25-ம் தேதி காலம் சென்றபோது பாடிய இரங்கற்பாக்கள். இளசை, எட்டயபுரம். (பாரதியார் குறிப்பு)

32. ஸ்ரீ உ.வே. சாமிநாதையர் அவர்கள் மகாமகோபாத்யாய பட்டம் பெற்றபோது சி. சுப்பிரமணிய பாரதியார் பாடிப்படித்த செய்யுட்கள் (பாரதி பிரசுராலயத்தார் குறிப்பு)

33. ஸ்ரீ பாரதியார் புதுவையிலிருந்து வெளியேறிய பிறகு, எட்டயபுரத்தில் சிறிது காலம் வசித்து வந்தார்.

ஜீவனத்திற்கு மிகவும் கஷ்டப்பட்டுக் கொண்டிருந்த காலம். இருந்தாலும் மிகவும் ஜமீன்தாரை நேரில் கண்டு, அவரது ஆதரவைப் பெறுவதற்கு விரும்பவில்லை. ஏனெனில், ஏற்கெனவே இந்த சமஸ்தான சேவகத்தை உதறிவிட்டு வெளியேறியவர். மேலும், துரைத்தனத்தாரால்

பாரதிக்கு ஏற்பட்டிருந்த தடைகளெல்லாம் அப்பொழுது நீக்கப்பட்டிருந்த போதிலும், பாரதியாருக்கு உதவி செய்தால் தமக்கு ஏதேனும் பாதகம் ஏற்படுமோ என்று ஜமீன்தார் பயங்கொண்டிருந்தார். ஆதலின், பாரதியார் தமக்கு இச்சமயம் சரியான ஆதரவும் மரியாதையும் கிடைக்காது என்று கருதி வறுமையின் கொடுமையைப் பொறுத்துக் கொண்டிருந்தாரேயொழிய ஜமீன்தாரின் உதவியை நாடவில்லை. ஆனால், இவர் படும் கஷ்டத்தைச் சகிக்காமல் இவரது நண்பர்களும் பந்துக்களும் இவரை மிகவும் நிர்ப்பந்திக்கவே, ஜமீன்தாருக்கு இவ்விரண்டு சீட்டுக் கவிகளையும் எழுதியனுப்பினார்.

பன்னிரண்டு ரூபாய்க்குச் சேவகஞ் செய்துவந்த பழைய "சுப்பையா" வாகத் தன்னைக் கருதாமல் கவியரசனைப் புவியரசன் தக்கபடி ஆதரிக்கவேண்டும் என்பதை இந்தப் பாக்கள் நன்கு விளக்குகின்றன. (பாரதி பிரசுராலயத்தார் குறிப்பு)

7

பொருள் விளக்கமும் குறிப்புக்களும்

பாரதியார் முதற்பதிப்பில் எழுதியன

பாஞ்சாலி சபதம்

(முதற் பாகம்)

(முதற்பாட்டிலிருந்து 18-ஆம் பாட்டுவரையில் நொண்டிச் சிந்து.

லாலல லாலல ல – லல
லாலல லாலல லால லலா – என்ற மெட்டில்
நடப்பது.)

பாட்டு 1 – வரி 7: ஆமெனும் பொருளனைத்தாய்– 'உள்ள வஸ்துக்கள் யாவுமாகி' என்பது பொருள். 'ஆம்' எனும் சொல் சம்மதியைக் குறிப்பது மட்டுமேயன்றி உண்மையையும் குறிக்கும். வடமொழியில் 'ஓம்' என்னும் சொல்லுக்கு 'ஆம்' என்றே பொருள். எவ்விடத்தும் 'இல்லை' யாதலின்றி, 'ஆம்' என இருத்தல் பற்றியே, வேதத்தில் பிரமத்துக்கு 'ஓம்' எனும் பெயர் கொடுக்கப்பட்டிருப்பதறிக.

பாட்டு 4 – வரி 2: – மிக்கபல்லுரையெனுங் கருமையிட்டாள் – வேதமாகிய கண்ணில் (ஞான நூல்களாகிய கண்ணில்) பலவித வியாக்கியானங்கள் 'பாஷ்யங்கள்' என்னும் கரிய மையைப் பூசியவள். மை கண்ணுக்கு நல்லது. அழகுங்கூட. ஆனால், அளவுக்கு மிஞ்சிப் பூசினால் விகாரமாகத் தோன்றுவதுடன் கண்ணே போனாலும் போய்விடும். (நமது தேசத்தில் ஒரு வேளை இப்படி நடந்திருக்குமோ?) சரஸ்வதி அறிவுத் தெய்வமாதலால், அவளுக்கு ஆத்ம ஞானமே (வேதமே) விழி எனப்பட்டது.

பாட்டு 4- வரி 3, 4: – சீதக்கதிர் மதியா (ம்) நுதல் - குளிர்ந்த ஒளியுடைய மதியே சரஸ்வதி தேவிக்கு நெற்றியாக வர்ணிக்கப்பட்டிருக்கிறது. சிந்தனை ('ஊகம்') என்பது அவளுடைய கூந்தல்.

காட்டு 8 – வரி 7, 8: – சிந்தையி லறமு முண்டாம் – எனிற் சேர்ந்திடுங் கலிசெயு மறமு முண்டாம்.

ஒரு சங்கத்தின் – ஒரு ஜாதியின் – ஒரு தேசத்தின் – அறிவு மழுங்காதிருக்கும்வரை அதற்கு நாசம் ஏற்படாது. பாரத தேசத்தில் முற்காலத்திலே பாரத ஜாதி முழுமையின் அறிவுக்குப் பொறுப்பாளியாகப் பிராமணர் என்னும் பெயருடைய ஒரு வகுப்பினர் இருந்ததாகப் பழைய

நூல்களிலே காணப்படுகிறது. அந்தப் பிராமணர் தமது கடமைகளைத் தவறாது நடத்தியிருப்பார்களானால் மற்றக் குலத்தவரும் நெறி தவறியிருக்கமாட்டார்கள்; மஹா பாரதப் போர் நடந்திராது; பாரத தேசத்தில் பெரியதோர் க்ஷத்திரிய நாசமும் கலியும் வந்திருக்க மாட்டா. ஒரு தேசத்திற்கு ஏற்படும் உயர்வு தாழ்வுகளுக்கு அத்தேசத்திலுள்ள பிராமணர்களே பொறுப்பாளிகளென மேலே குறித்திருப்பதை விளக்கும் பொருட்டு மஹா பாரதப் போர் நடக்கு முன்பாகவே முதற்படப் பாவம் பிராமணருக்குள் புகுந்ததென்பதை நூல் தெரிவிக்கின்றது.

பாட்டு 11 – வரி 1: – ஆரிய வேல்மறவர் – 'மறம்' என்பது வீரம்; மறவர் க்ஷத்திரியர்.

பொதுப்படையாக இக்குலத்தாரைக் குறிப்பிடுவதற்குத் தமிழில் அரசர், மன்னர் என்னும் சொற்களை வழங்குவதுமுண்டு. அதாவது, க்ஷத்திரியர்களுடைய தலைவனொருவனுக்கு மாத்திரமன்றி, அக்குல முழுமைக்குமே தமிழில் மன்னர் முதலிய பெயர்களுண்டு. நமது நாட்டில் இப்போது 'மறவர்' என வழங்கும் கூட்டத்தார் க்ஷத்திரிய வமிசத்தவராதல் உணர்க.

பாட்டு 13 – வரி 4:– மலர்விழிக் காந்தங்கள் – காந்தத்திற்குரிய கவர்ச்சித் தொழில் செய்துகொண்டிருக்கும் (மாதர்) விழிகள்.

பாட்டு 14 – வரி 5, 6: – பல தரனுடைத் தொழில் செயுமாசனமும், மாசனம், மஹா ஜனங்கள், பொதுப்படையான குடிகள். இவர்களே தேசத்திற்கு உயிராவர். இவர்களைச் "சூத்திரர்" என்பது தற்கால வழக்கு. (சூத்திரர் என்னும் பெயரைச் சில மூடர் இழிவான பொருள்பட வழங்குவதுபற்றி, நூலில் அப்பெயர் தரவில்லை.)

பாட்டு 16 — வரி 7: — உரியோர் - பந்துக்கள்.

பாட்டு 17 — வரி 8: —மறைக்குல மறவர்கள் இருவர் - வேத மோதும் குலத்திலே பிறந்தவராயினும் மறவர் தொழிலைக் கைக்கொண்ட துரோணன், கிருபன் (என்னும் மஹான்கள்) என்போர்.

பாட்டு 19 :—இஃது எண்சீர்; ஈற்றது மா.

பாட்டு 20 முதல் பாட்டு 37 முடிய: — மறுபடியும் நொண்டிச்சிந்து.

பாட்டு 24 — வரி 7: —பால் வகை மன்னவர். பால் —பகுதி. பல பகுதிகளாக வகுக்கப்பட்ட அரசர் (க்ஷத்திரியர்) கூட்டங்கள்.

பாட்டு 25 — வரி 5:—வழவழத் தருமன் —(உலக வழக்கு); உக்கிரத்தன்மை முதலிய மறவர் குணங்கள் இல்லாத தருமன்.

பாட்டு 27 — வரி 2:— வளமைகள் — (உலக வழக்கு); பெருமைக ளென்பது பொருள்.

பாட்டு 29 — வரி 2 : —கதலியின் தோல் —கதலியென்பது ஒரு வகை மான்.

பாட்டு 33 — வரி 8: — அரபியர் ஒட்டைகள் - வியாச முனிவர் அரபி தேசமென்று பெயர் குறிப்பிடாவிடினும், அவரது வர்ணனைகளைப் பார்க்குமிடத்துத் தருமபுத்திரன் யாகத்துக்குக் காணிக்கையாக வந்த ஒட்டைகள் அரபி தேசத்தன என்று தெளிவாகத் தோன்றுகிறது. இன்று அரபி தேசத்திலேதான் ஒட்டைகள் அதிகமாக வழங்குதலறிக.

பாட்டு 34 — வரி 3:— நின்றிடும் புகழ்ச் சீனம்- மிகப் புராதனமான காலந்தொட்டுக் கீர்த்தி யழியாது நிற்குஞ் சீனதேசம். இஃது சீன தேசத்திற் குடியரசு நாட்டிப் புகழ் மிகுதியடையு முன்னதாகவே எழுதப்பட்டது. சில

அனுபந்தங்கள் 557

தேசங்களின் பெருமை காலத்திலே மாறியும் சிதைந்தும் அழிந்தும் போகிறது. காலச் செய்கையை எதிர்த்துச் சில தேசங்கள் எப்போதும் அழிவற்ற பெருமையுடன் விளங்குகின்றன. பிந்தியவற்றுள் சீன தேசமொன்று.

பாட்டு 38 முதல் 41 முடிய: - எண் சீர்ப் பாட்டு.

பாட்டு 42 முதல் 49 முடிய:-

லாலல லாலல லாலல லாலல
லாலலா லல
லாலல லாலல லாலல லாலல
லாலலா லல என்று படிக்கவும்.

பாட்டு 45 - வரி 5, 6: - வீரர்தம் போரின் அரிய நற்சாத்திர வாதங்கள் - ஆயுதங்களுடன் செய்யப்படும் உடற்போரைக் காட்டிலும் பண்டிதர் செய்யும் சாத்திரவாதங்கள் அருமையுடையன என்பது கருத்து: அதாவது உண்மையுடன் இவ்வாதங்கள் நடைபெறுமிடத்து என்க. உண்மை யறியாதார், உண்மை வேண்டாதார் செய்யும் வாதங்கள் சந்தையில் மீன் விற்கும் ஸ்திரீகளின் போராட்டத்திற்கு நேராகும்.

பாட்டு 53 முதல் 83 முடிய : - நாலடி, எண்சீர்ச் சிந்து.

லாலல லாலல லாலல - லல
லாலல லாலல லாலலா என்ற மெட்டு.

சம்பாஷணைகள் முதலியவற்றைத் திறனுடனும் உண்மையுடனும் காட்டுவதற்கு இப்பாட்டின் நடை மிகவும் சௌகர்யமாதலைப் பாடிப் பார்த்து உணர்ந்து கொள்க.

பாட்டு 69, 70 இப்பாட்டுகளின் கருத்து: - சகுனி சொல்லுகிறான்: "நமக்கு ஏற்கனவே அளவிறந்த செல்வம் இருக்கும்போது, இன்னும் அதிக செல்வத்தை ஏன் விரும்ப

வேண்டும்? இருப்பதை வைத்துப் பாதுகாத்தல் போதாதா?" என்று ஒரு வேளை நீ நினைக்கின்றாய் போலும். ஆனால், இவ்வித நினைப்பு நின்போன்ற ஆரிய மன்னர்களுக்குத் தகாது. ஏனென்றால், நித்தம் ஏராளமான செல்வத்தைத் தான முதலியவற்றால் ஒரு பக்கத்திலே செலவிட்டு, மற்றொரு பக்கத்திலே போர் முதலியவற்றால் மிக்க பொருள் சேகரித்துக் கொண்டிருப்பதாகிய இரட்டைத் தொழில் ஆரிய மன்னர்களால் அனுசரிக்கப்படுவது. இருப்பதை மூடிவைக்க விரும்புவோன் அரசனல்லன், (கிழ) மூடச்செட்டி. எது போலெனில் கங்கை நதி நாள்தோறும் அளவில்லாத ஜலத்தைக் கடலிலே கொண்டு கொட்டுகிறது. என்ன வீண் செலவு! இந்த 'வீண் செலவு' செய்யாவிட்டால் ஜீவனின்றி அழுகிப்போய்விடும். மலைமீதிருந்து அதற்கு ஓயாத ஊற்றுவரவு இருக்கின்றது. அதனை உலகிற்கெல்லாம் வழங்குவதுமன்றிக் கடலிலும் கொண்டுபொழிகிறது. (ஆம்) 'மேலே' செல்வரிடமுள்ள பொருளைக் கவர்ந்து 'கீழே சாமான்ய ஜனங்களுக்குப் பல வகைகளிலே பயன்படுத்த வேண்டும். அப்போதுதான் ராஜா, கங்கை நதியைப்போல், 'ஜீவநதி' யாக இருக்கலாம். (கங்கை நதியைப் போல் ஆரியர்களும்.)

> செல்வம் வளர்தற்கே — தொழில்
> ஆயிர நித்தம் புதியன — கண்டு
> வாரிப் பழம்பொரு ளெற்றுவார் — அந்த
> வண்மையும் நீயறி யாததோ?

இங்ஙனமில்லாது, சத்தமற்ற நெடுங்காட்டில், மலையடிக் கீழ்ப்பட்ட இருட் குகையில் நீரை வைத்துப் பாசியால் மூடிக் காக்கும் சுனைகளைப் போன்ற ஒழுக்கம் ஆரியர்களால் வெறுத்தற்குரியது."

அனுபந்தங்கள்

பாட்டு 81, 82, 83 : - ஒருவனைப் பரமாத்மாவின் அவதாரம் என்று கூறுவதன் பொருள் இம் மூன்று பாட்டுக்களிலும் விளக்கப்பட்டிருக்கிறது.

பா.104 - வரி 8 : - நீதித் தர்மனும் சூதில் அன்புள்ளோன் - தர்மன் சூதாட்டத்திலே பிரியமுடையவனென்றும், அழைத்தால் எளிதில் இணங்கி விடுவானென்றும் சகுனி கருதுவதாக முதல் நூலிலேயே காணப்படுகிறது.

பா. 109 - முதல் 114 வரை

லாலல லாலல லாலல லாலா
லாலல லாலல லாலல லாலா   என்று பாடுக.

பா. 124 - வரி 7: - கேள்விக் கொரு மிதிலாதிப னொத்தோன் - கேள்வியில் மிதிலை யரசனாகிய ஜனகனுக்கு நிகரானவன்.

இப்பாட்டின் மொத்தக் கருத்து: 'நாங்கள் உமது யாகத்திற்கு வந்து திரும்பிச் சென்ற பிறகு, உங்களைப் பாஞ்சாலி சஹிதமாக அழைத்து அஸ்தினாபுரத்தில் மறுவிருந்து கொண்டாட வேண்டியது மரபு. ஆனால் இதுவரை சோதிடர்கள் நல்ல நாளில்லை என்று சொன்னார்கள். இந்த மாதந்தான் அவர்கள் நல்ல மாதமென்றனர்" என்பது.

பாட்டு 138 - வரி 7, 8:- செப்பிடு வித்தையைப் போலவே - புவிச் செய்திகள் தோன்றிடு மாயினும்,

இவ்வுலகத்துச் செய்திகள், மேலளவாகப் பார்க்கும்போது, முன்பின் தொடர்பு இல்லாதனவாகித் திடும் திடுமென்று புறப்படுவன போலத் தோன்றுகின்றன. ஆனால், ஆழ்ந்து நோக்குமிடத்து இவை 'காரண காரியத் தொடர்' என்பதோர் தவிர்க்க முடியாத விதியால் கட்டுண்டிருக்கின்றன.

பாட்டு 148 - வரி 7,8:- சீரடியால் பழவேத முனிவர் போற்றுஞ் செழுஞ் சோதி - சீர்களும் அடிகளும் இயைந்த மந்திரங்களால் முன்னைய வேத ரிஷிகள் போற்றிய ஞாயிறு.

இங்கு சூரியாஸ்தமய வர்ணனை கூறப்படுகிறது. இப்பாடல்களின் கருத்து நன்கு விளங்கும்பொருட்டு, நமது "கர்மயோகி"ப் பத்திரிகையிலே இவ் விஷயத்தைப்பற்றி எழுதியுள்ள உபந்யாச மொன்றை இங்குத் தருகின்றோம்.

சூர்யாஸ்தமயம்:- உலகத்தில் எங்கு பார்த்தாலும் நிறைந்துகிடக்கும் லாவண்யங்களைத் தமிழர்கள் கவனிப்பது கிடையாது. சனிக்கிழமை சாயங்காலந்தோறும் குளக்கரைகளிற் போய்க் கருடன் பார்ப்பதற்கென்றால் நம்மவர்கள் கூட்டங் கூட்டமாக ஓடுகிறார்கள். சூரியாஸ்தமய காலத்தில் வானத்திலே தோன்றும் அதிசயங்களைப் பார்க்க ஒருவன்கூடப் போவ (கிற) தில்லை. அப்போது வானத்திலே இந்திர ஜால மஹேந்திர ஜாலங்களெல்லாம் நடக்கின்றன. இந்த க்ஷணமிருந்த தோற்றம் அடுத்த க்ஷணம் இருப்பதில்லை. உலகத்திலுள்ள திரவிய முழுவதையும் செலவிட்டு வர்ணக் காட்சிகள் ஏற்படுத்திப் பார்ப்போமானால் (லும்) அது சூர்யாஸ்தமய காலத்தில் வானத்திலே நாம் செலவில்லாமல் பார்க்கக்கூடிய காட்சிகளிலே கோடியிலொரு பங்குகூடக் காணாது. வாண வேடிக்கைகள் பார்க்க ஒரு செல்வன் பதினாயிரக் கணக்கான திரவியம் செலவிடுகிறான். அவனது செல்வத்தினாலன்றோ இந்தக் காட்சி சுலபமாகிறதென்று அதைப் பார்த்து ஆயிரம் ஏழைகள் பெருமூச்செறிகிறார்கள். சகோதரா! சூர்யாஸ்தமயத்தின் விநோதங்களைச் சென்று பார். சூரியனைப் பார்த்தால் கண்ணுக்குக் கெடுதி என்ற குருடர் நம்பிக்கையைப் பொருட்டாக்காதே. சூர்யனைப் பார்ப்பது பாவமென்று சொல்லும் மூடர் சாஸ்திரத்தைக் கண்கொண்டு பார்க்காதே.

நமது நாட்டில் வேத காலத்து ரிஷிகள் பிரகிருதியின் சௌந்தர்யங்களைக் கண்டு மோகித்துப் பரமானந்த மெய்தியவர்களாய்ப் பல அதிசயமான பாடல்கள் பாடியிருக்கிறார்கள். பிரகிருதியின் அழகைக் கண்டு பரவசமெய்திக் காளிதாசன் முதலிய பெருங் கவிகள் அற்புதக் கவிதைகள் செய்திருக்கின்றனர். இக்காலத்திலேதான் இந்தத் துரதிருஷ்ட நிலைகொண்ட நாட்டில் வானம் பார்த்தறியாத குருடர்களெல்லோரும் கவிகளென்று சொல்லி வெளிவருகிறார்கள்.

சூர்யாஸ்தமயத்தின் அற்புத சௌந்தர்யங்களை எழுதிப் பிறர் மனதில்படும்படி செய்வது சாத்தியமில்லை. (நேரிலே கொண்டு காட்டினாலும் பலருக்கு ஆரம்பத்திலே கண் கூசுவதுதான் அர்த்தமாகுமேயல்லாமல், விஷயம் தெரியாது) சகோதரா! நீயாகவே போய்ப் பல தினம் அடுத்துப்பார்க்க வேண்டும். பிறகுதான் உனக்கு அந்தத் தெய்வக்காட்சி சிறிது சிறிதாக விளங்கும். சூர்யோதயத்திலேயும் சூர்யாஸ்தமயத்தியலும் வானத்தில் நடக்கும் இந்திர ஜாலக் காட்சியில் க்ஷணந்தோறும் புதிய புதிய விநோதங்கள் மாத்திரமேயன்றி இன்னுமொரு விசேஷமுண்டு. நேற்று இருந்தது போல இன்றைக்கு இராது. இன்று இருப்பதுபோல நாளை இராது. தினந்தோறும் வெவ்வேறு வியப்புக்கள் வெவ்வேறு உலகங்கள்; வெவ்வேறு மஹிமைகள், வெவ்வேறு கனவுகள், வெவ்வேறு ஆனந்தங்கள், வெவ்வேறு அநிர்வசனீயங்கள்.

சிலதினங்களின் முன்வு ஓர் மாலைப்பொழுதில் நான் கண்ட அதிசயங்களை ஒருவாறு இங்குக் குறிப்பிடுகிறேன். அடிவானத்தில் சூர்ய கோளம் தகதகவென்று சுழன்று கொண்டிருந்தது. இருபது கோடி மின்னல்களை எடுத்து ஒரு சக்கரமாக வார்த்துச் சுழற்றுவது போலிருந்தது. ஆரம்பத்திலேதான் கண் கூசும். சிறிதுநேரம் உற்று

நோக்கிக்கொண்டிருந்தால், பிறகு கண்கூச்சம் தீர்ந்துபோய்விடும். இரண்டு வட்டத் தகடுகள் ஒன்றின் மேலொன்று சுழலும், கீழே இருப்பது சுத்தமான மின்வட்டம். மேலே மரகத வட்டம், பச்சை வர்ணம்! அற்புதமான பசுமை!

பச்சைத் தகடு பின்புறத்திலிருக்கும் மின் தகட்டை முழுதும் மறைத்துக்கொண்டிருக்கும். ஆயினும் இடையிடையே பின்னுள்ள வட்டத்தின் வயிரக்கிரணங்கள் கண்மீது பாயும்.

பார்! சூரியனைச்சுற்றி மேகங்களெல்லாம் தீப்பட்டெரிவதுபோலத் தோன்றுகிறது! ஆஹா! என்ன வர்ணங்கள்! எத்தனை வித வடிவங்கள்! எத்தனை ஆயிர விதமான கலப்புக்கள்! அக்கினிக் குழம்பு! தங்கம் காய்ச்சிவிட்ட ஓடைகள்! எரிகின்ற தங்கத் தீவுகள்!

நீல ஏரிகள்! கரும் பூதங்கள்! எத்தனை வகை நீலம்! எத்தனை விதச் செம்மை1 எத்தனை வகைப் பசுமை! எத்தனை வகைக் கருமை! நீல ஏரியின்மீது மிதக்கும் தங்கத் தோணிகள்! எரிகின்ற தங்க ஜரிகைக் கரை போட்ட கரிய சிகரங்கள்! தங்கத் திமிங்கிலங்கள் மிதக்கும் கருங்கடல்! எங்கு பார்த்தாலும் ஒளித் திரள், வர்ணக் களஞ்சியம். போ, போ, என்னால் அதை வர்ணிக்க முடியாது.

பாட்டு 153 - வரி 1, 2: -

செங்கதிர்த்தேவன் சிறந்த ஒளியினைத்
 தேர்கின்றோம்

அவன் எங்களறி வினைத் தூண்டி நடத்துக.

இது "தத் ஸவி துர்வரேண்யம்" என்று தொடங்கும் காயத்ரி மந்திரத்தின் தமிழ் மொழிப்பெயர்ப்பு.

பா. 155 - வரி 6, 7:- இத்தனை மக்களும் எங்கண் இருந்தனர், இத்தினமட்டும் என வியப் பெய்துற -

'இந்நாள்வரை இத்தனை ஜனங்களும் எங்கே இருந்தனர்' என்று (காண்போர்) வியப்பெய்தும் வண்ணமாக.

பா. 157 - வரி 7, 8 : - தோரணங் கொஞ்ச - தோரணங்கள் அழகுடன் குழைந்திருப்ப.

பா. 158 - வரி 3, 4 : - பொன்னரங்கினி லிருந்தான் - கண்ணில் புலவனை - ராஜ மண்டபத்திலே வீற்றிருந்தவன் (ஆகிய) திருதராஷ்டிரனை.

பா. 158 - வரி 7 :- வின்னயம் - வில்வித்தை, யுத்த சாஸ்திரம்.

பா. 159 - வரி 3, 4 :-பணிக் கொடியோன் - பாம்பைக் கொடிச் சின்னமாகவுடைய துரியோதனன்.

பா. 160 - வரி 1:- இளங்கொடி - பாஞ்சாலி.

பா. 160 - வரி 6 : - உடல் வலித் தொழில் - கஸரத், சரீர பலத்துக்காகச் செய்யப்படும் (அப்பியாசங்கள்). இதனை வடமொழியில் 'வ்யாயாமம்' என்பர்.

பாட்டு 161 - வரி 5, 8:-வந்ததொர் துன்பத்தினை - துன்பம் நேருங்கால், அதனை அவ்விடத்தே அப்பொழுதே மாய்த்துவிட வழி செய்வார்கள். அவ்வாறன்றிப் பின் வரப்போகும் துன்பங்களை நினைத்து நெஞ்சமுடைந்து போய் யாதொரு செய்கையும் ஓடாமல் சலிப்படைந்திருத்தல் ஆரியர்களுடைய மரபன்று.

பா. 162 - வரி 4: - தோணலம் - தோள்வலி, வலிமை.

பா. 164 - வரி 5: - வென்றிகொள் பெருஞ் சூதர் - துரியோதனன் சபையில் வந்திருந்த சூதர்களின் பெயர்: விவிம்சதி, சித்ரசேனன், புருமித்ரன், ஜயன்; சகுனி இருக்கவே செய்கிறான்.

பா. 165 - வரி 7:- ஆலமுற்றிடத் தழுவி - ஆலம் - மார்பு); மார்புறத் தழுவி.

பா. 166 - வரி 1:- அறத்தோன்றல் - 'தரும புத்திரனே' என்னும் விளி.

பா. 167 - வரி 7: - இருமையுங் கெடுப்பதுவாம் - இந்த இழிதொழில் - இகலோகம் பரலோகம் எனும் இரண்டின் வாழ்வையும் கெடுப்பதாகிய சூதுத் தொழில்.

பா. 168 வரி 1, 2: - பழிக்கவற்றை யொர்சாத்திரமெனப் பயின்றோன் - பிறர் சங்கீதம், கணிதம், வியாகரணம், யுத்த தந்திரம் முதலிய சாஸ்திரங்கள் படிப்பதுபோலச் சூதாட்டத்தை ஒரு சாஸ்திரமாகப் பயிற்சி செய்து எதிர்க்க முடியாத நிபுணத் தன்மை வாய்ந்திருந்த சகுனி.

பா. 168 - வரி 7, 8 :- (செலுஞ்) செலவினுக் கழிகலை - செலவுக்கு நெஞ்சழியமாட்டாய். (விளையாட்டில் கொஞ்சம் திரவியம்) செலவிடுவதற்கு அஞ்சமாட்டாய்.

பா. 169 - வரி 2:- பிசுனன் - உலோபி

பா. 171 - வரி 1:- தோல் விலைக்குப் பசுவினைக் கொல்லும் - தோல் விலையாகக் கிடைக்கும் பொருளை விரும்பிப் பசுவைக் கொல்லுதல் போலப் பொருளாசையால் யுதிஷ்டிரனைக் கெடுத்துத் தரும நாசஞ் செய்யத் துணிந்தவனாகிய (சகுனி).

பா. 171 - வரி 3 :- நூல்விலக்கிய செய்கைக ளஞ்சும் நோன்பினோன் - தருமராஜன் அறநூல் விதிகளைத் தவறாதவன்.

பா. 171 - வரி 8: - கவறை நஞ்செனக் கூறினர் - சூதாட்டத்தை விஷமாகக் கருதவேண்டும் என்றார்கள். 'கவற்றை' என்று இருத்தல் நேர்.

பா. 175 - வரி 6, 7 : - நம்மவர் காத்திடும் பழவழக்கை மாத்திரம் மறந்துவிட்டாய் - க்ஷத்திரியர்களுக்குள்ளே இருக்கும் புராதன சம்பிரதாயமொன்றை மாத்திரம் நீ மறந்துவிட்டாய் என்று சகுனி சொல்லுகிறான். வழக்கு - வழக்கம், பூர்வாசாரம், 'மாமூல்'. அந்தப் பூர்வாசாரம், இன்னதென்பது பின்னே எட்டாம் வரியிற் கூறப்படுகிறது. 'மன்னர் வல்லினுக் கழைத்திடில் மறுப்பதுண்டோ?' என.

ஒரு அரசனை மற்றொருவன் 'என்னுடன் சூதாட வா' என வலிந்தழைக்கும்போது மாட்டேனென்று சொல்ல லாகாதென்பது கருத்து. க்ஷத்திரியன் நஷ்டங்களுக்குத் துணிந்திருக்க வேண்டுமென்ற நல்ல கொள்கையால் விளைந்த கெட்ட வழக்கங்களில் இது ஒன்று. அறிவுடையவர்கள்கூடப் 'பூர்வாசார'மென்ற காரணத்தால் தீய வழக்கங்களை அனுசரித்தல் பாரத தேசத்திற்கு ஏற்பட்ட சாபம் (இப்போதுதான் நீங்கி வருகிறது.)

பா. 175 - வரி 8 :-வல் - சூது.

பா. 177 - வரி 5 : வல்லமர் - சூதுப்போர்.

பா. 178 :-இப்பாட்டின் பின் 179, 180, 181, 182 பாட்டுக்களிலே ஆராய்ச்சியில்லாது 'பூர்வாசாரங்களில்' பக்தி செலுத்துவோரின் மடமை காட்டப்படுகின்றது. பழமையிலே பெரும் பகுதி உயர்வு சான்றதுதான். அதிலும், பாரத தேசத்தினராகிய நம்மவரின் நடைகள் அறிவும் அறனும் பொதிந்தனவாகும். ஆயினும் இழிந்த அமானுஷிக நடைகள் சில இவற்றோடு கலந்துள்ளன.

'எனது தந்தை க்ஷய நோயால் இறந்துபோனான். எனக்கும் க்ஷய நோய் வந்திருக்கிறது. எங்கள் பாட்டனுக்கும் இந்த நோயுண்டு ஆதலால் இந்த நோய் தீர்ப்பதற்கு நான் மருந்து தின்னமாட்டேன்' என்று ஒரு மனிதன் சொல்லுவானானால் அவன் எவ்வளவு பெரிய மூடன்? லோக க்ஷேமத்துக்கும் லோகாபிவிருத்திக்கும் இந்த 'மாமூல்' பக்தி

எத்தனை பெரிய இடையூறு என்பதை நம்மவர் இன்னும் நன்றாகத் தெரிந்துகொள்ளவில்லை.

பா. 182 - வரி 4, 8:- மேலை நாம் செயுங் கர்ம மல்லாதே-

நமது செய்கையின் விளைவுகளுக்கு மாத்திரமேயன்றி நம்மைச் சேர்ந்தவர்களின் கர்மப் பயன்களுக்கும் நாம் ஆளாகிறோமென்பதை இச்செய்யுள் விளக்குகின்றது.

பாட்டு 183 முதல் 195 முடிய:-

லால லாலலா லா லாலா
லால லாலலா லா

என்ற மெட்டுள்ள சிந்துகள். தெருவில் ஊசிகளும் பாசி மணிகளும் விற்பதோடு பிச்சையெடுக்கவும் செய்கிற பெண்கள் ‘மாயக்காரனம்மா - கிருஷ்ணன் - மகுடிக்காரனம்மா’ என்று பாடும் நடை. சூதாட்ட வருணனைக்கும் அதில் ஏற்படும் பரபரத்த வார்த்தைகளையும் செய்கைகளையும் விளக்குதற்கும் இந் நடை மிகவும் பொருந்தியதென்பது எளிதிலே காணப்படும்.

பா. 186 - வரி 8 :-பின்னடக்குக - மேலே விளையாட்டு நடக்குக.

பா. 186 - வரி 8, 4 : - ஒருவ னாடப் பணயம் - இஃது தருமன் சொல்வது.

பா. 186 - வரி 5, 8 :- வருமமில்லை ஐயா - துரியோதனன் சொல்வது.

பா. 187 - வரி 1, 3 : - பொழுது போக்குதற்கே - இஃது கர்ணன் வசனம். அங்கர் கோன் - கர்ணன்.

பா. 187 - வரி 5, 8 :- பழுத்திருப்ப தெல்லாம் - இஃது தருமன் வசனம்.

பா. 189 - வரி 6 : - பாரமான பொற்றேர் - இங்கு, தேர் பணயமாக வைக்கப்பட்டது என்பது கொள்ளக்கிடக்கின்றது.

பா. 191 - வரி 2 :- அடிமை செய்து வாழ்வோர் - மாதர்கள் பணயமாக வைக்கப்பட்டன ரென்பது தொக்கு நிற்கின்றது.

பா. 196 - வரி 6 : - பழி மக்காள் - பழிப் பிள்ளைகளே, பழிக்கு இடமாகிய என்க.

பா. 199 - வரி 1 :- கெலித்திடல் - வெல்லுதல், இது திசைச் சொல், கிராமியம்.

பா, 201 - வரி 8 :-கேட்குங் காதுமிழந்து விட்டாயோ? - கோப மிகுதியால் தன்னை மறந்து அரசனுக்குக் கண்ணில்லாமையைக் குறிக்க நேரிட்டது.

பா. 203 - வரி 6 :- மந்திரம் - சூழ்ச்சி.

பா. 203 - வரி 8 :- வெற்பிடைப் போக்குதி - காந்தாரத்து மலை நாட்டிலிருந்து வந்தவனாதலால், சகுனியை மீட்டும் அவனது மலை நாட்டுக்கு அனுப்பி விடுக என்று சொல்லியது.

பாஞ்சாலி சபதத்திற்குப் பாரதியாரின் சமர்ப்பணமும் முகவுரையும்

சமர்ப்பணம்

தமிழ் மொழிக்கு அழியாத உயிரும் ஒளியும்
இயலுமாறு இனிப் பிறந்து காவியங்கள்
செய்யப்போகிற

வரகவிகளுக்கும்

அவர்களுக்குத் தக்கவாறு
கைங்கரியங்கள் செய்யப்போகிற

பிரபுக்களுக்கும்

இந்நூலைப் பாத காணிக்கையாகச்
செலுத்துகிறேன்.

ஆசிரியன்

முகவுரை

எளிய பதங்கள், எளிய நடை, எளிதில் அறிந்துகொள்ளக்கூடிய சந்தம், பொது ஜனங்கள் விரும்பும் மெட்டு, இவற்றினையுடைய காவியமொன்று தற்காலத்திலே செய்து தருவோன் நமது தாய் மொழிக்குப் புதிய உயிர் தருவோனாகின்றான். ஓரிரண்டு வருஷத்து நூற் பழக்கமுள்ள தமிழ் மக்களெல்லோருக்கும் நன்கு பொருள் விளங்கும்படி எழுதுவதுடன், காவியத்துக்குள்ள நயங்கள் குறைவுபடாமலும் நடத்துதல் வேண்டும்.

காரியம் மிகப்பெரிது; எனது திறமை சிறிது, 'ஆசையால்' இதனை எழுதி வெளியிடுகின்றேன், பிறருக்கு ஆதர்சமாக அன்று, வழிகாட்டியாக.

இந்நூலிடையே திரிதராஷ்டிரனை உயர்ந்த குணங்களுடையவனாகவும், சூதில் விருப்ப மில்லாத வனாகவும், துரியோதனனிடம் வெறுப்புள்ள வனாகவும் காட்டியிருக்கின்றேன். அவனும் மகனைப் போலவே துர்க்குணங்களுடையவன் என்று கருதுவோருமுளர். எனது சித்திரம் வியாசர் பாரதக் கருத்தைத் தழுவியது. பெரும்பான்மையாக, இந்நூலை வியாச பாரதத்தின் மொழிபெயர்ப்பென்றே கருதிவிடலாம். அதாவது 'கற்பனை' திருஷ்டாந்தங்களில் எனது சொந்தச் சரக்கு அதிகமில்லை; தமிழ் நடைக்கு மாத்திரமே நான் பொறுப்பாளி.

தமிழ் ஜாதிக்குப் புதிய வாழ்வு தர வேண்டுமென்று கங்கணங்கட்டி நிற்கும் பராசக்தியே என்னை இத்தொழிலிலே தூண்டினாளாதலின். இதன் நடை நம்மவர்க்குப் பிரியந் தருவதாகும் என்றே நம்புகிறேன்.

ஓம் வந்தே மாதரம்.

சுப்பிரமணிய பாரதி

8

பதிப்பாசிரியர்களின் குறிப்புக்கள்

1 கண்ணன் பாட்டு* முதற் பதிப்பின் முகவுரை

இந்தச் சிறிய நூலுக்கு ஒரு பெரிய முகவுரை எழுத யான் விரும்பவில்லை. சில வார்த்தைகள் மட்டும் கூறுகின்றேன்.

இதன் ஆசிரியர் ஸ்ரீமான் சி. சுப்பிரமணிய பாரதியாரைத் தமிழ் நாட்டார் அறிவார்கள். ஆனால் அவர் பெருமையை உள்ளபடி அறிந்தவர்கள் மிகமிகச் சிலரேயாவர். ஸ்ரீமான் பாரதியார் ஒரு பெரிய மேதாவி; மகாபண்டிதர். தெய்விகப் புலவர்; ஜீவன் முக்தர். இவர் தமிழ்நாட்டு 'ரவீந்திரநாதர்'. இவர் எனது தமிழ்நாட்டின் தவப்பயன்.

இவ்வாறு கூறுவதால் யான் எனது நண்பரை மிகுந்த உச்சஸ்தானத்தில் ஏற்றி வைப்பதாக எவரும் கருதவேண்டாம். அவருக்கு யான் கொடுக்கும் உச்சஸ்தானம் நிச்சயமானது. இதனைத் தற்காலத்தில் அறியாதவர்கள் பிற்காலத்தில் அறிவார்கள்.

பாரதியாருக்குக் கண்ணபிரான் மீதுள்ள அதி தீவிர பக்தி காரணமாக இந்நூலிலுள்ள பாடல்கள் வெளியாயின. இவை தமிழர்களுக்கு நல்விருந்தாகும்.

பாரதியாரது பாடல்களின் பெருமையைப்பற்றி யான் விரித்துக் கூறுவதென்றால் இந்த முகவுரை அளவு கடந்து பெரிதாய்விடும். ஒரு வார்த்தை மட்டும் கூறுகின்றேன். இந்த ஆசிரியன் காலத்திற்குப் பின், எத்தனையோ

* 'கண்ணன் பாட்டு' என்னும் நூலின் முதற் பதிப்பு (1917-ம் வருஷம்) பிங்கள வருஷம் ஆவணி மாதத்தில் வெளியாயிற்று. இதனை வெளியிட்டவர் பரலி நெல்லையப்பர் ஆவர்.

நூற்றாண்டுகளுக்குப் பின், இவர் பாடல்களைத் தமிழ்நாட்டு மாதர்களும் புருஷர்களும் மிகுந்த இன்பத்துடன் படித்துக் களிப்படையும் காட்சியை யான் இப்பொழுது காண்கின்றேன்.

இந்நூல் வாழ்க! என்னவர் வாழ்க!! எந்தாய் வாழ்க!!!

சிந்தாதிரிப்பேட்டை சென்னை.   நெல்லையப்ப பிள்ளை
பிங்கள வருஷம் ஆவணி மாதம் கஉ.

இரண்டாம் பதிப்பின் முன்னுரை

நம் காலத்துத் தமிழ்க் கவிகளுள் பிரதம ஸ்தானத்தை வகிக்கும் ஸ்ரீமான் சுப்ரஹ்மண்ய பாரதியின் நூல்களுக்கு முன்னுரை வேண்டுவதேயில்லை. இருப்பினும், **'பாயிரமல்லது பனுவ லன்றே'** என்னும் முதுமொழியை இநினைத்தோ அல்லது வேறு என்ன எண்ணியோ பதிப்பாசிரியர் இக் **கண்ணன் பாட்டின்** இரண்டாம் பதிப்புக்கு என்னை ஒரு முன்னுரை எழுதித் தரவேண்டுமெனக் கேட்டார்; சிறிதளவேனும் சாத்தியமாயிருக்கிற ஒரு காரியத்தை நம்புரிமை பூண்டோர் செய்யும்படி வேண்டினால் மறுத்தல் அழகன்று என நினைத்துச் சம்மதித்தேன்.

பாரத நாட்டின் குலதெய்வமாகிவிட்ட கண்ணனுக்குப் பாமாலை சூட்டாத கவிகள் அருமை. தன்னை நெடு நாட்களாக மறந்திருந்த பாரத நாடு திடீரென விழித்துக்கொண்டதும், அதன் எதிரே முதலில் தோன்றிய ஒளி, கீதா சாஸ்திரத்தைக் கூறிப் பார்த்தனுடைய ரதத்தை வெற்றிபெற ஓட்டிய கண்ணபிரானுடைய உருவமே. அந்த உருவமானது நமது கவியின் இருதயத்திலும் எழுந்து அவருடைய கவிதைக்கு ஒரு சோபையைக் கொடுத்தது.

பத்து வருஷங்களுக்கு முன் அவர் பதிப்பித்த **ஜன்ம பூமியிலேயே** ஸ்ரீ கிருஷ்ண ஸ்தோத்திரம் என்று இரண்டு செய்யுட்கள் காணப்படுகின்றன. ஆனால், பிற்பட்டுத்தான் கண்ணனுடைய செயல்களும் திருவிளையாடல்களும் அவர் மனத்தைப் பூரணமாக ஆகருஷித்தன. இவ் ஆகருஷணத்திற்கு **நாலாயிரப் பிரபந்தத்துள்** பெரியாழ்வார் அருளிச் செய்த திருப்பாசுரங்களின் அனுசந்தானம் முக்கிய காரணமாக இருந்திருக்கிறது. இக் கண்ணன் பாட்டானது பாவ விஷயத்தில் அப்பாசுரங்களின் வழியையே தழுவியதாக இருக்கிறது.

இஷ்ட தெய்வத்தைப் பல பாவங்களால் வழிபடலாகும் என்று நமது பக்தி சாஸ்திரங்கள் கூறுகின்றன. நமது ஆசிரியரும் இதை அனுசரித்துக் கண்ணனைத் தாயாகவும், தந்தையாகவும், எஜமானனாகவும், குருவாகவும், தோழனாகவும், நாயகியாகவும், நாயகனாகவும் பாவித்துப் பாடுகிறார்.

இவற்றுள், நாயக நாயகி பாவத்தைப்பற்றி இங்குச் சில மொழிகள் கூறாது விட முடியவில்லை. இப் பாவத்தால் பகவானை வழிபடும் முறை தொன்றுதொட்டுப் பக்தர்களாலும் கவிகளாலும் அனுசரிக்கப்பட்டு வருகிறது. ரோமன் கத்தோலிக் மதத்திலே கூட அடியார் வர்க்கத்தை நாயகியாகவும் கிறிஸ்துவை நாயகனாகவும் பாவித்து எழுதிய ஸ்தோத்திரங்கள் பல உள. நமது பாகவதத்தில் கோபிகைகளின் உபாக்கியானங்களெல்லாம் இப் பாவத்தைத் தழுவி எழுதப்பட்டுள்ளனவே. மகா பக்திமதியான மீராபாய் உலகத்திலுள்ள ஜீவகோடிகள் அனைத்தும் ஸ்திரீப்பிராயம் என்றும் பகவான் ஒருவனே புருஷன் என்றும் பாவித்துப் பக்தி செய்திருக்கிறார். பரமஹம்ஸ ஸ்ரீராமகிருஷ்ண தேவரும் தம்முடைய அனுபவங்களுள்ள நாயகி அனுபவத்தையும் அனுபவிக்க எண்ணிச் சேலை தரித்துக்கொண்டு, ராதை என்கிற பாவத்தால் கண்ணனை வழிபட்டார் என்று

சொல்லப்படுகிறது. திருக்கோவையாரையும், ராமலிங்க சுவாமிகளின் திருவருட்பாவையும் அனுபவித்த தமிழருக்கு இவ்விதம் வழிபடும் முறை புதிதாகப்படாது.

ஆனால் இந்தப் பாவத்தை ஆளுவது கத்தியின் கூர்ப்பக்கத்தின்மீது நடப்பதைப் போன்ற கஷ்டமான காரியம். ஒரு வரம்பு இருக்கிறது; அதற்கு இப்புறம் அப்புறம் போய்விட்டால், அசந்தர்ப்பமாகிவிடும். ஸ்ரீபாகவதத்திலுங் கூட கோபிகா உபாக்கியானங்களில் சுக பகவான் இவ்வரம்பை அங்கங்கே கடந்துவிட்டிருக்கிறார் என்பது எனது தாழ்ந்த அபிப்பிராயம்.

கடல் ஞாலம் செய்தேனும் யானே என்னும்,
கடல் ஞாலம் ஆவேனும் யானே என்னும்

என்று தொடங்கும் திருவாய் மொழிகளையும், (5,6,1)

கருப்பூரம் நாறுமோ, கமலப்பூ நாறுமோ?

திருப் பவளச் செவ்வாய்தான் தித்தித்திருக்குமோ? என்று தொடங்கும் ஆண்டாளுடைய பாசுரங்களையும் (7.1) போலச் செயிரின்றி இப் பாவத்தைப் பாடுவது அநேகமாய் அசாத்தியம்.

நமது கவியும் இப் பாவத்தை விரிக்கையில் பரபக்தியைவிடச் சாரீரமான காதலையே அதிகமாக வர்ணித்திருக்கிறார். ஆனால், சுகப் பிரம்மமே நிறுத்த முடியாததான தராசு முனையை நம் ஆசிரியர் நிறுத்தவில்லை என்று நாம் குறை கூறலாமா?

இந்தக் கீர்த்தனங்களைப் பரபக்திக்குப் பேரிலக்கியமாகக்கொள்ள வேண்டுவதில்லை. ஆசிரியர் இந்நூலில் கவி என்கிற ஹோதாவில்தான் நம்மிடம் வருகிறார் என நினைக்க வேண்டும். கவிதா ரீதியாகப் பார்க்கும்போது, இக் கீர்த்தனங்களுள் பெரும்பாலவையிலுள்ள சுவை தேனினும் இனிதாயிருக்கிறது.

இன்னொன்று: கவிதை யழகை மாத்திரம் அனுபவித்துவிட்டு, இந்நூலின் பண்ணழகை மறந்துவிடக் கூடாது. இதிலுள்ள பாட்டுகளிற் பெரும்பாலானவை தாளத்தோடு பாடுவதற்காகவே எழுதப்பட்டவையா யிருக்கின்றன. கடற்கரையில், சாந்தி மயமான சாயங்கால வேளையில், உலகனைத்தையும் மோஹ வயப்படுத்தி நீலக்கடலையும் பாற்கடலாக்கும் நிலவொளியில், புதிதாகப் புனைந்த கீர்த்தனங்களைக் கற்பனா கர்வத்தோடும் சிருஷ்டி உற்சாகத்தோடும் ஆசிரியன் தன்னுடைய கம்பீரமான குரலில் பாடினதைக் கேட்ட ஒவ்வொருவரும் இந்நூலிலுள்ள பாட்டுக்களை மாணிக்கங்களாக மதிப்பர்.

இந் நூலைத் தமிழுலகம் ஆதரித்துத்தான் இரண்டாவது பதிப்பு வெளிவருகிறது. ஆனால், ஹரீந்திரநாத் சட்டோபாத்யாயர் எழுதிய ஆங்கிலக் கீர்த்தனங்களின் விலை மூன்று ரூபாயாக இருக்க, அளவில் அந்நூலில் குறையாததும், சுவையில் அதற்கு இணையாக இருப்பதுமான இந் நூலின் முதற் பதிப்புக்குக் காகித விலை ஏறிவிட்ட காலத்தில் பதிப்பாசிரியர் விலை கால் ரூபாயாகக் குறிக்கவேண்டியிருந்தது என நினைக்கும்போது நாட்டில் தமிழபிமானம் வெளிப்படையாக விளங்கவில்லை யென்றாவது ஒப்புக்கொள்ள வேண்டும். முன் காலத்தில், ஆசிரியர்களுக்கு அரசர்கள் ஏராளமான பொருள் உதவி செய்து அவர்கள் மனத்தைச் சிறிய விசாரங்கள் பீடிக்காமல் காத்து வந்து அவர்களுடைய ஆற்றல் நாளுக்கு நாள் அதிகரிக்கும்படி செய்து வந்தார்கள். தற்காலத்தில் கல்வியபிமானமுள்ள பொது ஜனங்கள் தாம் அக்காலத்து அரசரின் ஸ்தானத்தை வகிக்கிறார்கள். இவர்கள் தங்கள் அபிமானத்தை, விலையைப் பொருட்படுத்தாமல் நூல்களின் யோக்கியதையைக் கருதி ஆதரித்துத்தான் காட்ட முடியும். நமது ஆசிரியரின் நூல்களை நம் நாட்டவர் சரிவர ஆதரிக்காததனாலே,

> "சுற்றி நில்லாதே போ, பகையே;
> துள்ளி வருகுது வேல்",

என்றும்,

> "கைதனில் வில்லும் உண்டு;
> காண்டீவம் அதன் பேர்"*

என்றும் உள்ள அக்ஷர லக்ஷம் பெறுமான பாக்களை எழுதியிருக்கும் அவருடைய உற்சாகம் குன்றிப் போயிருக்கிறது. தமிழபிமானிகள் இப்பதிப்பை ஆதரித்து வாங்கி ஆசிரியனுடைய உற்சாகத்தை உயர்த்தி அவரால் தமிழில் புதிய இலக்கியங்கள் பிறக்கும்படி செய்வார்கள் என நம்புகிறேன்.

புதுச்சேரி : சித்தார்த்தி வ.   வ. வே. ஸுப்ரமண்ய ஐயர்
ஆவணி 22-ம் தேதி.

---

* இது நூல் வெளிவரு முன் கேள்வி ஞாபகத்தால் கொடுக்கப்பட்ட பாடம். 'தனுவுண்டு காண்டீவம் அதன்பேர்' என்றான் என்றே அச்சுப் பிரதியில் காண்கிறது (பாஞ்சாலி சபதம் 283)

பாரதி வாழ்க்கைத் தேதிகள்

(தொகுத்தவர் : ரா. அ. பத்மநாபன்)

1882 டிஸம்பர் 11, சித்திரபானு, கார்த்திகை, 27-ந் தேதி மூல நட்சத்திரத்தில் பாரதி ஜனனம். பிறப்பிடம்; எட்டயபுரம் ஜமீன். தந்தை சின்னசாமி அய்யர்; தாய்; லட்சுமி அம்மாள்; இளமைப் பெயர் சுப்பிரமணியன். செல்லப் பெயர் சுப்பையா.

தாய் மரணம், சுப்பையாவுக்கு வயது 5.

1889 தந்தை மறுமணம்; சுப்பையாவுக்கு உபநயனம். இளைஞன் அருட்கவி பொழிகிறான்.

1893 11 வயதுச் சுப்பையாவை எட்டயபுரம் சமஸ்தானப் புலவர்கள் பெருஞ் சபையில் சோதித்து/ வியந்து, 'பாரதி' (கலைமகள்) என்ற பட்டம் அளிக்கின்றனர்.

1894 - 1897) திருநெல்வேலி ஹிந்து காலேஜில் ஐந்தாம் படிவம் வரை படிப்பு. தமிழ்ப் பண்டிதருடன் சொற்போர்கள்.

1897 ஜூன் 14$^{1}/2$ வயது பாரதிக்கும் 7 வயது செல்லம்மாவுக்கும் திருமணம்.

1898 ஜூன்; தந்தை மரணம். பெருந்துயர், சஞ்சலம்.

1898 - 1902; காசியில் அத்தை குப்பம்மாளுடன் வாசம். படிப்பு; அலகாபாத் சர்வகலாசாலையில் பிரவேசப் பரீட்சையில் தேர்வு. ஸமஸ்கிருதம், ஹிந்தி, கச்சம், வால்விட்ட தலைப்பாகை, மீசை, பழக்கம்.

1902-1904; எட்டயபுர வாசம். மன்னருக்குத் தோழர். விருப்பமில்லா வேலை, மதுரை 'விவேகபாநு'வில் 'தனிமை இரக்கம்' என்ற முதல் பாடல் அச்சேறுகிறது.

1904 ஆகஸ்ட் - நவம்பர்; மதுரை சேதுபதி ஹைஸ்கூலில் தற்காலிகத் தமிழ்ப் பண்டிதர்.

1904 நவம்பர்; சென்னை "சுதேசமித்திரன்" உதவியாசிரியர், ஆசிரியர் ஜீ. சுப்பிரமணிய அய்யரிடம் சிட்சை, 'சக்கரவர்த்தினி' மாதப் பத்திரிகையின் ஆசிரியப் பொறுப்பு.

1905 வங்கப் பிரிவினை, சமூக சீர்திருத்தவாதி பாரதி, அரசியல் தீவிரவாதியாகிறார். காசி காங்கிரஸ் சென்று திரும்புகையில் விவேகானந்தரின் சிஷ்யை நிவேதிதா தேவியைச் சந்தித்து, ஞான குருவாக ஏற்றல்.

1906 ஏப்ரல்; சென்னையில் புரட்சிகரமான "இந்தியா" வாரப்பத்திரிகை உதயம். பாரதி பொறுப்பாசிரியர் ந. திருமலாச்சாரி, மண்டயம் எஸ். ஸ்ரீநிவாஸாச்சாரி, சா. துரைசாமி அய்யர், வி. சக்கரைச் செட்டி, வ.உ. சி. நட்பு, விபின சந்திர பாலர் சென்னை விஜயம். "பால பாரதா" ஆங்கில வாரப் பத்திரிகை ஆரம்பம்.

1907 டிஸம்பர்; சூரத் காங்கிரஸ், திலகரின் தீவிரவாதக் கோஷ்டிக்கு ஆதரவு, வ. உ. சி. மண்டயம் ஸ்ரீநிவாஸாச்சாரியுடன் சென்னைத் தீவிர இளைஞர் கோஷ்டியை சூரத் அழைத்துச் செல்கிறார். காங்கிரஸில் பிளவு, திலகர், அரவிந்தர், லாஜபதி, பாரதி சந்திப்பு.

1907 அரசியல் எதிரி. பழுத்த மிதவாதி வி. கிருஷ்ணசாமி அய்யர் பாரதியின் தேசீய கீதங்களில் மோகித்துப் போகிறார். "சுதேச கீதங்கள்" என்ற தலைப்பில் மூன்று பாடல்கள் கொண்ட நாலுபக்கப் பிரசுரம் நிறைய வெளியிட்டு, இலவசமாய் விநியோகிக்கிறார் கிருஷ்ணசாமி அய்யர்.

1908 சென்னை-தீவிரவாதிகள் கோட்டை. "சுயராஜ்யதினம்" சென்னையில் பாரதியாலும், தூத்துக்குடியில் வ. உ. சி., சுப்பிரமணிய சிவா, சுதேசி பத்மநாபய்யங்கார் முதலியோராலும் கொண்டாடப்படுகிறது. பின்னர் மூவர் கைது; வ. உ. சி. சிவாவுக்குத் தண்டனை, சிறைவாசம். வழக்கில் பாரதி சாட்சி சொல்கிறார்.

1908 "ஸ்வதேச கீதங்கள்" என்ற கவிதைத் தொகுதியை பாரதி வெளியிடுகிறார். முதல் நூல்.

1908 "இந்தியா" மீது சர்க்கார் பார்வை சட்ட பூர்வமான ஆசிரியர் கைது. பாரதிமீது வாரண்டு, பாரதி தப்பிப்போய் புதுச்சேரி சேருகிறார். பழக்கமற்ற புது ஊர், போலீஸ் தொல்லை. குவளைக் கண்ணன் சந்திப்பு.

அனுபந்தங்கள் 577

1908 - 1910 "இந்தியா" வும் புதுவை வந்து, பிரெஞ்சிந்திய எல்லைக்குள்ளிருந்து பிரிட்டிஷ் அரசாங்கத்தின் மீது நெருப்புமழை பொழிகிறது. பத்திரிகையின் செல்வாக்கு அதிகரிப்பது கண்டு, பிரிட்டிஷ் இந்தியாவில் நுழையாதபடி பிரிட்டிஷ் சர்க்கார் தடுக்கின்றனர். "இந்தியா" நின்று போகிறது.

1909 "ஜன்மபூமி" என்ற இரண்டாவது கவிதைத் தொகுதி வெளியீடு.

1910 "விஜயா" தினசரி. "சூர்யோதயம்" வாரப்பதிப்பு. "பாலபாரதா" ஆங்கில வாரப்பதிப்பு, "கர்மயோகி" மாதப் பதிப்பு - யாவும் நின்று போகின்றன. "சித்ராவளி" ஆங்கில - தமிழ் கார்ட்டூன் பத்திரிகைத் திட்டம் நிறைவேறவில்லை.

1910 ஏப்ரல்; மண்டயம் ஸ்ரீநிவாஸாச்சாரியும் பாரதியும் ஏற்பாடு செய்ய, அரவிந்தர் புதுவை வருகிறார். வேத நூல் ஆராய்ச்சி.

1910 நவம்பர் 'கனவு' என்ற ஸ்வசரிதை முதலிய பாடல் அடங்கிய 'மாதா மணி வாசகம்' நூல் வெளியீடு, வ. வே. சு. அய்யர் வருகை.

1911 மணியாச்சியில் கலெக்டர் ஆஷ் கொலை. புதுவை தேசபக்தர்கள் மீது சந்தேகம். போலீஸ் கெடுபிடிகள்; புதுவையிலிருந்து தேசபக்தர்களை வெளியேற்ற முயற்சிகள். பாரதியின் சிஷ்ய கோடிகள் பெருகுகின்றனர்.

1912 உழைப்பு மிக்க வருடம். கீதை மொழிபெயர்ப்பு, 'கண்ணன் பாட்டு', 'குயில்', 'பாஞ்சாலி சபதம்' முதல் பாகம் பிரசுரம்.

1913 - 1914 : 'சின்னச் சங்கரன் கதை' கையெழுத்துப் பிரதி மறைந்து போகிறது. சுப்பிரமணிய சிவத்தின் 'ஞானபாநு' பத்திரிகைக்கு விஷயதானம், தென் ஆப்பிரிக்கா நேடாலில் "மாதா மணிவாசகம்" நூல் பிரசுரம். முதல் மகாயுத்தம் ஆரம்பம். புதுவை தேசபக்தர் தொல்லைகள் அதிகரித்தல்.

1917 'கண்ணன் பாட்டு' முதல் பதிப்பு, பரலி சு. நெல்லையப்பர் சென்னையில் வெளியிடுகிறார்.

1918 நெல்லையப்பர் 'சுதேச கீதங்'களை 'நாட்டுப் பாட்டு' என்று வெளியிடுகிறார்.

1918 புதுவை வாசம் சலித்துப் போய், புதுவையை விட்டு நவம்பர் 20-ந் தேதி பாரதி கிளம்புகிறார். கடலூர் அருகே கைது. ரிமாண்டில் 34 நாள்; முடிவில், வழக்கில்லையென விடுதலை. நேரே மனைவியின் ஊர் கடயத்துக்குச் செல்கிறார்.

1918 - 1920 கடயம் வாசம். திருவனந்தபுரம், எட்டயபுரம், காரைக்குடி, கானாடுகாத்தான் போய்வருகிறார். எட்டயபுர மன்னருக்குச் சீட்டுக்கவிகள்; பயனில்லை. தாகூருடன் நோபல் பரிசுக்காகப் போட்டியிட விருப்பம்; நடைபெறவில்லை.

1919 மார்ச் : சென்னைக்கு விஜயம். ராஜாஜி வீட்டில் காந்திஜி சந்திப்பு.

1920 டிஸம்பர்: சென்னையில் "சுதேசமித்திர"னில் மீண்டும் உதவியாசிரியர் வேலை. ஏ. ரங்கசாமி அய்யங்கார் ஆசிரியர். பாரதி கட்டுரைகள் நிறைய எழுதுகிறார்.

1921 ஜுலை - ஆகஸ்ட்: திருவல்லிக்கேணி கோயில் யானை ஒதுக்கித்தள்ள, யானைக் காலடியில் கிடக்கிறார். குவளைக் கண்ணன் காப்பாற்றுகிறார். அதிர்ச்சியால் நோயுறுகிறார் கவிஞர்.

1921 ஸெப்டம்பர் : யானை அதிர்ச்சியால் ஏற்பட்ட நோயிலிருந்து குணமடைந்தாலும், வயிற்றுக் கடுப்பு நோய் பீடிக்கிறது.

1921 ஸெப்டம்பர் 11 நோய் கடுமை மருந்துண்ண மறுப்பு.

1921 ஸெப்டம்பர் 12, 11-ந் தேதி நள்ளிரவு, தாண்டி 12-ந் தேதி காலை 1-30 மணி சுமாருக்கு மறைவு. வயது 39 நிறையவில்லை